கனாமிஹிர் மேடு

உள் அட்டையில் காணும் சிற்பக் காட்சியில் பகவான் புத்தரின் அன்னை மாயாதேவி கண்ட கனவின் பலனை மன்னர் சுத்தோதனருக்கு நிமித்திகர் மூவர் விளக்குகின்றனர். அவர்களுக்குக் கீழே அமர்ந்து அந்த விளக்கத்தை எழுதுகிறார் ஓர் எழுத்தர். எழுதும் கலையைச் சித்தரிக்கும் முதல் இந்தியச் சிற்பம் இதுவாகவே இருக்கலாம்.

(நாகார்ஜுன மலைச்சிற்பம் பொ.யு. இரண்டாம் நூற்றாண்டு, பட உதவி : நேஷனல் மியூசியம், புது தில்லி)

கனாமிஹிர் மேடு
(சாகித்திய அகாதெமி விருது பெற்ற வங்க நாவல்)

ஆசிரியர் : பாணி பசு

மொழிபெயர்ப்பாளர் : பெ.பானுமதி

சாகித்திய அகாதெமி

Kanamihir Medu: Tamil translation by P. Bhanumathi of Bani Basu's Award Winning Bengali Novel, Sahitya Akademi, New Delhi, (2021), Rs. 315/-

உரிமை © சாகித்திய அகாதெமி

ஆசிரியர்	:	பாணி பசு
மொழிபெயர்ப்பாளர்	:	பெ.பானுமதி
பொருள்	:	நாவல்
வெளியீடு	:	சாகித்திய அகாதெமி
முதல் பதிப்பு	:	2021
ISBN	:	978-93-91017-73-6
விலை	:	ரூ. 315/-

All rights reserved. No part of this book may be reproduced or utilized in any form or by any means, electronic or mechanical including photocopying, recording or by any information storage and retrival system, without permission in writing from Sahitya Akademi.

சாகித்திய அகாதெமி

தலைமை அலுவலகம் : இரவீந்திர பவன், 35, பெரோஸ்ஷா சாலை, புது தில்லி 110 001.
secretary@sahitya-akademi.gov.in | 011-23386626/27/28.

விற்பனை அலுவலகம் : 'ஸ்வாதி' மந்திர் சாலை, புது தில்லி 110 001
sales@sahitya-akademi.gov.in | 011-23745297, 23364204.

கொல்கத்தா : 4, டி.எல். கான் சாலை, கொல்கத்தா 700 025
rs.rok@sahitya-akademi.gov.in | 033-24191683/24191706.

சென்னை : குணா வளாகம், 443, இரண்டாம் தளம், அண்ணா சாலை, தேனாம்பேட்டை, சென்னை 600 018.
chennaioffice@sahitya-akademi.gov.in 044-24311741 | 24354815

மும்பை : 172, மும்பை மராத்தி கிரந்த சங்கிரகாலய சாலை, தாதர், மும்பை 400 014
rs.rom@sahitya-akademi.gov.in 022-24135744 | 24131948.

பெங்களூரு : மத்தியக் கல்லூரி வளாகம், பல்கலைக்கழக நூலக கட்டிடம், டாக்டர் அம்பேத்கர் வீதி, பெங்களூரு 560 001
rs.rob@sahitya-akademi.gov.in. 080-22245152, 22130870.

ஒளி அச்சு : R. Udhayabaskar, Chennai - 32
அட்டை வடிவமைப்பு : Spectrum Graphic Studio, Chennai - 17
அச்சகம்: Mani Offset, Chennai - 77
Visit our website at http://www.sahitya-akademi.gov.in

ஈஷா

இன்னும் சூரியன் உச்சிக்கு ஏறவில்லை என்றாலும் வெய்யில் கடுமையாக சுட்டுப் பொசுக்கியது. ஆந்திர பிரதேசத்தின் வெய்யிலைப் பற்றி அவள் இவ்வாறு நினைத்தாள். கண்ணாடிச் சன்னல்கள் வைத்தவர்கள் அந்தப் பிரதேசத்தை ஐஸ் உறையும் பிரதேசமான ஐரோப்பாவாக மாற்ற முடியும் என்று நினைத்திருக்கலாம். வெவ்வேறு சீதோஷ்ணம், நில அமைப்பு, பழக்க வழக்கங்கள், தேவைகள் இவை ஒன்றையும் அவர்கள் சிறிதும் யோசிக்கவில்லை. இரண்டு நூற்றாண்டு ஆங்கிலேய ஆட்சியின் கனவு மயக்கத்தில் இங்கே ஏர்கண்டிஷனர் இருக்கும் என்று எதிர்பார்த்திருப்பார்கள். இது ஒரு வெப்பமான பிரதேசம் என்று யாரும் எதிர்பார்த்திருக்க மாட்டார்கள். தூசி, குப்பை எதுவுமே இங்கே இருக்காது. குளிர்காலம், வெயில்காலம், மழைக்காலம் எல்லாமே வெளியேதான் நிற்கும்; மாஜிக் ஐ வழியாக வெளியே இருப்பவர் யார் என்று பார்த்துவிட்டுக் கதவைத் திறக்காமல் இருக்கலாம். மே, ஜூன் மாதங்களில் மின்வெட்டு இருக்கும்போதுதான் அவர்கள் கஷ்டத்தை உணருவார்கள். கோதாவரி நதிக்கும் விந்திய மலைக்கும் இடையே உள்ள அந்தப் பகுதி நெருப்புக் குண்டமாக இருக்கும். வெப்ப நாடுகளில் மக்கள் விரும்பும் குளிர்காலம் என்ற ஒன்று இங்கே இல்லை.

தடிமன படுதாக்களை விலக்கியபடி ஈஷா ஜன்னலுக்கு ஜன்னல் நகர்ந்தாள். இளம் மஞ்சள் நிறத்தில் ஆழ்ந்த மஞ்சள் நிறப் பூக்கள் போட்ட படுதாக்கள் இப்போது பிரயோஜனமில்லாமல் இருக்கின்றன. ஏன் என்றால் இளம் மஞ்சள் நிறம் வெய்யிலைத் தடுக்கக்கூடிய நிறம் இல்லை. ஆழ்ந்த பச்சை, ஆழ்ந்த சிவப்பு நிறம், பாக்கு நிறம் இவையெல்லாம் சரியானவையாக இருந்திருக்கும். ஆனால் பிடித்தமானதும் பயனுள்ளதும் பெரும்பாலும் ஒத்துப் போவதில்லை. போன குளிர்காலத்தில் ஏழாயிரம் ரூபாய்க்குப் படுதா வாங்கிக் கொண்டு முகத்தில் கொள்ளை மகிழ்ச்சியுடன் வீடு திரும்பினார்கள் தம்பதியர். சந்தனக் கலர் சுவர்; அதில் மஞ்சள் நிற படுதா எத்தனை அழகாக இருந்தது. ஆனால் அவர்கள் விரும்பி வாங்கிய படுதா இப்போது சூரிய வெப்பத்தோடு தன் வெப்பத்தையும் சேர்த்து உள்ளே அனுப்புகிறது.

ஜன்னல் வழியாக வெளியே பார்த்தால் மருந்துக்குக் கூட பசுமை இல்லை. எங்கே பார்த்தாலும் மண் நிறம்தான். வேலை நடந்து

கொண்டிருந்தது. லாரி சரளைக் கற்களைக் கொட்டிச் சாய்த்து விட்டுப் போயிற்று. கலவை இயந்திரம் "கடகட" வென்று சுழன்றது. காலித் தூண்கள் நிரப்பப்படுவதற்குத் தயாராக நின்றன. ஹவுஸிங் காம்ப்ளக்ஸ்கள் வந்த வண்ணம் இருந்தன. பின்னால் பூமியின் நிர்வாணத்தை மறைக்கவும், தாவரங்களின் இன்பத்தை அனுபவிக்கவும் செடி கொடிகள் நடப்படலாம். ஆனால் இப்போது மேற்கு ருத்ரமா பள்ளியில் இருக்கும் இந்த மூன்றாம் நம்பர் திருப்தி காம்ப்ளெக்ஸ் புழுதியில் மூழ்கி இருந்தது. ஜூபிலி ஹில்ஸ் தாண்டி நவீன சைபராபாத் வீடுகள் கட்டப்படுகின்றன. அங்கே ஒருவேளை மின்வெட்டுகள் இல்லாமல் இருக்கலாம். வெகுகாலமாகத் தனிமையிலும், நிசப்தத்திலும், ஜனசந்தடியற்ற நிலையிலும் இருந்த அந்தப் பழைய பிரதேசம் வெளி உலகத்தில் மாற்றங்கள் ஏற்படுவதை உணரவில்லை போலும். ஜனத்தொகைப் பெருக்கமும் இயந்திரங்களின் சத்தமும் அந்தப் பிரதேசத்தின் தியானத்தைத் தூள் தூளாக்கி விட்டன. புராதன சார்மினாரை உள்ளடக்கி அந்த இரட்டை நகரம் பளபளவென்று உருவாகி உள்ளது. மிகவும் புராதனமான கோல்கொண்டா கோட்டை இங்கே இருக்கிறது என்று யார் சொல்வார்கள்? இதே போல அவளுடைய வாழ்க்கையிலும் ஒரு சமயம் காற்றையும் வெளிச்சத்தையும் உள்ளே அனுமதிக்கக் கூடிய அமைப்புடைய (Venetian blind) பச்சை நிற ஜன்னல்கள் இருந்ததையும் யார் சொல்வார்கள்?

இருட்டும் ஒளியும் கலந்த அந்த அறை நினைவிருக்கிறதா ஈஷா? நீளமான அறை. குறைந்தது பதினாறு பதினேழு அடி நீளம் இருக்கும். ஏழு ஜன்னல்கள், பாட்டியின் திருமணத்தில் குளிர்கால சீதனமாக வந்த கம்பளத்தைத் தரையில் விரித்துப் படுத்து அவர்கள் மூன்று பேரும் எத்தனை கதை பேசி இருப்பார்கள்! அவள், அம்மா அப்பறம்... தம்பி, சாளர இடுக்குகளின் வழியாக தெருவில் போகும் ஜனங்களின் நிழல் விட்டத்தில் தலைகீழாகத் தெரியும். அதை சினிமா என்று தம்பி சொல்லுவான். அம்மா பாட்டு பாடுவாள்.

'நீ எவ்வளவு இனிமையாக பாடுகிறாய் திறமையானவளே' இது அம்மாவுக்கு பிடித்த பாட்டு. அவ்வப்போது அம்மாவும் 'முணுமுணு' வென்று பாடுவாள். நிசப்தமான இருட்டான அறையில் இசையின் வெளிச்சம் ஆகாயத்தைத் தொடுவதாக அவள் நினைத்தாள். இசையின் காற்று ஆகாயத்தையும் கடந்து சென்றதோ! எப்படிப்பட்ட இசை அது!

அதைப் பாடுபவள் எப்படிப்பட்டவள்! யோசித்துக் கொண்டிருக்கும்போது எப்போதோ தூக்கம் வந்து எல்லா எண்ணங்களையும் மூழ்க அடித்து விடும்.

ஈஷா உனக்கு அது நினைவிருக்கிறதா! அது வேறு மாதிரியான நாட்கள். இல்லை? ஜன்னலை லேசாகத் திறந்து தெருவின் உயிரோட்டத்தைப் பார்ப்பாள் அவள். குடையை பிடித்துக் கொண்டு ஒருவன், 'சாருலதா' சினிமாவில் வருவது போல, பாத்திரத்தில் ஓசை ஏற்படுத்தியபடி பாத்திரம் விற்பவன், பானிபூரி விற்பவன். முதுகில் பெட்ஷீட் மூட்டையைக் கட்டிக்கொண்டு ஒருவன் அநாயாசமாகப் போகிறான். அந்த மூட்டையில் ஆந்திராவில் தயாராகும் பெட்சீட்கள் இருக்கலாம். வீட்டின் எதிர்ப்புறம் தெரு இல்லை. ஹாரன் பெரியப்பாவின் வீடு இருக்கிறது. ஜன்னல் வழியாக எதிரே படபடக்கும் வெயிலில் வரிசை வரிசையாகத் துணிமணிகள் காயப் போட்டிருப்பதைப் பார்ப்பாள். சில பப்பாளி மரங்கள், அவற்றின் அடியில் குவிந்திருக்கும் பாத்திரங்கள், காய்ந்த எச்சில் பாத்திரங்களில் காக்கை கூட்டம். சற்றே தொலைவில் குருவிக் கூட்டம். ஒரு பூனை மதில் சுவரிலிருந்து பாத்திரங்கள் மீது குதிக்கிறது. காகங்கள் ஏமாற்றத்துடன் பறந்து போகின்றன. பாத்திரங்களை லட்சியம் செய்யாமல் அந்த பூனை குட்டிச் சுவரில் தாவிக் குதிக்கிறது. மறுபக்கம் இருக்கும் சாக்கடை நீரில் அது விழவில்லை அல்லவா? பூனையின் கத்தலைக் கேட்டு ஒரு நொடி மனம் பதைக்கிறது. அதன்பின் மனம் பொசுக்கும் வெய்யிலுக்குத் தாவுகிறது. தூக்கம் இல்லை. உடலில் வியர்வை ஆறாக ஓடுகிறது. வெப்பம் தொண்ணூறு இருக்குமா? காற்று அடிக்கிறது; ஆனால் உடலில் ஏன் இத்தனை வியர்வை? காற்றின் குளிர்ச்சி எங்கே போயிற்று? எல்லாமே ஆவியாக மாறிவிட்டதா?

பீச்சாங்குழலால் அவர்கள் தண்ணீர் பாய்ச்சுகிறார்கள். அப்போது ஒருவித வாசனை எழும். அவர்கள் மூவரும் அந்த வாசனையைப் பிடித்தபடி தண்ணீர் பாய்ச்சுகிறார்கள். நடுநடுவே அம்மா தண்ணீர் பாய்ச்சும் திசையை சரி செய்வார். ஏனென்றால் தண்ணீர் சற்றே மேல் நோக்கி பீச்சி அடிக்கும். மின் விசிறியின் மிது விழும்:

"படி ஈஷா தயவு செய்து கொஞ்சம் படி. கடைசி நிமிஷத்துல படிச்சா பாஸ் பண்ணிடலாம்; ஆனா நல்ல மார்க்கு கிடைக்காது."

ஆனால் படிப்பில் அவள் கவனம் இல்லை. ரசாயனப் பாடத்தில் மனப்பாடம் செய்ய வேண்டியது நிறைய இருக்கிறது. அவள் மனம் அம்மாவின் மேலுள்ள வண்டி எரிச்சலையும் தனக்குள்ளே இருக்கும் போராட்டத்தையும் பின்னே தள்ளிவிட்டு சிவப்புப் பூக்களும் மஞ்சள் பூக்களும் பூத்திருக்கும் 'ஜட்ஜ்' குளத்தின் ஏகாந்தமான படிக்கட்டுகளுக்கு போகும். அவளுக்கு ஒன்றும் இயற்கையின் மேல் அப்படி ஒரு காதல் என்று சொல்லிவிட முடியாது. என்றாலும் இயற்கை அங்கே உருவாக்கி இருந்த அழகு சுவற்றின் இந்தப் பக்கத்துச் சூழலிலிருந்து மிகவும் வேறுபட்டு இருந்தது. அந்தப் படித்துறையில் அரட்டை கச்சேரி நடக்கும். தின்னி, தீபு, ஆஷிஃபா. அரட்டை மட்டுமே நடக்கும். ரசாயனத்தைப் பற்றியோ உயிரியலைப் பற்றியோ பௌதிகத்தைப் பற்றியோ ஒரு வார்த்தை இருக்காது. கணிதம், சரித்திரம், பூகோளம் இவற்றைப் பற்றி பேச்சே இருக்காது. கதை, கவிதை, பாட்டு என்று கொஞ்ச நேரங் கழியும். அதெல்லாம் ஆசூிஃபா, தின்னி, தீபுவுக்கு அதிக நேரம் ரசிக்காது. ஆஷிஃபாவின் மாற்றாந்தாய், ரொமுவின் அப்பா குடித்து விட்டு வந்து போடும் ஆட்டம், தீபுவின் பாட்டி போடும் சண்டை இதெல்லாம் பற்றி பேச்சு நடக்கும். அம்மாவுக்கு இதெல்லாம் கொஞ்சங்கூடப் பிடிக்காது. 'இத்தனை சின்னப் பொண்ணுங்களுக்கு இத்தனை வம்பா?' கஷ்டப்படுபவரின் உள்ளம் கொதித்து ஆவி உண்டாகும்போது ஒரு ஸேஃப்ட்டி வால்வு தேவைப்படுகிறது. இல்லாவிட்டால் வெடித்து அது வெளியே வரும். இது அதே மதிரிதான். இது அம்மாவுக்குப் புரியவில்லை. அவர்கள் அரட்டை அடிக்கும்போது ஹாரு அண்ணா, ஊர் முழுக்க அந்தப் பெயரில்தான் அவனை அழைப்பார்கள், கையில் தடியை ஆட்டிக் கொண்டு, "பொண்ணுங்களா, இங்க என்ன நடக்குது?" என்று அதட்டுவான். உடனே நாங்கள் ஒருவரையொருவர் பார்த்துக் கொண்டு "கல கல" வென்று சிரிப்போம். தீபு நன்றாகக் கண்ணடிப்பாள். திடீரென்று ஓர் உள்ளுணர்வு ஏற்படும். "இதனால் ஒரு பிரயோஜனம் இல்ல. எல்லாமே குப்ப. எனக்கு இது பிடிக்கல. எனக்கு இது கொஞ்சங்கூட பிடிக்கல" அவளுக்கு ஓட வேண்டும் போல் இருக்கும். ஆனால் சொல்ல முடியாது. அதனால் மென்மையாக சிரித்து "நான் கௌம்பறேன் தினி, திப்பு. ரொம்ப நேரமானா அம்மா கோவிச்சுப்பாங்க" என்பாள்.

திராட்சைக் கொத்து போல் அவள் முடிக்கற்றை ஆடும். அவள் கிளம்பிப் போன பிறகு சிறிது நேரம் அவளைப் பற்றி பேசுவார்கள் என்று நிச்சயமாக தெரியாவிட்டாலும் அவளுக்கு ஓர் அனுமானம் உண்டு. 'யார்கிட்டயும் ஒட்டமாட்டா. கர்வம் பிடிச்சவ. தரைல கால் படாது. அம்மாவும் அப்பாவும் படிச்சவங்க இல்ல, அதான். இந்த மாதிரி படிச்சவங்க எத்தனையோ பேர பாத்திருக்கோம்'. சின்னப் பெண்கள் ஆனால் சூழ்நிலை காரணமாக மனம் முழுவதும் விஷம். அவளுடைய அம்மா "அவங்க கூட பேசாத" என்று சொல்ல மாட்டார். "இத்தனை நேரம் ஃப்ரெண்ட்ஸ் கூட எதுக்கு ஈஷா? பொழுது போக்க எத்தனையோ வழி இருக்கு. நீ படிக்கலாமே. கத புத்தகம் படி. கதைல வர்ற பாத்திரங்கள நண்பனாக்கிக்க. அவங்களோடு அரட்ட அடி."

அம்மா திட்டும் போது அவள் பேசாமல் இருப்பது சொற்பேச்சு கேட்கும் பணிவான பெண் என்று அம்மாவுக்கு உணர்த்துவது போல் இருக்கும். அம்மா அவளை ஆழமாக நேசிக்கிறாள். நம்பிக்கை வைத்திருக்கிறாள். அவள் மட்டும் என்ன அம்மாவை நேசிக்கவில்லையா? அம்மா இல்லாதபோது வீடு லேடி ஜென்க்ரே கைதியாக இருந்த லண்டன் டவர் போல் அவளுக்குத் தோன்றும். அது ஒரு ஜெயில். அது வெயில்காலமாக இருந்தாலும் சரி குளிர்கால மதியமாக இருந்தாலும் சரி, அம்மா இல்லாவிட்டால் அது வீடாகத் தோன்றாது. அவள் தம்பி ஒரு தூரத்துப் பொம்மை. வித விதமாகப் பந்து வைத்துக் கொண்டு எப்போதும் விளையாடிக் கொண்டே இருப்பான்.

பாட்டி ஒரு தூங்குமூஞ்சி. வேறு யார் இருக்கிறார்கள் வீட்டில்? பெரியப்பா எப்போதும் பெரியம்மாவின் பிறந்த வீட்டில்தான் இருப்பார். பெரியப்பா அலுவலகத்திலிருந்து நேராகப் பெரியம்மாவின் பிறந்த வீட்டிற்குப் போய் விட்டுச் சில நாட்கள் மட்டும் இந்த வீட்டிற்கு வருவார். அதன்பின் கேசட்டில் பாட்டு ஓடும். சுத்தமான சங்கீதம் இரவு முழுவதும் ஒலிக்கும். அப்போது அம்மா வீட்டில் இருந்தால் கூட அவள் மனதை என்னவோ செய்யும். அப்போது அம்மா தன் வேலையில் ஆழ்ந்திருப்பாள். அப்பாவுந்தான். மேஜையின் இரு புறங்களிலும், அவர்கள் உட்கார்ந்திருப்பார்கள். நடு நடுவே தீர்வு காண கஷ்டமாக இருக்கும் விஷயங்களைப் பற்றிப் பேசுவர்கள். அது வாக்குவாதமாக மாறுவதும் உண்டு. ஆனால் வேலை. அந்த வேலையைப் பார்த்து அவள் பொறாமை படுவதுண்டு. அதே சமயம் மரியாதையும் உண்டு. ஆனால்

பொறாமைக்கும் மரியாதைக்கும் இடைப்பட்ட நிலையில் நின்று இம்மாதிரி வேலையைத் தானும் செய்யலாம் என்று நினைத்ததில்லை. மனதில் ஓர் எதிர்மறை உறுதி பிறக்கும். அவள் செய்ய மாட்டாள். அவள் இதையெல்லாம் செய்ய மாட்டாள்; அவளால் முடியாது. பக்கம் பக்கமா நோட்ஸ், குண்டு குண்டாகப் புத்தகங்கள். அங்கங்கே பண்டைய உடைந்த சிலைகள், உடைந்த கற்கள். அவற்றில் கை வைத்தாலே அம்மா கோபித்துக் கொள்வாள். “தொடாதீங்க, கீழே விழுந்து ஒடைஞ்சிடும்” என்பாள்.

அவள் உலகமே அம்மாதான். அவளை எப்படி நேசிக்காமல் இருக்க முடியும்? இருந்தும் அம்மா அவர்களுக்கு முழுவதுமாகக் கிடைத்ததில்லை. புத்தகம் படிக்கும்போது அம்மா மனதில் ஈஷா இல்லை. புபுன் இல்லை. ஹர்ஷவர்த்தனரோ சசாங்கனோதான் அம்மாவின் மனதை ஆக்கிரமித்திருப்பார்கள்.

இந்த வேலையை மடியிலிருந்து இறக்கி வைத்து விட்டு இடைவெளிடையே அம்மா அவளுடனும் தம்பியிடனும் பேசுவாள்; கதைகள் சொல்வாள். அவற்றிலிருந்துதான் ராஜ்யஸ்ரீ, ஹர்ஷவர்த்தனர், சசாங்கன் எல்லோரைப் பற்றியும் அவர்களுக்குத் தெரிந்தது. ஹார்மெனியம் வாசித்தபடி அம்மா பாடுவாள். அம்மாவின் அம்மா நன்றாகப் பாடுவாள். அம்மா அந்த அளவுக்கு நன்றாகப் பாடமாட்டாள் என்றாலும் பாட்டு அவள் ரத்தத்தில் இருந்தது. கேட்டதை அப்படியே இனிமையாகப் பாடக்கூடியவள். அவள் பாட்டு கேட்பவள். அம்மாவின் பாட்டில் மனம் ஆழ்ந்திருப்பது போல் இருந்தாலும் “ஜட்ஜ்” குளத்தின் படித்துரைக்குப் போகும் மனதின் ஒரு பகுதி “இதெல்லாம் அவளால் முடியாது” என்று சொல்லும். அவள் விரும்பவும் இல்லை. இந்தப் பாட்டும் படிப்பும் கடும் உழைப்பின் பலன்.

சிவப்பு மலர்களும், மஞ்சள் மலர்களும் யாரும் முயற்சி செய்யாமல் அநாயசமாகப் பூப்பதும் உதிர்வதுமாக இருப்பதைப் பற்றி யோசிப்பாள். சேற்றில் விழுந்தால் அந்த அழகிய மலர் மிதிப்பட்டு நசுங்குமே என்று நினைக்கும்போது அவள் மனம் நடுங்கும். ‘அப்ப, ஒனக்கு என்னவேணும் சின்னப் பொன்ணே’ என்று யாரோ நாள் முழுவதும் கேட்டுக் கொண்டிருப்பதுபோல் தோன்றும். அதற்கு அவளிடம் பதில் இருக்காது. ஆகாயம் முழுவதும் விருப்பம் ஒலிக்கிறது. அது

மழை மேகத்தில் வலுவடைகிறது. மரக்கிளைகளில் இலைகளுக்கு இடை இடையே விருப்பம் என்றும் மொக்கு விட்டிருக்கிறது. ஏதோ ஆவதற்கான விருப்பம். முடிந்தால் காற்றில் கலந்துவிடு. ஏதோ தெரியாத இடத்தில் மறைந்து விடு. இல்லாத மனதை ஏதோ ஒன்றில் ஆழமாக ஈடுபடுத்தவேண்டுமா? மலர்வதிலும் இருப்பதிலும் மட்டுமே மகிழ்ச்சி இல்லையா? எளிதில் கிடைக்கக் கூடிய தண்ணீர், காற்று, வெளிச்சம்.. அன்பு... அவ்வளவுதான்.

அவளுடைய அன்றைய விருப்பம் ஒரு வகையில் கடவுள் சிருஷ்டிக்கு அப்பாற்பட்டது. சமூக நியதிக்கு அப்பாற்பட்டது என்று இப்போது தோன்றுகிறது. யாருக்குத் தெரியும் அவள் இப்போது சரி என்று நினைப்பது கூட சரியில்லாமல் இருக்கலாம்.

அவளைப் போல யாராவது இருப்பார்களா? இருக்க மாட்டார்கள் என்றுதான் தோன்றுகிறது. எல்லோர் வாழ்க்கையிலும் ஒரு குறிக்கோள் இருந்தது அவளுக்குத் தெரியும். அவளுடைய தோழிகளின் அதிகபட்சக் குறிக்கோள்? சின்னதாக இருந்தாலும் இல்லாமல் இல்லை. நல்ல மார்க்குடன் இளங்கலைப் பட்டம். அப்புறம் சிலர் முதுகலைப் பட்டம், சிலர் கம்ப்யூட்டர் பட்டம். வேறு சிலர் இன்னும் ஏதாவது படிக்கலாம். வேலை பார்த்தாலும் பார்க்காவிட்டாலும் கல்யாணம் நடந்தே தீரும். கல்யாணம் கட்டாயம் வேண்டும். இதற்காக ரகசியமான புளங்காகிதத்துடன் காத்திருந்தார்கள். எப்படி நடக்கும்? யாருடன் நடக்கும்? சிலர் தீர்மானித்து வைத்திருந்தார்கள். சிலர் தீர்மானித்து அந்தத் தீர்மானம் உடைந்தும் போய்விட்டது. உயர்நிலைப் பள்ளிப் பருவத்திலிருந்தே ஈஷா கதைகள் கேட்டு வந்திருக்கிறாள். அவள் மனதில் இருந்தவன் வெளியே எங்கேயும் இல்லை. ஆனால் இருந்தான். ரகசியமாக அவள் மனதின் கனவு உலகில் இன்றைய புதுமைப் பெண்ணாக இருந்தாலும் முதலில் கல்யாணம், அதன்பிறகு காதல், தாம்பத்தியம், இனிமையான இல்லறம் என்று அவள் கதை இருந்தது. இதற்கு என்ன அர்த்தம்? இது என்ன இந்தக் காலத்திற்கு ஏற்றதா? அவள் என்ன தன்னுடைய தாய் வழிப்பாட்டி, தந்தை வழிப் பாட்டியின் இயல்பைக் கொண்டிருக்கிறாளா? அதன் எதிரொலிதானே இது? வெளி உலகில் பெண்ணின் முன்னேற்றங்களையும் அதன் விளைவாக எழும் அழுத்தங்களையும், போட்டிகளையும் எதிர்த்து ஒரு பெண்ணின் மனதில் எழும் அமைதியான

புரட்சியா? அல்லது இது வேறு ஏதாவது ஒன்றின் எதிரொலியா? அவளுடைய அம்மா இல்லறத்தில் அத்தனை ஆழ்ந்த விருப்பத்துடன் ஈடுபடவில்லை. அவள் தன் வேலையை மிகவும் நேசித்தாள். அவளுடைய அலுவலக வேலை அவளுடய நேரத்தையும் கவனத்தையும் எடுத்தக் கொண்டது. அவளுடைய சொந்த வேலைக்கே முதலிடம். எதையும் அடுக்கி ஒழுங்காக வைத்துக் கொள்ளும் பழக்கம் அம்மாவிடம் இல்லை. இதற்காகப் பெரியம்மாவிடம் எத்ததனை தடவை திட்டு வாங்கி இருக்கிறாள்!

“கும்பல் கும்பலா புத்தகங்கள். இதையெல்லாம் கொஞ்சம் அடுக்கி வச்சிக்கக் கூடாதா?”

அம்மா ஒரு புன்சிரிப்புடன்,

“காட்டு, எங்க வைக்கலாம்னு காட்டு. எல்லாம் நெறைஞ்சு கிடக்கு எல்லா அலமாரியும் புத்தக ஷெல்ஃப்பும் நெறைஞ்சிருக்கு. மேஜை மேலே வைச்சது போக மீதமுள்ள புத்தகங்கள எங்க வைக்கறது? அவரோட கட்டிலப் பாரு. நாலு பக்கமும் புத்தகத்துக்கு நடுவே தூங்கறார். என்னோட கட்டில் சுத்தமா இருக்கு. ஜர்னல், புத்தகம், இதழ்கள்னு வந்துக்கிட்டே இருக்கு. அதெல்லாம் வைக்கத்தான் வேணும்?” என்பாள்.

பாட்டி? அவள் மிகவும் பழமைவாதி. அவருக்குத் தன் வழியிலேயே எல்லாரும் போக வேண்டும். இரவு நூடுல்ஸ் சாப்பிடலாம் என்று அவர்களுக்கு விருப்பம் இருந்தால்,

“ராத்திரிக்கு பூரியோ சப்பாத்தியோ, சோறோ சாப்பிடலாம். ஒங்களுக்கு அந்த சைனா புழுக்கள்தன் வேணுமா? தூ!”

அவ்வளவுதான். அதற்கு மறுபேச்சு இருக்காது. ஒரு தடவை அம்மா மெலிந்த குரலில்,

“அதுவும் கோதும மாவுல செஞ்சதுதான் அம்மா. அதுனால வயத்துக்குக் கெடுதல் ஒன்னும் வராது. கொழந்தைங்க விரும்பறாங்க?” என்றாள்.

“அப்ப நான் போயிடறேன். நீங்க ஒங்களுக்கு என்ன விருப்பமோ அத செஞ்சுக்கோங்க.”

பாட்டியின் இந்த ரோஷத்துக்கு அம்மா எளிதில் பணிந்து விடுவாள். யாருக்குத் தெரியும், இதனாலேயே ஈஷாவுக்கு அழகான அலங்கரிப்பிலும் ஆடம்பரத்திலும் ஈர்ப்பு ஏற்பட்டதோ? அவள் தன் வீட்டை எப்படியெல்லாம் அலங்கரிக்க வேண்டுமென்று யோசிப்பாள். அவள் கனவில் ஒரு தெளிவற்ற உருவம் வந்து போகும். அதன் முகம் தெளிவாகத் தெரியாது. ஆனால் முகம் இல்லாமல் இல்லை. அதன் உருவம் எப்படி? குட்டையான உடல் வாகா? இல்லை. வாட்டசாட்டமான உடல்வாகா? இல்லை. தேவகுமாரனைப் போல அழகனா? ஈஷாவுக்கு தெரியாது. அவளுடைய காதல் மனம் எல்லாவற்றையும் தீர்மானித்து வைக்க விரும்பவில்லை. அவளுக்கு வேண்டியது காதல், ஆழமான காதல் 'என்னை... என்னை மட்டும்'

'உனக்கு ஏழுவரி மாலை தருவேன்
அழகான பூக்கள் தருவேன்
வெள்ளியால் ஆன சந்திரஹாரம் தருவேன்
நீ விரும்பினால்...'

இப்படி ஒரு பாட்டு இருக்கிறதல்லவா? அதே போல

'பால் போன்ற வெண்மையான படுக்கை தருவேன்
அமுதம் போன்ற சுவை உடைய உணவு தருவேன்
புதியதாக தினம் தினம் நீ விரும்பினால்
அலங்கரிக்கப்பட்ட அறை தருவேன்;
வெட்கம் நிறைந்த இதயம் தருவேன்;
கோபம் தருவேன் காரம் தருவேன்;
ஊடலும் கூடலும் தருவேன்'

படுதா இழுக்கப்பட்ட அரை இருட்டான அறையில் பெரிய நிலைக் கண்ணாடியில் தன் தெளிவற்ற உருவத்தை கண் கொட்டாமல் பார்க்கிறாள் ஈஷா. இது யார்? இந்த சோகமான உருவம் யாருடையது? இதை அவளுக்குத் தெரியாது?

மாதங்கி

தன்யா நதி 'சல சல' வென்று ஓடியது. அருகில் புல்வெளியும் சின்னச் சின்னப் புதர்களும் நிறைந்த இடம். அதைத் தாண்டி காடு. அப்போது அங்கே பறவைகள் கத்திக் கொண்டிருந்தன. பூக்கள்

மலர்ந்திருந்தன. பூக்கள் உதிர்ந்தும் இருந்தன. ஆனால் இரவு? இரவில் அது ஆபத்தான இடம். பகலிலும் மக்களுக்கு நிம்மதி இல்லை. பல்வேறு விலங்குகளின் நடமாட்டம் இருந்தது. சில நாட்களுக்கு முன்னால்தான் சேரும் சகதியுமாக இருந்த 'சுகோ' என்னும் குழந்தையை ஓநாய் எடுத்துக் கொண்டு ஓடிவிட்டது. இருந்தும் அவர்கள் பயப்படவில்லை. இதெல்லாம் இருக்கத்தான் செய்யும். விலங்குகளின் வாயிலும், வெள்ளப் பெருக்கிலும், மழைப் பொழிவிலும், நெருப்பிலும் போனவர்கள் சத்தமில்லாமல் காணாமல் போனார்கள். இதையெல்லாம் ஏற்றுக் கொள்வதுதான் சரி. அடர்ந்த காட்டில் அது ஒரு அடர்த்தி குறைந்த இடம். நீரின் மேல் ஒளி பளிச்சிட்டது. தொலைவிலேயே நீரின் வாசத்தை அறியலாம். நீர் குடிக்க விலங்குகளும், பறவைகளும் மனிதர்களும் வருவார்கள். காலடி பட்டுத் தூசி பறக்கும், புல்லும் சின்னச் சின்னப் புதர்களும் நசுங்கும்.

கைகள், பாதம், வாய் ஆகியவற்றிலிருந்து வடியும் நீரில் நிலம் நனையும். சின்னச் சின்னப் பூக்கள் மறுபடியும் இரவில் மலரும். யாருக்கும் அக்கறை இல்லை. மறுபடியும் அடுத்த நாள் காலையில் நசுங்கும். இப்படிப் பூப்பதும் நசுங்குவதும் இடைவிடாமல் நடக்கும். இதன் இடையே தன்யா நதி சலசலத்துக் கொண்டு ஓடிக் கொண்டிருந்தது.

"ரங்கா... ரங்கா..." காட்டைக் கிழித்துக் கொண்டு திடீரென்று ஒரு கத்தல் கேட்டது. "ரங்கா... ஆ!" அழைப்பவள் தன் வாயின் இரு புறங்களிலும் கைகளைக் குவித்து வைத்துக் கொண்டு அழைத்தாள். சங்கநாதம் போல் அவள் குரல் வலிமையானது. மாதங்கி. மாதங்கிதான் அழைத்தாள். அந்த அழைப்பில் ஓர் அவசரமும் கோபமும் இருந்ததோ? கோபம் இருக்கத்தான் இருக்கும். திடீர் திடீரென்று இருவருக்குமிடையே கோபம் வெடிக்கும். ஆனால் அவசரம் ஏன்? கவலை ஏன்? என்று இருவருக்கும் தெளிவாகத் தெரியும். சுகோ காணாமல் போனபோது மூன்று தினங்கள் கழித்து மாதங்கிக்கு நினைவுக்கு வந்தது. 'சுகோ எங்கே? சுகோவைக் காணவில்லையே! அவனுக்கு யார் பால் கொடுக்கிறார்கள்?'

"அவன ஓநாய் தூக்கிக்கிட்டுப் போயிடுச்சி" அர்ஷா நிச்சயமான குரலில் சொன்னாள்.

"என்னது! நீ பாத்தயா? அப்ப நீ ஒண்ணும் செய்யலையா?"

"நான் அப்ப வயலுக்குக் காவல் இருந்தேன். தண்ணி குடிக்க நதிப் பக்கம் போனேன். தொலைவுல மானுங்க மேஞ்சிக்கிட்டிருந்திச்சி. அவன் மண்ணுல வெளையாடிக்கிட்டிருந்தான். ஓநாய் பின்னாலேர்ந்து அவனோட பிடறிய கவ்விப் பிடிச்சி தூக்கிக் கிட்டுப் போயிடுச்சி. அவனுக்கு கத்த கூட நேரமில்லை. அது கவ்வின உடனே கழுத்து முறிஞ்சிப் போயிடிச்சி".

ஜனத்தொகையில் ஒன்று குறைந்தது. மாதங்கி கோபத்துடன் பெருமூச்செறிந்தாள்.

"இந்த தானியங்க மண்ணுல விழும். மறுபடியும் மொளைக்கும். வேக வேகமா வளரும். தானியத்துல பால் பிடிச்சி நமக்காகக் காத்திருக்கும். இந்த பயிருங்கள அக்கறையோட பாத்துக்கவும், காவல் காக்கவும், அவை வளரும் போது கவனிச்சுக்கவும், விதைவிதைக்கவும் அறுவடை செய்யவும், தானியங்கள தூத்தி, கட்டி எடுத்துக்கிட்டுப் போயி பாதுகாப்பா வைக்கவும் நெறைய கைகள் தேவைப்படும் இலையா? நெறைய... நெறைய... பேர்கள் தேவைப்படும். சின்னப் பசங்களுக்குக் கூட நெறைய வேல இருக்கு. நமக்கு இன்னும் இன்னும் ஆட்கள் வேணும். அப்படி இருக்கறப்ப ஒரு கொழந்தய ஓநாய் தூக்கிட்டுப் போயிருக்கு. நீ மூணு நா கழிச்சி சேதி சொல்ற சீ!" மாதங்கி உறுமினாள். அதன் பிறகு அவள் தொண்டையிலிருந்து ஒரு விதத் தெளிவற்ற சத்தம் கிளம்பியது.

"மாதங்கி அளுகிறா! மாதங்கி அளுகிறா!" கூட்டத்தில் கூச்சல் எழுந்தது. அந்தப் பகுதியில் வசித்த குழந்தைகள் அவள் மேல் வந்து விழுந்தார்கள். ஒரு குழந்தை அவள் முழங்கால் வரை ஏறி இடுப்புக்குப் போக முயற்சி செய்தது. சில குழந்தைகள் அவள் தோளில் முகம் புதைத்துக் கொண்டன. சில குழந்தைகள் அவள் காலையும் கைகளையும் நக்கின. சில குழந்தைகள் அவளுடைய மலை போன்ற பெரிய முலைகளின் காம்பைச் சப்பின. உண்மையில் இவ்விதங்களில் அவர்கள் மாதங்கியை சமாதானப்படுத்த முயன்றார்கள். குட்டிகள் சூழ்ந்திருக்கும் ஒரு பெண் சிங்கத்தைப் போல் அவள் விளங்கினாள்.

"போங்க போங்க. நீங்க அர்ஷாகிட்ட போங்க" தொண்டை அடைக்கக் கூறினாள் மாதங்கி. "ரங்கா, அத்ரிகிட்ட போ, அவ ஒனக்குப் பால் கொடுப்பா."

ரங்காவுக்கு இனம்புரியாத ஓர் உணர்வு ஏற்பட்டது. அவள் உடம்பு எரிந்தது. மனம் முறுக்கிக் கொண்டு நின்றது. வயிற்றில் ஒரு வலி. மார்பில் ஒரு வெறுமை. அவள் கத்தினாள்.

"நான் அத்ரி கிட்ட போக மாட்டேன். அர்ஷாகிட்டயும் போக மாட்டேன். எனக்கு சுகோ வேணும். நான் சந்தன்கிட்ட போறேன்"

சுகோவின் மறைவு, மாதங்கி முதல் முதலாக அழுதது, அவளுள் எழுந்த ஆச்சரியமான நிகழ்கள் எல்லாமே அவள் புத்தியை மழுங்கடித்து விட்டன. சந்தன் இரு கைகளையும் நீட்டி அவளை இறுகப் பிடித்தான்.

"நான் ஒனக்கு ஒரு சுகோவை தரேன். ஒன் மொல காம்புல பால் கொண்டு வரேன் ரங்கா".

அதற்குப் பிறகு அவர்கள் பயமில்லாமல் அடர்ந்த காட்டுக்குள் போய் விட்டார்கள். ஓநாய், நரி, கரடி இவை எதைப் பற்றியும் அவர்களுக்கு பயம் இல்லை. அவர்கள் மான்களின் இனச்சேர்க்கையை மனநிறைவுடன் பார்த்திருக்கிறார்கள்; புறாக்களின் சேர்க்கையும் பார்த்திருக்கிறார்கள். சந்தன் அதே முறையில் பின்னாலிருந்து அவளை இறுகக் கட்டிக் கொண்டான். அப்போதிலிருந்து ரங்கா மாதங்கியிடம் அதிகம் ஒட்டிக் கொள்ளவில்லை. அவர்களிடையே இடைவெளி பெருகிக் கொண்டே போயிற்று. சந்தனும் அவளும் எப்போதும் ஜோடியாகத் திரிந்தார்கள். யாரும் அவர்களைத் தொந்தரவு செய்யவில்லை. அவ்வப்போது ஷமன் மட்டும் சிரித்தபடி சொல்லுவான்.

"ஒனக்கு சந்தன பிடிக்காதப்ப என்கிட்ட வந்திடு. நானும் ஒனக்கு சுகோவ தருவேன். பால் தருவேன்."

மாதங்கி அழைத்தாள். அவளுடைய அழைப்பு உயர்ந்த காட்டு மரங்களில் முட்டி மோதிக்கொண்டு மிதந்து சென்றது. பெரிய உடம்பையும், கண்களையும் உடைய, ஆயுதங்களைக் கையாள்வதில் மிகவும் திறமை உடைய அவர்களுடைய தலைவி மாதங்கி அழைத்தாள். ரங்கா ஒலி வந்த திசையை நோக்கி மானைப் போல் வேகமாக, புல், புதர்களை மிதித்துக் கொண்டு, முயல், குரங்கு, காட்டுப்பூனை இவை எல்லாவற்றையும் தாண்டிக் கொண்டு ஓடினாள். ஏனென்றால் மாதங்கி அழைத்தாள். பல ஆண்டுகளுக்குப் பிறகு மாதங்கி ரங்காவை அழைத்தாள்.

அவள் எத்தனை தூரம் ஓடினாளோ தெரியாது. திடீரென்று நின்றாள். காடு முடிந்து வெட்டவெளி ஆரம்பமாகும் இடத்தில் மனிதச் சுவர். பின்னால் வயல் வெளியில ஆனந்தத்தை குறிக்கும் வெளிச்சம். ஆனால் அதை மறைத்தபடி ஷமன், அத்ரி, அர்ஷா, ஆலம்புஷ், க்ருதனன், அர்ஷமா, ராத்ரி, ஷம்பா, குடில், ஹபன், சர்வன், ஜெகத் என்று அவர்கள் பகுதியின் ஆண்களும் பெண்களும் முன்னால் நின்றிருந்தார்கள். அவர்கள் முகத்தில் பரபரப்பும் கடுமையும் நிறைந்திருந்தன. அவர்கள் தோளில் வில், அம்பு, கையில் ஈட்டி, கம்பு.

ஆலம்புஷ் தயங்கியபடிச் சொன்னான்.

"இந்த வயல்வெளியிலேர்ந்து பின்னால், ரொம்ப பின்னால் நாம பின்னடைந்து போகணும்னு தோணுது சிங்கா. அத நீ ஏத்துக்கறயா?"

மாதங்கி கர்ஜித்தாள். "மாட்டேன்".

சிங்கம் கர்ஜித்தது. அடே அப்பா அது என்ன கர்ஜனை!

"ரங்கா, நீ நதிக்கரைல புதுசா யாரையாவது பாத்தயா? நதிக்கு அந்தப் பக்கம் ரொம்ப தூரத்துலேர்ந்து உணவைத் தேடி வந்திருக்காங்க. நீ எப்பவும் அந்தப் பக்கமாதான் இருக்க"

மாதங்கி கவலை நிறைந்த ஆனால் மென்மையாக குரலால் விசாரித்தாள்.

"புதியவங்களா?"

"ஆமா நம்ப மாதிரிதான். ஆனா கொஞ்சம் வித்தியாசமும் இருக்கு. பாத்தாலே வெளி ஆளுங்கன்னு புரிஞ்சிடும்."

"ரங்காவ இன்னும் நம்பணுமா? அவ தன்யா நதி வெள்ளத்துல பூ எங்க, மீன் எங்க, பாசி எங்கன்னு போயிடுவா. தன்யா நதிக் கரைல கொக்கு போல ஒத்தக் கால்ல நின்னிட்டிருப்பா, ஒக்காந்திருப்பா, ஆனா எதையும் பாக்கவும் மாட்டா, கேக்கவும் மாட்டா. எப்பவும் ஏதோ நெனைப்புல இருப்பா" என்றாள் அத்ரி.

அப்போது திடீரென்று ரங்காவுக்கு அந்த விஷயம் நினைவுக்கு வந்தது. நிமேஷ். அவன் பெயர் நிமேஷ். அவள் நீந்தியபடி நீர்செடிகளின் இடையே இருந்து சின்னச் சின்ன மீன்களாய் பிடிப்பதும் அவற்றை

நீரில் மறுபடியும் விடுவதுமாக இருந்தபோது நீர்க்குமிழிபோல் அந்த முகம் தென்பட்டது. ரொம்ப சின்ன உருவம். தலைமுடி இடுப்பு வரை நீண்டிருந்தது. இடுப்பில் மான் தோலால் ஆன கோவணம்.

“யார் நீ?” அவள் ஆச்சரியத்துடன் சற்றே பயத்துடன் கேட்டாள்.

“நா... நானா? நீ... நீ யாரு?”

“நீ மொதல்ல சொல்லு, நீ யாரு? நான்தான மொதல்ல கேட்டேன்”

“நிமேஷ் நான் நிமேஷ்”

“நான் ரங்கா”

“ரங்கா, நெனவு வச்சிக்க. நான் நிமேஷ். நெனவு வச்சிப்ப இல்ல?” இதைச் சொல்லியபடி மீனைப் போல் நீருக்குள் நழுவி அக்கரையை நோக்கி நீந்திச் சென்றான். ஒரு தடவை தலையைத் தூக்கினான். நீண்ட முடி தலையில் ஒட்டிக் கொண்டிருந்தது. நீர் வழிந்தது.

“நாம சந்திச்சத யார்கிட்டயும் சொல்லாத ரங்கா” என்றவன் மறுபடியும் தலையைத் தூக்கி,

“நான் ஒன்னோட தண்ணி நண்பன். மறுபடியும் தண்ணில பாப்பம். அப்ப ரகசியமா...”

இது ஏழு சந்திரனுக்கு முன்னால் நடந்த விஷயம். இன்னும் முன்னால் கூட இருக்கலாம். ரங்காவுக்கு உண்மையிலேயே மறதி அதிகம்தான். இதை அவள் மறந்தே விட்டாள், சந்தன், ஷமன், அரி, சூதன், ராம் இவர்களையெல்லாம் மறந்ததைப் போல. அவளுடைய இந்த நண்பர்கள் யாருக்கும் அவளுடைய உறவு அதிக நாட்கள் கிடைக்கவில்லை. அவளுக்குப் பல ஆண்களை பிடிக்கும். ஆனால் என்ன ஆச்சரியம்! காலையின் ஈர்ப்பு மாலையில் மறைந்துவிடுகிறது. இன்று ஏற்படும் விருப்பும் நாளை காணாமல் போய்விடும்! என்ன செய்ய முடியும்? அவள் அப்படித்தான் என்று எல்லாருக்கும் தெரியும். அந்தக் கணத்தில் அவள் வயிற்றிலும் பெண் உறுப்பிலும் மார்பகங்களிலும் அவளுக்கு நிமேஷிடம் அடக்க முடியாத பாலுணர்வு ஏற்பட்டது. அவள் மண்ணில் விழுந்து கத்த ஆரம்பித்தாள்.

மாதங்கி எரிச்சலுடன், “இவளால ஒண்ணும் ஆகாது. நீங்க யாராவது ஒத்தர் இவள காட்டுக்குள்ள அழைச்சுக்கிட்டுப் போங்க. இல்லாட்டி இவ பைத்தியமாயிடுவா” என்றாள்.

யாரும் ரங்காவின் பக்கம் பார்க்கவில்லை. எல்லாரும் சிங்கனையும் மாதங்கிகளையும் பார்த்தார்கள். எவள் முகத்திலும் கவலை. சிங்கன் சொன்னான்.

“வேற ஒண்ணும் இல்ல, நம்ம தானியத்த பத்தி அவங்களுக்குத் தெரிஞ்சிருக்குன்னு எனக்கு நிச்சயமா தெரியும். இங்க நாம மட்டும்தான் தானியம் சாப்டறோம். மண் பானைல தண்ணி வச்சிக்கிறோம். நம்ம மாதிரி யாரும் இல்ல. காட்டு வாசிங்களுக்கு ஒண்ணும் தெரியாது. மண்ணுல பூ பூக்குது, புல் மொளைக்குது. இருந்தும் அவங்களுக்கு ஒண்ணும் புரியாது. ஆனா இப்ப எப்டி தெரிஞ்சிச்சி? தன்யா நதி நமக்கு எல்லை. தன்யா நம்மள காப்பாத்தும். தண்யாவோட அக்கரைல... யாரும் கண்ணுல படலயா?”

மாதங்கி உறுதியான குரலில் சொன்னாள்:

“இப்ப எனக்குப் புரியுது. நாய்களும் கீரிகளும் தன்யா நதி பக்கத்துலேர்ந்து ஓடி வந்தது நெனவில்ல? அதுங்க காத்துல மோப்பம் புடிச்சுதுங்க. நாய்ங்க கொரைப்போட சேந்து கீரிங்க கத்தலும் தெளிவா கேட்டிச்சு. அதுங்க ஒடம்புல ரோமம் குத்துக்கிட்டு நின்னிச்சி. நாய், கீரி எதுவுமே அவங்க கிட்ட கொடையாதுன்னு நீங்க யூகிக்கலையா? இதைத் தவிர தானியமா? அதன் வாசனையா? காத்தா? அந்தப் பக்கம் அடிக்கும் காத்து தானியத்தோட வாசனையை அந்தப் பக்கம் எடுத்துக் கிட்டுப் போயிருக்காது? காத்த போல நம்பிக்கை துரோகி வேற எதுவும் இல்ல”.

சிங்கன் சொன்னான். “நாம நீண்ட காலமா இருக்கோம் அர்ஜமா. காட்டுவாசிகளோட கொள்ளைக்காரங்களோட சண்டை போட்டிருக்கோம். அவங்க ஒளிந்திருந்து சண்டை போட்டிருக்காங்க. கண்ணுக்குத் தெரியாத எடத்துலேர்ந்து ஒரு அம்பு வந்து மாருலேயோ கையிலேயோ குத்திக்கிட்டு நிக்கும். அவ்வளவுதான். ஆனா அவங்க ஒரு நாளும் தானியத்துல கை வச்சதில்லை. அவங்க சாப்டாத பழம் இல்ல. அவங்களுக்கு வேர்களோட அருமை தெரியும். அவங்க வேட்டையாடற மிருகங்களும், பழங்களும் தீந்திட்டா வேற எடத்துக்கும் போயிடுவாங்க.

நெலத்த கொத்து, வெத போடு, கள பிடுங்கு, தண்ணி பாச்சு, அறுவட செய்யி, நெல்லு தூத்து, கெடங்குக்குக் கொண்டு போ இதெல்லாம் அவங்களுக்குச் சரிப்பட்டு வராது. இப்ப வர்றவங்க நமக்குத் தெரியாத வேற எங்கேர்ந்தோ வர்றாங்கன்னு தோணுது".

அன்றே அது நடந்தது. சந்திரன் ஆகாயத்தில் எழும்பத் தொடங்கி இருந்தது. இருட்டில் தன்யா சளசளப்புடன் ஓடியது. திடீரென்று குரங்குகளும், ஓநாய்களும் கத்தும் சத்தம் காட்டை நிறைத்தது. அவர்களுக்கு முற்றிலும் புதிய கனைப்புச் சத்தமும் மான்களின் காலடி ஓசையை விட வலிதான காலடிச் சத்தமும் அந்தப் பிராந்தியத்தையே உலுக்கியது. வில், அம்பு, ஈட்டி ஆகியவற்றை எடுத்துக் கொண்டு சிங்கன், மாதங்கி குழு நதிக்கரையை நோக்கி ஓடியது. சிங்கனும் மாதங்கியும் முன்னணியில் இருந்தார்கள். மற்றவர்கள் பிறைச் சந்திரன் வடிவில் பின்னால் நின்றிருந்தார்கள். தன்யாவின் மறுகரையில் டக்டக் என்று காலடி ஓசை எழும்ப போராளிகள் வந்து நின்றார்கள். விலங்குகள் ஆகாயத்தை நோக்கி முகத்தைத் தூக்கி ஹிஹிஹி என்று ஒலி எழுப்பின. அந்தச் சத்தம் உயிரை ஒடுங்கச் செய்தது.

ஒருவன் வாயில் இரு கைகளையும் குவித்து வைத்துக்கொண்டு கத்தினான். "வெலகி நில்லுங்க. ஆயுதங்களை கீழ போடுங்க. எங்க கிட்ட குதிர இருக்கு. அதுல நாங்க நதிய கடந்திடுவோம். எங்களுக்கு நீஞ்சத் தேவ இல்ல. எங்க பேச்ச கேளுங்க."

சிங்கன் சிங்கநாதம் செய்தான். அதன் எதிரொலியாக காடே நடுங்கும்படி மாதங்கியும் கர்ஜித்தாள். நூறு அம்புகளும், ஈட்டிகளும் காற்றில் பறந்தன. இதைத் தொடர்ந்து கூச்சல், வேதனையோடு கூடிய முனகல், அழுகை முதலிய ஒலிகள் எதிர் கரையிலிருந்து கேட்டன. அதன்பிறகு அந்தப் பக்கத்திலிருந்து ஈட்டிகளும் அம்புகளும் பறந்து வந்து கீழே உட்கார்ந்திருந்த மாதங்கி குழுவின் தலைக்கு மேல் சென்றன. கண்ணிமைக்கும் நேரத்தில் மாதங்கியின் குழு எழுந்து நின்று ஆயுதங்களைச் செலுத்தியது. அம்பு மழைக்கு நடுவே பகைவர் கூட்டம் ஈட்டிகளை எறிந்தும், வாளால் எதிரிகளின் தலையைக் கொய்தும் புயலைப் போல் குதிரையின் மீது தன்யா நதியைக் கடந்து வந்தது. குதிரையின் காலில் மிதிப்பட்டு பலர் உயிரிழந்தனர். சிலர் காயமடைந்தனர்.

"அவங்கள கயத்தால கட்டுங்க." அறிமுகமில்லாத புதிய குரல். கனமான குரல். இடி இடிப்பது போல் இருந்தது".

ரங்காவின் வலது கையில் ஈட்டி பாய்ந்து விட்டது. அவள் வலி தாங்காமல் ஒரு மரத்தடியில் விழுந்து கிடந்தாள். மாதங்கியின் குழுவில் உள்ள மற்றவர்களைப் போல் அவள் கஷ்டத்தைத் தாங்கிக் கொள்பவளில்லை. எதற்கும் அழுது விடுவாள். மிகவும் மென்மையானவள். அப்போது புதியதாக கறந்த பாலில் ஒரு சொட்டு ரத்தம் கலந்தால் என்ன நிறம் ஆகுமோ அதுவே அவள் உடல் நிறம். அவளுடைய நீண்ட கண்களின் நடுவே நீல நிற கண்மணி இருக்கும். அவளுக்குக் கஷ்டமான வேலைகளைக் கொடுப்பதற்கு மாதங்கி தயங்குவாள். அவள் மண் பூசி பிறகு நதியில் நீராடி விட்டுத் தன் மரப்பட்டை ஆடையை உலர்த்தி விட்டு, அவற்றை மறுபடியும் உடலில் அணியும்போது மாதங்கி ஆவலாய் பார்க்கும் பார்வையில் பாசமும் நம்பிக்கை இன்மையும் இருக்கும்.

'இவ தயாராகல. எதையும் கத்துக்கல. இஷ்டமில்லாம யாராவது அவள தூக்கிட்டுப் போனா அவளால ஒண்ணும் செய்ய முடியாது. எதிலயும் கவனமில்லாத, பொறுப்பில்லாத பொண்ணுக்கு இந்த கதிதான். ஆனால் மாதங்கி துரத்திச் செல்வாள். தூக்கிச் செல்பவனிடமிருந்து மகளைக் காப்பாற்ற அவள் உயிரையும் கொடுப்பாள். இதனால் சிங்கன், ஷமன், அரி அர்ஷா எல்லாருக்கும் இழப்பு. ஏனென்றால் மாதங்கியை போல வீரம் யாருக்கும் கிடையாது. அவளைப் போல புத்திசாலி யாரும் இல்லை. யோசனை கேட்க வேண்டுமென்றால் சிங்கனிடம்தான் கேட்பாள். அதுவும் வெறும் யோசனைதான். இதையெல்லாம் ரங்கா மனதில் வைத்துக்கொண்டால் நல்லது.

சூரியன் எழுந்து விட்டது. ஆரஞ்சு நிற ஒளியில் அந்தப் பிராந்தியம் மூழ்கி இருந்தது. தீவிரமான வலியில் ரங்கா கண்களை விழித்துப் பார்த்தாள் அவள் கண்களில் இருந்த இருட்டு இன்னும் முற்றிலும் நீங்கவில்லை. சூரிய ஒளியின் நிறத்தை அவளால் உணர முடிந்தது. ஆனால் அதைத் தெளிவாக அவளால் பார்க்க முடியவில்லை. முகம், தாடி, மீசையால் மூடி இருந்த ஒருவன் அவள் தோளிலிருந்து ஈட்டியைப் பிடுங்கி எடுத்தான். அந்த வலியில் அவள் கண்களில் நீர் பொங்கி வழிந்தது. அரைத்த மருந்தை அவள் தோள்பட்டையில் தடவி இலைகளால்

கட்டு போட்டான் அவன். மெள்ள மெள்ள ரங்காவின் பார்வை தெளிவடைந்தது.

"நான் நிமேஷ், என்னை அடையாளம் தெரிகிறதா ரங்கா?"

நிமேஷ், நிமேஷ், நிமேஷ் !

"நீ... நீ இங்கே எப்படி வந்த? ஒனக்குத் தெரியுமோ, இங்க எதிரிகள் எங்களைத் தாக்கினாங்க. எங்கள சர்வ நாசம் பண்ணிட்டாங்க".

"நமக்கு அறிமுகம் இல்லாத வெறுக்கத்தக்க ஒரு மிருகத்தோடு ஒதவிய அவங்க எடுத்துக்கிட்டிருக்காங்க." "தெரியும்" அவள் கொடுத்த செய்தியை அங்கீகரித்தான் நிமேஷ்.

அது வெறுக்கத் தக்கது இல்ல; அன்பானது. அது குதிர ரங்கா. அத குதிரன்னு சொல்லுவாங்க. அது பலமும், வேகமும் உடையது. அழகானதும் கூட. நாங்ககுதிர வீரருங்க"

"நாங்கன்னா? நீயுமா?"

"ஆமா நானுந்தான்"

"அப்ப நீ ஔவாளியா? அன்னைக்கு ஒளிஞ்சி மறைஞ்சி எங்க எடத்த பாக்க வந்தாயா?"

எங்க குழுவோட உணவுக்கும் இருப்பிடத்துக்கும் எங்களால முடிஞ்சத நாங்க செஞ்சுதான் ஆகணும்.

நிமேஷ் தன் இரு கைகளாலும் ரங்காவைத் தூக்கிக் கொண்டு அவளுடைய காயத்தில் வலி ஏற்படாதபடி கவனமாக நடந்தான்.

வயல் வெளிக்கும் தன்யா நதிக்கும் இடைப்பட்ட வெட்ட வெளியில் பிணங்கள் கிடந்தன. அடிபட்டவர்களை மரத்துடன் கொடியால் இறுகக் கட்டி இருந்தார்கள். எல்லாருமே நினைவிழந்த நிலையில் தலை தொங்கியபடி இருந்தார்கள். பிணமாகக் கிடந்த அத்ரியை பார்த்தாள். ரங்கா. சிங்கனுடைய தலை நிலத்தில் உருண்டு கிடந்தது. ஷமன் நினைவில்லாமல் குப்புற கிடந்தான், குதிரைகள் தங்கள் முதுகில்

வீரர்களுடன் இங்கும் அங்கும் அலைந்தன. போர்க்களத்தின் நடுவே அவனைச் சுமந்து சென்ற நிமேஷ் திடீரென்று நின்று உரத்த குரலில் கத்தினான்.

“தோழர்களே தன்யா நதிக்கரையில நமக்கு இந்த அதிசயமான தாவரத்தைப் பத்தித் தெரிய வந்திருக்கு, இது மண்ணைப் பொளந்துக்கிட்டு வெளியே வரும். இது நமக்கு உணவு தரும்; பலம் தரும்; வீரம் தரும்; இது எப்படி முளைக்கும்; இத எப்படி காப்பாத்தணுங்கிறதப் பத்தியெல்லாம் இங்க நாம சிறை பிடிச்சி வச்சிருக்கிற இவங்க சொல்லித் தருவாங்க. தன்யா நதிக்கரைல இது கெடைச்சதால இந்த வெளைச்சலுக்கு தானியம்னு பேரு வைப்போம், நாம தானியத்த கைப்பற்றி இருக்கோம். நான் இந்தப் பொண்ண கைப்பற்றி இருக்கேன். நம்ம குழுவுல இவள போல அழகானவள நான் பாத்ததில்ல. இவ என்னோடவள். இப்பலேர்ந்து எல்லாரும் எப்பவும் நெனப்புல வச்சுக்கங்க. இவ என் குகைல இருப்பா, என் குழந்தைகளை சொமப்பா”.

அவன் பேசிக்கொண்டே போனான். ரங்காவின் காயத்திலிருந்தும் தன் காயத்திலிருந்தும் ரத்தத்தை விரலால் எடுத்து ரங்காவின் நெற்றியில் பூசி “இதுதான் என்னுடைய அடையாளம்” என்றான்.

ரங்கா வியப்புடன் இதையெல்லாம் கேட்டாள், அவளால் அவன் சொல்வதை அவளால் புரிந்து கொள்ள முடியவில்லை. அந்த நேரத்தில் அவளுக்கும் ஒரு பெரிய அதிர்ச்சி ஏற்பட்டது. ஒரு பெரிய காட்டு மரத்தின் வேரில் ரத்த வெள்ளத்தில் மாதங்கி மல்லாந்து கிடந்தாள். அவளுடைய பெரிய கண்கள் ஆகாயத்தைப் பார்த்தன. ஆனால் அவற்றில் உயிரில்லை அவளுடைய மார்பகங்கள் மேல் நோக்கி இருந்தன. அவளுடைய மரப்பட்டை ஆடை சின்னபின்னமாகிப் பக்கத்தில் கும்பலாகக் கிடந்தது.

“மாதங்கி, மாதங்கி, மாதங்கி” என்று கத்தியபடி நிமேஷின் கையிலிருந்து ரங்கா குதித்து, யாரும் எச்சரிக்கை அடையும் முன்பே அசைவுற்றுக் கிடந்த மாதங்கியின் உடலின் மேல் விழுந்தாள். உடல் நடுங்கியது, மிக மிக மெல்லிய மூச்சைப் போன்ற குரல் கிசுகிசுத்தது. “ரங்கா...”

“மாதங்கி, மாதங்கி, போகாத மாதங்கி, எழுந்திரு மாதங்கி.மா...”

ரஞ்சாவதி

பதட்டமான குரலில் அம்மாவை அழைத்தபடி விழித்தெழுந்தாள் ரஞ்சா, உடலில் வியர்வை ஆறாகப் பெருகியது. அம்மா ஏன் உணர்ச்சியற்ற கண்களால் அவளைப் பார்த்தாள்? நல்ல கனவோ கெட்ட கனவோ அது பலிக்கும் என்று மூடநம்பிக்கை. கனவுக்கு மனவியல் ரீதியாக விளக்கம் இருக்கிறது. ஒருவன் தன் அப்பா விபத்தில் இறப்பதாகக் கனவு கண்டான். மனவியல் மருத்துவர் இதைத்தான் அவன் விரும்பினான் என்று விளக்கினார்.

இந்த மாதிரி விளக்கங்கள் இருக்கத்தான் செய்கின்றன. படித்தவர்கள் கனவை வைத்துக் கொண்டு மண்டையைக் குடைந்து கொள்ளமாட்டார்கள் அல்லது வெளியே அப்படித்தான் அவர்கள் சொல்லிக் கொள்வார்கள். ஆனால் உண்மையில் அவர்கள் ரஞ்சாவைப் போல் இல்லையா என்ன? அடி மனதிலிருந்து கனவுகள் எழுகின்றன என்பது அவர்களுக்குத் தெரியும். பின்னால் நிகழும் எந்த நிகழ்வையும் அவை குறிக்கவில்லை. இருந்தும் தூக்கத்தில் நடுங்குவதும் அழுவதும் ஏன்? ஏனென்றால் தூக்கத்தில் மனிதன் குழந்தையைப் போன்றவன். அவனுடைய அறிவு அப்போது விலகி நிற்கும். சில சமயம் அறிவாளிகளுக்கு கனவில் தீர்வு கிடைக்கும், கதை கிடைக்கும். விஞ்ஞானி கேகியூலுக்கு பென்சின் வளையத்தின் இராசயனச் சேர்க்கை கிடைத்ததைப் போல், இரவீந்திரநாத் தாகூருக்கு 'தியாகம்' என்னும் கதையின் கரு கிடைத்ததைப் போல். அம்மாவின் பார்வை உணர்ச்சியற்று இருந்தது ஏன்? வேறு ஏதோ உலகத்திலிருந்து பற்றற்று பார்ப்பது போல் இருந்தது.

அவள் மிகவும் அழுதாள். சுபீர் ஆனந்தமாகத் தாளத்துடன் குறட்டை விட்டுத் தூங்கி கொண்டிருந்தார். அந்த ஆழ்ந்த தூக்கத்திற்காக சுபீரின் மேல் பொறாமை கொள்ளலாம், ரஞ்சாவின் தூக்கம் ஆந்தை கத்தினால் கலைந்துவிடும். அறையில் காகிதம் ஏதாவது பறந்தால் விழித்துக் கொள்வாள். சுபீர் தூக்கத்தில் முனகுவது உண்டு. அப்போது ரஞ்சா விழித்து அவரை அசைத்து "சரியா படுத்துக்கங்க, ஒருக்களிச்சுப் படுங்க. இது என்ன இப்டி வேர்த்திருக்குது?" என்பாள்.

மேலே சொன்னவற்றிலிருந்து இரண்டு விஷயங்கள் புரிகின்றன.

ஒன்று, ரஞ்சாவுக்கு ஆழ்ந்த தூக்கம் இல்லை; இரண்டாவது அவளுடைய அக்கறை. பக்கத்தில் படுத்திருக்கும் உடம்பு கல்லால் ஆனது இல்லை; உயிர் உள்ளது. தூக்கத்தில் ஏதாவது பாதிப்பு ஏற்பட்டால் அவள் கவலைப்படுவாள்; உடனேயே அவருடைய கஷ்டத்தைப் போக்க விரும்புவாள். ஒரு தம்ளர் தண்ணீர் தருவது, மின்விசிறியின் வேகத்தை அதிகரித்து "தூங்குங்க தூங்குங்க" என்பது, அவள் அந்தச் சமயத்தில் மனைவி இல்லை, அம்மா. ஆதிகால அம்மா, அவளுக்கு எல்லா உயிரினங்களும், உயிரற்றவையுங்கூட குழந்தைகள் தான், அவர்களைக் கவனித்துக் கொள்ள வேண்டும். இது எல்லாமே தன்னிச்சையாக உள்ளுணர்வின்படி நடந்தது. அவள் சத்தமிடாமல் அழுதாள். கண்களிலிருந்து நீர் அருவியாகப் பொழிந்தது. இன்னும் அவளால் கனவின் பாதிப்பிலிருந்து மீள முடியவில்லை. இதெல்லாம் அவள் பக்கத்தில் உறங்குபவருக்குத் தெரியாது. ஒரு வேளை அவருக்குத் தெரிந்திருக்கலாம், அந்த நேரத்தில் ஏதாவது சொல்வது சரி இல்லை என்று நினைத்திருக்கலாம் அல்லது மனைவியின் கெட்ட கனவின் விவரத்தைக் கேட்டு தன் தூக்கம் போய்விடும் என்று நினைத்திருக்கலாம். ஆகவே சுபீர் பல ஆண்டுகளுக்கு முன் மணந்த மனைவி அழுவதைக் கேட்டும் பேசாமல் இருந்திருக்கலாம். நினைப்பதற்கு கஷ்டமாக இருந்தாலும் இதுவே உண்மையாக இருந்தாலும் இருக்கலாம். சுபீரின் சுயநலமும் விட்டேற்றியான போக்கும் அவளுக்குப் பல ஆண்டுகளுக்கு முன்பே தெரிந்துவிட்டது. கல்யாணத்துக்கு முன்பே தெரியும். அவளுடைய அந்தராத்மா அவளுக்கு அந்தச் செய்தியை அனுப்பிவிட்டது. ஆனால் அவள்தான் அதைப் புரிந்துகொள்ளவில்லை; அல்லது புரிந்து கொள்ள விரும்பவில்லை. ஏனென்றால் அவளுடைய காதல் குருடு, அடிப்படை இல்லாதது, யதார்த்தத்திலிருந்து விலகி நிற்பது. அவளால் தன் உணர்ச்சிகளுடன் மல்லுக்கு நிற்க முடியவில்லை.

ஒரு நாள் சுபீர் அவளை விக்டோரியா மெமோரியல் தோட்டத்தில் குதிரை வீரன் சிலைக்கு அடியில் விட்டு விட்டுப் போய்விட்டார். தீர்வு இல்லாத ஒரு தர்க்க சாஸ்திர கேள்விக்கு, அதாவது பாத்திரம் எண்ணெய்க்கு ஆதாரமா இல்லை எண்ணெய் பாத்திரத்திற்கு ஆதாரமா என்னும் விஷயத்தைப் பற்றித் தர்க்கம் நடந்து கொண்டிருந்தது. சிறிது நேரம் கழித்து அந்த இனிமையான மாலைப் பொழுதை தருகத்தில் கழிக்க சுபீர் விரும்பவில்லை. "இதோ வரேன்" என்று சுபீர் சொன்னார்.

சொன்னார் இல்லை சொன்னான், ஏனென்றால் அவன் இப்போது இருபத்து மூன்றே வயதான இளைஞன். அவள் பத்தொன்பது வயது அழகிய பெண். இருட்டி விட்டது. அந்தப்பக்கத்தில் சந்தேகத்துக்குரிய ஆட்களின் நடமாட்டம் ஆரம்பித்துவிட்டது. அப்போது பத்தொன்பது வயதில் கற்பழிப்பு என்றால் என்னவென்று தெரியாது, உடலுறவைப் பற்றித் தெளிவாக ஒன்றும் தெரியாது. தோழிகளுடன் இவற்றைப் பற்றிப் பேசுவதற்கும் வெட்கம். குழந்தைப் பருவத்தில் வயதான, நடுத்தர வயது ஆண்கள் செய்த அசிங்கமான சில்மிஷமங்கள் பற்றிய நினைவுகளை பருவ வயது ஏக்கத்துடன் ஒப்பிட்டுப்பார்க்க முடியவில்லை. விளையாட்டு வீராங்கனையாக இருந்தாலும் வாட்டசாட்டமான இளைஞர்கள் சுற்றி சுற்றி வருவதைப் பார்த்தால் அவளுள் ஒரு பயம் ஏற்படும். அந்நாட்களில் ரஞ்சா அப்படித்தான் இருந்தாள் அவள் நடக்கத் தொடங்கினாள். புடவை காலில் சிக்கித் தடுக்கியது. அவள் முன்னே பனிப்படலம். அசிங்கமான பேச்சுகள் அவளை நெருங்கி வந்தன. ஒரு பெரிய கும்பல் அவளைப் பின்தொடர்ந்து வந்தது. ரஞ்சா தோட்டத்தின் கிழக்கு கேட் வழியாக வெளியே வந்து எப்படியோ உயிரைப் பிடித்துக்கொண்டு பேருந்து நிறுத்தத்தை நோக்கி நடந்தாள். பாதசாரிகள் யாருடைய உதவியாவது கேட்கலாமா என்று யோசித்தாள். அந்த இரவு நேரத்தில் தான் தனியாக அங்கே இருப்பதை அவள் எப்படி நியாயப்படுத்துவாள்? தோழி அவளை அங்கே விட்டு விட்டுப் போய்விட்டாள் என்று சொல்லலாமா? எப்படிப்பட்ட தோழி என்ற கேள்விவரும். அவளுந்தாள் எப்படிப்பட்ட பெண் என்று நினைப்பார்கள், வெட்கத்திலும் அவமானத்திலும் அவளுக்கு வாய் அடைத்துவிட்டது. பஸ் ஸ்டாப்பில் சுபீர் நின்றிருந்தான்.

“நீங்க இப்டி ...”

“அதுதான் ஒனக்காக இங்க காத்துக்கிட்டிருக்கேனே?”

"இதுக்கு என்ன அர்த்தம்? என்கிட்ட ஒன்னும் சொல்லாம வந்திட்டீங்க, நாலு பக்கமும் ரௌடிப் பசங்க. ஏதாவது ஆகி இருந்தா?"

“நடக்கல இல்லையா? நடக்காததைப் பத்தி மண்டைய ஒடைச்சுப்பானேன்?”

சுபீர் பொறுமையை இழந்து சொன்னான்.

“ஏன் இப்டி செஞ்சிங்க?”

"எனக்குக் கோபம் வந்திடிச்சி, அதுல என்ன சந்தேகம்,"

"உங்களுக்கு கோவம் வந்தா என்ன ஒரு பொட்டக்காட்டுல விட்டுட்டு வந்திடுவீங்களா?"

கோபம், துக்கம், அவமானம் தாங்காமல் பொது இடத்தில் பஸ் நிறுத்தத்தில் அவள் அழுதாள். நிலைமையைச் சமாளிக்க சுபிர் ஒரு டாக்ஸியை அழைத்தான். பல விதங்களில் அவளைச் சமாதானப் படுத்த முயன்றான். ஆனால் அவள் சமாதானமடையவில்லை.

அறையின் விதானத்தை உணர்ச்சியற்ற கண்களால் பார்த்தாள். அந்நிகழ்ச்சி தெளிவாக ஒரு விஷயத்தை அவளுக்கு உணர்த்தவில்லையா?

அந்தக்கோபம்? வெட்டி வாதம்? அம்மாதிரி விட்டு விட்டுப் போவது? அவள் வாழ்க்கை முழுவதும் அந்தக் கோபத்திலும் விதண்டாவாதத்திலும் கழிந்துவிட்டது.

அவளுக்குத் திருமணமாகி முப்பதாண்டுகளாகி விட்டன. அவளுடைய இளமையும், வசந்தகாலமும் முடிந்துவிட்டது, அவளுடைய சிதைந்த போன கனவுகள் அவளை இன்னும் அழவைக்கின்றன.

விடிவதற்காகக் காத்திருந்தாள். இப்போதெல்லாம் அம்மா எழுந்திருப்பதற்குக் காலை ஆறு மணி ஆகி விடுகிறது, சரியாக ஆறரை மணிக்குப் பரபரப்புடன் போன் செய்தாள் ரஞ்சா.

"அண்ணி ரஞ்சா பேசறேன்"

"இத்தன காலைலயா? அங்க எல்லாம் சரிதான?" அண்ணிக்கு வியப்பு.

"இல்ல... வந்து அம்மாவ பத்தி... எங்க எல்லாரப் பத்தியும் விசாரிக்கலாமேன்னுதான்..."

'ஏதாவது கனவு கண்ட போலேருக்கு' அண்ணியின் குரலில் சிரிப்பு.

"அப்படித்தான் வச்சுக்க, இப்ப என்ன? அங்க எல்லாரும் நல்லா இருக்கீங்களா" என்று வெட்கத்துடன் கேட்டாள்.

“நல்லா இருக்கோம், நீங்களும் நல்லா இருக்கீங்களா”

“ம் போய்க்கிட்டிருக்கு”

“சரி, அம்மா இன்னும் எழுந்திருக்கல, எழுந்த உடனே சொல்லிடறேன்.”

மதியம் பன்னிரெண்டரை மணிக்குப் பார்க் ஸ்ட்ரீட்டில் ரோல் சாப்பிடலாம் என்று கிளம்பினாள் ரஞ்சா. ஏஷியாடிக் சொசைட்டியிலிருந்து கொஞ்ச தூரத்தில் புட்பாத்தின் இந்தப் பக்கமே இருந்தது ஸ்டால். ரொம்ப சௌகரியமானது. மற்ற இடங்களை விட அங்கே கிடைக்கும் ரோல் பெரியதாக இருக்கும். வயிறு நன்றாக நிரம்பிவிடும். மெல்ல மெல்ல சூடான ரோலைத் தின்றபடி மதிய நேர, ஓரளவுக்கு பரபரப்பு நிறைந்த பார்க் ஸ்ட்ரீட்டைப் பார்த்தாள் ரஞ்சா. அகலமான கரிய தெருவில் வெய்யில் வழுக்கிக் கொண்டு போயிற்று. இரண்டு பக்கங்களிலிருந்தும் வண்டிகள் இடைவிடாமல் வந்த வண்ணம் இருந்தன, மத்தியான நேரம் இப்படியென்றால் ஆபீஸ் நேரத்தில் என்ன ஆகும்! பாதசாரிகள் இந்த வீதிக்கு வருவதற்குப் பொருத்தமற்றவர்கள். ஒரு பெரிய, நீண்ட ஹோண்டா கார் சென்றது. அதில் சிவந்த நாக்கைத் தொங்கவிட்டபடி இரண்டு ஸ்பிக்ஸ் இன நாய்கள். ஜன்னலில் வைக்கப்பட்டிருந்த அவற்றின் சின்னச் சின்னப் பாதங்களைப் பார்த்தால் அவை குட்டிகள் என்று தெரிந்தது. திடீரென்று அவள் இருபத்தைந்து இருபத்தாறு வருடங்கள் பின்னோக்கிப் போனாள். அவளுடைய குழந்தைகள் மிகவும் அழகாக வெள்ளை வெளேரென்று இருந்தார்கள். புபுனைப் பார்த்தால் ஒரு சர்ச்சின் விட்டத்திலிருந்து நேராக இறங்கி வந்து விட்டதைப் போல் தோன்றும். அவனுடைய இறக்கைகள் முதுகுப் பக்கம் மடித்து வைக்கப்பட்டிருப்பதைப் போல் தோன்றும். ஈஷா ஒரு அழகான துறுதுறுப்பான குழந்தை. பெற்றவருக்குத் தன் குழந்தைகளின் மேல் ஒரு மயக்கம் இருக்கம். ரஞ்சாவின் அம்மாவிடம் எல்லாரும்,

“ஒன் கொழந்தைங்க உன்ன மாதிரி இல்ல” என்று சொன்னால், அம்மா “என்ன போயி எல்லாரும் அழகுன்னு சொல்றாங்க! தூ நீங்கல்லாம் எத்தன அழகு! மஞ்சு எத்தன அழகு! தலை நிறைய முடி! ஏன், மொகம் எத்தன அழகு!” என்பாள். எதற்காகவும் யாருக்காவும் அம்மா பொய் சொல்லமாட்டாள். தன் குழந்தைகளிடம் அழகாக இருப்பதை மட்டும் சொல்லிவிட்டு விட்டுவிடுவாள். ரஞ்சா தன்

குழந்தைகளைப் பற்றி மிகைப்படுத்ததிச் சொல்லவில்லை. பஸ்ஸில் ஏறிய உடனே புபுன் அவள் மடிக்குத் தாவுவான்.

"இப்படி ஒக்காரு பையா" என்று யாராவது சொன்னால் புபுன் அழுவான். மற்றவளுக்கும் அழுகை பொத்துக்கொண்டு வரும். ஒரே சமயத்தில் மூன்று பேர் எழுந்து நின்று "நீங்க ஒக்காருங்க" என்பார்கள்.

சில நிமிடங்கள் ரஞ்சா நடுவயதைத் தாண்டிய தான், பார்க் ஸ்டீரீட்டில் இருப்பதை மறந்தாள். அப்போதெல்லாம் கடுமையான உழைப்பும் அசைக்க முடியாத உறுதியும் அவளுக்கு இருந்தன. அதனால் என்ன கிடைத்தது? ஒன்றும் இல்லை. ஓய்வில்லாத உழைப்பு, உயிரைக் கொடுத்து முயற்சி, இதெல்லாம் கடந்த காலமாகி விட்டன. யாரும் பக்கங்களைப் புரட்டிப் பார்ப்பதில்லை. கூட்டிக்கழித்துப் பார்த்தால் ஒன்றும் மிச்சம் இல்லை. கையில் மிஞ்சி இருப்பது ஒரு புழுக்கை பென்சில் மட்டுமே. இப்போதெல்லாம் யாரும் யாரையும் கவனித்துப் பார்ப்பதில்லை. யாராவது ஒரு பெண் நடைபாதையில் நின்று சாப்பிடுவது தப்பான செயல் இல்லை. இப்போது சமுதாயத்தின் பார்வை மாறி வருகிறது. புதிய பார்வை, மூன்று உயரமான பெண்கள் ஜீன்சும், மேல் சட்டையும் அணிந்து டக் டக் கென்று நடந்து போனார்கள். அவர்களுள் இரண்டு பேர் பேசிக் கொண்டு போனார்கள். ஒருத்தி மொபைல் போனில் பேசிக் கொண்டு போனாள். காதிலிருந்து போனை எடுக்காமலேயே பார்க் ஸ்ட்ரீட் போன்ற ஒரு வீதியைக் கடந்து போனாள் அவள். அந்த 'டக் டக்' கென்ற நடை ரஞ்சாவுக்கு மிகவும் பிடித்திருந்தது. இளம் வயதில் ஆங்கிலப் படங்களில் அம்மாதிரி நடையைப் பார்த்துச் சொக்கிப் போவாள். அம்மாதிரி நடை அதிக சக்தியையும், தன்னம்பிக்கையையும் வேலை செய்யும் திறமையையும் தருவது போல் தோன்றும், ஈஷா 'நெடு நெடு' வென்று உயர்ந்த போது கொஞ்சம் கூனத்தொடங்கினாள், அப்போது அவள் ஈஷாவின் முதுகில் லேசாகக் குத்தி,

"என்ன ஆச்சு ஒனக்கு? நேரா ஒக்காந்துக்க முடியலயா? நிமிர்ந்து நிக்க முடியலையா? யார்கிட்டேர்ந்து என்ன மறைக்கிற?" என்றாள்.

புஷ்டியான உடல்வாகு கொண்ட பெண் வெட்கமடைந்து எரிச்சலுடன்,

"அம்மா, நீ வேற... என்பாள்."

ரஞ்சா பெருமூச்செறிந்தாள். ஈஷா இதைப் போல 'டக்டக்'கென்று நடந்திருந்தால்...?

கையிலிருந்த காகிதத்தைக் கசக்கி கைப்பையின் பக்கப்பையில் வைத்துக் கொண்டாள். அலுவலகம் போனவுடன் குப்பைக்கூடையில் போட்டு விடுவாள்.

ஏஷியாட்டிக் சொசைட்டியின் மாடிப்படி, வராந்தா, அறைகள் எல்லாம் குளிர்ச்சியாக இருந்தன. வெளி உலகின் பரபரப்பு, சூடு, வெய்யில், கண்ணெரிச்சல் எதுவும் இங்கே துளிக்கூட இல்லை. மனதிற்கு மிகவும் இதமான இடம். திடீரென்று அவள் மனதில் பண்டைய இடங்கள் குளிர்ச்சியாக, பொசுக்கும் வெப்பமில்லாமல் இருப்பதாகத் தோன்றியது. நாலந்தா இடிபாடுகளுக்கிடையே உள்ள சதுர வடிவிலான முற்றத்தில் நின்றால் பல கூடங்களும், சின்னச் சின்ன அறைகளும் கண்ணில் படும், மாணவர்கள் தங்குமிடம். குளிர்ச்சியாக, உயிரோட்டமுள்ளதாக அவை இருந்தன. சொஸைட்டியும் அப்படித்தான். தன் நாற்காலியில் உட்கார்ந்த பிறகு கொஞ்ச நேரம் தன் குளிர்ச்சியான கடந்த கால நினைவுகள் மூழ்கி இருப்பாள். இறந்தகாலம் முழுவதும் குளிர்ச்சியாகவா இருக்கும்? ஒதுக்க வேண்டியதை மனம் ஒதுக்கி வைக்கிறது. இல்லாவிட்டால் வாழ்க்கை நடத்த முடியாது. கடந்த காலம் முழுவதும் ஒரு போதும் குளிர்ச்சியாக இருக்க முடியாது.

கடந்த காலத்தில் சில சமயங்கள் பயங்கரமானதாக, கொடூரமானதாக, கொளுத்துவதாக இருந்திருக்கின்றன, அவளுள் ஒரு நெருப்பு கனன்று அவளைப் பொசுக்க முயற்சி செய்தது, கனன்ற நெருப்புத் துண்டங்களை அவிந்து போவதற்காக சாம்பல் குவியலுக்குள் போட்டுவிட்டு தன் மனதின் காதைப் பிடித்து இழுத்து வந்து வேலையைக் கவனிக்க வைத்தாள். சந்திரகேதுகட் ப்ராஜெக்ட் நடந்து கொண்டிருந்தது. தோண்டினால் பண்டைய பொருள்கள் பல கிடைக்கலாம்.

இந்த ப்ளாட் இருக்கும் கட்டடத்தில் மாடிப்படிகள் குத்துக்குத்தாக இல்லை. இருந்தும் இரண்டாம் மாடியிலிருந்து இறங்குவதற்கு அம்மாவுக்கு கஷ்டமாக இருந்தது. அம்மாவுக்கு எண்பது வயதாகி விட்டது. இன்றைய எண்பது இல்லை, அந்த நாள் எண்பது. குழந்தையைப் பெற்றெடுத்து, குடும்பத்திற்காக தன்னைத் தானே தேய்த்துக் கொண்டு உயிர் வாழ்ந்த எண்பது. தன் அழகைக் கவனித்துக் கொண்டது

கிடையாது; வாசனைத் தைலங்கள் இல்லை, பிரசவத்திற்குப் பிறகு ஓய்வோ, கவனிப்போ கிடையாது. நண்பகல் தாண்டி இந்நேரத்தில் அம்மா தூங்கிக் கொண்டிருந்தாலும் இருக்கலாம்.

அவள் மணியடித்தாள். எங்கிருந்தா ஒரு குயில் கத்தியது. புறாக்கள் படபடவென்று இறக்கை அடித்து வந்து கீழே சுவற்றின் மேல் உட்கார்ந்தன. இங்கே நட்ட நடுவுல சதுரமான திறந்தவெளி இடம் ஒன்று இருக்கிறது.

நிஷா கதவைத் திறந்தாள்,

“அக்காவா” தூக்க கலக்கமான கண்கள்.

ஒதுங்கி நின்றாள். அவளுடைய புருவங்கள் சற்றே சுருங்கின.

“அம்மா தூங்குறாங்களா?”

“ரூமுக்குள்ள என்ன செய்யறாங்கன்னு யாருக்குத் தெரியும்?”

அம்மாவின் அறை நிசப்தமாக இருந்தது, அமானுஷ்ய நிசப்தம். அம்மா படுத்திருந்தாள், அவள் நுழைந்தவுடன்,

“ரஞ்சா வந்திருக்கியா?” என்று கேட்டபடி எழுந்து உட்கார்ந்தாள்.

“ஏன் எழுந்திருக்கிற? படுத்துக்கோயேன்”

“எப்படி ஒன்னோட பேசறதாம்?”

ரஞ்சா அம்மாவைக் கட்டி அணைத்து அவள் தலையைத் தன் மார்பில் வைத்து சிறிது நேரம் பேசாமல் உட்கார்ந்திருந்தாள். அதன்பிறகு அவள் மார்பிலும், கன்னங்களிலும் நெற்றியிலும் முத்தமிட்டாள். அவள் தன் அன்பை இப்படித்தான் வெளிப்படுத்துவாள். ஆனால் அம்மா மிகவும் கட்டுப்பாட்டுக்குள் இருப்பவள். அவள் ஒரு நாள் கூடத் தனக்கு முத்தம் கொடுத்ததாக ரஞ்சாவுக்கு நினைவில்லை. இது ரஞ்சாவுக்கு கொஞ்சம் வருத்தம்தான். அம்மாவிடம் கேட்டால் சிரித்துவிட்டு,

“எனக்கு அதெல்லாம் வராது” என்பாள்.

ஆனால் அவள் பொழியும் அன்புக்குக் குறைவிருக்காது, அவளுடைய அன்பு நிறைந்த அழைப்பும், அன்பைப் பொழியும் கண்களும் போதும்.

“அம்மா, கண்ணுக்குக் கீழ ஏன் கறுப்பா இருக்கு?”

ரஞ்சா கவலையுடன் கேட்டாள்,

“கறுப்பாயிருக்கா? இல்லையே”

“ஆமா ரொம்ப. ஒடம்பு சரியா இல்லையா?”

“கொஞ்ச நாளா ராத்திரி தூக்கம் இல்ல, ராத்திரி முழுக்க இப்டியும், அப்டியும் புரண்டுக்கிட்டிருக்கேன். விடியற்காலைதான் கொஞ்சம் தூங்குறேன்” சில நாள் எழுந்திருக்க மணி எட்டாயிடுது வெக்கக்கேடு!

“இதுல வெக்கக்கேடு என்ன இருக்கு? ப்ரஷர் செக் பண்ணிப் பாத்தாயா?”

“ம் பாத்தேன், அதெல்லாம் சரியாத்தான் இருக்கு”

“அப்ப என்னத்தான் பிரச்சன?”

“ஒன்னுமில்ல”

ரஞ்சாவின் மனதில் சந்தேகம் எழுந்தது. ஏதோ காரணத்தால் அம்மா இங்கே சந்தோஷமாக இல்லை, கவனிப்பில் ஒரு குறைபாடும் இல்லை. வெள்ளை வெளேறென்று ஆடை, நேரா நேரத்தில் சாப்பாடு, தனி அறை, சின்ன பூஜை இடம். இருந்தும் எங்கேயோ அம்மாவின் மனதில் நிம்மதி இல்லை, செத்தாலும் அம்மா சொல்லமாட்டாள் என்று அவளுக்குத் தெரியும் எப்படி அம்மாவுக்கு நிம்மதி தரலாம் என்று அவள் யோசித்தாள். மனதிற்குள்,

‘கடவுளே, இந்த ஜீவன் வாழ்நாள் முழுக்க கஷ்டப்பட்டிருக்கு புத்திர சோகம் அனுபவிச்சிருக்கு. தன்னுடையது என்று சொல்லிக் கொள்ள ஒரு துண்டு நிலமோ காலணா காசோ கிடையாது. தன்னுடைய ஒவ்வொரு குழந்தையின் துக்கம் அதனுடையதுதான். இதுக்கு மேல் அவள அழவிடாத. அவளுக்கு நிம்மதிய கொடு; கடவுளே நிம்மதிய கொடு’ என்று வேண்டிக்கொண்டாள்

‘நிஷா!’ என்று அம்மா அழைத்தாள். நிஷா தூங்கிவழியும் கண்களுடன் வந்து நின்றாள். இப்போதும் நெற்றியில் அந்தச் சுருக்கம்.

“கொஞ்சம் பூரி பொறிக்கறயா அம்மா உருளைக் கெழங்கு கறி சாப்ரியா, இல்ல கத்தரிக்கா பொறியல் பண்ணச் சொல்லட்டா?”

“அக்கா வெய்யில்ல வந்திருக்காங்க, கொஞ்சம் எலுமிச்சம் ஜுஸ் கொண்டு வரேன், அதான் நல்லது.”

அம்மாவின் முகம் சிறுத்துவிட்டது. எல்லாம் இருக்கிறது. வீடு, வாசல், மரச்சாமான்கள், விளக்கு, மின்விசிறி, ஃப்ரிஜ், டிவி, பாத்திரம் பண்டம், சாப்பாடு, ஜன்னல்கள், ஆனால் எதன்மேலும் அவளுக்கு அதிகாரம் இல்லை.

இவற்றுள் எதுவும் அவளுடையதில்லை. இதை வேலைக்காரி கூட அவளுக்கு நினைவு படுத்துவாள். இந்த அம்மா, குழந்தைகளின் தாய், மிகவும் கஷ்டப்பட்டு, தான் குறைவாக உண்டு, எளிமையாக உடுத்தி, உயிரை விட்டுக் குழந்தைகளை வளர்த்திருக்கிறாள்.

ஒவ்வொரு பிள்ளையும் ஒவ்வொரு துறையில் மேல்நிலையில் இருக்கிறார்கள். ஆனால் இனி அவர்கள் தன் அம்மாவின் பிள்ளைகள் இல்லை, அவர்கள் சம்பாத்தியத்தின் மேல் அவளுக்கு எவ்வித உரிமையும் இல்லை.

“இதுக்கு ஏதாவது அர்த்தம் இருக்கா? நான் வந்தால் ஏம்மா இப்டி படபடக்கற? நாலரை மணிக்கு நான் என்ன சாப்டாம பசியோட இத்தன தூரம் வருவேனா? இப்ப எனக்குப் பசிக்கல, ஒனக்காக ரோஜா பேடா கொண்டு வந்திருக்கேன். சூடா இருக்கு. ருசி போயிடும், சீக்கிரம் சாப்டு அம்மா”

அம்மா ஏதோ நினைவில் ஆழ்ந்து போனாள்.

“இந்த நேரம்தான் நீ காலேஜ்லேர்ந்து வருவே. நீ, மஞ்சு, ரஞ்சன், விஜய், ரஞ்சிதன், அஞ்சன், ஸ்ருஜல், நீங்கல்லாம் ஒவ்வொரு நேரத்துக்கு வருவீங்க, வந்த உடனேயே, அம்மா பசி வயித்த பிடுங்குதும்பீங்க. நானும் தட்டு தட்டா பூரியும், பரோட்டாவும் செய்வேன். வெங்காயத்தாளும் சிங்கிடி மீனும் வதக்கி வைப்பேன், கூடவே உருளைக்கிழங்கு பொறியலும் உண்டு. இப்ப கெடைக்கறத எல்லாம் வச்சுப் பாத்தா அதெல்லாம் ஒன்றுமே இல்லை. டால்டாவுலதான் பொறிப்பேன். இப்ப நீங்க அதையெல்லாம் தொடக்கூட மாட்டீங்க, எது எப்டி இருந்தா

என்ன, எனக்கு ஒரே நினைப்புதான், வீட்டுக்குத் திரும்பிவர புள்ளைகளுக்கு மொதல்ல சாப்ட ஏதாவது கொடுக்கணும். பழக்கதோஷம் மாறுமா என்ன? ஒனக்கு இப்ப எரிச்சல். அது எனக்கு நல்லா புரியுது.''

``அப்டில்லாம் இல்ல அம்மா''. ரஞ்சா மெல்ல அம்மாவின் உடலைத் தடவினாள்.''

``உனக்குத் தெரியல அம்மா, இப்ப எத்தன கடைங்க! தெருவில எத்தன உணவு ஸ்டாலுங்க! வீட்டுக்குப் போய்த்தான் சாப்டனும்னு யாரும் காத்திருக்கிறதில்ல, ஏதாவது சாப்பிட்டுருவாங்க.''

அம்மா சுருக்கமாகச் சொன்னாள்,

``இதெல்லாம் அப்பவும் இருந்திச்சு'' அதன்பிறகு தலையணைக்குப் பக்கத்திலிருந்து ஒரு புத்தகத்தை எடுத்தாள். யாரோ ஊர்பேர் தெரியாத எழுத்தாளரின் சாதுசத்சங்கம் பற்றிய புத்தகம்.

``இதப் படிச்சிருக்கியா?''

``இல்லம்மா. நல்லா இருக்கா?''

``நல்லா இருக்கான்னா? உண்மை, கலப்படமில்லாத உண்மை, எல்லாம் நேர்ல கண்ணால கண்டவை; காதால கேட்டவை. இமாலயத்துல ஒரு சாது முன்ஜன்மத்தப் பத்தி எல்லா விஷயத்தையும் சொல்லி இருக்காரு, எழுத்தாளர் மலையிலேர்ந்து எறங்கி ஹரித்துவார்ல அந்த சந்துக்குப் போனார். அந்த இடிந்த சத்தரம் இப்பவும் இருக்கு, நடுத்தர வயது தாண்டின ஒரு காஷியர், அவரு பேரு ஆனந்த தேசாய். முன் ஜன்மத்துல அவரோட மகன் பார்த்த உடனேயே முன்ஜன்ம நினைவுகளெல்லாம் வந்திடிச்சி. எல்லாமே உண்மை. நம்ப முடியுதா? அவரு வங்காளி. தடயில்லாம மராட்டி பேசினாரு. நம்ப முடியுதா?''

இல்லை. ரஞ்சாவால் நம்ப முடியவில்லை. அவளுடைய அம்மாவுக்கு ஒரு நாளும் சாதுக்களிடம் நம்பிக்கை இருந்ததில்லை. லட்சுமி, நாராயணன், சிவன், பாலகிருஷ்ணன் ஆகிய அந்தக் குடும்ப தெய்வங்களை தினம் பூஜித்து வந்தாள். ரவீந்திரநாத், பங்கிம் சந்திரர், பிரபாத் குமார் ஆகியவர்களின் படைப்புகளைப் படிப்பாள். அவற்றைப் பற்றி விமர்சனமும் செய்வாள்; ராமகிருஷ்ண பரமஹம்ஸரின் கதாம்ருதம் அம்மாவுக்கு மனப்பாடம், சுபாஷ் சந்திரரின் 'இளைஞரின் கனவு' முதலிய

நூல்களை படிப்பாள். துர்கை பூஜை சிறப்பிதழ்களைப் படிப்பாள். மதிய நேரம் ஒய்வெடுக்கப் படுத்துக்கொள்ள மாட்டாள்; புத்தகங்கள் படிப்பாள். தேஷ், அம்ருதா, வசுமதி போன்ற பெரியவர்களின் இதழ்களைத் தொடுவதற்குக் குழந்தைகளுக்கு அனுமதி இல்லை.

"அம்மா, இப்பல்லாம் நீ விவேகானந்தர் புத்தகங்கள் படிக்கிறதில்லையா"

அவள் வெகு ஜாக்கிரதையாகக் கேட்டாள்.

"நெறைய படிச்சாச்சு. ஒனக்குத்தான் தெரியுமே! அம்மா சிறிது நேரம் பேசாமல் இருந்தாள். அதன் பிறகு,"

"நான் எட்டிப்பிடிக்கிற மாதிரி ஒண்ணும் இல்ல ரஞ்சா. நான் ஒரு சாதரண மனுஷி; பெரிசா தெறம எனக்குக் கிடையாது," என்றாள்.

ரஞ்சாவின் கண்களில் நீர் பெருக்கெடுத்தது. இந்த அம்மாதான் அவர்களுடைய ஆபத்துகளில் உதவி இருக்கிறாள்; அவர்களுடைய கஷ்டங்களில் மன உறுதியுடன் திடமாக அவர்கள் பக்கத்தில் நின்றிருக்கிறாள். அவர்களுடைய துக்கங்கள் அவளுடையவை, அவர்களுடைய சுகங்கள் அவளுடையவை, அரிய அறிவுரைகள் எல்லாம் அம்மாவிடமிருந்துதான் அவளுக்கு கிடைத்தது.

"விசாரிக்காம ஆராயாம எதையும் நம்பாத வயசானவங்க எல்லாரும் அறிவாளின்னு சொல்ல முடியாது. அறிவாளிங்க சொன்னத ஆராஞ்சு பாக்கறது தப்பில்ல. எப்பவும் பணிவுள்ளவளா இரு; இனிமையா பேசு. நீ வெறுப்ப காட்டினா எல்லாரும் ஒன்ன ஒதுக்கிடுவாங்க, காவி உடைல யாரையாவது பாத்த உடனே உருகிப் போயிட வேண்டாம், நெறைய பேரு போலிச் சாமியாருங்க. நம்ம நாட்டுல வாழ்க்கைல ஒரு கட்டத்துல சன்னியாசம் எடுத்துக்கனும்னு நியதி இருக்கு. சோம்பேறிகளும் கடமையிலேர்ந்து தப்பிச்சு சுகமா இருக்கறதுக்குக் காவி கட்டுவாங்க. இது எப்பவுமே நடக்குது. அதனால ஜாக்கிரதையா இருக்கனும்"

இந்த அம்மாவுக்கு எண்பது வயது நிறைவதற்கு இரண்டு மாதங்கள் ஏழு நாட்கள். சில மணி நேரங்கள் இருக்கின்றன. விவேகானந்தர், ராமகிருஷ்ணர் ஆகியோர் எழுத்துக்களில் இனி

விஷயலாபம் எதுவும் தேடியும் கிடைக்கவில்லை. புதியதாக எதையோ தேடினாள். சுடச்சுட அடுப்பிலிருந்து ஏதாவது விஷயம், அற்புத நிகழ்வுகள். அறிவார்த்தமாகப் பேசியவள் இப்போது அந்த நிகழ்வுகளின் பக்கம் சாய்ந்திருக்கிறாள்.

இது ஏதோ மறதி என்றோ வயதான தோஷம் என்றோ ஒதுக்கிவிட முடியாது. வாழ்நாள் முழுவதும் சத்திய பாதையில் போனவள்; சத்தியத்தையே விடாப்பிடியாகப் பிடித்திருந்தவள்; ஒரு போதும் யாரையும் ஏமாற்றாதவள், அவளுடைய கள்ளங் கபடமற்ற எளிய மனதால் வாழ்க்கையில் நிறைந்திருக்கும் வெறுமையை ஏற்க முடியவில்லை. எந்த தத்துவமும் வேண்டாம், எந்த மகானின் கருத்தும் வேண்டாம், கடவுளே நீ ஒரு சாதாரண பொண்ணுகிட்ட சாதாரண மனுஷிகிட்ட ஒரு அம்மாவைப் போல் இறங்கி வா. அதுபோதும். கடவுளே, நீ நாங்க அணுக முடியாதபடி இருக்காத. என்னப் போல எளிய மக்களோட பிரச்சினைகளை தீர்த்து வைக்கிறதுக்கு நீ இருக்கங்கறத எங்களுக்கு தெருவி. அது போதும்.'

ரஞ்சாவுக்குத் தெளிவாகப் புரிந்தது. தன்னுடைய வாழ்க்கையின் வெறுமையை ஒதுக்கி வைப்பதற்காக அம்மா இந்த மாதிரி இயற்கை இறந்த விஷயங்களைப் பிடித்துக் கொண்டு தொங்குகிறாள். முழுவதும் அவளை மூடி விட்ட வெறுமை. சர்வ வல்லமை உடைய யாரும் எங்கும் இல்லை.

'ஏ மனுஷா உன் விஷயத்தை நீயே பாத்துக்க, தேர்ந்தெடுத்தது நீ; பொறுப்பும் ஒன்னோடதுதான்' இந்த இரக்கமற்ற இருப்பியல் சங்கடம் தூரத்திலிருந்து பற்றற்ற கண்களால் அம்மாவைப் பார்த்தது. அது எந்த நொடியிலும் அவள் பக்கத்தில் வரலாம்; அவளைத் தொடலாம்.

தன்னை அறியாமல் அம்மா இம்மாதிரி பலருடைய துண்டான நம்பிக்கைகளைத் தொகுத்து ஒன்று சேர்த்து ஒரு நம்பிக்கை ஏற்படுத்திக் கொள்ள விழைகிறாள். அவையெல்லாம் உண்மையா பொய்யா அசைக்க முடியாதவையா இல்லை மக்களை ஏமாற்றுபவையா என்பதைப் பற்றியெல்லாம் அவளுக்குக் கவலை இல்லை,

சற்று நேரம் கழித்து அண்ணி வந்தாள். பொருள் பொதிந்த புன்னகையுடன் அண்ணி,

"இரண்டொரு நாள்ள நீ வருவேன்னு எனக்குத் தெரியும்; ஆனா இன்னைக்கு வருவேன்னு நெனக்கல" என்றாள்.

அம்மா ஏறிட்டுப் பார்த்தாள். அவளுக்குத் தெரியாமல் இவர்கள் இரண்டு பேருக்கும் இடையே ஏதோ நடந்திருக்கிறது என்பது அவளுக்குப் புரிந்தது. அவளுக்கு நிலைகொள்ளவில்லை. என்னவாக இருக்கும். மருமகள் இந்த மாதிரி பேசுவதற்கு என்ன காரணம்?

"இல்லைம்மா, உண்மைல இன்னைக்கு காத்தால போன் பண்ணினேன், நீ தூங்கிக்கிட்டிருக்கிறதா சொன்னாங்க, ஒனக்கு உடம்பு சரியா இருக்கான்னு ஏனோ மனுசுல தோணுச்சு"

அம்மாவின் கேள்வி தொக்கி நிற்கும் பார்வையின் முன்னால் கொஞ்சம் உண்மையைச் சொல்லித்தான் ஆகவேண்டும்.

"அது மட்டுமில்லாம நான்தான் மாசம் ஒரு தடவ வழக்கமா வந்துக்கிட்டுத்தான இருக்கேன்,"

"சில சமயம் ரெண்டு மாசம் ஆயிடுது ரஞ்சா, வந்தா அரசியல், குத்து, கொலை, விஞ்ஞானம் இதப்பத்திதான் பேசுவ"

அவள் துணுக்குற்றாள், உண்மைதான், மாதம் ஒரு தடவை அவள் வரத்தான் செய்தாள். ஆனால் அம்மாவுடன் தனியாக அவள் எத்தனை நேரம் கழித்தாள்? அண்ணாவும் அண்ணியும் அவளுடைய தலைமுறை. அண்ணாவுடைய மகன் அடுத்த தலைமுறை. அவனுடன் சேர்ந்து நடக்க உயிரைக் கொடுத்து அவர்கள் முயற்சி செய்தார்கள். அதனால்தான் அவர்கள் நால்வரும் சேர்ந்தால் பல விஷயங்களைப் பற்றிச் சூடாக விவாதம் நடைபெறும். அம்மாவின் ஆன்மீக விஷயங்களிலிருந்து அவள் தொலைதூரத்தில் இருப்பாள். அம்மாவுடன் தனியாகப் பேசுவதில் வேறொரு சங்கடமும் இருந்தது. அவர்கள் இருவரும் ஏதோ குற்றங்குறை பேசுவதாக, குடும்பத்தில் உள்ள சிக்கலைப் பற்றி, அது அவர்களுடைய குடும்பச் சிக்கலாக இருக்கலாம், பேசுவதாக அண்ணனும் அண்ணியும் நினைக்கலாம். ஏன் ரஞ்சாவுக்கு அப்படித் தோன்றியது? அது அவளுக்கே தெரியாது. எப்போது அண்ணா அண்ணியின் பார்வையையோ இல்லை பேச்சையோ மனதில் வாங்கி வைத்துக் கொண்டாளோ தெரியாது. அதை அடிமனதில் போட்டு

வைத்துக் கொண்டிருந்தாள். அதன் உத்தரவுபடியோ இல்லை அதன் ஆதிக்கத்தாலோ அவள் தன் செயல்களைத் தீர்மானித்தாள் என்பதும் அவளுக்குத் தெரியாது. அதனால் தன் அம்மாவுக்குத் தான் அநியாயம் செய்வதாக அவளுக்கு ஒருபோதும் தோன்றியதில்லை.

அவள் தன் வலக்கையை அம்மாவின் கைமேல் வைத்தாள். இந்தத் தொடுதலின் மூலம் அவள் தன் நெருக்கத்தையும் அன்பையும் வெளிப்படுத்த விரும்பினாள். வார்த்தைகள் போதுமானவை அல்ல, பார்வையாலும் எல்லாவற்றையும் சொல்லிவிட முடியாது. அன்பைத் தெரிவிக்க நம்பிக்கையான சக்தி வாய்ந்தது இந்தத் தொடு உணர்ச்சி.

அம்மா நடுங்குகிறாளா என்ன? கண்களில் நீர் நிரம்புகிறதோ? இல்லை, ரஞ்சா கவனிக்க மாட்டாள். அவள் கவனித்தால் அம்மா வெட்கப்படுவாள். அம்மா ஒருபோதும் தான் உணர்ச்சி வசப்படுவதைப் பிறர் பார்ப்பதை விரும்பமாட்டாள். அப்படி ஒரு கட்டுப்பாட்டுடன் இருப்பதில் மன அழுத்தம் ஏற்படும். அம்மா அதை எப்படித் தாங்கிக் கொண்டாளோ யாருக்குத் தெரியும்? ஆனால் அவளால் முடியாது. அவள் அழுது விடுவாள். வாய்விட்டு அழுவாள்; கோபப்படுவாள்; மிகவும் கோபப்படுவாள். இருந்தும் அவள், இந்த அம்மாவின் மகள்.

பூரி பொறிக்கப்பட்டிருந்தது; உருளைக்கிழங்கு பொறியலும் செய்யப்பட்டிருந்தது. நிஷாவை அம்மா செய்யச்சொன்னவை எல்லாம் செய்யப்பட்டிருந்தன. அதையெல்லாம் உண்பதற்கு ரஞ்சாவுக்கு ஏனோ விருப்பம் இல்லை. அவை இப்போது சுவை அற்றவையாகத் தோன்றின. அம்மா அவளுக்காகச் செய்யச் சொன்னவை. அமுதமாக இருந்திருக்கும். ஆனால் அவள் அம்மாவுக்கு மனக்கஷ்டம் கொடுத்ததால் அவையே விஷமாகத் தோன்றின. குளிர்சாதனப் பெட்டியில் இருந்த ரோஜாப் பேடாக்கள் ஜில்லிட்டிருந்தன. அம்மாவுக்கு அதுதான் பிடிக்கும் அம்மாவை கட்டாயப்படுத்தி அவள் சாப்பிடவைத்தாள்.

“நல்லா இருக்கா அம்மா?”

அம்மா தலையை ஆட்டினாள், “ம்” ஆனால் அம்மா நன்றாக இல்லை என்று சொல்வதாக அவள் புரிந்து கொண்டாள். பூரி நன்றாக இருந்தும் அவளுக்குப் பிடிக்கவில்லை போல் பேடா குளிர்ச்சியாக மென்மையாக ரோஜா மணத்துடன் இருந்தும் அம்மாவுக்குப் பிடிக்கவில்லை.

கிளம்பும் முன் தயக்கத்துடன் அம்மா,

“என்ன ஒரு நாள் ஒன் பாட்டி வீட்டுக்குக் கூட்டிக்கிட்டு போவாயா?” என்று கேட்டாள்.

“நிச்சயமா”

“ஒனக்கு எப்ப சௌகரியம்னு சொல்லு அம்மா”

“எனக்கு என்ன சௌகரியம், அசௌகரியம்? ஒனக்குத்தான் வேல”

“சரி. அப்ப வர்ற ஞாயித்துக்கிழமை தயாரா இரு. நான் காலங்காத்தால வந்திடுவேன்,”

“காலங்காத்தாலேன்னா?”

“வச்சுக்கோயேன் ஒன்பது பத்து மணிக்கு”

“சரி”

அம்மாவின் கூச்சத்திற்கு ஒரு காரணம் இருந்தது. அம்மாவை விட பதினைந்து வயது பெரியவள் பாட்டி இன்னும் உயிரோடு இருந்தாள். மறதி நோய் என்று சொல்ல முடியாவிட்டாலும் ஏறத்தாழ அந்த நிலையில்தான் பாட்டி இருந்தாள். படுக்கையிலேயே மலநீர் கழித்தாள். தான் சாப்பிட்டுவிட்டது அவளுக்கு நினைவிருப்பதில்லை. பல சமயம் ஆள் அடையாளம் தெரிவதில்லை. இன்னும் பல பிரச்சினைகள் இருந்தன. பரபரப்பு நிறைந்த இக்காலத்தில் யாரும் அவளைப் போய்ப் பார்க்க விரும்புவதில்லை. ஒரு விடுமுறை நாள் வீணாகிவிடுமே!

மதுரா

காட்டு மரங்களின் அடியில் இருக்கும் நிழலில் கருமை கொஞ்சம் கொஞ்சமாக அதிகமாகி வந்தது. மரங்களின் பின்னால் சூரியன் மறைந்து கொண்டிருந்தது. நாள் முழுவதும் நிமேஷும் அவனுடைய கூட்டாளிகளும் பிணங்களை நதியில் எறியும் வேலையில் ஈடுபட்டிருந்தார்கள். வயல்களைச் சுற்றி நான்கு பக்கங்களிலும் ஆட்கள் உட்கார்ந்திருந்தார்கள். வயலின் பசுமையை அவர்கள் மகிழ்ச்சியான பசி நிறைந்த கண்களால் பார்த்தார்கள்.

“தன்யா, தன்யா பாரு, கதிருக்கு அடியே தண்ணி ஓடுது! பாரு, கதிரெல்லாம் நிமிர்ந்து ஒரே அளவா ஒசந்து வளர்ந்திருக்கு. காட்டுல அங்கங்க நாம இப்படி பாத்திருக்கோம். மாடு மேய்க்கறப்ப ஒரு நா கௌள் பய எதையோ நுனிய ஒடச்சி தின்னிட்டு அத சொல்றதுக்கு மதுராகிட்ட ஓடல? அவன் கொண்டு வந்தது கடினமா இருந்ததால மதுரா அத நெருப்புல சுட்டா. நாம பல்லால கடிச்சுத் தின்னோம். மதுரா ரொம்ப புத்திசாலி. தானியங்களை தண்ணில போட்டு சுட வச்சா அத வேக வைக்கறதும்பாங்க. அது எவ்வளவு ருசியா இருந்திச்சி! மாமிசம் சாப்பிட்டு சாப்பிட்டு நாக்கு செத்து போயிருந்த நம்ம ஒவ்வொருவருக்கும் பன்னி மாமிசத்தோட சேத்து ஒரு கை அளவு கெடைச்சது. வேக வச்ச தானியம் எத்தன நல்லா இருந்திச்சு! இனிமே கை கையா தின்ன முடியும். வேட்டை ஆடற தொல்லை கொறையும். இனிமே வேக வச்ச தானியங்களையும், பழங்களையும் தின்னு வாழணும்னு முடிவெடுத்திருக்கேன்.”

ஒருவன் சிரித்தபடிச் சொன்னான்.

“மதுரா எனக்குக் கருணை காட்டுவா. நான் அவளுக்குக் கொழந்த கொடுத்திருக்கேன்”

“அதுதான் சூரனும் கொடுத்திருக்கான், வீரனும் கொடுத்திருக்கான். கொறஞ்சது ஒரு பதினைந்து கொழைந்தைங்க மதுராவோடதுதான். எது யாரோட கொழந்தைன்னு சொல்றது கஷ்டம். மதுரா சொல்லவே மாட்டாள்”

ஒருவன் கேட்டான்; கைதிங்களுக்குத் தண்ணி, மாமிசம், பழங்கள் கொடுத்தீங்களா? காயத்துக்கு வைத்தியம் செஞ்சீங்களா? அவங்கதான் நமக்கு கத்துக் கொடுக்கப் போறாங்க.”

ஒருவன் உதட்டைக் சுழித்தபடிச் சொன்னான்;

*“நமக்கு மதுரா இருக்கா. நிமேஷ் இருக்கான். நம்ம கெட்ட காலத்தால கைதிங்க செத்துக்கித்து வச்சாக்கூட அவங்க பயிர் செய்யற வழிமுறைகள் கண்டு பிடிச்சிடுவாங்க”

ஒருவன் எழுந்து நின்று “நான் கைதிகளை பாத்திட்டு வரேன்” என்றான்.

"அவங்கள அடிச்சு கிடிச்சு வைக்காத"

"இல்ல, இல்ல"

"வேற குழுப் பொண்ணு. நாம நெனச்ச போதெல்லாம் கெடைப்பா. இவங்க நம்ம குழுப் பொண்ணுங்க இல்ல. நம்ம குழுப் பொண்ணுங்களுக்கு இஷ்டம் வரணும்; மனசு வரணும். இது சரியான நேரமில்ல அப்டி இப்டின்னு நெறைய சாக்குப் போக்கு. எல்லாம் கூடி சரியான நேரம் வரணும்."

"இப்ப நீ அங்க ஏன் போறேன்னு தெரியும்" என்று ஒருவன் இளித்தபடி சொன்னான்.

"நான் பொண்ணுங்கள தேடித்தான் போறேன். அதப்பத்தி ஒனக்கு என்ன? கைதிங்கள பாத்துங்கற பொறுப்ப நிமேஷ் என்கிட்ட ஒப்படைச்சிருக்கான்னு ஒனக்குத் தெரியாது?"

"பகன்தான் அந்தப் பொறுப்புக்குத் தலைவன்"

"இருக்கட்டுமே, குழுவுல நானுந்தான் இருக்கேன்"

அவன் போய் விட்டான்.

கைதிகள் ஒரே இடத்தில் நெருக்கி அடித்துக் கொண்டு உட்கார வைக்கப்பட்டிருந்தார்கள். கை, கால் இழந்த கைதிகளைக் கொன்று நதியில் எறித்து விட்டார்கள். சிறிய காயம் பட்டவர்களுக்குச் சிகிச்சை நடந்தது. பகன் கைராசி உள்ள நல்ல வைத்தியன். அவனுக்கு காட்டில் கிடைக்கும் பொருள்களிலிருந்து குறைந்தது நூறு வகை மருந்துகளாவது தெரியும். அவனைப் பார்க்கும் போதெல்லாம் அவன் ஏதாவது செடி கொடிகளை ஆராய்ந்து கொண்டிருப்பான்; அரைத்த விழுதை அடிபட்ட விலங்குகளுக்குப் பூசிக்கொண்டிருப்பான்; அல்லது யாருக்காவது சிரங்கில் மருந்து வைத்துக் கட்டிக் கொண்டிருப்பான். குழந்தை பிறந்த அன்று மதுராவின் உதிரப்போக்கு நிற்காத போது; பகன் ஒரு அற்புதம் செய்தான். ஏதோ ஒரு இலையின் சாற்றைக் குடிக்கக் கொடுத்தான்; ஏதோ ஒரு பச்சிலை விழுதை அவளுடைய பிறப்புறுப்பின் காயத்தில் தடவினான். நான்கைந்து நாட்களில் மதுரா பழையபடி ஆகிவிட்டாள். மதுரா இறந்து விடுவாள் என்று விதா நினைத்தாள். மதுராவின் இடத்திற்கு வர அவள் தயாராக இருந்தாள். ஆனால் நடக்கவில்லை.

விதாவுக்கு மிகவும் எரிச்சல். விதா தன்னை எத்தனை வீரமிக்கவளாகக் காட்டிக் கொண்டாலும் மக்கள் எல்லாரும் தங்கள் பாதுகாப்பிற்காக மதுராவையே சார்ந்திருந்தார்கள்.

ஆதுர், சுதனு, அர்ஷா, ஷமன், சந்தன், கரிமன், புலஹ், ஸ்ராபி, நதி முதலியோர் முனகலாக அழுதுகொண்டிருந்தார்கள். ஆனால், மெல்ல மெல்ல சகஜ நிலைக்குத் திரும்பிக் கொண்டிருந்தார்கள். கண்கள் மூடிக்கொண்டன. ஒவ்வொருவராகத் தூங்கத் தொடங்கினார்கள். தன் மருந்தின் மயங்க வைக்கும் திறமையை பகன் மனநிறைவுடன் பார்த்தான். எத்தனை நேரம் இவர்கள் தூங்குவார்கள்? அவன் ஆகாயத்தைப் பார்த்தான். நாள் முழுக்க கைதிகள் கஷ்டப்பட்டார்கள். "தண்ணி, தண்ணி" என்று அழுதபடி வேண்டுகோள் விடுத்தார்கள். தன்னுடைய மருந்துகளை எப்போது கொடுத்தால் அவர்கள் தூங்க ஆரம்பிப்பார்கள், எப்போது விழிப்பார்கள் என்று பகன் நாள் முழுவதும் கணக்கிட்டு யோசித்தான்.

அவன் பகல் நேரத்தில் இந்த மருந்துகளைக் கொடுத்திருந்தால் நன்றாக இருந்திருக்கும். இரவில் சந்திரனைவிடப் பகலில் சூரியனைக் கொண்டு எளிதாக நேரத்தைக் கணக்கிடலாம். போகட்டும் இதற்காக மதுரா அவனைத் திட்டமாட்டாள்.

ஒரு பழுப்பு நிறக் குதிரை ஓடிவந்து சற்று தொலைவில் நின்றது. மதுரா வந்து விட்டாள். அவள் மிகவும் பலசாலி, உயரத்துக்கு ஏற்ற உடல் தசைகள். அவள் உருவத்தோடு ஒப்பிட்டால் மார்பகங்கள் சிறியவை என்றாலும் உருண்டையாகத் திடமாகச் சிறிதும் தொங்காமல் இருந்தன.

அவள் தன் மான்தோல் ஆடையை தார் தாராகக் கிழிந்து அணிந்து கொள்வாள். ஏனென்றால், அதுதான் அவள் வேக நடைக்கு வசதியாக இருக்கும். மதுரா குதிரையிலிருந்து தாவிக் குதித்து இறங்கினாள்.

'என்ன விஷயம்? கைதிங்க பொழைப்பாங்களா? இல்ல அழுகிச் சாவாங்களா?'

"நிச்சயமா பொழைப்பாங்க"

"எல்லாரும் அசையாம கெடக்கறாங்களே!"

பகன் மனதிற்குள் சிரித்தபடி

"தூங்கறாங்க, தூங்கட்டும் அவங்கள தொந்தரவு செய்ய வேண்டாம், என்னுடைய வேலைல தலையிட வேண்டாம்" என்றான்.

"அப்படியா! அப்ப நீ மதுராவோட தலைமைய ஏத்துக்கலயா?"

"தப்பா எடுத்துக்காத மதுரா. இது மருந்து விஷயம். ரொம்ப நாள் ஆராய்ச்சி செஞ்சு, விஷ மருந்துகள நானே சாப்ட்டு பல மருந்துகளை கண்டு பிடிச்சிருக்கேன். இதுல நீ மூக்க நுழைக்காம இருக்கறது நல்லது."

"தானியங்கள வேக வச்சு உணவு தயாரிச்சது யாரு? யாரோட மார்பகங்கலேர்ந்து இடைவிடாம அமுதம் பொழியுது? கொழந்தைகளுக்கு தன்னோட உடம்புலேர்ந்து உணவு கொடுக்கறது யாரு?"

"ஒத்துக்கறேன், ஒத்துக்கறேன், எல்லாமே ஒத்துக்கறேன், ஆனா இப்ப தொந்தரவு செய்யாத"

மதுரா குதிரை மேல் தாவி ஏறினாள். முகத்தில் இளக்கமான புன்னகை. அவள் தான் எல்லாவற்றையும் மேற்பார்வை இட வேண்டும். அப்படிச் செய்யவில்லை என்றால் இந்த முட்டாள்கள் ஏதாவது குளறுபடி செய்து விடுவார்கள். எல்லாவற்றையும் விட முக்கியமானது தன்யா நதியும் அந்த நதிக்கரையில் பயிர் செய்யும் முறையைக் கற்றுத்தர இருப்பவர்களும்.

ஆகாயத்தில் நட்சத்திரங்கள் மினுக்கின, மதுரா ஒரு பெரிய மரத்தடியில் வந்து நின்றாள். சற்றுத் தொலைவில் ஒரு கூட்டம். யார் கட்டைகளைக் குவித்து நெருப்பு மூட்டி இருப்பது? நிமேஷா? ஏன்?

மதுரா மறுபடியும் குதிரையிலிருந்து இறங்கி கூட்டத்தை நோக்கி நடந்தாள். பெரிய உடலுடைய ஒரு பெண்ணின் பிணம் கறுத்து கடினமாகக் கிடந்தது. அதிலிருந்து நாற்றம் அடித்தது. அதன் மேல் ஓர் இளம் பெண் விழுந்து கிடந்தாள்.

"நிமேஷ்! இடி இடிப்பது போல் கூப்பாடு போட்டாள் மதுரா,"

நிமேஷ் பார்வையை நிமிர்த்தினான். அவன் மூட்டி இருந்த நெருப்பு நன்றாகக் கொழுந்து விட்டு எரிந்தது. இரவு முழுவதும் நெருப்பு எரிவதற்குத் தேவையான கட்டைகளைச் சேகரித்து வைப்பது அவசியம்.

“இந்தப் பொணம் ஏன் இன்னும் இங்கக் கெடக்கு? நாலு பக்கமும் துர்நாற்றம் பரவாது? இத ஏன் நதில எறியல?”

“இந்தப் பொண்ணு பொணத்த விடவே மாட்டேங்கறா.”

ஆச்சரியமடைந்த மதுரா ஒவ்வொரு வார்த்தையாக அழுத்தம் திருத்தமாகக் கேட்டாள், “பொணத்த விட மாட்டேங்கறாளா? என்ன சொல்ற, ஏன்?”

“தெரியல மதுரா, அம்மா, என்னோட அம்மான்னு சொல்றா. கண்ணுலேர்ந்து தண்ணி கொட்டுது. எழுந்திருக்கல; சாப்டல; பேசல. இதே மாதிரி இந்தப் பொணத்து மேல விழுந்து கெடக்கா.”

“அம்மாவா? ரொம்ப ஆச்சரியம், பாலூட்டிய அம்மா செத்துட்டா கொழந்தைங்க அப்டித்தான் அழும். வேற யாராவது பாலுட்டினா அழுகையை நெறுத்திடும், கொஞ்ச நாள் தன் பெத்த அம்மாவ தேடும். அழகா ஒதட்டப் பிதுக்கும். ஆனா வயசானவங்களுக்காக இளம் வயசுக்காரங்க அழுது நான் பாத்ததில்ல. அவள இழுத்துக்கட்டுப் போங்க பொணத்த ஒடனே எரிச்சிடுங்க,"

“மதுரா அவளுக்கு கொஞ்ச நேரம் கொடுக்கணும், அவ துக்கத்துல இருக்கா,”

“இதுக்குமேல சமயம் தர முடியாது நிமேஷ். நான் கௌம்பறேன். கொஞ்ச நேரம் கழிச்சு யாரையாவது அனுப்பறேன், அப்ப இந்த மரத்தடில பொணம் கெடந்த சுவடு கூட இருக்கக்கூடாது,”

“மதுரா, நான் இவ உதவியாலதான் தானியத்த கண்டு பிடிச்சேன்.”

“எப்படி?”

“அவ நதிக்கரைல ஒக்காந்து எலைல வச்சு வெள்ளையா கொட்டையை போல எதையோ தின்னுக்கிட்டிருந்தா. ஒரு நா அவ போனப்பறம் நான் அத தின்னுப் பார்த்தேன். நமக்குக் காட்டுல அப்பப்ப கெடைக்குமே, ரொம்ப ருசியா இருக்குமே, அந்த மாதிரி இருந்திச்சு, இரவாயிடிச்சு. அந்தப் பொண்ண பின் தொடர்ந்து போய் ஒரு பெரிய வயல்வெளிய கண்டுபிடிச்சேன். அதுக்கப்பறம்தான் நாம திட்டம் போட்டோம்.”

"இதுல அவளோட உதவி எங்க இருக்கு? நீ ஒன்னோட புத்தியால கண்டுபிடிச்சே"

"இருந்தாலும் அவ இல்லாட்டா இது ஆயிருக்குமா?"

"சரி, நான் கடைசியா சொல்றது இதுதான். கொஞ்ச நேரம் கழிச்சு நான் யாரையாவது அனுப்புவேன், அப்ப இந்த மரத்தடில பொணம் இருக்கக்கூடாது. அப்பறம் இந்த பொண்ண பகன் கிட்ட அனுப்பு. கை நல்லா வீங்கி இருக்கறது தெரியுது,"

மதுரா 'டக்டக்' கென்று குதிரை குளம்பொலிக்க சென்று விட்டாள்.

உடனே ரங்கா மாதங்கியின் உடலிலிருந்து தன் முகத்தைத் தூக்கி,

"இவ யாரு?" என்று கேட்டாள்.

"எங்களோட தலைவி"

"மாதங்கியைப் போலவா?"

அவளுடைய வெறுமையான பார்வை ஆகாயத்தைப் பார்த்தது. அதன்பின் "பகன் யாரு? என்று கேட்டாள்."

"பகன் காயத்துக்கு வைத்தியம் பார்ப்பான். ரொம்ப திறமைசாலி."

"மாதாங்கிக்கும் முடியும். மாதங்கி அசாதரணமானவ, அவ மாதிரி இனிமே பாக்க முடியாது. நான் அம்மாவ மதிக்கல; அவ பேச்ச கேக்கல, அவ உத்தரவ மீறி எத்தனையோ காரியங்கள் செய்திருக்கேன். இன்னைக்கு காடும், நதியும், ஆகாயக்கடவுளும் எனக்கு தண்டண கொடுத்திருக்கு, என்ன பகன் கிட்ட அழச்சிட்டுப் போங்க. நான் குணமாக விரும்பறேன். ஏ, வெளிநாட்டவனே, மாதங்கியோட ஒடம்ப எரிச்சிடு, நதில மொதக்க விட்டா மீனுங்க அவ ஒடம்ப பிடுங்கித் தின்னும். அவ உருவம் கோரமாயிரும். என்னால அத தாங்கிக்க முடியாது."

நிமேஷ் மறுபடியும் அவனைத் தூக்கிக் கொண்டு போனான்

"என்னால நடக்க முடியும், எனக்கு வழி மட்டும் காட்டினா போதும்" என்று சொல்லிவிட்டு ரங்கா நடக்கத் தொடங்கினாள். இருந்தும் கூட நிமேஷ் முன்னுக்குச் சென்று அவளைத் தூக்கி அவள் கன்னத்தில் தன் உதடுகளை உரசினான். கண் சிமிட்டும் நேரத்தில் அவன் கையிலிருந்து

துள்ளிக் குதித்து இறங்கிய ரங்கா தீப்பொறி பறக்கும் கண்களால் அவனைப் பாாத்தாள்.

“எனக்கு விருப்பம் இல்ல, இல்ல, இல்ல!” என்று சொல்லி விட்டுத் தன் கையில் நிமேஷின் உதடு உரசிய கன்னத்தைத் துடைத்துக் கொண்டாள், முகத்தில் அருவெறுப்பைக் காட்டி,

“நாத்தம் அடிக்கிற கெட்ட புத்தி வெளிநாட்டான். தானியத்துக்காக எங்கள தாக்கினீங்களா? அம்மாவ கொன்னீங்களா? தானியம் என்ன தனிப்பட்ட சொத்தா? நாங்க பயிர் செய்யற மொறய கத்துக்கிட்டிருக்கோம், நீங்களும் கத்துக்கலாமே” என்றாள்.

“கத்துக்க விரும்பினா மாதங்கி விட்டிருப்பாளா?”

“ஏன்? ஒங்களோட மதுராவுந்தான் தலைவி. நீ மனுஷங்கள வெட்டிக் குவிச்சதிலேர்ந்து நீ பெரிய வீரன்னு தெரியுது. ஆனா அதே சமயம் நீ என்ன ரகசியமா பின் தொடர்ந்து வந்து தானியத்த பத்திக் கண்டு பிடிச்சதுலேர்ந்து நீ கெட்டவன்னு தெரியுது. தண்ணி, பயிறு, வெதை, கதிரோட அசைவு இதையெல்லாம் பார்த்து தான்யா நதியோட ரகசியத்த தெரிஞ்சிக்க ஒனக்கு பகுத்தறிவு இல்ல. எங்க எல்லாரையும் இப்டி... மாதங்கியே! அம்மாவே! சொல்லிக் கொண்டிருக்கும் போதே அவளுக்குத் தொண்டையை அடைத்தது, அவள் தன்னிரு கைகளாலும் நிமேஷின் மார்பில் குத்தத் தொடங்கினாள்.”

“கெட்டவங்க வெளியாளுங்க. இங்கேர்ந்து போயிடுங்க, என்ன பகன் கிட்ட அழச்சிட்டுப் போக வேண்டிய தேவ இல்ல. நான் மானோட தோழி. காட்டுக்குள்ள உள்ளே உள்ளே போக முடியும், என்னோட மருந்த நானே தேடிக்கிறேன். போ! போன்னு சொல்றேன்!”

நிமேஷ் நிதான புத்தியுடையவன், மென்மையான குரலில்

“நான் வழிகாட்டறேன். நீ என்னோட வா. சூரியன் மறையறதுக்கு முன்னால பகன் ஒன்ன கொணப்படுத்திடுவான்,” என்றான்.

ஆனா ரங்கா திரும்பிப் பார்க்கவில்லை. சுட்டெரிக்கும் கண்களால் நிமேஷைப் பார்த்துவிட்டுக் காட்டுக்குள் சென்று மறைந்து விட்டாள். வெகுநேரம் அந்த திசையை பார்த்துக் கொண்டு காத்திருந்தான் நிமேஷ். அவள் மென்மையானவள் என்று அவனுக்குத் தோன்றியது.

மென்மையான பெண்ணை அவனுக்குப் பிடிக்கும். ஆனால் பெண் முழுக்க முழுக்க மென்மையானவளாக இருப்பதில்லை. குழந்தையைச் சுமப்பதாலும், படையை நிர்வாகம் செய்வதாலும், வேட்டை ஆடிக் கிடைத்த விலங்கு மாமிசத்தைப் பங்கு போடுவதாலும் மிகவும் கர்வம் பிடித்தவர்களாக இருந்தார்கள். ஒரு சமயம் சுற்றிலும் ஓரிடத்திலும் தண்ணீர் கிடைக்கவில்லை. தொண்டை வறண்டு உயிர் போகும் நிலை அப்போது மதுரா தன் மார்பகத்திலிருந்து பாலெடுத்து அவர்களுக்கு கொடுத்தாள். இன்னும் பல பெண்களுக்கு மார்பு நிறைய பால் இருந்தது. அவள் எல்லாருடைய தாகத்தையும் தணிக்க உத்தரவிட்டாள். அதன்பின் அவர்கள் ஒருவருக்கொருவர் தண்ணீர் தாகத்தைத் தணித்துக் கொண்டார்கள். தேவதைகளான ஆகாயம், நீர், மண், காடு எல்லாம் இந்தப் பெண்களுக்கு எத்தனை சக்தியைப் கொடுத்திருக்கின்றன! ஏன் கொடுத்திருக்கின்றன என்று யோசித்துப் பார்த்தால் வியப்பாக இருந்தது. அவங்களைப் பின்தொடர்ந்து போனால் அவள் வெறுப்பு இன்னும் அதிகமாகும் என்று அவனுக்குத் தெரியும். அவளைப் போக வடுவதுதான் நல்லது. காயம் அப்படி ஒன்றும் ஆழமானது இல்லை. காற்றும், நீரும் அவள் காயத்தை ஓரளவுக்குக் குணப்படுத்திவிட்டது. அவனே சில பச்சிலைகளை அரைத்துக் காயத்தில் போட்டிருந்தான். அவளுக்கு வேறு ஏதாவது மருந்து தெரியுமென்றால் அவள் தன் முயற்சியிலேயே பிழைத்து விடுவாள். அவன் காட்டிலிருந்து நிறைய கட்டைகள் கொண்டு வந்து அவற்றின் மேல் மாதங்கியின் பெரிய உடலை இழுத்துப் போட்டான். உடலின் மீது தழைகளை அள்ளிப் போட்டான். கற்களை உரசி நெருப்பு உண்டாக்கிப் பிணத்திற்குத் தீ வைத்தான். நடு நடுவே கட்டைகளை எடுத்துப் போட்டான். சற்றே நேரத்தில் உடல் இல்லாமல் போய் விட்டதைப் பார்த்து நிமேஷுக்கு ஆச்சரியமாக இருந்தது. அவர்கள் பிணத்தை நதியில் தூக்கி எறிந்து விடுவார்கள். வன விலங்குகள் நடமாட்டம் இருக்கும் இடத்தில் பிணத்தைப் போட்டு விட்டு வந்து விடுவார்கள். ஆனால் இந்த முறை அவனுக்குப் பிடித்திருந்தது. இரவு வெகுநேரம் கழித்து மதுரா வந்து மரத்தடி சுத்தமாக இருப்பதைப் பார்த்து மகிழ்ச்சி அடைந்தாள். சந்திரன் நடு வானிலிருந்து சரியத் தொடங்கி இருந்தது. நிலம் நிலவொளியில் மூழ்கி இருந்தது. மென்மையான காற்றில் இலைகள் அசைந்தன. தூரத்தில் தன்யா நதியின் ‘சலசலப்பு’ சத்தம் கேட்டது. மதுரா குதிரையிலிருந்து தாவி இறங்கி நிமேஷை முரட்டுத்தனமாக இழுத்துத் தன் மார்போடு கட்டிக் கொண்டாள். பிணம்

எரித்த இடத்திலிருந்து சற்று தூரத்தில் அவர்கள் கிடந்தார்கள். மதுராவுக்குத் திருப்தி ஏற்படும் வரை நிமேஷுக்கு முயற்சி செய்ய வேண்டி வந்தது. அவள் அவனைப் பலமுறை 'படார்' என்று அடித்தாள். கடைசியில் பெண்ணின் சந்தோஷமான கூச்சல் ஒலியும் அதன் எதிரொலியும் தன்யா நதிக்கரையை நிறைத்த போது நிமேஷுக்கு விடுதலை கிடைத்தது.

உடலுறவு கொண்ட போது பெண் புலியைப் போல ஆண் கழுத்தைக் கவ்விக் கொண்டிருந்தாள் மதுரா.

"நிமேஷ், நிமேஷ், நீ இன்னும் பலமுடையவனாகு, சிங்கத்தைப் போல வீராமுடையவனாகு! ஒன்னால என்ன மொத தடவையிலேயே திருப்தி படுத்த முடியும். ஏன்னா நம்ம குழுவுல ஒன்ன மாதிலி ஆம்பள யாரும் இல்ல."

அவள் இடைவிடாமல் செல்லமாகவும் கோபமாகவும் ஏதோதோ பேசிக் கொண்டே போனாள். ஆனால் நிமேஷுக்கு எவ்வித மகிழ்ச்சியும் இல்லை. ஏனென்று தெரியவில்லை. மற்ற சமயங்களில் மதுராவின் திடமான மார்பகங்களில் அவன் அழுத்தப்பட்ட உடனேயே அவன் இரு கால்களுக்கு இடையே உள்ள உறுப்பு வாளைப்போல ஆகிவிடும். ஆனால் இன்று அவனுடைய பிரியமான அந்த உறுப்பு 'ஏனோ தானோ' வென்று இருந்தது. புறாவைப் போல் கொத்திக் கொத்தி அவனுக்கு முத்தம் கொடுத்துவிட்டு அவனை விடுவித்தாள் மதுரா.

"நீ என்னுடையவன் போ, ஓடு இப்ப, இந்தப் புணர்ச்சி எனக்கு சந்தோஷமா இருந்திச்சி" என்றாள்.

சர்வமங்களா

சர்வமங்களா எஜமானியம்மாவின் உடல் எண்பது ஆண்டுகளுக்குப் பிறகு அலங்கரிக்கப்பட்டிருந்தது. வெண்பட்டுப் புடவையில் மெல்லிய அரக்கு நிற பார்டர். அன்னை சாரதா உடுத்தி இருந்ததைப் போன்ற புடவை. கழுத்தில் பூமாலை. முழு உடலும் பூவால் மூடப்பட்டிருந்தது, நெற்றியில் சந்தனத்தால் அலங்காரம் செய்யப்பட்டிருந்தது. அவளுடைய நரைமுடி நான்கு புறமும் அழகாக விரிக்கப்பட்டிருந்தது, ரஞ்சாவின் மாமியர் சின்ன சின்னப் பூக்களால் தலைமுடியை அலங்கரித்திருந்தனர்.

மாமிகள் என்றால் ஏழு மாமியரில் மிஞ்சி இருந்த மூன்று மாமிகள். நான்கு பேர் ஒவ்வொருவராக இறந்து விட்டனர். மாமாக்களும் பெரும்பாலானோர் இறந்து விட்டனர். இரண்டு மாமாக்கள் ‘இதோ அதோ’ என்று இழுத்துப் பறித்துக் கொண்டு கிடந்தார்கள். சர்வ மங்களாவை பகல் நேரத்திலும், இரவு நேரத்திலும் பார்த்துக் கொண்ட இரண்டு ஆயாக்களும் நீர் நிறைந்த கண்களுடன் அங்கே உட்கார்ந்திருந்தார்கள். நினைத்தால் அவர்களால் அழ முடியும். சாவு வீட்டில் அழாமல் இருக்கக் கூடாது என்பது போல் அவர்கள் இருவரும் கூலிக்கு மாரடிப்பது போல் அழுது தீர்த்தார்கள். ரஞ்சாவின் அம்மா வேதவதி பேசாமல் நின்று கொண்டிருந்தாள். யாரோ ஒரு நாற்காலியை இழுத்துப் போட்டார்கள். அவளுடைய அண்ணி,

“வேதா ஒக்காரு” நின்னுக்கிட்டே இருந்தா ஒன்னால ஏதாவது பண்ண முடியுமா என்ன?” என்றாள்.

வேதவதி உட்கார்ந்தாள். வேதவதி கொண்டு வந்திருந்த புடவையைத்தான் அவள் அம்மாவின் உடலில் போர்த்தி இருந்தார்கள். இப்போது உயிருடன் இருக்கும் கிழவியின் மக்களுள் அவள்தான் பெரியவள். இல்லை, அவள் ஒன்றும் செய்ய விரும்பவில்லை. அம்மாவின் ஆரோக்கியம் கொஞ்சம் கொஞ்சமாக குறைந்து வந்த போது ஏதாவது செய்திருக்கலாமோ என்று யோசித்தாள். தான் அம்மாவைச் சரியாகக் கவனிக்கவில்லையோ என்று நினைத்தாள்; இறந்தவரின் நெருங்கிய உறவினர்களின் மனதில் இந்தக் கேள்வி எழத்தான் எழும்.

“வைத்தியம் செய்ய சமயம் கிடைக்கல, அம்மாவுக்குப் பணிவிடை செய்ய முடியாம போயிடிச்சி” இம்மாதிரியான பேச்சுக்களை சாவு வீட்டில் கேட்கலாம். வைத்தியம் செய்ய வாய்ப்பு கிடைத்திருந்தால் பெருஞ்செலவு, மனக்கவலை. மேலும் கடுமையான நோய் ஒரு சிகிச்சையில் குணமடைவதில்லை. மீண்டும் மீண்டும் நோயாளிக்குக் கஷ்டம்; மற்றவர்களுக்குக் கவலை, பணவிரயம், எல்லாம்தான். பணிவிடை செய்வது? பணிவிடை செய்யப்படுபவரும், செய்பவரும் தினம் தினம் மனதிற்குள் என்ன வேண்டிக் கொள்வார்கள்? இதை உரத்துச் சொல்லமுடியுமா?

வேதவதியால் மட்டுமல்ல, வேறு யாராலும் எதுவும் செய்திருக்க முடியாது. வயோதிகம்தான் அவள் நோய். வயோதிகத்தின் காரணமாக அவள் உடல் உறுப்புகள் ஒவ்வொன்றாகச் செயலிழந்து வந்தன. சர்வ மங்களாவுக்கு மறதி நோய் வந்து பல வருடங்களாகி விட்டன. வேதவதிக்கு இப்போது ஆகும் வயதிலேயே சர்வமங்களாவுக்கு மறதி நோய் ஆரம்பமாகி விட்டது. ஒரு நாள் அம்மா ஞாபகமறதியுடன் பேசுவதை வேதவதி கண்டுபிடித்தாள்.

“பேத்தி புருஷன் முந்தாநா வந்திருந்தான்; ரொம்ப சந்தோஷமா இருந்திச்சி”

“பேத்தி புருஷனா?”

“அதான்டி, ஒன் ரஞ்சாவோட புருஷன்”

“சுபீரா? இங்கே வந்திருந்தாரா?”

“மருமகளுங்க அவனுக்குப் பூரியும் அதோட மாமிசமும் சமைச்சுக் கொடுத்தாங்க, எனக்கு நமஸ்காரமும் செஞ்சான். ரொம்ப சந்தோஷமா இருந்திச்சி”

வேதவதி வாயடைத்து உட்கார்ந்திருந்தாள். சுபீர் யாருக்கும் நமஸ்காரம் செய்வதில்லை. மாமியாரின் பிறந்த வீட்டில் எப்போதோ அவரை அவமானப்படுத்தி விட்டார்கள் என்று அவர் அந்த வீட்டு வாயிற்படியை மிதிப்பதில்லை. இருந்தாலும் அவள் தன் அண்ணிகளிடம் விசாரித்தாள். அவர்களுக்கு வியப்பு. “சுபீரா! பூரியா! வேதா நீயும் ஒருத்தி! அம்மாவுக்கு மறதி நோய் வந்திருக்கு! அவங்க தன் கற்பனை உலகத்துல வாழ்ந்துக்கிட்டிருக்காங்க.”

அவளுடைய அண்ணன்மார்களின் பேரன் பேத்திகள்,

“பாட்டி, நீங்க கத எழுதுங்க, நல்லா கத கட்றீங்க” என்று பாட்டியை கிண்டல் செய்வார்கள்,

அம்மா மலங்க மலங்க விழித்தாள்.

“சுபீர் வரலையா? அப்ப வந்தது யாரு? எனக்கு மாம்பழம் யாரு கொடுத்தாங்க? மூணாவது மருமக மாம்பழத்த தோல் சீவினோளே! இப்பக்கூட என் நாக்குல அந்த ருசி இருக்கு”

வேதவதிக்கு நன்றாகப் புரிந்துவிட்டது. இது கனவுக் கற்பனை. மூன்றாவது அண்ணி ப்ரமீளா அனுசரணையுடன் மாமியாருக்கு மாம்பழம் தோல் சீவிக்கொடுப்பவளில்லை.

ஏழு மருமகள்களில் ப்ரமீளா தான் மிகவும் சண்டைக்காரி. மாமியாரின் முகத்துக்கு எதிரே வெட்கமில்லாமல் கடும் வார்த்தைகளை பேசுவதற்கு தயங்க மாட்டாள்.

“பூரியும் பாயசமும் சாப்ட ஆசையா? இன்னும் எத்தன சாப்டுவீங்க அம்மா? மூணு மகன்கள் ரெண்டு மருமகள்கள் விழுங்கியாச்சு இதுக்கு அப்பறம் பூரியும் பாயசமுமா? நீங்க கழிஞ்சு வச்சா யாரு சுத்தம் செய்வாங்க? எந்த மருமக செய்வா? அவங்கவங்க கடமையை பிரிச்சுக் கொடுத்திருங்க அம்மா,”

இதெல்லாம் வேதவதி இருக்கும் போது நடந்தது. மூன்றாவது அண்ணி ‘தம்தம்’ என்று அங்கிருந்து போனாள். மூன்றாவது அண்ணா இறந்த பிறகு அவளுக்கு மூளை மழுங்கிவிட்டது. அண்ணா இறந்ததற்கு அம்மா என்ன செய்வாள்? இரவும் பகலும் மகனின் தலையில் ஐஸ்பையை வைத்துக்கொண்டு உட்கார்ந்திருந்தாள். அவனும் போய்விட்டான், ராசி இல்லாத கிழவி மகனை விழுங்கிவிட்டு உட்கார்ந்திருந்தாள்.

சர்வமங்களாவுக்கு நினைவு முற்றிலும் தப்பிவிடவில்லை, தன் மகனின் மரணத்திற்காகத் தன் மீது போடப்பட்ட பழியைக் கேட்டு கொதித்து எழுந்தாள்.

“மருமகளே, இப்ப நான் ஒன்ன ராசிகெட்டவன்னு சொல்லட்டுமா? கிராமத்துலேர்ந்து பொண் எடுத்தது தப்பா போச்சு, வாய்க்கு வந்தபடி பேசுற, இதக்கேளு, ஒன்னோட துக்கம் என்னன்னு எனக்குப் புரியுது, கலர் பொடவக் கட்டிக்க, வெள்ளை உடுத்த வேண்டாம். நகைகளை கழட்ட வேண்டாம், இது ஒன் மாமியாரான என்னோட உத்தரவு, நீ மீன் சாப்டறத யாரும் தடுக்கக்கூடாது (வங்காளத்தில் விதவைகள் மீன் சாப்பிடுவதில்லை), யாராவது தடுத்தாங்கன்னா என்னோட இந்த மக செத்துப் போயிடுவா”

‘நாசமாப் போச்சு, மகன முழுங்கியாச்சு; மகளையும் முழுங்கணுமா!’ அப்போது எல்லார் மனதிலும் எழுந்த எண்ணம் இதுதான்,

ஆனால் இன்று வரை மூன்றாவது மருமகள் மீன் சோறு சாப்பிடுவதில் எவ்வித தடையுமில்லை. மற்ற எல்லா மருமகள்களும் விதவைக்குரிய கட்டுப்பாடுகளை கடைபிடித்தார்கள். ஆனால் மூன்றாவது மருமகளைப் பொறுத்தவரை மாமியாரின் மீற முடியாத கட்டளை இருந்தது. மூன்றாவது மருமகள் பார்ப்பதற்கு அழகாக இருந்தாள்; நல்ல சிவப்பு நிறம்; பெரிய கண்கள்; தீர்க்கமான மூக்கு. வேதவதிக்கு இந்த அழகு பிடிக்காது. 'அழகு இருந்து என்ன! விஷப்பாம்பு அவள். வார்த்தைகளால் விஷத்தைக் கக்கி குடும்பத்தைப் பொசுக்கி விடுவாள். அவள் விரும்பியதெல்லாம் அவளுக்கு கிடைக்க வேண்டும். துணிமணி, நகை கிடைக்கவில்லை என்றால் கணவனுக்கு நரகத்தை காட்டிவிடுவாள். சாப்பாட்டு விஷயத்தில்,

"என்னோட அப்பா, சித்தப்பா எல்லாரும் ஜமீன்தாருங்க. மத்தவங்க சாப்பிட்ட மிச்சத்த சாப்பிட்டு எனக்குப் பழக்கமில்ல. அதனால என்னோட சோறு காய்கறியெல்லாம் தனியா எடுத்து வச்சிடுங்க. மீன் இல்லாம என்னால சாப்ட முடியாது. சாப்பாட்டுக்கு அப்புறம் எனக்குப் பால் வேணும்," என்பாள். நன்றாகச் சாப்பிடவும் சாப்பிடுவாள்.

"என்னோட அம்மா, அப்பா பாத்து பாத்து வளத்திருக்காங்க. ஏழு மகன்களுக்கு அப்பறம் நான் ஒரே மகள். செல்லமா வளர்ந்திருக்கேன் நான் அப்படித்தான் இருப்பேன். நான் விரும்பியதை கொடுக்க முடியாட்டி நான் என் பொறந்த வீட்டுக்குப் போயிடுவேன்."

பெண்கள் சட்டியில் மிஞ்சி இருப்பதைச் சாப்பிடுவார்கள். மீன் கிடைக்காது. தோலும் எலும்பும் உண்டு. சமங்கலிக்குரிய தருமத்தைக் காக்க வேண்டும். குழந்தைகள், வயதானவர்கள், ஆண்கள் ஆகிய இவர்களுக்கு மட்டும் தான் பால் கிடைக்கும். இதுதான் அந்நாட்களில் ஒவ்வொரு வீட்டிலும் கடைபிடிக்கப்பட்டு வந்த விதி. நல்ல உணவுப் பண்டங்களை முதலில் ஆண்களுக்குத்தான் கொடுக்க வேண்டும். இவ்விஷயத்தில் ப்ரமிளா வீட்டை இரண்டு படுத்தி விடுவாள். வரப்போகும் மருமகளின் வீட்டிலிருந்து சீர் வரிசை வந்தபோது ப்ரமீளா முதலில் ஒரு பெரிய தட்டு சைஸில் இருந்த கீர் மோகனை (ஒரு வகை இனிப்பு) எடுத்துக் கொண்டாள். அப்போது மாமியார்,

"இது என்ன செய்யற? சீர் பண்டங்கள பங்கு போடணும். கீர் மோகன மூணு பங்கு போடனும். நம்ம வீட்டுக்கு ஒரு பங்கு. அப்பறம்

இந்தப் பக்கத்து வீட்டுக்கும் அந்தப் பக்கத்து வீட்டுக்கும் ஒறவுக்காரங்களுக்குக் கொடுக்கணும்,'' என்றாள்.

“என்னோட அப்பா அம்மா மொதல்ல எனக்குப் பிடிச்சத எடுத்துக்கச் சொல்லுவாங்க. அது பொடவையா இருந்தாலும் சரி, பட்சணமா இருந்தாலும் சரி. இப்ப ஒங்கள என் அம்மாவா நெனைக்கிறேன். நீங்க கொடுக்கலைன்னா வேற வழி இல்லாம நானே எடுத்துக்க வேண்டி இருக்கு. என் பொறந்த வீட்லேர்ந்து வர வெல்லம், காய்கறியெல்லாம் எல்லாரும் மூக்க பிடிச்சிக்கிட்டுத் திங்கலையா? ''

சாப்பாட்டு ராமி, மூதேவி என்று எதையாவது சொல்லி மூன்றாவது மருமகளின் வாயை அடைக்க முடியாது.

அந்த மூன்றாவது அண்ணிதான் இன்று ஒரு தம்ளர் சர்பத் கொண்டு வந்திருக்கிறாள்.

“இந்தா குடி, எனக்கும் ஒனக்கும் வயசு கொஞ்சமா ஆகல. சாவு வீட்ல யாரும் இதையெல்லாம் கவனிக்க மாட்டாங்க''

பல் கட்டிக்கொண்டிருப்பதால் மூன்றாவது அண்ணியின் சில உச்சரிப்புகள் தெளிவாக இருக்காது,

“வா, அண்ணி உள்ள போகலாம்.''

“ஏன், வேதா, எல்லார் முன்னாலேயே குடிக்க வெக்கமா இருக்கா? நமக்கு எண்பது வயசாயிடிச்சி. இனிமே யாரும் நம்ம திரும்பிப் பாக்க மாட்டாங்க. ‘என்ன, நீங்கல்லாம் பாப்பீங்களா?’ குடி வேதா. அம்மா வோட ஆத்மா குளிரும், ‘என்னோட மக சாப்டறா’ இனிமே மகளேன்னு கூப்டறதுக்கு யாரும் இல்ல''

மாமியாரின் பாதத்தில் தலை வைத்து வணங்கினாள் மூன்றாவது அண்ணி,

“எத்தனையோ பேசக்கூடாதது பேசி இருக்கேன் அம்மா. என்ன மன்னிச்சுடுங்க.'' மூன்றாவது அண்ணியின் கண்களிலிருந்து இரண்டு சொட்டு கண்ணீர் வெளிப்பட்டன.

மூன்றாவது அண்ணியின் எள்ளும் அரிசியும் கலந்தது போன்ற முடி முதுகில் புரண்டது. அவள் வேதவதியை விட சில மாதங்கள்

இளையவள். மாமியரை வணங்கி விட்டுக்கையை ஊன்றி எழுந்து நிமிர்ந்து நின்றாள். பளிச்சென்று துடைத்து விட்டது போன்ற முகம் நூல் வேலை செய்யப்பட்ட பச்சை நிற நூல் புடவையை நேர்த்தியாக உடுத்தி இருந்தாள். பிணத்தைக் கீழே இறக்கியபின் மூன்றாவது அண்ணி நல்ல புடவை உடுத்திக் கொண்டு தலைமுடியைக் கட்டிக் கொண்டு வெளியே வந்தாள்.

ரஞ்சாவுக்குச் சிரிப்பு வந்தது. ஆனால் இந்த மூன்றாவது மாமியைப் பற்றி அவளுக்கு எப்போதுமே ஒரு சந்தேகம் உண்டு. அம்மா யாரையும் குறை கூற மாட்டாள். மூன்றாவது மாமியைக் கூடக் குறை கூறியதில்லை. ஆனால் மூன்றாவது அண்ணியை அம்மாவுக்குப் பிடிக்கவில்லை என்பது வெளிப்படை. மூன்றாவது மாமியை ஆதரித்து ரஞ்சா ஏதாவது சொன்னால் கேட்பாள்; இடையிடையே தலையை மட்டும் ஆட்டுவாள்.

“சரி அம்மா, கிராமத்துப் பணக்கார வீட்டுலேர்ந்து வந்த செல்லப் பொண்ணு அவ, நாக்க அடக்கத் தெரியாது. குட்டிச்சுவராக்கப்பட்ட பொண்ணு. புகுந்த வீட்டுக்கு வந்து மாமியார் எல்லாத்தையும் பகிர்ந்து கொடுக்கிற போது அவளுக்குப் பிடிக்காம போயிடுது. மத்த மருமகங்க வாய மூடிக்கிட்டு ஏத்துக்கறாங்க; ஆனா பின்னால போயி பொருமித் தீக்கறாங்க. ஆனா மூணாவது மாமி மொகத்துக்கு நேரா போர்க்கொடி தூக்கறாங்க; தனக்குக் கெடைக்க வேண்டியதை பிடிங்கிக்கறாங்க, கொடுக்காட்டி பிடிங்கித்தான் ஆகணும் இல்லையா?”

பிடுங்கிக் கொள்ளுதல் என்னும் மொழிப் பிரயோகமே கொஞ்சம் கடுமையானதுதான்.

“அம்மா புன்னகையுடன் சிந்தனை அப்பிய முகத்துடன் தலையை ஆட்டி,

“ரஞ்சா, ஒனக்கு ஒண்ணு தெரியுமா? இந்தப் பொண்ணுங்களுக்கு ஜய மங்கள வாரம், ஈது, சீதளா சஷ்டி, சாப்டா சஷ்டி போன்ற விரதங்கள் வச்சிருக்கிறதே அவங்க நல்லா சாப்டணும்னுதான்னு எனக்குத் தோணுது. ஜயமங்களா விரதத்துல மாம்பழம், ஈது விரதத்துல குளிர்கால ஆரம்பத்துல புதுசா மொளைச்ச காய்கறிகள நிறைய நெய் விட்டுச் சமைச்சுக் கொடுப்பாங்க. சீதளா சஷ்டி, சாப்டா சஷ்டிலயும் ஒண்ணும்

கொறைச்சல் இல்ல. வறுவல், பொறியல், தயிருன்னு அஞ்சு வகை சமையல் இருக்கனும்.” என்றாள்.

“அப்படியா! அப்ப துர்காஷ்டமி விரதம், ஜமாய் சஷ்டில (மருமகனை அழைத்து விருந்து வைக்கும் ஒரு பண்டிகை) பதினாறு வகை சமையல் செஞ்சிட்டு, மாமியார் பழம் மட்டும் தின்னுட்டு விரதம் இருப்பா. அதுவும் யாரோட நல்லதுக்காக? ஒரு நாளும் அவளுக்கு மகன் ஆகாத மருமகனுக்காக. அம்மா என்ன சிரிக்க வைக்காதீங்க.”

“பழம் தின்றது. நல்லது தான? பழம் தின்னா ஒடம்பு ஆரோக்கியமா இருக்கும். பழமும் பாலும் எல்லா விதச் சத்தும் கொடுக்கும், அதனாலதான் பொண்ணுங்க அதிக நாள் வாழறாங்க.”

“அப்டி அதிக நாள் வாழறதால எந்த...”

அர்த்தமும் இல்லை என்று சொல்லப் போன ரஞ்சா தன்னைக் கட்டுப்படுத்திக் கொண்டாள். அப்படி என்றால் அவள் அம்மா அதிக நாள் வாழ்வதில் அர்த்தமில்லை என்பதாகி விடும்; ரஞ்சாவுக்குத் தன்னைத் தானே அறைந்து கொள்ள வேண்டும் போல் இருந்தது.

அம்மா ரஞ்சாவை மென்மையாகப் பார்த்தாள். ரஞ்சா நினைத்ததை விட அவள் அம்மா புத்திசாலி; அசாதாரனமான புத்தி சாதுர்யம் உடையவள். மனபலமும் புத்திகூர்மையும் உடைய பெண் தன் விவேக அறிவை எளிதாக வெளிப்படுத்துவாள். குடும்பத்தில் மற்றவர்கள் அவளுக்குப் பெரிய எஜமானி, ஜட்ஜ் அம்மா, சர்வாதிகாரி என்றெல்லாம் பெயர் சூட்டினால் கூட அவள் தன் நிலைமையத் திறமையாகத் தக்க வைத்துக் கொண்டு, மற்றவர்களுக்கு நல்லது செய்தாள் அவள் பாட்டி சர்வமங்களாவைப் போல் அறிவாளியாக இருந்தும் மென்மையான குணமும் அடக்கமும் உடையவர்கள் சாதுர்யத்தைக் கொண்டார்கள். ‘எனக்கு ஒண்ணுமே தெரியாது; நான் அப்பாவி’ என்று தங்களைக் காட்டிக் கொண்டு பின்புலத்திலிருந்து எல்லாம் நடத்துவார்கள். வேதவதி அந்த வகையைச் சேர்ந்தவள். ரஞ்சாவுக்கு சிறுவயதில் நடந்த ஒரு சம்பவம் நினைவுக்கு வந்தது. அப்போது அவள் அக்கா மஞ்சுலிகா ஓர் இளம் நங்கை. அக்கா நல்ல நிறம்; அவளுக்கு நீண்ட முடி; உடலில் இளமையின் உச்சகட்ட அழகு, அதே சமயத்தில் மனதில் உச்சகட்ட உணர்ச்சி வேகம். அவளுக்கு அந்தப் பகுதியைச் சேர்ந்த ஓர்

இளைஞனிடம் காதல் ஏற்பட்டது. இது ஏதோ துர்கை பூஜை சமயத்தில் ஏற்படும் ஒரு தற்காலிக காதல் உணர்ச்சி என்று தான் எல்லாரும் நினைத்தார்கள். ஆனால் அவள் அண்ணன் சஞ்சய் ஒருநாள் வந்து,

"மஞ்சு ரமேனோட ஊர் சுத்தறா" என்று அறிவித்தான்.

"நீங்க யாரும் அவள ஒண்ணும் சொல்ல வேண்டாம்" என்றாள் அம்மா.

"அப்டீன்னா?"

"ஆமாம்பா, இந்த விஷயத்த கவனிக்கறது என்னோட பொறுப்பு, அப்பா காது வரைக்கும் இது போகாம இருக்கட்டும். என்ன செய்யலாம்னு நான் பாக்கறேன்."

ரஞ்சாவுக்கு முழு விசயமும் தெரியும். அம்மா என்ன செய்யப் போகிறாள்; என்ன சொல்லப் போகிறாள் என்பதை அறிய ஆவலாக இருந்தாள். அன்று மஞ்சு தன் காதலின் பயத்தில் தூங்கவில்லை, ரஞ்சா தூங்கி விட்டாள் என்று அம்மா நினைத்தாள்.

"மஞ்சு" என்று மெதுவாக அழைத்தாள்.

"ஊம்"

"ஒன்கிட்ட ஒரு விஷயம் சொல்லனும்."

"நீ என்ன சொல்லப் போறேன்னு தெரியும் அம்மா, என்ன மன்னிச்சிடு அம்மா. நான் ரமேனைத் தவிர வேற யாரையும்... "

"இல்ல, இல்ல. நான் அதப்பத்திச் சொல்ல வரல. காதல் விஷயத்துல யார் குறுக்கீடும் இருக்கக்கூடாது. நீ உண்மையிலேயே அவன காதலிச்சேன்னா நானே முன்னால நின்னு ஒன் கல்யாணத்த முடிச்சு வைப்பேன், நீ ஒரு பொண்ணுக்கு சக்களாத்தியா இருக்க வேண்டி வந்தாக்கூட"

"அப்டீன்னா"

"இல்ல, ரெண்டாவது கல்யாணம் இப்ப சட்ட விரோதமா இருந்தாலும் பலபேர் பண்ணிக்கறாங்க; மொதல் கல்யாணத்த மறைச்சி வச்சிடறாங்க"

“அப்ப?”

“வாழத்தோட்டம் குடியிருப்புல இருக்கற யமுனாவோட அவனுக்குப் போன வருஷத்திலேர்ந்து பழக்கமாம், யமுனாவோட அம்மா சொன்னா. காளிகாட் கோவில்ல அவ நெத்தில சிந்தூர் இட்டானோ என்னவோ யாருக்குத் தெரியும்? அந்தக் கல்யாணம் சட்டப்பூர்வமானது இல்ல. யமுனாவோ அவ அம்மாவோ ஒண்ணும் செய்ய முடியாது. நான் என்ன நெனைக்கறேன்னா...” அம்மா தன் பேச்சை முடிக்கவில்லை.

சில நாட்களுக்குப் பிறகு ரமேனும் அவன் சகாக்களும் மஞ்சுவின் தம்பி ரஞ்சனைத் தெருவில் அசிங்கப்படுத்தினார்கள்.

அன்று ரஞ்சன் வீடு திரும்பிக் கொண்டிருந்தான்.

“ஏய், சின்ன சம்பந்தி, என்ன பத்தி இல்லாததையும் பொல்லாததையும் சொல்லிக்கிட்டுத் திரியறயா? நான் அடிக்கற அடில ஒரு எலும்பு பாக்கி இல்லாம எண்ணி வெளில எடுத்து வச்சிடுவேன். அப்புறம் உயிரோட இருக்கற வரைக்கும் சொந்தக் காலால நடக்க முடியாது, நெனப்புல வச்சிக்க.” என்று ரமேன் இன்னும் என்னென்னவோ வாய்க்கு வந்தபடித் திட்டித் தீர்த்தான். ரஞ்சன் அழுதபடி வீட்டுக்கு வந்து தன் பிரியமான அக்காவான மஞ்சுலிகாவிடமே “என் எலும்பெல்லாம் ஒடைச்சிடுவானாம்” என்றான்.

ரஞ்சனுக்கு விஷயம் ஒன்றுமே தெரியாது. மஞ்சுலிகா பேசாமல் இருந்தாள். ஒரு வாரம் அவள் வீட்டிலிருந்து வெளி போகவில்லை. அதன்பின் மூன்று நாட்கள் காலேஜுக்குப் போனாள்; நான்காவது நாள் வீடு திரும்பி, “அம்மா, எனக்கு தெருவுல போறதுக்குப் பயமா இருக்கு. ஆசிட் பல்ப எறிவேன்னு பயமுறுத்துறான்” என்றாள்.

பாக்பஜாரில் அம்மாவின் பிறந்த வீட்டில் மஞ்சுலிகாவின் திருமணம் நடந்தது. திருமணமாகி முதல் பன்னிரண்டு ஆண்டுகள் அவள் அமெரிக்காவில் இருந்தாள்.

இப்போது தேபேஷ் அண்ணாவுக்கு (மாஷாவுக்கு) தில்லியில் வேலை. மஞ்சுலிகா அங்கே இருக்கிறாள். மயூர்விஹாலில் வீடு வாங்கி இருக்கிறாள். கூடிய விரைவில் தேபேஷ் ரிடையர் ஆகிவிடுவார்.

சர்வ மங்களாவின் சவத்தைப் பார்த்த ரஞ்சாவின் மனதில் 'இந்தப்பாட்டி' ஈஷாவின் கொள்ளுப்பாட்டி கொள்ளுப் பேத்தியின் திருமணத்தைப் பார்த்துவிட்டுப் போயிருக்கிறாள். என்ன அளவில்லாத உற்சாகம்! அவள் தன் நினைவில் இருந்த போது பாக்பஜார் வீட்டில் அவள் வார்த்தை தான் கடைசி வார்த்தை. எத்தனையோ கோடை விடுமுறைகளை அவள் மாமா வீட்டில் கழித்திருக்கிறாள். மாமாக்களின் மக்களுடன் கொட்டம் அடித்திருக்கிறாள்.

பாட்டியின் சாமான் அறையில் இருந்த ஊறுகாயைத் திருடித் தின்றிருக்கிறாள். பாட்டி மார்பில் ஒரு துண்டும் இடுப்பில் ஒரு துண்டும் கட்டிக்கொண்டு மாமிசம் சமைக்கும் அபூர்வக் காட்சி குழந்தைகளுக்கும் சிரிப்பை வரவழைக்கும். சின்ன மாமா, "அம்மா, நீ துண்டு கட்டிக்கிட்டு சமைச்சா நான் சாப்ட மாட்டேன்" என்பார்.

"என்ன செய்யலாம் அப்பா? ஒங்க அப்பா உசிரோட இருந்தா செவப்பு பார்டர் போட்ட வெள்ள பொடவ* கட்டிக்கிட்டுச் சமைச்சிருப்பேன், சமைச்சப்புறம் பொடவையை தொவைக்க வேண்டி இருந்திருக்கும். ஆனா இப்ப துண்டுதான் சரி."

பாட்டி மடி, விழுப்பு மிகவும் பார்ப்பாள். ஒரு நாளில் எத்தனை தடவை குளிப்பாள் என்பதில் கணக்கு கிடையாது, வெளியில் போய் விட்டு வந்தவர்கள், ரயில் பிராயாணம் செய்தவர்கள் யாராவது தொட்டால் குளியல், காலையில் பூஜை செய்வதற்கு முன்னால் குளியல், மதியம் சாப்பிட்டு விட்டுக் குளியல், மாலையில் வழக்கம் போல ஒரு குளியல், பேரன் பேத்தி யாரும் அவள் காலைத் தொட்டு வணங்குவதற்கு அனுமதி கிடையாது.

"ரஞ்சு, மஞ்சு எல்லாரும் இங்க வாங்க!"

பேரன் பேத்திகள் எல்லாரும் பாட்டியிடம் ஓடினார்கள். எல்லார் கையிலும் ஒரு ஆப்பிள் கொடுத்தாள் பாட்டி. பாட்டி இரவில் பழங்கள் மட்டும் சாப்பிடுவார் என்பதால் வீட்டில் எப்போதும் பழங்கள் இருக்கும். பாட்டியை பார்க்க வரும் உறவினர்கள் பழங்கள் எடுத்து வருவார்கள். தினம் ஒரு ஆப்பிள் தின்ன வேண்டுமென்று பாட்டிக்கு டாக்டர் உத்தரவு போட்டிருந்தார். தேவைப்பட்டால் வேக வைத்து தின்னலாம். ஆனால் ஆப்பிள் வெளிநாட்டுப் பழம். அதனால் பாட்டி பேரன் பேத்திகளுக்கு

ஆளுக்கொன்றாக ஆப்பிளைக் கொடுத்து விட்டுத் தன் பொறுப்பை முடித்துவிட்டுத் தன் புடவையைத் துவைப்பாள். தலைக்குத் தண்ணீர் விடாமல் குளித்தலைத் துணி துவைத்தல் என்பார்கள். வரவேற்பறையை 'வெளியறை' என்பார்கள். நவீன கால பட்சணங்களைத் 'திண்பண்டம்' என்பார்கள். ரஞ்சாவின் ஐந்தாவது மாமி ருசியான 'திண்பண்டங்கள்' செய்வதில் திறமைசாலி. இரவிலும் ஜனங்கள் உணவுக்காகக் கதவைத் தட்டுவார்கள். அந்தக் காலம் போய்விட்டது.

அந்தப் பாட்டி இப்போது கட்டிலில் சுடுகாட்டிற்குப் போவதற்காகப் படுத்திருக்கிறாள். கொஞ்சநாள் நினைவுப் படத்தில் இருப்பாள். அதன்பின் சமூக இதிகாசத்தின் பக்கங்களில் அவளுக்கு இடம் இருக்கும். 'அந்தக் காலத்துப் பெண்கள்' என்று யாராவது கட்டுரை எழுதுவார்கள். 'கடைசி கொள்ளுப்பாட்டி' என்று யாராவது பாட்டியின் ஹாஸ்யம், இனிமையான குணம் எல்லாம் எழுதுவார்கள்.

'ஹே! சர்வமங்களா!, நீ சமூகம் உருவாக்கிய ரத்தமும் சதையும் உடைய ஒரு பொம்மைப் பிரதிநிதி. உன்னுடைய தனிப்பட்ட தன்மை எதுவும் எனக்குத் தெரியாது. நீ அந்தக் காலத்து எல்லா மருமகள்களையும் போல் மாமியாரால் கொடுமைப் படுத்தப்பட்டவள். எல்லா மாமியார்களையும் போல் மருமகளுக்கு முள்ளாக இருந்தவள். எல்ல அம்மாக்களைப் போல் மகன்களிடம் பாசம், மகள்களைப் பற்றிப் பயம். நீ இருபத்து நான்கு பர்கானா (மேற்கு வங்காளத்தில் ஒரு மாவட்டம்) கிளை மொழியில் லூசி (பூரி) என்பதை நூசி என்றும் லங்கா (மிளகாய்) என்பதை நங்கா என்றும் உச்சரித்தாய். நீ ரேப்பை (லேப் - போர்வை) வெய்யிலில் காய வைத்தாய். லேபூ (எலுமிச்சம்பழம்) ஊறுகாய் போட்டாய். தினமும் உன்னுடைய அம்மியில் மஞ்சள், சீரகம், கொத்தமல்லி விதை, மிளகாய் ஆகியவற்றை அரைத்து நாலு உருண்டைகள் செய்து வைப்பாய். இவற்றுடன் புளி, வெல்லம் முதலியவற்றைச் சேர்த்து புகை படிந்த ஒட்டடை நிறைந்த சமையலறையில் அமுதமாகச் சமைப்பாய். அந்தணப் பிள்ளைகளைக் குருவின் மகன் என்று வணங்கினாய். பூணலின் மேல் உனக்கு மிகவும் பக்தி. அந்தப் பக்தியின் காரணமாக அவர்களுக்கு மீன் தலையும் பயத்தம் பருப்பும்

*வங்காளத்தில் வயதான சுமங்கலிப் பெண்கள் சிவப்பு பார்டர் போட்ட வெள்ளைப் புடவையை உடுத்துவார்கள்.

கொண்டு சமைத்து உன்னுடைய ஒன்றாம் நம்பர் அமுதத்தை அளித்தாய். (வங்காளத்தில் அந்தணர்களும் மீன் உண்பார்கள்) மீன் குறிப்பாக இலிஷ் மீன் (ஒரு வகை மீன்) தலையைக் கொண்டு புளி விட்டுச் செய்யும் சமையலில் நீ நிபுணி, உன்னுடைய குருவும் குருவின் மகனும் தட்டை வழித்துத் துடைத்து எறும்புக்கு மிச்சம் வைக்காமல் சாப்பிடுவார்கள். மௌரலா மீன் (ஒரு வகை மீன்) பரங்கிக்காய், கத்தரிக்காய் இல்லாவிட்டால் முள்ளங்கி போட்டு நீ செய்யும் புளிக்குழம்பை போல் யாராலும் செய்ய முடியாது.

ஹே! சர்வமங்கள மாங்கல்யே, சிவே, சர்வாத்சாதிகே!

நீ ரெண்டு வருஷத்துக்கு ஒரு தடவ குட்டி போட்ட, பால் கொடுத்தபடி வீட்டு வேலைகளை செஞ்ச, குடும்பச் செலவுகள சமாளிக்க நீ வரட்டி தட்டி வித்தத நான் கண்ணால பாத்திருக்கேன். மத்தியான வேளைல கிழிஞ்ச துணிகள வச்சு காதா (போர்த்திக் கொள்வதற்கு மெல்லிய மெத்தை) தச்சுக்கிட்டிருப்ப: அந்தந்த காலத்துல வத்தல், வடகம், ஊறுகாய் எல்லாம் போடுவ. இதெல்லாம் வீட்ல தீர்ந்தே போகாது. ஒன்னோட சின்னக் கையால நீ போட்டிருந்த சமையலறைத் தோட்டதோட புண்ணியத்தால தொடர்ந்து நாலஞ்சு நாள் மழ பேஞ்சாக் கூட யாரும் மாாக்கெட்டுக்குப் போக வேண்டாம். நீ உயிர் கொடுத்தவ மட்டுமில்ல, பாதுகாத்தவளும் நீயே. பணிவிடை செய்யறதுல ஒனக்கு இணை நீயே தான். தாத்தா, மாமாக்கள், மாமிகள் எல்லாரும் நோய் வாய்ப்பட்டுக் கெடந்த போது நீ கவனமா பணிவிடை செஞ்ச. அதே பணிவிடை எனக்கு அம்மை போட்டிருந்த போது கெடச்சிச்சு. எனக்கு மஞ்சளும் வேப்பிலையும் கலந்து தலைக்குத் தண்ணி விடற வரைக்கும் நீ எங்களோட டாலிகஞ்ச பழைய வீட்ல வந்து இருந்த. ஒன்னோட கடுமையான உழைப்பாலயும் புத்தியாலயும் நீ குடும்பத்துக்கு எத்தன பணம் சேமிச்சுக் கொடுத்தேன்னு கடவுளுக்குத் தெரியும். கடவுளுக்கு மட்டுந்தான் தெரியும். தன்னையும் ஓரகத்திகளையும் வஞ்சித்துக்கிட்டு சம்பாதிச்சுக்கிட்டு வர ஆம்பளைகளுக்கு மட்டும் நல்ல சாப்பாடு கொடுத்தது நீதான். மாமிகளுக்கு அவங்கவங்க புருஷன் கிட்டேர்ந்து கைச் செலவுக்குப் பணம் கெடச்சிருக்கலாம். ஆனா சோறு, துணி தவிர வேற ஏதாவது ஒனக்குக் கொடுக்கணும்னு யாருக்கும் தோணினது கூட இல்ல. துர்கா பூஜை சமையத்துல அம்பட்டன் பொஞ்சாதிக்கு பொடவ வாங்கணும்னாலோ, கடைகுட்டிப் பேரனுக்கு ஒரு பொம்ம

வாங்கனும்னாலோ இல்ல பக்கத்து வீட்டுத் தோழிக்கு பரிசு கொடுக்கனும்னாலோ பணத்துக்காக யார் கால்லயாவது விழணும். எல்லை இல்லாத கடமை உணர்ச்சி உடைய ஒனக்குன்னு ஒண்ணும் இல்ல. ஒன்னோட நகைங்களெல்லாம் ஒன்னோட மருமகங்க, மகளுங்க, பேத்திங்க எல்லாருக்கும் கொடுத்தாயிடுச்சி. ஒன்னோட நல்ல ஜரிக போட்ட பட்டுப் பொடவ பாத்திரங்களா மாறிடிச்சி. ஒரு குடும்பத்தலைவி கிட்ட வேற என்ன சொத்து இருக்கப் போறது?

ஏ, கொள்ளுப்பாட்டி நீ நீண்ட காலம் பயனில்லாம உயிர் வாழ்ந்திருக்க, ஒனக்காக என்னால ரெண்டு சொட்டு கண்ணீர் கூட விட முடியல. என்ன மன்னிச்சிடு.

ஈஷ்ஷ்ஷ்ஷ்

மகளைப் படிக்க உட்கார்த்தி விட்டு நடப்பதற்காக வெளியே வந்தாள் ஈஷா. படிப்பு என்றால் படங்கள் வரைவதுதான். சமூக அறிவியல் பாடத்தில் நிறைய வரைவதற்கு இருந்தது. ஷாயரி அதையெல்லாம் வரைந்து கொண்டிருந்தாள். வெறும் படிப்பு என்றால் ரகளை செய்வாள். ஆள் இல்லையென்றால் படிக்க மாட்டடாள். இந்தப் பெண் எவ்வாறுதான் மனுஷி ஆகப் போகிறாளோ தெரியவில்லை. குழந்தைகளுடைய படிப்பு அம்மாக்களுக்கு ஒரு பெரிய பிரச்சினை. குழந்தைகள் படிப்பற்காக அவர்கள் உயிரை விட வேண்டி இருக்கிறது. இங்கே உள்ள குஜராத்தி, மார்வாடி போன்ற மற்ற மாநில அம்மாக்கள் குழந்தைகள் இரண்டாம் வகுப்பு, மூன்றாம் வகுப்பு படிக்கும் போதே கோச்சிங்கில் போட்டு விடுவார்கள். ஒரு சிலர் வேண்டுமானால் தங்கள் குழந்தைகளின் படிப்பில் கவனம் செலுத்தலாம். ஒரு நாள் ரயானின் அம்மா போன் செய்து விட்டு வந்தாள். அவள் மகள் இந்தி வீட்டுப்பாடம் எழுதவில்லையாம். பல சமயங்களில் குழந்தைகள் ஆசிரியை வகுப்பில் எழுதியதை எழுத முடியவில்லையோ இல்லை எழுதுவதற்கு விருப்பம் இல்லையா பேசாமல் வந்து விடுகிறார்கள். இந்த விசயம் மாலையில்தான் தலையில் உரைக்கிறது. இந்த ஷயாரியை யார் வீட்டுக்காவது அனுப்பலாம் என்றால் போகவே மாட்டாள். எப்படியாவது கட்டாயப்படுத்தி அனுப்பினால் முகத்தைத் தூக்கி வைத்துக் கொண்டு போவாள். பெரும்பாலும் திரும்பி வரும்போதும் முகம் பானையாகத்தான் இருக்கும். அவளுடைய பெண்ணும் அவளைப் போலவே மற்றவர்களுடன் கலந்து பழகும் குணம்

இல்லாதவளாக இருக்கிறாளோ? அவளுக்குப் பிடிக்கும் பிடிக்காதவை மிகவும் உறுதியானவை. அவள் யாரிடமும் அநாகரீகமாக நடந்து கொள்ள மாட்டாள். ஆனால் அவளிடம் யாராவது அநாகரீகமாக நடந்து கொண்டாலோ, இல்லை மனம் கஷ்டப்படும்படியாக நடந்து கொண்டாலோ அவள் ஒதுங்கி விடுவாள். மன்னிப்பது அவளால் முடியாத காரியம். அவளுடைய அப்பா, அம்மா கணவன் நிஷித் ஆகியவர்கள் விஷயத்தில் மட்டும் விதிவிலக்கு உண்டு. அப்பா யாரிடமும் ஒட்டுதல் இல்லாதவர். எந்த விஷயத்துக்கும் முக்கியத்துவம் தர மாட்டார். அவர் உண்டு அவர் வேலை உணடு அவ்வளவுதான். அம்மா பாசத்தைக் கொட்டுவது போலவே எப்போதும் அறிவுரைகளையும் கொட்டுவாள். ஈஷாவுக்கு அத்தனை அறிவுரைகள் பிடிக்காது. அவளும் ஒன்றும் குழந்தை இல்லையே! நல்லது கெட்டதை யோசித்து செய்வதற்கும் செய்யாமல் இருப்பதற்கும் அவளுக்கு உரிமை இருக்கிறதல்லவா? சாதாரணமாக அம்மாவிடம் அவள் இதைச் சொல்ல மாட்டாள். அப்படி எப்போதாவது சொன்னால் அம்மா பேசாமல் இருந்து விடுவாள். அதனால் அவள் மாறிவிட்டாள் என்பதில்லை. சொல்லும் விதம் வேண்டுமானால் மாறலாம்: சில நாட்கள் அறிவுரைகள் சொல்லாமல் பேசாமல் இருக்கலாம். அவ்வளவுதான்: நிஷித்தைப் பொறுத்தவரை அவள் அவனுக்கு மனைவியாக இருக்கத் தகுதி அற்றவள். அவனுடைய வாழ்க்கையில் மனைவி, மகள் எல்லாரும் வெறும் பொருள்கள். அவன் விரும்பியபடி அந்தப் பொருள்கள் அவனுக்குப் பயன்பட வேண்டும், அவன் விரும்பினால் வெளியே அழைத்துப் போவான்; விரும்பாவிட்டால் அழைத்துப் போகமாட்டான். அவனுக்கு விருப்பம் இருந்தால் சிரித்துப் பேசுவான்; விருப்பம் இல்லாவிட்டால் சிடுசிடுப்பான். தினமும் ஈஷாவிடம் அவன் எடுத்துக்கொள்ளும் உரிமைகளுக்கு கணக்கு கிடையாது.

இரண்டு சுற்று நடந்த பிறகு வீடு திரும்ப முடிவு செய்தாள் ஈஷா, வீட்டின் நான்கு சுவர்களுக்குள் இருப்பது அவளுக்கு சகிக்க முடியாதது. வெளியே இருப்பது அவளுக்குப் பிடித்தது. வீட்டிற்குள் நுழைந்தால் கவலை, வருத்தம், எரிச்சல், கஷ்டம் என்று எல்லா உணர்வுகளும் அவளை அழுத்தத் தொடங்கும். அழைப்பு மணியை அடித்தாள். இரண்டாம் முறை அடிக்க வேண்டி வந்தது. கவலை வந்து கதவைத் திறந்தது. கவலை என்றால் ஷாயரி.

“நீ ஏன் வந்து கதவ தெறந்த? ஷானியா அக்கா என்ன செஞ்சுக்கிட்டிருக்கா?”

சொல்லிக் கொண்டிருக்கும் போதே எரிச்சல் அவள் முன்னால் வந்து நின்றது, எரிச்சல் என்றால் ஷானியா.

“அண்ணி, இதுல என் தப்பு ஒண்ணும் இல்ல, கொழந்த மணி சத்தம் கேட்டதும் ஓடிடிச்சி”

“சரி, சரி நீ இத்தன நேரம் என்ன செஞ்சுக்கிட்டிருந்த? ஒன் சமையல் முடிஞ்சிச்சா இல்லையா?”

சமையலறையில் நுழைந்த உடனேயே அவளுக்குக் கோபம் தலைக்கேறியது. அடுப்புக்குப் பின்பக்கம் எண்ணெய் தெறித்து வழிந்து கொண்டிருந்தது. மேடையின் மேல் மசாலாப் பொடிகள் தண்ணீரில் கரைந்து கொண்டிருந்தன. கறிகள் நறுக்கும் கத்தியும் பலகையும் சிதறிக் கிடந்தன. பக்கத்தில் பருப்புப் பாத்திரம் கிடந்தது. அதன் பக்கத்தில் நான்கைந்து பாத்திரங்கள் கிடந்தன. காஸ் எரிந்து கொண்டிருந்தது.

“இது என்ன ஷானியா? இத்தன அசுத்தமா? நான் என்ன சொன்னேன்? சொல்லிச் சொல்லி என் உயிர் போகுது, எல்லாத்தையும் எடுத்துக் குப்பைத் தொட்டில போடு. எல்லாத்தையும் நல்லாத் தொட, காஸை அணை.”

அவள் தானே செய்யத் தொடங்கினாள். ஷானியா ஒரு பக்கம் நின்று கொண்டிருந்தாள். இது அவள் வழி, முடிந்த வரை கொஞ்சமாக வேலை செய்வாள்; அதிகமாகப் பணம் ஆதாயம் செய்வாள். மாதச் சம்பளத்தில், விடுமுறை எடுத்துக் கொள்வதில் கடன் வாங்குவதில் என்று எல்லாவற்றிலும்தான்.

ஈஷா அவளுக்கு எல்லாமே சொல்லிக் கொடுத்திருந்தாள். இரண்டு மூன்று கைத்துண்டுகள் வாங்கிக் கொடுத்திருந்தாள். சிவப்பு கோடு போட்டது பாத்திரங்கள் துடைப்பதற்கு, பச்சைக்கோடு போட்டது சமையல் மேடை துடைப்பதற்கு, நீலக்கோடு போட்டது கை துடைப்பதற்கு, தரையில் இருக்கும் கருநிற பெரிய சைஸ் டர்கிஷ் துண்டால் காலாலேயே அவ்வப்போது தரையில் இருக்கும் நீரைத் துடைக்க வேண்டும். எல்லாம் சொல்லிக் கொடுத்து விட்டு அவள் போன பிறகு ஒரு நாள் அவள்

சொன்னபடிச் செய்தாள். இரண்டாம் நாள் ஒரு மாதிரி சொன்னபடிச் செய்தாள். மூன்றாம் நாள் அசுத்தமான சொதசொதப்பான சமையலறை. இவர்கள் (இந்துஸ்தானியர்) பருப்பு ருசியாக சமைப்பார்கள். அது ஒரு பக்கம் மூடி வைக்கப்பட்டிருந்தது. எண்ணெய் காய்வதற்கு முன் மீன் துண்டங்களைப் போட்டு அவை சிதைந்து உருதெரியாமல் போயிருந்தன. அவள் நுழைந்து வேலை செய்யத் தொடங்கினால் நனைந்த பூனை போல் ஓர் ஓரமாக ஒடுங்கி நின்று கொள்வாள் ஷானியா. கிலோ நானூறு ரூபாய் கொடுத்து வாங்கிய மீன், கோபம் அவள் உச்சி மண்டை வரை ஏறியது,

“ஒனக்குத் தெரியுமா? இந்த மீன் நானூறு ரூபா கொடுத்து வாங்கினது. நல்லா சமைச்சிருக்க, பேஷ்!”

கல்கத்தாவில் வேலைக்காரிகள் செய்யும் வேலைக்கு அவர்களுக்குக் கிடைக்கும் சம்பளம் குறைவுதான். நினைத்தால் மனதிற்குக் கஷ்டமாக இருக்கும். அவர்கள் மண்டையில் கொஞ்சமாவது மூளை இருக்க வேண்டும். ஆனால் இவர்கள் மண்டை காலியாக இருக்கும், இல்லையென்றால் கெட்ட எண்ணத்தால் நிரம்பி இருக்கும்.

அவளுடைய வேலைக்காரி வீட்டுக்குக் கிளம்பி விட்டாள். தன் கையிலிருந்த ஒரு கற்றை காகிதங்களை மேஜையின் மீது வைத்திருந்தாள் ஈஷா, இப்போது அவற்றை எடுத்துக் கொண்டாள். ரிலையன்ஸ் கம்பெனி வசீகரமான சில திட்டங்களை அறிவித்திருந்தது. ஏதோ ஓர் இதழில் மலிவான ஆனால் தரமான மரச்சாமான்கள், திரைச்சீலை, குஷன், உறைகள், மேஜை விளக்கு, அலங்கார விளக்கு, சுவர் அலங்காரப் பொருட்கள் எல்லாம் கிடைக்கும் என்றும் எல்லாமே பெஸ்ஷுயி விதிப்படியும் வாஸ்து விதிப்படியும் உள்ளன என்றும் அவர்களுடைய நிபுணர்கள் எவ்வித செலவுமில்லாமல் வீட்டுக்கு வந்து இப்பொருள்களைப் பராமரிக்கும் வழிகளைச் சொல்லித் தருவார்கள் என்றும் பெரிய விளம்பரம். எல்லாமே ஜங்க்மெயில். கண்ணை மூடிக் கொண்டு குப்பைத் தொட்டியில் வீசலாம். இது என்ன? இது அம்மாவுடைய கையெழுத்து இல்லை? அம்மா கடிதம் எழுத மாட்டாள் என்பதில்லை. சொல்லப் போனால் அம்மாவுக்குக் கடிதம் எழுதப்பிடிக்கும். ஆனால் ஈஷா ஒரு கடிதத்திற்குக் கூடப் பதில் போட மாட்டாள். கடிதம் எழுதச் சோம்பலாக இருக்கும். இப்போது அப்போது என்று தள்ளிக் கொண்டே போய்க் கடைசியில் எழுதவே மாட்டாள்.

மகளுக்கு உணவு கொடுத்தாள் ஈஷா ‘போகோ’ போன்ற ஏதோவொரு சானலில் கிச்சு கிச்சு மூட்டிச் சிரிக்க வைக்கக் கூடிய ஏதோ ஒரு நிகழ்ச்சி. அதைப் பார்த்தபடிச் ஷாயரி சாப்பிடுவாள். சில சமயம் டி.வி சுவாரஸ்யத்தில் சாப்பிடவே மறந்து விடுவாள். அவள் தட்டைப் பார்த்தால் தான் அவள் சாப்பிடவே ஆரம்பிக்கவில்லை என்பது தெரியும்.

“ஷாயரி...!”

ஷாயரி அவசர அவசரமாகச் சாப்பிடத் தொடங்குவாள்.

ஈஷா அம்மாவின் கடிதத்தைப் பிரித்தாள்.

“ஈஷ், எப்டி இருக்க? ரொம்ப நாளா நீ போன் செய்யல. இந்த மாசம் என் போன் பில் நாலாயிரம் ரூவா. ஒண்ணர லட்சம் சம்பாதிக்கற நிஷித்தால பில் கட்ட முடியலைன்னா, என்னோட இருபத்திரண்டாயிரம் ரூவா சம்பளமும், ஒங்க அப்பாவோட பென்ஷனும் வச்சுக் காலந்தள்ற என்னால மட்டும் எப்டிக் கட்ட முடியும்? ஒரே பொண்ணு, ஒரே பேத்தி பத்தி வாரத்துக்கு ஒரு தடவையாவது தெரிஞ்சுகலைன்னா மனசு ஒரு நெலைல இருக்க மாட்டேங்குது.”

அம்மாவுக்கு எல்லாமே தெரியும். இருந்தும் கோபப்படுகிறாள். இந்தக் கோபத்தை கஞ்சத்தனத்தின் உருவமாக இருக்கும் மருமகனிடம் காட்டுவதுதானே! அவன் ஈஷாவுடைய பிறந்த வீட்டுக்குப் போனால் விருந்து உபச்சாரம் பலமாக இருக்கும். ஈஷாவுக்கு வண்டி வண்டியாக அறிவுரை கூறுவது போல் அவனுக்கும் கொஞ்சமாவது அறிவுரை சொல்ல வேண்டியது தானே! மருமகனிடம் என்ன கௌரவம் வேண்டிக் கிடக்கிறது! கௌரவம் மட்டுமில்லை; உண்மையில் அவனுடைய புலி போன்ற முகம், கோபமான கண்கள், நெறியும் புருவம், இவற்றை யெல்லாம் பார்த்து அம்மாவும் பயந்திருக்கலாம். வீட்டுக்கு வெளியே நிஷித் எல்லாரிடமும் கலகலப்பாகப் பழகுவான்; நன்றாகப் பேசுவான். எல்லாரிடமும் கலந்து பழகத் தெரியாதவன் என்று யாரும் அவனைச் சொல்லிவிட முடியாது. எல்லாரிடமும் கலகலப்பாக பழகக் கூடியவர்களுக்கு எந்த சந்தர்ப்பத்திலும் எல்லா விதமானவர்களுடனும் எந்த விஷயத்தைப் பற்றியும் பேச முடியும். தன் வேலையைத் தவிர நிஷித்துக்கு சினிமாவில் ஆர்வம் உண்டு. இவற்றைத் தவிர வேறு

எதைப் பற்றியும் அவனால் அதிக நேரம் பேச முடியாது. ஆனால் அவன் இதை வைத்துக் கொண்டே எல்லாரிடமும் நன்றாகப் பேசி பழகுகிறான் என்ற நல்ல பெயரை வாங்கி விட்டான்.

அம்மாவின் கடிதத்தைப் படிக்கலாம்,

“ஒன்னோட கொள்ளுப் பாட்டி போயிட்டாங்க; போன மாசம் 23ஆம் தேதி. இந்த மார்ச் மாசம் நம்ம குடும்பத்துல பல பேரு போயிட்டாங்க. சாதாரணமா கிழடுங்க குளிர்காலத்துல காஞ்ச எல மாதிரி உதிருவாங்க. வசந்த காலத்துக்கு நடுவுல, ஹோலிப் பண்டிகையோட நெறம் மங்காதபோது, போறது ஆச்சரியம்தான். என்னோட மாமிகளுக்கும் அண்ணா அண்ணிகளுக்கும் இப்ப விடுதலை. உண்மைல சர்வமங்களா பாட்டி போயி ரொம்ப காலம் ஆயிடிச்சி. அவங்களோட நலிஞ்ச ஒடம்புக்குள்ள உயிர்ப்பறவை செயலிழந்து கெடந்திச்சி. சில சமயம் சோறு தண்ணி சாப்பிடும்; சில சமயம் அதுவும் இல்ல அவங்களோட அர்த்தமில்லாத பேச்சும் கொறைஞ்சிக்கிட்டே வந்திச்சி. வீட்ல மத்தவங்களுக்கு அவ போனா நல்லதுன்னு இருந்திச்சி. என்னோட மூணாவது மாமிதான் இப்ப குடும்பத்துல மூத்தவங்க. அவங்க ராப்பகலா “கடவுளே! என்னோட கையும், காலும், புத்தியும் சரியா இருக்கற போதே என்ன எடுத்துக்கிடு” ன்னு வேண்டிக்கிறாங்க. இதுல ஆச்சரியம் என்னன்னா மூணாவது மாமி தான் செஞ்ச பாவங்கள உணர்ந்திட்டாங்க.

‘நான் என் மாமியார ரொம்ப கொடுமை படுத்தியிருக்கேன். இந்தப் பாவம் என்ன சும்மா விடாது. நானும் அவங்கள போல கஷ்டப்படுவேன்’னு சொல்லுவாங்க,

ஈஷா, ஒவ்வொரு குடும்பத்துலயும் பெண் தலைமை இருக்கும்னு எனக்குத் தோணுது. குறிப்பா கூட்டுக் குடும்பத்தில் நிச்சயமா இருக்கும். அவங்கள சார்ந்துதான் எல்லாரும் இருப்பாங்க. அவங்க சொல்றததான் கேப்பாங்க. இந்த மாதிரி பெண் தலைமை நம்ம எல்லாக் குடும்பங்களிலும் இப்பக்கூட இருக்கு. பல குடும்பங்கள் இங்க அங்க சிதறிப் போயிருக்கலாம்; அந்தக் குடும்பத்தினர் தங்கள் விருப்பப்படி இருக்கலாம். ஆனா முக்கியமான விஷயங்கள பொறுத்த வரைக்கும் அவங்க முதியவளுக்குத் தெரிவிச்சு அவளோட யோசனையை கேப்பாங்க. ஆண்கள் வெளி விஷயங்கள்ள முடிவு எடுக்கலாம்; ஆனால் குடும்பத்தோட உள் விஷயத்துல பெண் தலைமைதான் முடிவெடுக்குது.

அம்மாவோட பொறந்த வீட்ல என் பாட்டிக்கு அப்பறம் என் மூணாவது மாமிதான் அந்த இடத்த எடுத்துக்கிட்டாங்க. ஆனா ஒரு அடில அவங்களோட புத்தி, பகுத்தறிவு, தைரியம் எல்லாம் தவிடு பொடியாயிச்சி. இப்ப அங்க சின்னமாமி அந்த இடத்துக்கு வந்திருக்காங்க. ஆனா ரொம்ப ஆச்சரியமான விஷயம் என்னன்னா மூணாவது மாமியோட சின்ன மருமக பூர்ணாவுக்கும் சின்ன மாமிக்கும் ஒரு மறைமுக யுத்தம் நடக்குது. ஒரு நாள் அங்க போயிருந்த போது பாத்தேன். சின்ன மாமி மூக்குக் கண்ணாடி, போட்டுக்கிட்டுக் கணக்கு வழக்கு பாத்துக்கிட்டிருந்தாங்க. பூர்ணா பக்கத்துல நின்னுக்கிட்டிருந்தா. சின்னமாமி கணக்குல ஏதோ கொளறுபடி செஞ்சுக்கிட்டே இருந்தாங்க. பூர்ணா தன்னம்பிக்கையோட “சித்தி ஓங்களால முடியாது, என்கிட்ட கொடுங்க. கணக்க சரிபார்த்துக் கொடுக்கறேன்”னு சொன்னா. என்ன பாத்த ஒடனே சின்ன மாமியோட பணப்பொட்டி லேர்ந்து கொஞ்சம் பணம் எடுத்துக்கிட்டு சாப்பிட ஏதாவது வாங்கிட்டு வரச்சொல்ல போயிட்டா. சின்ன மாமி என்கிட்ட “ரஞ்சா நீயே சொல்லு, பத்தொம்பதாம் வாய்ப்பாடு கஷ்டம் இல்லையா? நீங்கல்லாம் படிச்சவங்கதான். அதுக்குன்னு எனக்கு, மூணாவது அண்ணி, கொணா அண்ணி யாருக்கும் ஒண்ணும் தெரியாதுங்கிற மாதிரி பூர்ணா நடந்துக்கறா”ன்னு சொன்னாங்க,

ரொம்ப காலத்து முன்னால இந்தத் தலைமை எடம் பிடிக்கறதுக்கு அம்மா-மகள் இடைல கூட சண்ட நடந்திருக்கு. ராகுல் சாங்க்ருத்யாயனோட ‘வோல்காலேர்ந்து கங்கா’ங்கற புத்தகத்துல இதப்பத்தி விவரம் இருக்கு. என் கண்ணு முன்னால படம் மாதிரி அது தெரியுது. அம்மாவும் மகளும் தண்ணில நீஞ்சிக்கிட்டே சண்ட போடறாங்க. கடைசில யாரு தோத்தாங்கன்னு எனக்கு நெனைவில்ல. மகதான் தோத்திருக்கனும். ஆனா பூர்ணா அண்ணி ஜயிச்சிடுவாங்க. தோல்வியோட நிழல் இப்பவே சின்ன மாமியோட மொகத்துல படிஞ்சிடிச்சி. அது போகட்டும். ஒன்னோட விஷயம் என்ன சொல்லு. இப்பல்லாம் எனக்கு அம்மா நெனப்பு ரொம்ப வருது. ஒண்ணு அம்மாவ என்னோட கருப்பைல நொழைச்சுக்கனும், இல்ல நான் அம்மாவோட கருப்பைல நொழைஞ்சிடனும்னு தோணுது. எல்லாத்தையும் விடப் பாதுகாப்பான இடம். இதுவரை படித்த ஈஷாவுக்கு ஏனோ ஒரு நடுக்கம் ஏற்பட்டது. ஏனென்று அவளுக்குத் தெரியாது. அவள், அம்மா ரஞ்சாவதி,

பாட்டி வேதவதி, கொள்ளுப்பாட்டி சர்வமங்களா எல்லாரும் தனித்தனியானவர்கள் தான். ஆனால் ஒரே கருவறையில்தான் இருந்திருக்கிறார்கள்; ஒரே கருவறைதான்.

"நீ சாப்டாச்சா?" ஈஷா மகளிடம் கேட்ட கேள்வி பண்டைய மிகவும் பண்டைய கருப்பைக்குள்ளிருந்து எழுந்தது போல் இருந்தது.

"மாட்டேன். நான் வடையைத் தவிர வேற எதையும் சாப்டமாட்டேன்,"

இந்தக் காலத்துக் குழந்தைகளுக்கு என்னவாயிற்றோ தெரியவில்லை. எந்நேரமும் சாக்லேட், ஐஸ்கிரீம் அப்பளம் நொறுக்குத் தீனி, லிவர் என்னவாகும்?

"சரி சாப்டு. ஆனா தூங்கறதுக்கு முன்னால ஹெல்த் டிரிங்க் குடிக்கணும், நான் அம்மாக்கு போன் செஞ்சிட்டு வரேன்"

போனில் அம்மா, அப்பா இருவருமே அவளுக்குக் கிடைக்கவில்லை. அப்பாவுக்கு போன் செய்வதும் செய்யாததும் ஒன்றுதான்.

"என்னம்மா எப்டி இருக்க? ஷாயரி நல்ல படிக்கிறாளா? பிலசா.ஃபிகல் ஆட்டிட்யூட் இன் லைப், ஒட்டுதல் இல்லாம இரு, என்கிட்ட இல்ல. மத்த எடத்துல எல்லாம். சரிதானே? எல்லாருக்கும் என்னோட ஆசிகள்"

அவ்வளவுதான்.

டெலிபோன் ஒலிப்பதிவில் அம்மாவின் குரல் கேட்டது.

"இப்போது நாங்கள் யாரும் வீட்டில் இல்லை, 'டிப்' சத்தம் கேட்டவுடன் சொல்ல வந்த விஷயம், பெயர், டெலிபோன் நம்பர், ஆகியவற்றைப் பதிவு செய்யவும்"

'சை!' என்று அலுத்துக் கொண்டு டெலிபோனை 'டப்' வென்று வைத்தாள் ஈஷா. வேண்டிய போது இந்தப் பெண்மணி வீட்டில் இருக்க மாட்டார்கள். வெளியில் போய் என்ன செய்கிறார்களோ தெரியாது. பல்வேறுபட்ட மக்களுடன் எப்படித்தான் பழகுகிறார்களோ தெரியாது. ஆனால் இது அவள் அம்மாவுக்குப் பிடித்திருக்கிறது. ஆனால் நிஷித்தும்

அவளும் ரொம்ப ரொம்பவே தேர்ந்தெடுத்துதான் பழகுவார்கள். இவ்விஷயத்தில் நிஷித்தின் குணம் ஈஷாவுக்கு எரிச்சலூட்டும். தன்னுடைய உறவினர் வீட்டுக்கு, அவர்கள் ஒட்டுதல் இல்லாமல் இருந்தாலும் போவான். அவளுடைய உறவினர் அல்லது நண்பர் வீட்டுக்குப் போக வேண்டுமென்றால் அவன் முகம் ஒரு முழம் நீண்டு போகும். அவனுடைய சித்தி, மாமி, சித்தப்பா, பெரியப்பா முதலியோர் அடங்கிய பெரிய குடும்பத்தில் அவள் ஒட்டும் உறவும் வைத்துக் கொண்டால் மட்டும் போதும்.

நிஷித்தின் அக்கா நீதி கார்ப்பரேட் ஹவுசில் பெரிய பதவியில் இருப்பவள். அவளுடைய கணவன் பிரசாந்தும் பெரிய பதவியில் இருப்பவன். இருவருக்கும் ஏக மண்டைக்கனம். எல்லாரையும் கேலி செய்வது அவர்களுக்குப் பழக்கமான வேலை. 'நீதி அக்கா, பிரசாந்த் அண்ணா அவர்களுடைய மகள்கள் 'டில்' 'டுல்' எல்லாருமே ஒரே ரகம் தான். இதெல்லாம் அவளுக்குப் பழக்கமானது இல்லை. அவள் புகுந்த வீட்டில் இருக்கும் போது ஒவ்வொரு நொடியிலும் ஏதாவது ஆச்சரியமாக நடக்கும். நன்கு படித்த ஒரு குடும்பத்தில் குடும்பத்தலைவர் நீதி அரசர்; குடும்பத்தலைவி நீதி அரசரின் மனைவி என்ற ஹோதாவிலேயே மலை உச்சியில் வசிப்பவள். இவர்கள் இத்ததனை குரூரமானவர்களாக, எதிலும் குற்றம் குறை காண்பவர்களாக, எல்லாவற்றிற்கும் மேலாக இதயமற்றவர்களாக இருப்பார்கள் என்று அவளால் நினைத்துக் கூடப் பார்க்க முடியவில்லை. சந்தர்ப்பம் கிடைக்கும் போதெல்லாம், "நிஷித்துக்குப் பெரிய பெரிய எடத்துலேர்ந்தெல்லாம் சம்மந்தம் வந்திச்சி" நாங்க தலைய ஆட்ட வேண்டியதுதான் பாக்கி. ஈஷாவோட அப்பா, அம்மா ரொம்ப கேட்டாங்க; அதுதான்" என்று சொல்லத் தவற மாட்டார்கள்.

அட சீ! ஈஷாவுடைய அப்பா அம்மாவா? அம்மாவைப் பற்றிக் கேள்விக்கு இடமில்லை, அம்மா இவர்கள் மேல் போய் விழுந்தாளா? அவள் அப்படிப்பட்டவள் இல்லை, அவள் தன் மகளும் தன்னைப் போலவே படித்து நல்ல பணியில் இருக்க வேண்டும், இதற்கெல்லாம் ஒத்துக்கொள்ளும் பையன்களுள் தகுதியான ஒருத்தனைத் தேர்ந்தெடுப்பதை அவள் விரும்புவாள். ஈஷாவே தேர்ந்தெடுக்கட்டுமே, இதில் யாருக்கும் எந்த ஆட்சேபனையும் இல்லை. ஈஷா தேர்ந்தெடுத்தாள் அல்லது தேர்ந்தெடுக்க வைக்கப்பட்டாள். அவளுடைய பெரியம்மா

மகளின் திருமணத்தில் ஈஷாவை பார்த்துவிட்டு ஒரேடியாகப் பெரியம்மாவின் காலில் விழுந்தான் நிஷித். அவள் அம்மாவிடம் சொன்னபோது,

"நிஷித்தா? அவன் மொகம் எப்பவுமே சீரியஸா இருந்துச்சே. மொகத்துல மருந்துக்கூட சிரிப்பையே காணுமே இது சரிபட்டு வருமா?" என்றாள்.

அதற்கு முன்னால் ஈஷாவைப் பெண் கேட்டுப் பலர் வந்திருந்தனர். இது ஈஷாவுக்கு சங்கோஜமாக இருந்தது. இந்த நிஷித், அவளை எந்த விதத்திலும் ஈர்க்காதவன், அவளுடைய அப்பாவைப் போலவே சீரியஸ்ஸானவன், எப்படி அவளை மயக்கி தன்னுடையவளாக்கிக் கொண்டான் என்பது அவளுக்கு புரியாத விஷயம். இளமை பூத்தாலே பெண்கள் தங்கள் கற்பனை ராஜகுமாரனுக்காகக் காத்திருக்கத் தொடங்கி விடுவார்கள். குறிப்பாக ஈஷா படிப்பு, வேலை என்பதிலெல்லாம் ஆர்வம் இல்லாமல் இருந்த காரணத்தால் தன் கற்பனை உலகில்தான் இருந்தாள். பள்ளி - கல்லூரி நாட்களில் போட்டியும் பொறாமையும் இருக்கத்தான் செய்தன. அவள் மேல் பொறாமையால் காய்ந்து புறம் கூறித் திரிந்தவர்கள் உண்டு. காரணமில்லாமல் அவளை வெறுத்த ஆசிரியைகள் இருந்தார்கள், ஏதாவது பாடம் புரியாமல் போனால் 'இது எனக்கு வரவே வராது' என்று வயிற்றில் சொரேர் என்று ஒரு பயம் கிளம்பும். இவை எல்லாம் எல்லார் வாழ்விலும் நடப்பவைதான், ஆனால் ஈஷாவுக்கு இவை பயங்கரமான விஷயங்களாக மனதில் தங்கி விட்டன. அலுவலகங்களில் பெண்களுக்கு ஏற்படும் கஷ்டங்களைப் பற்றி கதை கதையாக மற்றவர்களிடமிருந்து, குறிப்பாக அவள் அம்மாவிடமிருந்து கேட்டிருக்கிறாள். வீட்டுக்கு வெளியே உலகம் ஒரு பயங்கரமானதாக அவள் மனதில் பதிந்திருந்தது. வெளி உலகத்தை அவள் புறக்கணித்தாள். அவளுடைய அம்மா அவளைப் புரிந்து கொள்ளவில்லை என்பதே ஈஷாவுடைய எண்ணம். அம்மா மனதில் ஒரு கற்பனை ஈஷா இருந்தாள். அவள் தன் அம்மாவைப் போலவே பிரச்சினைகளை எதிர்கொள்பவள். அவளுக்கு வாழ்க்கையில் ஏமாற்றங்கள் ஏற்படலாம், தாழ்வு மனப்பான்மை ஏற்படலாம்; ஆனால் எத்தனை கஷ்டங்கள் ஏற்பட்டாலும் ஈஷா அவற்றையெல்லாம் மன உறுதியுடன் எதிர்கொண்டு வெளிவருவாள். போராடுவாள்; இந்த சாதகமில்லாத உலகத்தை வென்று கடைசியில் சிரிக்க முடியும் என்பதை அவள் எளிதாகக் கற்றுக் கொண்டு

விடுவாள். ஏனெனில் ஈஷாவுக்கு ஒரு பெரிய சொத்து இருந்தது. அது அவளுடைய பேரழகு, அவளிடம் இயல்பாக இருந்த இனிமை. அம்மா இப்படியெல்லாம் ஈஷாவைப் பற்றிக் கற்பைன செய்து வைத்திருந்தாள். ஆனால் ஈஷா? சிறுபெண் ஈஷா கதக் நடனம் ஆடிக் கொண்டிருந்தாள். ஈஷாவை விடக் கொஞ்சம் பெரிய பெண்ணான 'லாபு' வும் நன்றாக ஆடுவாள். ஒரே சொற்கட்டு, ஒரே நடனம் லாபு பார்ப்பதற்குச் சாதாரணமாக இருந்தாலும் நன்றாக ஆடுவாள். அதைப் பார்க்க பார்க்க ஈஷாவின் மனம் தாளத்துடன் ஆடத்தொடங்கும். ஆனால் அவள் அம்மா ஒரு போதும் "லாபு எப்டி ஆடறா பாத்தியா, நீயும் அப்டி ஆடணும்" என்று சொன்னதில்லை. ஆனால் ஈஷாவுக்கே 'லாபு போல டான்ஸ் ஆட முடியல, ஏன் டான்ஸ் ஆடணும்? அதாஸிய போல பாட்டு பாட முடியல, ஏன் பாடணும்? வஹானாவ போல எழுத முடியல, ஏன் எழுதணும், அர்ணாவ போல ரிஸல்ட் வரலைன்னா ஏன் பரீட்ச எழுதணும்? என்று தோன்றியது. இம்மாதிரி எண்ணங்கள் கடுகளவு கூட அம்மாவுக்குத் தெரியாதபடி மனதில் வளர்த்துக் கொண்டாள். ஈஷா உலகத்தைக் கைமுட்டிக்குள் வைத்துள் கொள்வாள்; அவளை ஆக்ஸ்போர்ட் பல்கலைக்கழகத்தில் படிக்க அனுப்ப வேண்டும்; ஈஷா அங்கு வாழ்க்கையைப் புரிந்து கொள்வாள்; அனுபவிப்பாள்- இவையெல்லாம் அவளுடைய அம்மாவின் கனவு.

இடியைப் போல ஒரு நாள் ஸ்வப்னா பெரியம்மாவின் போன் வந்தது.

"ரஞ்சா ஒரு நல்ல சேதி சொல்லப் போறேன்"

"என்ன சேதி? 'முன் முன்'னுக்கு சான்ஸ் கெடச்சிடிச்சா?"

"ஆமா, 'முன்முன்'னுக்கு ஐ.ஐ.டி ல சான்ஸ் கெடச்சிருக்கு,

இது அத விட நல்ல சேதி."

"என்ன?"

"அதீர்த்தனோட ப்ரெண்ட் நிஷித், அதான் வெளுப்பா வாட்ட சாட்டமா இருப்பானே, அவள் ஈஷா மேல ஒரேடியா பைத்தியமா இருக்கான். இப்பத்தான் வேலைல ப்ரொபேஷன் முடிஞ்சிருக்கு. கம்ப்யூட்டர் என்ஜினியர், அவனுக்க இப்பவே கல்யாணம்

பண்ணிக்கனுமாம்.''

"அப்படின்னா? ஈஷா மாஸ்டர்ஸ் பண்ண வேண்டாமா? இருபது வயசு பொண்ணுக்கு இப்ப கல்யாணத்துக்கு என்ன அவசரம்? பைத்தியம் பிடிச்சிருக்கா? இப்ப அவ கல்யாணத்த பத்தி நான் யோசிக்வே இல்ல.''

"அட, ஒன்னோட ஈஷாவுக்குக் கூட சம்மதம்தான். மூணு நாலு மாசமா அவங்க ரெண்டு பேரும் இங்க அங்க சந்திச்சுக்கிட்டு தான் இருக்காங்க, ஒருத்தரையொருத்தர் புரிஞ்சிக்கிட்டிருக்காங்க, மாஸ்டர்ஸ் பத்தி ஏன் கவலப்படற? அவங்க ரொம்ப மாடர்ன். பாலிகஞ்ச் சர்குலர் ரோட்ல சொந்த வீடு இருக்கு. அப்பா, அம்மா இருக்காங்க, அப்பா ஹைகோர்ட்ல ஜட்ஜா இருந்து ரிடையர் ஆனவர். பிக்கல் பிடுங்கல் இல்ல. அவங்க ஈஷாவ மகள போல வச்சிப்பாங்க''

கடைசியாகப் பெரியம்மா சொன்னதை அம்மா மெள்ளத் திருப்பிச் சொன்னாள்; "மகள போல வச்சிப்பாங்களா?''

இது அம்மாவுக்கு எப்படியோ இருந்தது, சின்னப் பெண்ணை வீட்டு வேலைக்கு வைத்துக் கொண்டால் சாமார்த்தியமான எஜமானி அம்மாள் 'அவ இந்த வீட்ல மகள போல இருப்பா' என்பாள். மருமகளும் மகள்தான். அவ மகள போல இருப்பாள். இதை அறிவிக்க வேண்டுமா என்ன?

"ஈஷா நீங்க எப்ப, எங்க சந்திச்சுக்கிட்டீங்க? என்கிட்ட சொல்லவே இல்லையே!''

"வேற எங்க? பெரியம்மா வீட்லதான், இதுல சொல்றதுக்கு என்ன இருக்கு?''

"நீ சொல்லி இருக்கலாமே! நீ என்கிட்ட எல்லாம் சொல்றேன்னுதான் நெனச்சுக்கிட்டிருக்கேன். நான்தான் ஒன்னோட நெருங்கின தோழி. நீயும் எனக்கு அப்படித்தான்.''

அம்மாவுக்கு மனம் புண்பட்டு விட்டது. அவள் வெளியே காட்டிக் கொள்ளவில்லை.

ஈஷாவுக்கு இப்போது புரிகிறது. அப்போது படிப்புக்கு முக்கியத்தும் கொடுத்த ஒரு வீட்டிலிருந்து, அவளுடைய சகோதரனின்

அகால மரணத்தின் துக்கத்திலிருந்து, நான்கு சுவர்களை விட்டு வெளியே வந்து ஒரு கனவு உலகத்திற்குப் போக விரும்பினாள். ராஜகுமாரன் வருவான்; அவள் மேல் அன்பைப் பொழிவான்; அவள் மேல் மட்டும்தான்; அவளைத் தவிர பெரிய ராணி, சின்ன ராணி என்று யாரும் இருக்க மாட்டார்கள். அந்த அன்பை தாராளமாக அவள் தன்னிரு கைகளாலும் உலகத்திற்கு வாரி வழங்குவாள். ஒரு கண்ணால் பார்க்கும் மானைப் போல் அவளால் ஒரு பக்கத்தை மட்டும்தான் பார்க்க முடிந்தது. புகுந்த வீடு, கணவன் இவையெல்லாம் இத்தனை சிக்கலான விஷயமாக இருக்கும் என்று அவளுக்குத் தெரியாது. மாமியார் என்பவள் இப்படி உரத்த குரலில் திட்டுவாள் என்பது அவளுக்குத் தெரியாமல் போயிற்று. பூ ஜாடியிலிருந்து ஒரு சொட்டுத் தண்ணீர் எப்படி விழுந்தது என்று கத்தல். ஓய்வு பெற்ற நீதிபதியான மாமனார் “ராத்ரி இந்த வீட்ல மீன், மாமிசம் சமைக்கிறதில்லை. நீயும் இதெல்லாம் பழகிக்கணும்” என்று சொல்லுவார் என்று அவள் நினைத்துப் பார்க்கவில்லை. காலேஜ் படிக்கும் போது காலையில் வெறும் சோறும் வேக வைத்த உருளைக் கிழங்கும்தான் சாப்பிட்டு விட்டுப் போவாள். ஒரு பிடி ‘பாசுமதி’ அரிசிச்சோறு சாப்பிட்டு அவளுக்குப் பழக்கம்.

“காலைல நீ என்ன சாப்டுவ?” ஒரு நாள் மாமியார் கேட்டாள்.

“அம்மா எனக்கு பாசுமதி அரிசிச் சோறும் வேக வைத்த உருளைக் கிழங்கும் தருவாங்க. காலைல வேற எதுவும் என்னால சாப்ட முடியாது”

“பாசுமதியா? இத சாப்டனும்னு ஒன் மண்டைல புகுத்தினது யாரு? ஒன் அம்மானு நெனைக்கறேன்”

ஈஷாவின் பிறந்த வீட்டில் பணக்காரர்கள் இல்லைதான். ஆனால் நல்ல உணவு அவர்களுக்குக் கிடைக்கத்தான் கிடைத்தது. குழந்தைகளுக்குச் சத்தான உணவு கொடுக்க வேண்டுமென்பதில் அம்மா கருத்தாக இருந்தாள், கூட்டுக்குடும்பம். சமையல்காரி ஏதோ செய்து விட்டுப் போவாள். அம்மா ஹார்லிக்ஸ், காம்ப்ளான் கொடுப்பாள். பழங்கள் இருக்கும். மீன் இல்லாமல் அவளால் சாப்பிட முடியாது என்பதால் தாத்தா அவளை பூனை என்று அழைத்தார், பாட்டி இறந்த பிறகு அம்மா சமைக்க ஆரம்பித்தாள். அவர்கள் விரும்பியதை சமைத்துப் போட்டாள்.

அவளுடைய இந்தப் பணக்காரப் புகுந்த வீட்டில் மாமனார் ஓய்வு பெற்ற நீதிபதி. அவர்களுக்குக் கல்கத்தாவில் மூன்று நான்கு வீடுகள் இருந்தன. இரண்டு மூன்று க்ளப்புகளில் மெம்பர்ஷிப் இருந்தது. வயதான இவர்கள் தாங்கள் தான் ஒரே ஒரு காயுடன் உணவு உண்பார்கள் என்றால் இளம் பெண்ணான அவளுமா அப்படி உண்ண வேண்டும்? அவர்களுடைய மகன் காலையில் சாப்பிட்டு விட்டுப் போவதில்லை என்பதால் அவனுக்கு மட்டும் இரவில் நல்ல சாப்பாடு இருக்கும்.

அவள் கணவன்? கிட்டத்தட்ட அவள் காலில் விழுந்து கிடந்தவன். அவன் அவளைத் தன் பழைய காதலியின் வீட்டுக்கு அழைத்துப் போனான். பழைய காதலி, அவளுடைய கணவன், அவளுக்கே உரிய நிஷித் காந்தன் ஆகிய மூவரும் ஒருவரையொருவர் பார்த்துக் கொண்டு கண்ணடித்துச் சிரித்தார்கள். பழைய காதலியின் கணவன்.

“ஈஷா, நாம அவங்க ரெண்டு பேரையும் தனியா விட்டுவிடலாம், நாம ரெண்டு பேரும் வராந்தாவுல போயி ஒக்காரலாம். ஒன்னோட எனக்கு கெமிஸ்ட்ரி ஒத்துப் போகுதான்னு பாக்கலாம்” என்றான்.

இதென்ன கேடுகெட்டத்தனம்! அவள் அப்படியே திகைத்து கல்லாகிப் போனாள்.

அவள் மாலையின் தன் வீட்டு வராந்தாவில் உட்கார்ந்திருந்தாள். ஞாயிற்றுக்கிழமை. நிஷித் காந்தன் அவளிடம் சொல்லாமல் எங்கே போய்விட்டான்? இது என்ன? எதிர்வீட்டு வராந்தாவிலிருந்து யாரோ அவள் கண்களில் டார்ச் அடித்து விட்டுச் சிரித்தார்கள். யார்? அந்த மூன்று பேர்? இது என்ன அசிங்கமான விளையாட்டு. இது எப்படிப்பட்ட சமூகம்? அந்த மௌ? காலேஜில் அவள் ஜுனியரான பிரிலியண்ட் மௌ? அவள் எப்போது பற்றிக் கொண்ட நெருப்பு என்று தெரியாது. அவள் வந்தால் அப்பா, அம்மா ஈஷா இவர்கள் யாருடனும் பேசாமல் நேராக நிஷித்தின் அறைக்குள் போய்க் கட்டிலில் உருண்டு புரண்டு அரட்டை அடிப்பாள். புத்திசாலித்தனமாகப் பேசுவதாக அவள் நினைத்திருந்தாலும் அவனிடம் அவள் வழிவது தெரியும். மற்றொரு ப்ளாட்டில் வசிக்கும் மிஷ்டியின் கன்னத்தில் முத்தம் கொடுப்பான் நிஷித். நாகரீகமாம்! திருமணமானதிலிருந்து ஒரு நாளும் இரவைத் தவிர மற்ற நேரங்களில் தன் அன்பை அவள் வெளிப்படுத்தவில்லை. அவள் மாமியார் கூட ‘மௌ’வ நீ எப்படித்தான் சகிச்சுக்கறயோ, தெரியல. நீ அவள

பெட்ரூமுக்குள்ள விடாத. வெளியே ஒக்காந்து அரட்டை அடிக்கட்டும். அப்பறம் அந்த மிஷ்டி? வெக்கங்கெட்ட ஜன்மம்,'' என்பாள்.

கோபத்தில் அவள் உடல் எரிந்தது. ரோஷத்திலும் அவமானத்திலும் மனம் கொதித்தது. இப்படிப்பட்ட மாமனார், மாமியார், கணவன் ஆகியோரை வைத்துக் கொண்டு அவள் என்ன சாதிக்க முடியும்? அவள் உயிர் துடி துடித்தது. படிப்பு, பாட்டு எல்லாம் தீயில் பொசுங்கி விட்டன. செய்யக்கூடியதெல்லாம் அவளுக்குக் கைச்செலவுக்காகக் கிடைத்த சிறிய தொகையைக் கொண்டு ஐஸ்க்ரீமும், சாக்லேட்டும் சாப்பிடுவதும், அவ்வப்போது கண்ணைக் கவரும் புடவை வாங்குவதும்தான். ஐஸ்க்ரீமும், சாக்லேட்டும் சாப்பிடுவது அவளுக்கு அந்த வீட்டில் காய்ந்த காய்கறியும், மீனின் எலும்புத் துண்டும் கொடுத்ததற்காகப் பழி தீர்த்துக்கொள்ளத்தான். சாப்பிட்டு சாப்பிட்டு அவள் உடல் பெருத்தது. கடைசியில் ஷாயரி அவள் துக்கங்களை மறக்க அடித்தாள். அவள் அடக்கி வைத்திருந்த அன்பு எல்லாத் தடைகளையும் உடைத்துக் கொண்டு வெளியே வந்து அவளுடைய ஏமாற்றங்களையும் துக்கங்களையும் அடித்துச் சென்றது. ஆனால் கருவுற்றிருந்த காலத்தில் கூட அவளுக்குச் சரியான உணவு கிடைக்கவில்லை. ஒரு நாள் ஒரு தொலைக்காட்சி நிகழ்ச்சியில் 'கருவுற்றிருக்கும் பெண்கள் மீன், மாமிசம் குறிப்பாக மீன் சாப்பிட வேண்டும். பாலும் பாலிலிருந்து கிடைக்கும் உணவுகளும் அவர்களுக்குக் கொடுக்கப்பட வேண்டும். ஆனால் உடல் பருக்கும்படியாக எதுவும் கொடுக்கக்கூடாது' என்றெல்லாம் சொல்லப்பட்டது. அதைக் கேட்ட அவளுடைய மாமனார்,

"அப்ப நம்ம பேரக் கொழந்தைக்கு மீன் வேணும்'' என்றார்.

"இதத்தான் எப்பலேர்ந்து நான் சொல்லிக்கிட்டிருக்கேன்? நீங்க காது கொடுத்துக் கேட்டாத்தான? நம்ம குடும்பத்து வாரிசு வருது. அதுக்கு நல்ல சத்தான சாப்பாடு கொடுக்கணும். நீங்க வாங்கிட்டு வரதுல குழந்தைக்கு என்ன சத்து கெடைக்கும்?'' என்றாள் அவள் மாமியார்.

குழந்தை! குழந்தைதான் முக்கியம். அதன் அம்மா வெறும் சுமப்பவள், அவ்வளவுதான்.

அன்றையிலிருந்து நல்ல மீன் கிடைத்தது. அவளுக்காக இல்லை, அவள் வயிற்றில் வளரும் அவர்களுடைய குடும்ப வாரிசுக்கு. ஆனால் அப்போது காலம் கடந்துவிட்டது. அசுர பசி; ஆனால் வீட்டில் அளவுச் சாப்பாடு; வயிறு நிரம்பாது. அப்போதுதான் ஐஸ்க்ரீம், சாக்லேட் மோகம் ஏற்பட்டது. மலைக்கு எலி பிறந்தது. எடை குறைந்த அந்தக் குழந்தையின் மேல் யாரையும் கை வைக்க அவள் விடவில்லை. டாக்டரின் உத்தரவு அது. வெளியிலிருந்து ஆடை மாற்றிக் கொள்ளாமல் அவள் அறைக்குள் வரத்தான் செய்தார்கள். டாக்டரின் எச்சரிக்கை எல்லாருக்கும் தெரியும். இருந்தும் எல்லாரையும் உள்ளே வர விட்டார்கள். அவள் உள்ளூர கொதித்தாள். தனியாக இருக்கும் போது நிஷித்திடம் வெடித்தாள். கோபம், அழுகை,

“எத்தன கஷ்டப்பட்டு அவளைப் பெத்திருக்கேன் தெரியுமா?”

“நானும்தான் கஷ்டப்பட்டு சம்பாதிக்கறேன்,”

குழந்தை பெறுவதும் சம்பாதிப்பதும் ஒன்றா? அதற்கு மேல் அவனிடம் பேசுவதில் அர்த்தம் இல்லை அவள் மாமியாரிடம் பணிவாக,

“அம்மா, நான் கொழந்தையோட கொஞ்ச நாள் என் அம்மா வீட்ல இருந்திட்டு வரேன், என்றாள்.”

“வயத்துல புள்ள இருக்கும் போதே ஒன் அம்மா ஒன்ன அழைச்சிட்டுப் போயிருக்கலாம். நான் தடுக்கலையே”

“அம்மா அப்படித்தான் ஆசைப்பட்டாங்க, ஒங்களுக்கு அசௌகரியமா இருக்கும்னு நான் போகல.”

“எங்களுக்கு அசௌகரியமா! நீ இங்க இருந்து எங்களுக்கு என்ன சௌகரியம்? பொறந்த வீட்டுக்கு ஏன் போக மாட்டேங்கற சொல்லு.”

‘அந்த முன்னி எப்போது வந்து தன் கணவனுக்குப் பக்கத்தில் படுத்துக் கொள்வாள், நிஷித்காந்தன் எப்போது எதிர்த்த ப்ளாட்டுக்குப் போவான், அவளுடைய ஹைசொஸைட்டி கணவன் எப்போது ‘நீ ஒன் வழிய பாத்துக்கிட்டுப் போ’ என்று சொல்லுவான்.’ என்பதெல்லாம் அவள் பயம், கவலை என்பதை மாமியாருக்கு எப்படிப் புரிய வைப்பாள்!

குட்டிச் ஷாயரியின் பாதுகாப்பிற்காக எல்லாக் கவலைகளையும் தாங்கிக் கொள்ளத்தான் வேண்டும். இதையெல்லாம் விடக் குழந்தை தான் பாசம், குழந்தைதான் கடவுள்; குழந்தைதான் அன்பு. நிஷித்தின் கண்களில் கனிவு இருப்பதை அவளால் பார்க்க முடிந்தது. சீக்கிரமாக வீட்டுக்கு வந்தான். குழந்தைக்காக டாக்டரிடம் ஓடினான். இந்தக் குழந்தை அவளைக் காப்பாற்றும். அவள் வெகுநாள் கழித்துத் தன் பிறந்த வீட்டுக்கு வந்தாள். பல நாட்கள் தங்கினாள். ஆஹா, என்ன நிம்மதி!

ரங்கா

ஷமன், சந்தன், புலஹ் முதலியோர் மெள்ள எழுந்து நின்றார்கள்.

“ஆகாயம், நதி, காத்து எல்லாம் ஒங்களுக்கு நல்லது செய்யட்டும்” என்றான் பகன்.

காட்டில் முன்பனிக் காலம் தொடங்கி விட்டது. சில மரங்களில் இலைகள் உதிரத் தொடங்கி இருந்தன. சிலவற்றில் உதிர்ந்து விட்டன, சில மரங்கள் பழைய இலைகளை வைத்துக் கொண்டு கம்பீரமாக நின்றன. தன்யா நதி சுருங்கி விட்டது. காற்று ஊசியாகக் குத்தியது. கொஞ்ச தூரத்தில் பொன் விளையும் பூமி, ஷமன் சந்தனைப் பார்த்தான்; சந்தன் புலஹைப் பார்த்தான்; புலஹ் ஷமனைப் பார்த்தான். அவர்களுடைய கைகள் துடித்தன. அவர்கள் கைகளால் உருவாக்கப்பட்டவை ஆனந்தமாக அவர்களை அழைத்தன. அதற்கு எதில் குரல் அவர்கள் மனதில் ஒலித்தது.

“இதோ வரோம், இதோ வரோம், பொன்னான தானியங்களே, நாங்க வரோம்.” புகையைப் போல பனிமூட்டம் தூரத்தில் மலை முகட்டில் தெரிந்தது. நீலநிற பனிமூட்டம். கொஞ்ச நேரத்தில் வெய்யில் வந்த உடன் இந்தப் பனிமூட்டம் காணாமல் போய்விடும்.

“நீங்கலல்லாம் தயாரா?” தளபதி கேட்டான்.

மூவரும் தலையை ஆட்டினர்.

“அப்ப மத்தவங்களையும் அழைச்சுக்கிட்டு வாங்க.”

அவர்கள் முட்டாள்கள். வேட்டையாடப் பயன்படும் கத்தியைக் கதிர் அறுக்கக் கொண்டு வந்திருந்தார்கள். ஷமனுக்குச் சிரிப்பு பொத்துக்

கொண்டு வந்தது.

“இந்தக் கத்தியால கதிர் அறுக்க முடியாது.”

அவர்கள் மரப்பொந்துகளிலிருந்து மெல்லிய வளைந்த கத்திகளைக் கொண்டு வந்தார்கள். வேறு வழியில்லை. இல்லாவிட்டால் பயிர் கருகிவிடும். ஒரு கையில் கொத்தாய்ப் பிடித்துக் கொண்டு மறு கையால் கதிரறுக்கும் வித்தையைக் கற்றுக் கொள்ள பல நாட்கள் ஆகும். அவர்கள் ஒருவரையொருவர் பார்த்தபடித் தங்கள் வேலையில் கவனம் செலுத்தினர். கைகள் கதிர்களால் கனத்தன. காய்ந்த மேட்டில் குவிக்கப்பட்டிருந்த கதிர்கள் சூரிய கதிர்களைப் போல் பளபளத்தன. நாள் முழுவதும் வேலை நடந்தது. வெளி கோஷ்டியின் முட்டாள்கள் அறுத்ததை அடுக்கி வைத்தார்கள். கதிரறுக்கும் வேலையை அவர்களால் செய்ய முடியவில்லை.

நாள் முழுக்க அறுவடை வேலை நடக்கும், சூரியன் உச்சிக்கு ஏறும் போது அரைகுறையாக சுடப்பட்ட மான் மாமிசம் கிடைக்கும். இம்மாதிரி அறைகுறையாக வெந்த மாமிசம் சாப்பிடுவதை அவர்கள் எப்போதோ விட்டாகி விட்டது. ஷமனுக்கும் அலம்புஷ்ஷுக்கும் முகம் கோணியது. மற்றவர்கள் தலையைக் குனிந்து கொண்டு பற்களால் மாமிசத்தைக் கடித்து இழுத்தார்கள்.

“என்ன ஆச்சு? நீங்கல்லாம் நல்லா சாப்டற மாதிரி தெரியலையே?” என்று கேட்டான் தளபதி.

“நல்லாத்தான் சாப்டறோம்” என்றான் ஷமன்.

“நல்லா இருக்கு” என்றான் அர்ஷா.

நிசப்தமான மதிய வேளையில் மாமிசம் கடித்து மெல்லும் ஓசை கேட்டது. சத்! சத்! சத்!

நிமேஷ் அங்கே இல்லை. சூர்யாவை அறுவடையை மேற்பார்வை இடும் தளபதியாக அவன் நியமித்திருந்தான். அவனுக்குத் தலைக்கு மேல் வேலை இருந்தது. முக்கியமான வேலை இந்தத் தானியங்களைச் சேமித்து வைக்க ஏற்பாடு செய்வது. தூரத்தில் இருக்கும் மலையில் குகை இருந்தது. ஆனால் அது அவ்வளவாக நன்றாக இல்லை; மிகவும் தொலைவில் இருந்தது. யாராவது வழிப்பறி செய்ய வந்தால் தடுப்பதற்கு

சக்தி வேண்டும். அவர்கள் குதிரையின் ஏறி வேகமாக மலைக்குகையை அடைய முடியும். அங்கே சிலரைக் காவலுக்கு வைத்தால் ஆயிற்று. ஆனால் இவர்கள் அறுவடையான தானியங்களை யெல்லாம் எப்படி வைத்திருந்தார்கள்? நிமேஷும் மதுராவும் யோசித்து யோசித்து ஒரு நாள் அடர்ந்த காட்டுக்குள் நுழைந்தார்கள். அங்கே குதிரை நுழைய முடியாது. வயல்வெளிக்கு அக்கம் பக்கத்தில் எந்த அறிகுறியும் இல்லை. தானியத்தை எப்படி வைத்திருந்தார்கள்? அவர்களிடம் கேட்கலாம். ஆனால் அதனால் அந்த ஆட்களின் கண்களில் கிண்டலும் கேலியும் பளிச்சிடும். அவர்களை வென்று தானியத்தைப் பெற்றாகி விட்டது. இப்போது அவற்றைப் பாதுகாக்கத் தாங்களேதான் ஏதாவது ஏற்பாடு செய்ய வேண்டும்.

உள்ளே போகப் போக காடு அடர்த்தி ஆனது. பெரிய பெரிய மரங்களின் கிளைகள், இலைக் கொத்துகளினூடே சூரிய கிரணங்கள் மழைக் கீற்று போல் விழுந்தன. அவர்கள் காலடிக்குப் பக்கத்தில் புதர். பாம்பு ஒன்று தெரிந்து வளைந்து போயிற்று. அந்தப் பாம்புக்கு நிமேஷைத் தெரியுமோ என்னவோ, யாருக்குத் தெரியும்? ஒரு தடவை படமெடுத்து நிமேஷைப் பார்த்து விட்டுப் போய்விட்டது. பாம்பு எதிர் பார்க்காமல் தாக்காது. பயத்தால் கரடி தாக்கும். பன்றி கோபமும் பிடிவாதமும் உடைய விலங்கு. சிங்கம் எப்போது தாவிக் குதிக்கும்; அம்பைப் போல் பாயும் என்று தெரியாது. சிங்கம் தன் குட்டியுடன் படுத்திருக்கும்போது உன்னைப் பார்த்தால் பூனையைப் போல் கண்களைச் சிமிட்டும். நீ அதற்குப் பக்கத்தில் நடந்து போவதில் அதற்கு எவ்வித ஆட்சேபணையும் இருக்காது. மறறொரு சமயம் திடீரென்று பின்னாலிருந்து பாய்ந்து பிடறியைப் பிடிக்கும். உண்மையில் சிங்கம் பசி வந்தால் தான் வேட்டையாடும். ஆனால் அதற்கு எப்போது பசிக்கும், எப்போது பசிக்காது என்று யாருக்குத் தெரியும்? இந்தக் குதிரையெல்லாம் கூட காட்டு விலங்குகள்தான். மானைப் போல ஓடும். மிகவும் முயற்சி செய்து சில குதிரைகளை மதுரா, சப்தன், நிமேஷ் ஆகிய மூவரும் பழக்கி இருந்தார்கள். வெட்ட வெளியில் நதி, ஓடை குன்று, மலை என்று எதையும் பார்க்க வேண்டாம். ஆனால் அடர்ந்த காட்டில் அவற்றால் போக முடியாது. கையில் கோடாரியை வைத்துக் கொண்டு இந்த மாதிரி இடங்களில் நடக்க வேண்டும்; விலங்குகளைச் சமாளிக்க வேண்டும்; புதர்களை வெட்டி சுத்தப்படுத்தி விட்டு முன்னேற வேண்டும்.

திடீரென்று மதுரா சீட்டி அடித்தாள். வியப்பினாலோ மகிழ்ச்சியாலோ மதுரா சீட்டி அடிப்பாள்.

"என்ன ஆச்சு?"

"அடே, நிமேஷ், அங்க பாரு, புதர்பூண்ட வெட்டி யாரோ பாதை அமைச்சு வச்சிருக்காங்க."

சுத்தமான பாதை. ஓரிடத்திலும் புதர் இல்லை. சில காட்டுப் பூச்செடிகள் மட்டும் இருந்தன. புற்களால் பாதை பச்சைப் பசேல் என்று இருந்தது. ஆனால் அந்தப் பச்சைநிறம் 'பளிச்'சென்று இல்லை, ஏனென்றால் அந்தப் பாதை வழியாகப் போக்குவரத்து நடந்திருக்கிறது. இரண்டு பக்கங்களிலும் உயர்ந்த மரங்கள். மரக்கிளைகளில் குரங்குகள் ஊஞ்சலாடின.

சீட்டி அடித்தபடி மதுரா முன்னால் நடந்தாள். அவள் பின்னால் நிமேஷ். திடீரென்று நிமேஷ் கடுமையான குரலில்

"ஒன்னோட சீட்டிய நெறுத்து மதுரா" என்றான்.

"சரி, நெறுத்தறேன்."

காட்டின் மத்தியில் ஒரு சுத்தமான நிலத்தை அவர்கள் பார்த்தார்கள். சுற்றிலும் புதர்களும் மரங்களும் இருந்தாலும் அந்த இடம் சுத்தமாக இருந்தது. செடி கொடிகளால் ஆன குகைகள் சில இருந்தன. மேலேயும், பக்கவாட்டிலும் செடி கொடிகளால் மூடப்பட்டிருந்தன. ஒரு பக்கம் மட்டும் திறந்திருந்தது. ஒவ்வொரு குகைக்கு முன்னாலும் பரந்த சுத்தமான நிலம் இருந்தது.

அவர்கள் எச்சரிக்கையுடன் இருக்க முயலவில்லை, ஆதலால் அவர்கள் தங்களுடைய காலடிச் சத்தத்தை அடக்கவில்லை. அங்கிருந்த குகைகளுள் ஒன்றிலிருந்து வெளியே வந்தாள் ரங்கா.

அவள் தலையைக் குனிந்து வெளியே வந்தாள். அவள் கையில் ஓர் இலையில் வெந்த தானியம். அவள் சாப்பிட்டுக் கொண்டிருந்தாள். அவர்களைப் பார்த்த நொடியில் உள்ள போய், அடுத்த நொடியில் கையில் இரண்டு ஈட்டிகளுடன் வெளியே வந்து,

“ஒரு அடி கூட முன்னால வைக்காதீங்க, நான் வெறுக்கற வெளி கோஷ்டிகாரங்க; கொலைகாரப் பாவிங்க, மனுஷ உருவத்துல மிருகங்க; ரெண்டு ஈட்டியும் ஒங்க மேல இப்ப பாயப் போகுது.” என்றாள்.

அவர்கள் அப்படியே திகைத்து நின்றார்கள், குறிப்பாக நிமேஷ். இந்தச் சில மாதங்களில் அவளிடம் நம்ப முடியாத மாற்றங்கள். ஒரு சமயம் மரண அடிபட்டுக் கிடந்தாள் என்று சொல்ல முடியாது. வெண்மையில் சிவப்போடிய உடல் நிறம் உடையவள் ரங்கா. அவளுடைய பொன்னிற தலைமுடி முதுகில் புரண்டது. அவள் இடுப்பில் அணிந்திருந்த மரப்பட்டையில் சிவப்பு, நீலம், மஞ்சள் ஆகிய நிறங்களில் பூக்கள் செருகப்பட்டிருந்தன.

அவளுடைய தலைமுடியில் சிவப்பு நிற பூங்கொத்து செருகப்பட்டிருந்தது. அவள் நன்கு உயர்ந்திருந்தாள். கண்கள் கத்தியைப் போல் கூர்மையாக இருந்தன. அவள் நின்றிருந்த விதம் அவளுடைய நிம்மதியையும், திடத்தையும், தன்னம்பிக்கையையும் மன உறுதியையும் காட்டியது.

“நாங்க ஒன் விரோதிங்க இல்ல. நானும் எங்க தலைவி மதுராவும் எல்லாருக்கும் பழங்கள் சேகரிக்க வந்திருக்கோம். அந்தப் பக்கம் தானியங்கள் அறுவடை செய்திருக்கோம். ஒங்க ஆளுங்கதான் அறுவடை செஞ்சிருக்காங்க. அவங்களுக்கு நாங்க விடுதல கொடுத்திட்டோம். சொல்லேன் மதுரா.”

மதுரா எச்சரிக்கையுடன் பார்த்துக்கொண்டே பேசினாள்:

“பகன் அவங்களோட காயத்த குணப்படுத்திவிட்டான். அவங்க எங்களுக்கு பயிரிடறத பத்தியும் அறுவடை செய்யறத பத்தியும் சொல்லித் தராங்க, இப்ப நாம நண்பருங்க”

“போயிடுங்க! உரத்த குரலில் கத்தினாள் ரங்கா. அவளுடைய கத்தல் ஒலி அந்தக் காட்டுப்பகுதியில் அலை அலையாகப் பரவியது. நிமேஷின் மனதில் அவ்வாறு தோன்றியது.”

“இந்த எடத்துலேர்ந்து போயிடுங்க; போயிடுங்கன்னு சொல்றேன்” அவள் ஒரு ஈட்டியை நிமேஷின் தலையைக் குறி வைத்து வீசினாள். நல்ல வேளை நிமேஷ் உட்கார்ந்து விட்டான். அந்த ஈட்டி நிமேஷின்

தலைக்கு மேல் போய் ஒரு மரத்தைத் துளைத்துக் கொண்டு போனதை அவர்களிருவரும் பயத்துடன் பார்த்தார்கள். மறுபடியும் உள்ளே போன ரங்கா வில்லும் அம்பும் எடுத்துக் கொண்டு வெளியே வந்தாள்.

மதுரா மெல்லிய குரலில்,

"வா, நிமேஷ் போயிடலாம். அப்பறம் வரலாம். இந்த எடம். இந்த குகைகள், இந்தப் பொண்ணு எல்லாமே நமக்குத் தேவைப்படும். இந்தப் பொண்ணு ஒரு போராளி."

அவர்கள் பின்னால் நகர்ந்து நகர்ந்து பார்வையிலிருந்து மறையும் வரை ரங்கா வில்லைக் கீழே இறக்கவில்லை. அவர்கள் திரும்பிக் காட்டிற்குள் போவதைப் பார்த்தாள். சிறிது நேரம் கவனித்து அவர்கள் போய் விட்டதை நிச்சயப்படுத்திக் கொண்டு குகைக்குள் போய் அரைகுறையாக விட்டிருந்த தன் உணவை உண்டு முடித்தாள். ரங்காவின் கிராமத்தில் நிறைய தானியங்கள் சேகரிக்கப்பட்டிருந்தன. அவை சமைப்பதற்குத் தயாரான நிலையில் வைக்கப்பட்டிருந்தன. அவள் தான் வேட்டையாடிக் கொண்டு வந்திருந்த முயலை நன்றாகத் தீயில் வாட்டி, காட்டில் உப்பளப் பகுதியிலிருந்து கொண்டு வந்திருந்த மண்ணைத் தேய்த்து வைத்திருந்தாள். நல்ல உணவுதான். ஆனால் வெளி கோஷ்டியிலிருந்து இரண்டு பேர் வந்து அவளுடைய ருசியைக் கெடுத்துவிட்டார்கள். அன்று அவர்கள் ஆக்கிரமிக்கவில்லை என்றாலும் அவர்களுடைய கிராமத்தையும். வசிப்பிடங்களையும், தானியக் கிடங்கையும், நெல் தூற்றுவதற்கான இடத்தையும் பார்த்து விட்டுப் போயிருக்கிறார்கள். அவள் இருப்பிடத்தில் எண்ணிக்கை இல்லாத ஈட்டிகளும், அம்பு, வில்களும் குவிக்கப்பட்டிருந்தன என்றாலும் அவள் அந்த இடத்தில் தனியாக இருந்தாள். இந்தச் சில மாதங்களில் அவள் சுதந்திரமாகத் திரிந்து தன் விருப்பப்படி வேட்டையாடினாள்; பூச்சி வராமல் இருப்பதற்குத் தானியங்களை வெயிலில் காய வைத்தாள். என்ன ஆச்சரியம்! அவள் வளர்க்கும் மான் நந்தன் ஏன் அவளுக்கு அவர்கள் வருகையை அறிவிக்கவில்லை? நந்தனைக் கொன்று விட்டார்களோ? கொன்றிருந்தால் வேறு ஒரு நந்தனைத் தயார் செய்து கொள்வதில் அவளுக்குக் கஷ்டம் ஒன்றுமில்லை. ஆனால் அவள் தனியாக அந்த இடத்தை எப்படிப் பாதுகாப்பாள்? எத்தனை நாள் பாதுகாக்க முடியும்? இந்த நாகரீக மற்றவர்களுக்கு பயிரிடத்துப்பில்லை; பெரிய விலங்குகளின்

மேல் சவாரி செய்கிறார்கள். இவர்களிடமிருந்து தன் இருப்பிடத்தை அவள் எப்படி பாதுகாப்பாள்? என்ன சொல்லி விட்டுப் போனார்கள்; காயமடைந்தவர்களை குணப்படுத்தி விட்டோம் என்றா? அவர்கள் இப்போது அறுவடை செய்கிறார்களாம். அப்போது எல்லாரும் தங்கள் தோல்வியை ஒத்துக் கொண்டு விட்டார்களா? “ஏ, மாதங்கி, சிங்கா ஒங்க குழு ஜனங்களோட கதிய பாருங்க! ஒங்க கொழந்தைங்களோட நெலைமைய பாருங்க! மாதங்கி! அவள் கத்தல் காட்டைக் கிழித்தது. அவள் கோபத்தில் தன்னைத் தானே அடித்துக் கொண்டாள். தலைமுடியைப் பிய்த்துக் கொண்டு நிலத்தில் குப்புற விழுந்தாள். அவள் கண்களிலிருந்து நீர் அருவியாகப் பொழிந்தது. தன் கண்ணீரை அவள் வியப்புடன் பார்த்தாள். ஈட்டி, கத்தி முதலிய ஆயுதங்களால் பலமாகக் காயம் பட்டாலோ, இல்லை வனவிலங்குகள் தாக்கி உடலிலிருந்து மாமிசத்தைப் பிய்த்து எடுத்தாலோ அவள் கண்களிலிருந்து நீர் அருவியாகப் பொழியும். ஆனால் இப்போதுதான் அம்மாதிரி எதுவும் நடக்கவில்லையே! ஏன் அவள் கண்களில் கண்ணீர்? மாதங்கி காற்றில் கலந்ததிலிருந்து இவ்வாறு நிகழ்கிறது. அப்படியென்றால் உள்காயம் ஏதாவது இருக்கிறதோ? அவள் பரபரப்புடன் தன் உடம்பில் காயத்தைத் தேடினாள். காயம் எதுவும் இல்லை. உடம்பு திடமாகத்தான் இருந்தது. உடம்புக்குள் எங்கேயோ காயம் இருக்கிறது. மாதங்கியின் மறைவிற்கும் அதற்கும் ஏதோ சம்பந்தம் இருக்கிறது.

திடீரென்று சுகோ என்னும் குழந்தையை ஓநாய் எடுத்துச் சென்ற நிகழ்ச்சி அவளுக்கு நினைவுக்கு வந்தது. கவனக்குறைவாக இருந்ததற்காக மாதங்கி எல்லாரையும் திட்டினாள். அப்போது அவள் கண்களிலிருந்து கண்ணீர் அருவியாகப் பொழிந்தது. அப்படியென்றால் ஒருவருடைய மறைவுடன், இனி பார்க்கவே முடியாது என்பதுடன் அந்தக் கண்ணீருக்குத் தொடர்பிருக்கிறது. கண்களுக்கு உள்ளே இருந்து நாம் பார்க்க முடியாத அங்கங்களின் காயத்திலிருந்து வருகிறது இந்தக் கண்ணீர் அருவி.

ரங்கா சந்தேகப்பட்டது சரியாகி விட்டது; ஆனால் அவள் நினைத்தப்படி இல்லை.

சரியாக இரண்டு தினங்களுக்குப் பிறகு அவள் குகை வாசலில் வந்து நின்றான் ஷமன்.

“ஷமன் நீயா?”

“நாங்க எல்லாரும் இருக்கோம் ரங்கா. வெளியே வா.” வெளியே வந்த ரங்கா உண்மையிலேயே அவள் குழுவைச் சேர்ந்த ஷமன், தமன், அலம்புஷ், அர்ஷா முதலிய எல்லோரும் இருப்பதைப் பார்த்தாள்.

“நம்ம ரெண்டு கோஷ்டியும் சேந்திடிச்சி ரங்கா. இப்ப நமக்குள்ள ஒரு வேறுபாடும் இல்ல, நாங்க அவங்களுக்கு விதை விதைக்கறது, பயிர் காப்பத்தறது, அறுவடை செய்யறது, நெல் தூத்திக் காய வைக்கறது எல்லாமே சொல்லிக் கொடுத்திருக்கோம். அவங்க நமக்குக் குதிரை ஏறறத்துக்குச் சொல்லிக் கொடுத்திருக்காங்க. நம்ம ரெண்டு கோஷ்டியும் சேர்ந்திட்டா என்ன நஷ்டம் சொல்லு” என்றான் அர்ஷா.

“இதப்பாரு அவங்களும் வெள்ளை நெறம்; நாமும் வெள்ளை நெறம். அவங்க பனியைப் போல வெளுப்பு; நாம அத்தன வெளுப்பு இல்ல, அவங்க தலைமுடி செம்பட்டையா இருக்கு, நம்மதும்தான். அவர்களுக்குத் தீர்க்கமான மூக்கு, நமக்கும்தான். அவங்க வெகு தூரத்துல இருந்ததால நாம ஒருத்தயொருத்தர் தெரிஞ்சிக்க முடியல; நமக்கு இங்க தானியம் இருக்கற மாதிரி அவங்களுக்குக் குதிரை இருக்கு, அவங்க நம்ம விட கூர்மையான அம்பு செய்யக்கூடியவங்க. என்றான் தமன்.

“அப்ப மாதங்கி, சிங்கன், அத்ரி இவங்கல்லாம் ஒரு காரணமுமில்லாம கொல்லப்பட்டாங்களே!”

ரங்காவின் கண்கள் நெருப்பைப் பொழிந்தன.

இந்தச் சமயத்தில் மரத்தின் பின்னாலிருந்து ஒருவன் வந்தான். எல்லாரும் அவனுக்கு வழி விட்டார்கள். போரில் தோல்வி அடைந்தவன் சரணாகதி அடைய வருவது போல் அவன் மெள்ள மெள்ள முன்னால் வந்தான். அவன் மெல்ல இனிமையான குரலில் பேசினான்.

“என் பேரு பகன். நீ ரங்கா, கேள்விப்பட்டிருக்கேன். நான் காயங்களுக்குச் சிகிச்சை செய்வேன், எனக்குப் பச்சிலை வைத்தியம் தெரியும். இன்னொரு விஷயமும் தெரியும். நீ, மதுரா, ஷப்தன், அர்ஷா, ரோதினி, அப்பறம் நான், நிமேஷ், ஷமன், தமன் அலம்புஷ், கௌள் எல்லாரும் ஒண்ணு, நமக்கு இடைல ஒரு வித்தியாசமும் இல்ல.

எல்லாருக்கும் ரெண்டு கை, ரெண்டு கால், ரெண்டு கண், ரெண்டு காது, ரெண்டு நாசித்துவாரம் இருக்கு. இரத்தத்தோட நெறம் ஒண்ணுதான். பெண்களுக்க ரெண்டு உறுப்பு அதிகமாக இருக்கு. ஜனன உறுப்புகள் எல்லாப் பெண்களுக்கும் இருக்கு. நமக்கு உருவம் ஒண்ணுதான். நாம ஒண்ணா சேர்ந்திடணும். ஏதோ கெடைக்கும்னு நெனைச்சுக்கிட்டு சுய நலத்துக்காக அடிச்சிக்கிட்டுக் கொலை செஞ்சோம்னா நம்ம ஜனங்களையே அழிச்ச மாதிரிதான்.''

ரங்கா சற்றே திகைத்தாள். அந்த ஆள் நல்ல வெளுப்பாக இருந்தான். வயதானவன் இல்லையென்றாலும் அவன் தலைமுடியும் வெளுப்பாக இருந்தது. இந்த முழு வெண்மை அவனுக்கு ஒரு முக்கியத்துவத்தையும் தனித்தன்மையும் கொடுத்து அவன் ஏதோ காற்றிலிருந்து வெளிவந்தவன் போல, தண்ணீரிலிருந்து வெளி வந்தவன் போல தோன்றியது. ரங்கா அவனையே பார்த்துக் கொண்டிருந்தாள்.

``பகன் தொடர்ந்தான். ``தெரியும், ஒங்க கோஷ்டில பல பேர நாங்க கொன்னுட்டோம். தப்புதான். நான் அவங்கள தடுத்தேன். 'இதப் பாருங்க, அவங்களும் பார்க்கறதுக்கு நம்ம மாதிரிதான் இருக்காங்க. நாம பேசறது ஒருத்தருக்கொருத்தர் புரியுது. இந்த யுத்தம் வேண்டாம்; கொலை வேண்டாம்'ன்னு சொன்னேன். நான் அவங்க சார்பா ஒன்கிட்டேர்ந்து தண்டனை ஏத்துக்க வச்சிருக்கேன். என்ன தண்டன கொடுக்கணுமோ கொடு. இந்தா, எடுத்துக்க கோடாரி, ஈட்டி, வில்லு, அம்பு, கொல்லு.''

பகன் முழங்காலிட்டுத் தலையைக் குனிந்து கொண்டு உட்கார்ந்தான்.

ரங்கா ஒன்றும் பேசவில்லை. உள்ளே போய் விட்டாள், அவளுக்குள் குழப்பம். ஏன்? ஏன்? இந்த மாதிரி ஒருவனை அவள் இதுவரை பார்த்ததில்லை. இந்த மாதிரி பேச்சையும் கேட்டதில்லை. எல்லாரும் ஒன்றாம். தப்பு செய்திருக்கிறார்கள். கொலை செய்து தப்பு செய்திருக்கிறார்கள். தண்டனையை எற்றுக் கொள்ள தயாராக இருக்கிறார்கள். அவள் வெளியே பார்த்திருந்தால் மதுராவையும் நிமேஷையும் பார்த்திருப்பாள். வெளி கோஷ்டி ஆட்கள் எல்லாரும் காட்டுக்குள்ளிருந்து மெள்ள மெள்ள வெளியே வருவதைப் பார்த்திருப்பாள. வந்தவர்கள் குடிசைகளுக்குள் நுழைந்தார்கள். தானியக்

கட்டுகளை வெளியே எடுத்து வந்து சத்தத்துடன் கீழே போட்டார்கள். ஷமனின் அறிவுரைப்படி அவர்கள் தடிமனான ஒரு கம்பால் அந்தக் கதிர்கட்டுகளை அடித்தார்கள். சூரியன் ஆகாயத்தில் வலம் வந்து கொண்டிருந்தான். அங்கே சத்தம் அதிகமாகியது. குடிசைகள் பாகம் பிரிக்கப்பட்டன. ஒரு குடிசையில் இரண்டு மூன்று பேர் இருப்பார்கள். தானியங்கள் வைக்கும் பொந்துகளைச் சிலர் சுத்தம் செய்தார்கள். வேறு சிலர் நெருப்பு வளையம் அமைப்பதற்காகக் கட்டைகள் கொண்டு வந்தனர். பக்கத்திலேயே இருந்த நீரருவியை ஒருவன் பார்த்து விட்டான் எல்லாரும் ஆவலுடன் தண்ணீர் குடித்தார்கள்.

“நீங்க மதுராவ ஓங்க தலைவியா ஒத்துக்கணும்.” மதுரா சொன்னாள்.

“மதுராவும் நிமேஷும் ஓங்கள பாதுகாப்பாங்க. நீங்க கவல இல்லாம பயிர் செய்யுங்க; மண்பாண்டங்கள் செய்யுங்க. ஆடு, மாடுகள மேயுங்க; விலங்குகளோட ரோமங்கள வெட்டி எடுங்க, மான் தோல் எடுங்க; ஆடு மாடுகளுக்குப் புல் கொடுங்க. அதுங்க பால் கொடுக்கும். யாருக்கு என்ன வேலைன்னு நாங்க சொல்லுவோம்” என்றான் நிமேஷ். வெளியே எழுந்த கூச்சலும் சத்தமும் ரங்காவுக்குத் தெரிந்தே இருந்தது. ஆனால் அவள் தன் காதில் எதுவுமே விழாதது போலிருந்தாள். அவள் முற்றிலும் வெண்மையான ஒருவனைப் பார்த்தாள். அவனுடைய தலைமுடி, தாடி அவ்வளவு ஏன் புருவம், இமை மயிர் கூட வெள்ளைதான். ஆனால் அவன் வயதானவன் இல்லை; பலசாலியான அழகான ஆண். அவன் கண்கள் கருணையானவை, அவள் மனம் சாந்தமடைந்தது. அவளுக்கு உற்சாகம் வந்தது. ஏனென்றால் அதுநாள் வரை அவள் தனிமையில் கோபத்தில் கொதித்துக் கொண்டிருந்தாள். தனிமை அவளுக்குப் பழக்கமில்லாதது. மாதங்கியின் மேல் நோக்கிய விழிகள் உயிரற்ற பார்வை, ரங்கா என்று கூவியபடி அவள் உயிர்விட்டது. அவளுடைய விறைத்துப் போன உடல் எல்லாமே இரவு பகலாக அவள் கண் முன்னால் வந்தன. எல்லாரையும் விடப் பலவீனமானவள் என்று அவளிடமும் எல்லாரையும் விடப் பலசாலி என்று சந்தனிடமும் மாதங்கி அதிகமாக அன்பு செலுத்தினாள். இதை ரங்கா நன்றாகவே அறிந்திருந்தாள். விளையாடும் போது அவளை எப்படிப் பார்ப்பாள் மாதங்கி! அவளுடைய மரப்பட்டையாடையில் பூவலங்காரத்தை எப்படி ரசித்துப் புகழ்வாள்! அம்பு எய்த போது மாதங்கி அவளை அணைத்துக்

கொண்டு "யார் சொன்னது என்னோட ரங்கா குறி வைக்க முடியாதுன்னு! அவள் குறி வைக்கறது தப்பாது" என்றாள். அவள் முதல் முதலாக ஒரு மானை வேட்டையாடிய போது மாதங்கி எத்தனை மகிழ்ச்சி அடைந்தாள்! மாதங்கிக்குப் பிறந்த எல்லாரையும் அவள், சந்தன், சுகோ, பத்ரி, ஆர்யா முதலிய எல்லாரிடமும் மாதங்கி அளவு கடந்த அன்பு வைத்திருந்தாள். அன்பு என்றால் ஒரு விதமான ஈர்ப்புதான். அவள் மாதங்கியை ஒரு குழுவின் தலைவியாக, வேட்டையாடுவதிலும், போர் புரிவதிலும், பங்கிட்டுக் கொடுப்பதிலும், யோசனை சொல்வதிலும் முதன்மை இடத்தில் இருப்பவளாக, எல்லாக் குழந்தைகளையும் சமமாகப் பாவிப்பவளாக நினைக்கவில்லை. இந்த மாதங்கிக்கு உள்ளே இருந்து அன்பின் வடிவமாக, சில குழந்தைகளிடம் அதிக ஈர்ப்புடைய ஒரு மாதங்கி வெளியே வந்து அவள் மனதில் வசித்தாள். இப்போது நினைத்தால் கூட அவள் மாதங்கியின் கருப்பையிலிருந்து வெளியே வந்து, அவளுடைய மடியிலும் முதுகிலும் விளையாடி, அவளிடம் பால் குடித்த ஒரு குழந்தையாகத் தான் தன்னை நினைத்தாள். மாதங்கியின் மென்மையான சிரிப்பு, அவளிடம் தான் கண்ட பாதுகாப்பு உணர்வு, அவள் உடலிலும் மனதிலும் இருந்த பலம், அமைதி ஆகியவைதான் அவள் வாயிலிருந்து மாதங்கி என்பது போய் அம்மா என்ற சொல் வெளிவந்ததற்குக் காரணமோ, யாருக்குத் தெரியும்?

மெல்ல மெல்ல நிழல் நிண்டு வந்தது. வெளிச்சம் மங்கி வந்த பிற்பகலில் ரங்கா தூங்கி விட்டாள். பறவைகளின் கோலாகலமான ஒளியில் தான்யாவின் நீர் நான்கு புறங்களிலும் பொங்கி ஓடியது போலிருந்தது. ஆகாயத்திலிருந்து ஆரஞ்சு வர்ண ஒளி இறங்கி வந்தது. அங்கிருந்த குடிசைகள் போதவில்லை. மேலும் சில குடிசைகள் கட்டும் பணி ஆரம்பமாகி விட்டது. ஷமன், தமன், ஆர்ஷா முதலியோரின் மேற்பார்வையில் எல்லாரும் சேர்ந்து குடிசைகள் கட்டினார்கள். மாலை மங்குவதற்குள் புதியதாகச் சில குடிசைகள் கட்டப்பட்டு விட்டன. மேலும் குடிசைகள் கட்ட வேண்டுமென்றால் மேலும் மரங்கள் வெட்ட வேண்டும். இப்போது பேசாமல் இருப்பதுதான் நல்லது. அந்த இடத்தைச் சுற்றி நெருப்பு மூட்டி விட்டார்கள். மூன்று பன்றிகளையும் நிறைய முயல்களையும் அந்த நெருப்பில் வாட்டினார்கள். நெடு நாட்களாக அவள் மனதை வாட்டி வதைத்த கோபம், வருத்தம் ஆகியவற்றிலிருந்து அவளுக்கு விடுதலை கிடைத்து விட்டது. அவள் தூங்கினாள். ஷமனும்

மற்றவர்களும் உப்பு மணலைக் கொண்டு வந்து தீயில் வாட்டி வைத்திருந்த மாமிசத்தில் தடவினார்கள். அற்புதம்! நல்ல ருசி! மதுராவின் ஆட்கள் அவற்றைச் சாப்பிடும் போது அவர்கள் வாயிலிருந்து பல விதப் பாராட்டுச் சொற்கள் வெளிவந்தன.

“ஆஹா, ஆஹா! பேஷ், பேஷ்!”

வேதவதி

சாவுத் தீட்டுக் கழியும் வரை வேதவதி இனிப்பும் பழமும் மட்டும் சாப்பிட்டாள். மூன்றாவது அண்ணி சொன்னாள்,

“அம்மாவுக்கு சாகற சமயத்துல கூட நாக்கு சாகல. மாமிச சூப் செஞ்சிருந்தேன். மூச்ச இழுத்து இழுத்து வாசன பிடிச்சாங்க.”

‘மருமகளே, என்ன செஞ்சிருக்க? எனக்குக் கொஞ்சம் கொடு’ன்னாங்க. கேளுங்க கதைய. அம்பது வருஷமா விதவை. மீன், மாமிசத்த விடுங்க, பயத்தம் பருப்பு கூட சாப்டாம இருந்தவங்க. மாமிச சூப் சாப்டறாங்களாம்!”

வேதவதியால் கடுமையாகப் பேச முடியாது, இருந்தாலும் தைரியத்தைத் திரட்டிக் கொண்டு,

“அம்மா ஒன்ன எதுக்கும் தடுக்கல, நீ எப்பவும் மீன் சாப்பிட்டுக்கிட்டுதான் வந்திருக்க.” என்றாள்.

ஒரு சொடுக்குப் போட்டு அவள் சொன்னதற்குப் பதிலடி கொடுத்தாள் மூன்றாவது அண்ணி.

“ஒன்னோட மூணாவது அண்ணன் செத்துப் போனப்பறம் நான் மாமிசம் சாப்டறத விட்டுட்டேன். அம்மா ஒன் தலை மேல சத்தியம் பண்ணி என்ன மீன் சாப்டச் சொன்னாங்க. நான் என்ன செய்யறது, கொஞ்சம் மீன் வாயில வச்சிருக்கேன். அது கூட ஏகாதசி, பௌர்ணமி இந்த மாதிரி நாட்கள்ள சாப்டறதில்ல.”

“ஒரு மகாஜீவன் கடைசில சாப்ட ஆசைப்படறதயெல்லாம் கொடுத்திடணும், அப்டி என்ன சாப்பிட்டுட போறாங்க” என்றாள் வேதவதி.

“ஒனக்கு என்ன பைத்தியமா? அந்தப் பக்கம் அவங்களுக்கு

நரகம் இல்லாட்டியும் இந்தப் பக்கம் நரகமாயிடும். தப்பா எடுத்துக்காத. படுத்த படுக்கையா இருக்கறவங்கள கவனிச்சுக்கறது ஒரு பயங்கரமான வேலை. சில சமயம் வாயிலேர்ந்து வேண்டாத வார்த்தை வந்திடும்.''

வேதவதி பெருமூச்சு விட்டாள்.

“நான் நெனச்சுக்கறதுக்கு என்ன இருக்கு? இதெல்லாம் என் அம்மாவுக்கு ஒறைக்கல. அவங்க தன் ஒலகத்துல இருந்தாங்க. கடைசியில அவங்க சர்வமங்களா தேவியா இல்ல.''

“அப்ப அவங்கள பேய் பிடிச்சிருந்ததா?''

வேதவதியின் மகள் ரஞ்சா பதில் சொன்னாள்.

“மாமி, நீங்க ‘ஸெனிலிடி’ன்னு கேள்விப்பட்டதில்லையா? ரொம்ப வயசாயிட்டா, ஒடம்போட மத்த உறுப்பெல்லாம் சரியா வேல செஞ்சாக்கூட மூள சரியா வேல செய்யாது. இந்த மாதிரி ஒரு நெலம ஒங்களுக்கும் எனக்கும் கூட வரலாம்.''

“அப்பப்பா, நெனச்சாலே பயமாயிருக்கு கடவுளே! எல்லாம் சரியா இருக்கும் போதே நான் போயிடணும்.''

அந்த சர்வமங்களாவுக்கு அன்று பதின்மூன்றாம் நாள் காரியம். கட்டிலின் மேல் அலங்காரமாக வைக்கப்பட்டிருந்த அந்தப் படம் சுமார் இருபது ஆண்டுகளுக்கு முன்னால் எடுக்கப்பட்டது. இருபது ஆண்டுகளுக்கும் அதிகமாக இருக்குமே தவிர குறைவாக இருக்காது. அதற்குப் பிறகு புகைப்படம் எடுக்கவில்லை. சில க்ருப் போட்டோக்கள் இருந்தன. அவை வேதவதிக்குப் பிடிக்கவில்லை. அவளிடம் இருந்த அம்மாவின் புகைப்படங்களுள் அழகானதை எடுத்து அலங்கரித்து சந்தன மாலை போட்டு காரியம் நடக்கும் அறையில் வைத்திருந்தாள். வெள்ளைப் புடவை, அம்மாவுக்கே உரிய சிரிப்பு. நரைத்த தலை முடியிலும் ஓர் அழகு இருந்தது. சிறப்பை மேலும் சிறப்பிப்பது போல அம்மா நெற்றியில் ஒரு சந்தனப்பொட்டு வைத்திருப்பாள். ஆனால் கடைசி காலத்தில் இருக்க வேண்டிய ஜபமாலை அவளிடம் இல்லை. அவள் எத்தனைதான் தன் குருவின் மகனை வணங்கினாலும், தீட்சை பெற்றிருந்தாலும், ராதா கோவிந்தனை பூஜை செய்தாலும், உபவாசம் இருந்தாலும் அவள் உட்கார்ந்து ஜபம் செய்து யாரும் பார்த்ததில்லை. இதைப் பற்றிக்

கேட்டால் "அதான் கல்கண்டும் தண்ணியும் ராதா கோவிந்தனுக்குக் கொடுத்திருக்கேனே. பக்கத்துல லட்சுமி இருக்கா. சித்தி விநாயகர் இருக்கார், என்னோட குருவேதர் பாலா நந்தி இருக்கார். எல்லாத்தையும் அவங்க தங்களுக்குள்ள பங்கு பிரிச்சுப்பாங்க. அவங்க ஒங்கள போல பிறர் கிட்ட தயவு இல்லாதவங்க இல்ல. இந்த வீட்ல நான் கவனிக்காத விஷயம் குளறுபடிதான்; நான் கவனிக்காத வேலை ஆகவே ஆகாது. மூணாவது மருமகளே! மீன் கொழம்பும் உருளைக் கிழங்கு வறுவலும் ஆயிடிச்சா? இன்னும் ஆகலையா? ஆகவே ஆகாது. மாமியார குத்தம் சொல்றதுலயே ஒன் நேரம் போகுது. ஒன் வேலைல கொஞ்சம் கவனம் கொடுத்தா ஆகாதான்னு கேட்குறேன். ஒன்னோட சின்ன மகன் தான பசியால தவிக்கறான்?" என்பாள்.

போட்டோவில் அவள் ஒரு புனிதமான பெண்மணி போல்தான் காட்சி அளித்தாள். அவள் கடவுளை அடிக்கடி நேரில் தரிசித்தவள் போல் காட்சி அளித்தாள். இறைவனுடன் தோழமை உறவு. எல்லாச் செயல்களையும் பின்னின்று இயக்குபவள் அவள்தானோ? எல்லாருக்கும் அடைக்கலமாக விளங்கியவள் அவள். ஒரு தடவை அம்மா என்று அழைத்து விட்டால் போதும் நம்முடைய எல்லாப் பிரச்சினைகளையும் தீர்த்து வைப்பாள்.

வந்திருந்தவர்களுள் பலர் அந்தப் புகைப்படத்தைப் புகழ்ந்தனர்.

"இவங்க இளம் வயசுல ஜகதாத்ரி அம்மன போல இருந்திருக்கணும்" ஒருத்தி இரு கைகளையும் கூப்பி வணங்கியபடிச் சொன்னாள்.

இளம் வயதில் ஜகதாத்ரி அம்மனைப் போல் அவள் பாட்டி இருந்திருக்காவிட்டால் என்ன ஆகி இருக்கும்? அன்று சிரார்த்த நாளில் மரியாதை கிடைத்திருக்காதோ? இவர்களுடைய மதிப்பீடுதான் என்ன? ஒரே மாதிரியான ஒப்பீடு - லட்சுமிகரமான, துர்க்கையை போல, ஜகதாத்ரியைப் போல அழகு, இன்னும் என்னென்ன, சீதாவைப் போல பத்தினியாக இரு, சாவித்ரியை மாதிரி - இந்த ஒரே பேச்சுதான். லட்சம் தடவை கேட்டுக் கேட்டுக் காது புளித்துப் போய் விட்டது என்று நினைத்தாள் ரஞ்சா.

வேதவதிக்குப் பேசப் பிடிக்கவில்லை. அவள் மனம் எங்கேயோ அவளுடைய குழந்தைப் பருவத்திற்குப் போய் விட்டது. அவளுடைய சகோதர சகோதரிகள், அம்மா, அப்பா எல்லாரையும் என்ன கனவிலா பார்த்தாள். அவள் குழந்தைப் பருவம் கனவோ என்று தோன்றியது. கொஞ்சங்கூட உண்மை இல்லாதது. இந்த வேதவதி யார்? ‘சரியா? தப்பா?’ என்று கேட்டபடி பாண்டி ஆடிய அந்த ஏழெட்டு வயதுச் சிறுமியை அவளால் அடையாளம் காண முடியவில்லை. ஆனால் அந்தப் பெண் தான் உண்மை; இந்த நரைத்த முடியுடைய எண்பது வயதுக் கிழவி இல்லை. மிகவும் கஷ்டப்பட்டு புடவை உடுத்திய இளம் தாய் தெளிவற்ற படம் போல் மனத்திரையில் வந்தாள். முகம் மிகவும் தெளிவற்று இருந்ததால் தலையற்ற முண்டம் நிற்பது போல் தோன்றியது. அந்தப் பக்கம் பக்திப் பாடல்களின் ஒலி கேட்டது. மறுபக்கம் ஒரு குழு மாதுர் பாடல்கள் (கிருஷ்ணர் தங்களை விட்டுப் பிரிந்த வருத்தத்தில் பிருந்தாவன மக்கள் பாடிய பாடல்களின் தொகுப்பு) பாடிக் கொண்டிருந்தது. இப்போதெல்லாம் சாவு வீடுகளில் இசைக் கலைஞர்களை அழைத்து நாம சங்கீர்த்தனம், பக்திப் பாடல்கள் ஆகியவற்றைப் பாடுவதற்கு ஏற்பாடு செய்துவிடுகிறார்கள். ரஞ்சாவின் அத்தை இறந்தபோது ரவீந்திர சங்கீதம் பாட பிரபல பாடகர்களை ஏற்பாடு செய்திருந்தார்கள். அந்த வீட்டில் நான்கு தலைமுறை வாழ்ந்திருக்கிறது. மூத்த தலைமுறையின் கடைசிப் பெண் இன்னும் இருக்கிறாள். இதுவரை இம்மாதிரி சந்தர்ப்பத்தில் அந்த வீட்டில் பாட்டுக்கு இடம் இருந்ததில்லை. எல்லாரும் குழு குழுவாக அரட்டை அடித்துக் கொண்டிருந்தார்கள். யாரும் பாட்டில் கவனம் செலுத்தியதாகத் தெரியவில்லை. டீ, இனிப்பு, குளிர்பானம் எல்லாம் வந்தன. சிலர் எழுந்து போய் சிகரெட் பிடித்து விட்டு வந்தார்கள். முக்கியமான பாடகர் கூட எழுந்து போனார். “சிகரெட் ப்ரேக் அம்மா” என்றாள் ரஞ்சா.

நான்கு புறங்களிலும் கிழவர்களும், கிழவிகளும் நிறைந்திருப்பதை ரஞ்சா கவனித்தாள். இத்தனை வயதானவர்களை ஒரே இடத்தில் சேர்ந்தாற் போல் அவள் பார்த்ததில்லை. வெள்ளை ஜிப்பா, வேஷ்டி அணிந்த கிழவர்கள்; பார்டர் இல்லாத வெள்ளைப் புடவை, பார்டருடன் கூடிய வெள்ளைப் புடவை அணிந்த கிழவிகள் (வங்காளத்தில் விதவைகள் பார்டர் இல்லாத வெள்ளைப் புடவையும் சுமங்கலிகள் சிவப்பு பார்டர் போட்ட வெள்ளைப் புடவையையும் அணிவார்கள்) சில கிழவிகளின்

நரைமுடிக்கு நடுவே இடப்பட்டிருந்த குங்குமம் தலை முழுக்க பரவி இருந்தது. கஷ்டப்பட்ட, மற்றவர்களைக் கஷ்டப்படுத்திய ஒரு வயதான விதவை இறந்துவிட்டாள். அவளுக்கும் விடுதலை; வீட்டில் உள்ள மற்றவர்களுக்கும் விடுதலை. தங்களுடைய சுமங்கலிக் கௌரவத்தைப் பறைசாற்றிக் கொள்ள சிவப்பு சரிகை கரை போட்ட புடவை அணிந்து, வகிட்டில் பட்டையாகக் குங்குமம் இட்டுக் கொண்டு கிழவிகள் வந்திருந்தார்கள். இளம் வயதுப் பெண்களும் நடுத்தர வயதுப் பெண்களும் கூட நகை அணிந்து வந்திருந்தார்கள். வயதானவர்கள் முகத்தில் ஒரு கலவரம் இருப்பது போல் ரஞ்சாவுக்குத் தோன்றியது. அதுநாள் வரை அவர்களை விட வயதான ஒருத்தி உயிரோடு இருந்தாள். அவள் போன உடன் ஏதோ ஒரு மறைப்பு நீங்கி விட்டது போல் தோன்றியது. இறுதி நாளுக்கு முன்னால் அவர்கள் நிறுத்தப்பட்டதைப் போன்ற ஓர் உணர்வு. பலவிதமான பேச்சுகள் காதில் விழுந்தன.

“அக்கா/அண்ணி ரொம்ப நல்லவங்க. போன தடவ நான் வந்திருந்த போது அடையாளம் தெரிஞ்சுக்கிட்டாங்க. “நீ ஹரி இல்ல” ன்னு கேட்டாங்க. கடைசில அவங்களுக்கு தன் ஒறவு ஜனங்களையே அடையாளம் தெரியாம போயிட்டுதுன்னு சொல்றாங்க”

“அப்ப நீங்க அவங்களோட ஒறவுக்காரங்கள விட முக்கியமானவரா ஆயிட்டீங்க, ஹரி அண்ணா. விஷயம் என்னன்னா வயசாயிடிச்சின்னா வீட்ல யாரும் மதிக்கிறதில்ல. அதனாலதான் வீட்ல இருக்கறவங்கள விட வெளி மனுஷங்க தன்னுடையவங்கன்னு தோணுது.”

“செனிலிஷயோட சைகாலஜிய அத்தன சுலபமா புரிஞ்சிக்க முடியாது. அப்டி புரிஞ்சுக்கணும்னா நீங்க ஜெரொண்டோ சைகாலஜிஸ்ட் ஆகணும்” யாரோ திடகாத்திரமான கிழவர் சொன்னார்.

யாரோ ஒருவர் சிரித்தபடி சொன்னார். “ஒன்னோட இந்த பம்பாய் பேச்சுக்கு அர்த்தமே இல்ல சம்பு. இவங்கல்லாம் வயசானவங்கள காப்பத்தறதுக்கு ஏன் இத்தன முயற்சி பண்றாங்கன்னு எனக்குப் புரியல. அறுவது வயசுல உடல் சக்தியும் மனோ சக்தியும் குறைஞ்சுக்கிட்டே வர போது விடை கொடுத்திடணும். அவங்களோட சொற்ப சேமிப்போட வட்டிய கொஞ்சம் கொஞ்சமா கொறைச்சுக்கிட்டே வந்தா அவங்களால பாலு, பழம், மீன் எல்லாம் சாப்ட முடியாது. ஏதோ கொஞ்சம் சாப்பாடு அவ்வளவுதான். அப்ப இத்தன மருந்து மாத்திரை எதுக்கு? சர்வமங்களா

அண்ணிக்கு தொண்ணூத்தி நாலு தொண்ணித்தி அஞ்சு வயது இருக்கும்னு தோணுது. என்னோட மாமனார் தொண்ணூறு வயசுக்குப் போய்ச் சேர்ந்தார். அவர பத்து நாள் லைப் சப்போர்ட்ல வச்சிருந்தாங்க. அட அவரு பத்து நாள் முன்னாலேயே போயிட்டாரு. இப்டி ஏன் வச்சிருந்தாங்க தெரியுமா? லட்சம் லட்சமா பணம் பிடுங்கத்தான். ஒங்க தலைமுறை குட்டிச்சுவரா போயிடிச்சி. மனுஷ உசிர வச்சி வியாபாரம் செய்யறீங்க. அப்ப ஜெரொண்டோவெல்லாம் எதுக்கு சம்பு? ஹரி நீதான் சொல்லேன்.''

இன்னொருவர் சொன்னார்.

“வயசானவங்கள ‘கினிபிக்’ மாதிரி பயன்படுத்தறாங்களோன்னு தோணுது. இழந்த இளமைய திரும்ப அடையறதுக்கோ இல்ல, என்றென்றும் இளமையா இருக்கறதுக்கோ மருந்து கண்டு பிடிக்கறதுக்காக முதியவர்கள காப்பாத்தி வச்சிருக்காங்க. பல ஆராய்ச்சி நடக்குது.''

நல்ல ஆடை அணிந்து வெள்ளிப் பூண் இட்ட கைத்தடி வைத்திருந்த ஒரு கிழவர் வெகு நேரமாக அங்கே உட்கார்ந்திருந்தார். அதற்கு மேல் முடியவில்லை. அங்கு கூடி இருந்தவர்களை முறைத்துப் பார்த்தவாறு எழுந்து நின்றார். சர்வமங்களாவின் பேரன்களின் மனைவியர் விதவிதமாகச் சமைத்திருந்தனர். வேதவதியின் சகோதரன் மகள் கீதாலி கிழவரிடம் விரைந்து சென்று,

“தாத்தா, நீங்க கௌம்பறீங்களா? ஒரு மணிக்கு எல போட்டிடுவோம், என்றாள்.''

மரியாதைக்காகச் சிரித்தவாறு அந்தப் பெரியவர்,

“கெழங்கட்டையெல்லாம் விருந்து சாப்ட ஒக்காந்தா நல்லா இருக்குமா? நான் கௌம்பறேன்... இல்லம்மா இல்ல, வெளையாட்டுக்குச் சொன்னேன். எனக்கு விருந்து சாப்பாடு வேண்டாம், நெய் இல்லாம கொஞ்சம் சோறு இருந்தா போதும்,'' என்றார்.

தாங்கள் உயிரோடு இருப்பதைப் பற்றி வேதனையும் விரக்தியுமாக இருந்தவர்கள் அங்கிருந்து ஒரு கிழவர் எழுந்து போனதைக் கவனிக்க வில்லை.

“இப்பல்லாம் அறுவது வயசுலதான் வாழ்க்கையே ஆரம்பிக்குதுன்னு சொல்றாங்க. வாழ்க்கை ஆரம்பிக்கற வயசு கொஞ்சம் கொஞ்சமா ஏறுது. ஒரு காலத்துல நாப்பதுன்னாங்க. அப்பறம் அம்பதுன்னு சொன்னாங்க. இப்ப அறுபது. அறுவதுக்கு முன்னால எல்லாம் முன்னுரையா? நாவல் ஆரம்பிக்கவே இல்லையா?” என்று சொல்லிவிட்டு சம்பு சிரித்தார். வேறு சிலர் “ஆமா நாவல்தான்” என்று சொல்லி விட்டுச் சிரித்தனர்.

“முகச்சுருக்கங்கள நீக்கறதுக்காக க்ரீம் விளம்பரம் செய்யறாங்க. தலைமுடியைக் கறுப்பாக்கிடுவாங்க, கண்ணுக்குக் கீழ இருக்கற சதையை ஆபரேஷன் மூலம் சரியாக்கிவிடலாம், க்ரீம் மூலமா சுருக்கங்கள சரியாக்கிடலாம். லேசர் சிகிச்சை மூலமா தொங்கிப் போன தோலைச் சரி ஆக்கிடலாம். இன்னும் என்ன வேணும்?” என்றார் ஒருவர்.

“பணம் வேணும்; வேறென்ன! வட்டிப் பணம் எட்டு பர்சென்ட் கெடைக்குது. அத வச்சு சாப்பிடுவயா, இல்ல ரிங்கிள் க்ரீம் வாங்கிப் போடுவயா?” வட்டி முன்ன போல பண்ணெண்டு பர்செண்ட் கொடுக்கட்டுமே. என்ன ஒதவாக்கரை அரசாங்கம்! வாழ்நாள் முழுக்க ஒழைச்சுக் கொட்டி இருக்கோம். கண்ணு, காது எல்லாம் போயிடிச்சி. திடீர்னு ஒரு நாள் “எழுந்திரு கிழவா, வீட்டுக்குப் போன்னு சொன்னாங்க. பென்ஷன்? கெடைக்காது. காகிதங்களெல்லாம் மேஜைக்கு மேஜை நகரறதுக்குள்ள ஆயுசு முடிஞ்சிடும்.”

இந்தக் குடும்பத்தில் ஒரு சௌகரியம். வேதவதியின் அண்ணாக்களின் மகன், மருமகள், மகள் அதிகம் பேர் இல்லை. சிலர்தான் ஆனால் அவர்கள் யாருமே வெளியூரில் இல்லை. அவர்கள்தான் எல்லா வேலைகளையும் இழுத்துப் போட்டுக் கொண்டு செய்தார்கள். அவளுடைய சகோதரர்களுள் உயிரோடு இருப்பவர்கள் பவானி பிரசாத்தும் ஷிவானி பிரசாத்தும்தான். இருவருமே அவளுக்குத் தம்பி. மூன்றாவது அண்ணி வேதவதிக்கு ஒத்த வயதினள். ஐந்தாவது அண்ணி வேதவதிக்கு இளையவள். எல்லாருக்குமே அறுபத்தேழு அல்லது அறுபத்தெட்டு வயதிலிருந்து எழுபத்தெட்டு அல்லது எழுபத்தொன்பது வயதிற்குள் இருக்கும். சின்ன அண்ணி லலிதா “எத்தன நாளைக்கப்பறம் பாக்கறோம் அக்கா! ரொம்ப நாளா சந்திப்பே இல்ல, என் கல்யாணத்தப்ப ரஞ்சு கைக்கொழந்த; துறுதுறுன்னு இருப்பா. எல்லாரும் நல்லா இருக்கீங்களா?” என்றாள்.

வேதவதியின் மனம் வேறு எங்கேயோ இருந்தது. ரஞ்சித் மட்டும் தான் வெளிநாட்டில் இருக்கிறான். சஞ்சுதான் போய்ச் சேர்ந்து விட்டான். மற்ற மகன்களும் வெவ்வேறு இடத்தில் இருக்கிறார்கள். வயதான பிறகு திரும்பிப் பார்த்தால் குழந்தை பருவமோ இல்லை இளமை பருவமோ வித்தியாசமானதாகத் தோன்றுகிறது. ரஞ்சித் பொறி தின்கிறான்; அவள் சிங்டி மீன் சமைக்கிறாள். மஞ்சு பக்கத்தில் உட்கார்ந்து சமையல் கற்றுக் கொள்கிறாள். சஞ்சய் ரஞ்சாவின் காதைப் பிடித்துத் திருக அவள் சிரிக்கிறாள். அவள் வீட்டுப்பாடம் செய்யவில்லையாம். சின்னச் சின்னக் காட்சிகள்.

அண்ணனுக்கும் தங்கைக்கும் ஒரே சமயத்தில் நீர்க்குளுவான் அம்மை போட்டிருந்தது. ஒரு கொசுவலைக்குள் இருவரும் படுத்திருந்தார்கள். அம்மாவின் தலையைக் காணும் வரை வேப்பிலைக் கிளையை வைத்துக் கொண்டு விளையாடுவார்கள். அம்மைப் போட்டிருக்கும் போது மீன், மாமிசம் அதாவது புரதச்சத்து கட்டாயம் சாப்பிட வேண்டும் என்று அவளுக்கு அப்போது தான் தெரிந்தது. ஜுரம் குறைந்த உடன் குழந்தைகள் பழம், பால், மீன், மாமிசம் எல்லாமே சாப்பிட்டார்கள். குணமடைந்த பிறகு பலவீனமாக இருக்கவில்லை, அம்மைவடுவும் இருக்கவில்லை. “சின்ன மீனும் கோழியும் வாங்கிட்டு வந்திருக்கேன். சாப்பிட்டுத் துள்ளி குதிப்பீங்க.” என்றார் வேதவதியின் கணவர்.

“சின்ன மீன் சாப்ட மாட்டோம்! இது குழந்தைகளின் பிடிவாதம்.”

“ஏன்? நிர்மல் டாக்டர் கோவிச்சுப்பாரு. நாலஞ்சு நாள் சாப்பிடுங்க. அதுக்கப்பறம் பெரிய மீன் வாங்கிட்டு வரேன். மீனும் பப்பாளியும் சேர்த்து ‘தள தள’ன்னு சமைச்சுக் கொடு வேதா.”

“பப்பாளியா, உவ்வே... தூ!”

“என்ன சொல்ற? பப்பாளி சாப்பிட்டவனோட பாவம் எல்லாமே போயிடுமாம், தெரியாதா ஒனக்கு?”

இப்படித்தான் வேடிக்கையும் விளையாட்டுமாகப் பேசுவார். ஜாலியான மனிதர்.

இந்த நிகழ்வையெல்லாம் அவள் கனவில் பார்த்தாளா இல்லை ஏதாவது புத்தகதில் படித்தாளா? இந்த அனுபவங்கள் எதுவுமே அவளுடைய எண்பது வயது சுருங்கிய உடம்பில் ஓரிடத்திலும் இல்லை.

"எனக்கு அம்மை போட்டிருந்த போது பாட்டி வந்தாங்க, நெனைவிருக்கா அம்மா?" ரஞ்சாவின் குரல் கேட்டு வேதவதி நிகழ்காலத்திற்குத் திரும்பினாள்.

"ஆமா. அம்மா ரொம்ப ஒதவி செய்வாங்க" என்றாள் கடைசி அண்ணி. ஐந்தாவது அண்ணியும் அதை ஆமோதித்தாள். அவர்கள் இருவரும் ஒரு தடவை மூன்றாவது அண்ணியைப் பார்த்து விட்டு பிறகு ஒருவரையொருவர் பார்த்துக் கொண்டனர்.

நான்காவது அண்ணியின் கல்யாணத்தின் போது அம்மா செய்த குளறுபடி வேதவதியின் நினைவுக்கு வந்தது. ஒவ்வொரு கல்யாணத்திலும் ஏதாவது குழப்பம் இருக்கத்தான் இருக்கும். நூற்றுக் கணக்கான பெண்களைப் பார்ப்பது; தலை முடியை அவிழ்த்துக் காட்டச் சொல்வது, நடந்து காட்டச் சொல்வது இதெல்லாம் மிகவும் வெட்கக் கேடான விஷயங்கள். இம்மாதிரி இடங்களுக்குப் போவதற்கு வேதவதிக்கு விருப்பம் இருக்காது. ஆனால் என்ன செய்வது? அம்மாவின் பிடிவாதம்.

"நீ வரலைன்னா, இந்தக் காலத்துப் பிடிக்கும் பிடிக்காதது யாருக்குத் தெரியும்?"

"நீ பெரிய அண்ணிய அழைச்சிக்கிட்டுப் போ, ரெண்டாவது அண்ணியும் இருக்காங்க"

"அவங்களும் வருவாங்க, நீயும் வா மூணாவது மருமகள் மட்டும் வேண்டாம். அவளுக்கு எங்க என்ன பேசணும்னு தெரியாது."

ஏதோ தனக்கு சரியாகப் பேச வரும் என்று அம்மாவுக்கு நினைப்பு.

"கொண்டைய கொஞ்சம் பிரிம்மா. கொண்டைக்குள்ள பன் வச்சிருக்கியா என்ன?"

கொண்டையைப் பிரிக்க, பன் வெளியே வந்தது.

"இத்தன பெரிய கொண்டை எதுக்கு? இந்தப் பெரிய கொண்டைய வச்சிக்கிட்டு என்ன செய்யப் போறோம்? தலைல இருக்கிற அசல்

முடிய வச்சிக்கிட்டு அலங்காரம் பண்ணிக்கிட்டா போதும். போலிய வச்சிக்கிட்டு என்ன செய்யறது? மொகத்துல பெயிண்ட் பூசி இருக்கயா? இப்பல்லாம் என்னென்வோ பூசிக்கறாங்க."

"அம்மா கொஞ்சம் பேசாம இரேன்."

"ஏன் பேசாம இருக்கணும்? இதப் பாரும்மா எங்களுக்கு ரெக்கை உள்ள தேவதையோ இல்ல நெறைய தலைமுடியோட பேரழகியோ வேண்டாம். சாதாரணப் பொண்ணு எங்களுக்குப் போதும். பணிவா, கீழ்ப்படிஞ்சு குடும்பத்து வேலைகளையெல்லாம் கவனிச்சுக்கிட்டு, பெரியவங்ககிட்ட மரியாதையா, சின்னவங்ககிட்ட அன்பா இருந்தா போதும்."

அருணா, அதுதான் நான்காவது அண்ணி முகம் சிவக்கச் சொன்னாள்.

"அலங்காரத்தோடதான் எல்லாரும் பார்க்க விரும்பறாங்க. அலங்காரம் பண்ணிக்கனும்னா கொஞ்சம் பவுடர், ஸ்நோ பூசிக்கத்தான் வேணும் பெரியம்மா. அலங்காரம் இல்லாம பாக்கணும்னா சமையலறைக்கு வந்து பாருங்களேன். யாரு வேணாங்கறாங்க?"

சொல்லி விட்டு அவள் 'களுக்'கென்று சிரித்தாள்.

அம்மா சிரித்துவிட்டு,

"சரியான பேச்சு, ஒன் பார்வைவேலர்ந்து ரொம்ப சரியாகத்தான் பேசி இருக்க, இன்னைக்கி பெரியம்மான்னு சொன்ன, நாளைக்கி அம்மான்னு கூப்பிடுவ இல்ல? என்றாள்."

பணிவில்லாதவள், வாயாடி என்று அருணாவை ஒதுக்கி விடவில்லை. அருணாதான் அம்மாவுக்குப் பிரியமான மருமகள். அம்மா அவ்வப்போது சொல்லுவாள்.

"அன்னைக்கி ஒருத்தி என்ன தோக்கடிச்சிட்டா. பவுடர், ஸ்நோ பூசிக்கிட்டு பன் வச்சுக் கொண்டை போட்டுக்கிட்டு, சரிகை பார்டர் போட்ட ஜார்ஜெட் பொடவ கட்டிக்கிட்டு தேவதை வெளியே வந்தாள். நான் அவள குத்தின உடனேயே தேவதைக்குள்ளே இருந்து ஒரு

புத்திசாலி பொண்ணு வெளியே வந்து, ‘சர்வா, நீ இன்னைக்கி அநியாயமா பேசின. நீ ஒன்ன திருத்திக்கணும்’ன்னு சொன்னா”

சர்வமங்களா தன்னைத் திருத்திக் கொள்ளவில்லை. ஐந்தாவது மருமகள் வீட்டிலிருந்து வந்த சீர்வரிசைகளைப் பிடிக்கவில்லை என்று திருப்பி அனுப்பி விட்டாள். அவளுடைய மகன்களைத் தவிர எல்லாருக்கும் அது ஒரு கேவலமான செயலாகப் பட்டது. அவளுடைய மகன்கள் அம்மாவின் முடிவை எதிர்த்து ஒரு வார்த்தை கூடுப் பேச மாட்டார்கள்.

சீர்வரிசை ஏன் பிடிக்கவில்லை? இரண்டு சாதாரண பனாரஸ் பட்டுப் புடவைகளுக்குப் பதில் ஒரு நல்ல பனாரஸ் பட்டுப் புடவை கொடுத்திருக்கலாம். மற்ற சீர் பொருள்களும் மட்டமானவை.

“சரிம்மா. பனாரஸ் பட்டுப் பொடவைய நீ கட்டிக்கப் போறதில்ல. அண்ணிதான் கட்டிக்கப் போறாங்க. ஒனக்கு என்ன வந்தது? மத்த பொடவைங்கள மத்தவங்க கட்டிக்கப் போறாங்க. ஒனக்குத்தான் நல்ல பொடவை அனுப்பி இருக்காங்களே!” என்றாள் வேதவதி.

“ஆஹா..ஹா பாக்குற மாதிரி இருக்கணும்ல? சீர்வரிசய பாக்க நாலு பேரு வருவாங்க. இந்தச் சீர் வரிசையை பாத்து அவங்க என்ன சொல்லுவாங்க? யாருக்கு மானம் போகும்?”

“யாரோட மானமும் போகாது.” மூன்றாவது அண்ணி குரலெழுப்பினாள்; “என்னோட கல்யாணத்துல ஏழு பனாரஸ் பொடவைங்க வந்திச்சி. எல்லாமே வெல பிடிச்ச பொடவைங்க. அதுல நாலு பொடவைய மத்த மருமகள்களுக்குக் கொடுத்து அவங்க கண்ணுல தண்ணி வரவழைச்சீங்க, அவங்ககிட்ட என்ன இல்ல? இப்ப இத வச்சிட்டு மத்த மருமகள்களோட அலமாரிலேர்ந்து நல்ல பொடவையா எடுத்துப் புது மருமகளுக்குக் கொடுங்க. அத விட்டுட்டு சீர்வரிசைய திருப்பி அனுப்பப் போறீங்களா? எத்தன அவமானம்! எத்தன அவமானம்!”

ஆனால், சர்வமங்களா இதற்கெல்லாம் மசியவில்லை. சீர் வரிசைகள் திருப்பி அனுப்பப்பட்டன. அன்றே புது மருமகளின் அப்பாவுக்கு மறுபடியும் சீர்வரிசை வாங்க வேண்டிய கட்டாயம் வந்தது. அவர் சர்வ மங்களாவின் கையைக் காலைப் பிடித்து,

“பனாரஸ் பொடவைய என் மகதான கட்டிக்கப் போறா, அத மட்டும் விட்டுடுங்க. மத்தபடி இனிப்புகள், பழங்கள் எல்லாம் எப்படி கொண்டு வந்திருக்கேன் பாருங்க. நாலு பேருக்குப் பங்கு போடற மாதிரி பர்ஸ்ட் க்ளாஸா கொண்டு வந்திருக்கேன். ஒரு தட்டு சைஸ்ல கீர்மோகன் (ஒரு வகை இனிப்பு) பெரிய சைஸ் சமோசா, டெனிஸ் பால் சைஸ்ல காஸ்தா கச்சோடி (ஒரு வகை பட்சணம்), ஏழு சேர் மீன், எல்லாம் இருக்கு; அப்பறம் பழக்கூடைல குளிர்காலத்துல கெடைக்கற எல்லாப் பழங்களும் இருக்கு. கூடை கூடையா காய்கறிகள் கொண்டு வந்திருக்கேன்.”

அந்த கீர்மோகனைத்தான் மூன்றாவது அண்ணி, ‘லபக்’கென்று எடுத்துத் தின்னத் தொடங்கினாள்.

பாவம் சம்பந்தி மனிதருக்குக் கழுத்து மட்டும் கடன். கருப்பு நிறப் பெண்ணைக் கரை சேர்க்க அவர் கடனில் மூழ்கினார். ஆனால் புது மருமகள் புத்திசாலிதான். வேதவதியிடம் ரகசியமாக,

“அக்கா ஒங்க தம்பி ரொம்ப புரிஞ்சிக்கிறவர். நான் ரொம்ப அதிர்ஷ்டம் பண்ணித்தான் இவர புருஷனா அடைஞ்சிருக்கேன். மாச மாசம் அப்பாவோட கடன இவர் அடைக்கிறார். யார் கிட்டயும் சொல்லிடாதீங்க” என்றாள்.

“சீ! நான் யார்கிட்ட சொல்லப் போறேன்.”

முதலில் இது அவளுக்கு ஆச்சரியமாக இருந்தது.

‘இது என்ன! இப்பத்தான் கல்யாணம் நடந்திருக்கு, மாமனாரோட கடன அடைக்கிறானா? யார்கிட்டயும் சொல்லக் கூட இல்ல’. இந்த விஷயம் அவள் மனதை உறுத்தியது. ‘தம்பிக்குக் கல்யாண வயது தாண்டின பிறகு கல்யாணம் நடந்திருக்கு. அதுக்குன்னு இப்பலேர்ந்தே பொண்டாட்டி தாசனாகணுமா? மாமனார் வீட்டு வளர்ப்புப் பிராணி ஆயிட்டானா? சீ! சீ! சீ!’

அவள் யாரிடமும் சொல்லவில்லை. தம்பி மனைவி அவளை நம்பி சொல்லி இருக்கிறாள். தம்பி மனைவிக்கு ஆளைத் தெரியும். புத்திசாலி அல்லவா! அதன் பிறகு வேதவதி இந்த விஷயத்தை மறந்து விடவில்லை. பத்திரிக்கைகளிலும் மக்களிடையேயும் வரதட்சிணை விஷயம் அலசப்பட்ட போது அவளுடைய கணவர் கிரண்மய்,

“பணம் வாங்கிட்டாங்கன்னா மகன விக்கறதா அர்த்தம். ஆனா மகன் தன் வீட்லதான் இருக்கான்; அவன் அம்மாவுக்கு ஒரு வேலைக்காரி கெடச்சா. அப்ப பணம் எதுக்கு? வேலைக்காரி பணம் கொண்டு வருவாளா என்ன? ராணிதான் பணம் கொண்டு வருவா. அப்ப அவள ராணி மாதிரி வச்சுக்க. அவளோட அடிமையா இரு. அவளோட உத்தரவுக்குக் கீழ்ப்படி. நம்ம சமுதாயம் கொழப்பமானது. ஒரு ப்ரின்ஸிபில் இருக்கணும். மூணு, நாலு முரண்பாடான ப்ரின்ஸிப்பில் இருக்கு” என்றார்.

அவருடைய கணவரின் நண்பர் சச்சி அண்ணா

“வரதட்சனை வாங்கறதுல அர்த்தம் இல்லைன்னு சொல்ற. பையன பணம் செலவழிச்சு படிக்க வச்சு பெரியவனாக்கி இருக்கோம். அத வசூல் பண்ண வேண்டாமா? பையனுக்கு ஒரு மதிப்பு இல்லையா?” என்றார். கிரண்மய் ‘ஒஹோ’ வென்று சிரித்து விட்டு,

“நல்லா சொன்ன. நீ பெத்த பையன பணம் செலவழிச்சு படிக்க வச்சு சம்பாதிக்க தகுதி உள்ளவனாக்கறது ஒன் கடம. அதான் செஞ்சிருக்க. அவன் சம்பாதிச்சு வயசான காலத்துல ஒன்ன பாத்துப்பான், இதுல ஒருத்தன் செலவழிக்கற பணத்த வசூல் பண்ற பேச்சு எங்கேருந்து வருது? பையன் அப்பாவ பாத்துக்கிட்டா அவனுக்கு செலவழிச்ச பணம் வசூலாயிடுது. இது நேரான கணக்கு. மருமகளோட அப்பாக்கிட்டேர்ந்து எந்த நியாயத்துல பணம் வாங்குறீங்க? அவரும் தான் தன் மகள் உண்ண, உடுக்க, படிக்க செலவு செய்யறார். அவர் செலவழிச்சத்துக்கு அவருக்கு வசூல் கெடைக்கறதில்லை. மாறா வசூல் பண்ண வேண்டிய சமயத்துல மகள வேறொரு வீட்டுக்குக் குடித்தனம் செய்ய அனுப்பிடறார்; இல்லையா? அதுக்கு மேல வரதட்சிணை, நூத்தியெட்டு சீர்வரிசைப் பொருள்கள், இதெல்லாம் என்ன? சொல்லப்போனா பொண்ண எடுத்துக்கறதால நீ அவளோட அப்பாவுக்குப் பணம் கொடுக்கணும். அது கூட அசிங்கம்தான். மனுஷன விக்கறதும் வாங்கறதும் கூடாது. அப்டி செஞ்சா அது அடிமை வியாபாரம் ஆகும் புரியுதா நண்பா?” என்றார்.

அந்த நண்பர் எத்தனை புரிந்து கொண்டார் என்று யாருக்குத் தெரியும்? பழக்க வழக்கங்கள், குறிப்பாக அவற்றில் சுயலாபம் இருக்கிறதென்றால் மாற்றுவது மிகவும் கஷ்டம். புத்தி வேலை செய்யாது.

நியாயம், அநியாயம் பார்க்காது. சகோதரர்களில் திருமணத்தின் போது 'வீட்டுச்செலவு' என்ற வார்த்தை அடிபடுவதை வேதவதி கேட்டிருக்கிறாள்.

"வீட்டுச் செலவுக்கு ரெண்டாயிரம் கொடுத்தே ஆகணும். நீங்க எத்தன அதிகமா கொடுக்கறீங்களோ, அத்தன விமரிசையா கல்யாணம் நடக்கும்."

இதைச் சொன்னவர் யார்? அவளுடைய அப்பா, வாட்ட சாட்டமாக அடர்ந்த புருவமும் புஸ்தி மீசையும் உடையவர். அவர் வார்த்தைகள் அவள் காதில் நாராசமாக ஒலித்தன. அவளுடைய அண்ணியின் அப்பா தரும் பணத்தில் விருந்து சாப்பாடு, கொண்டாட்டம். பரம சாதுவான அண்ணியின் அப்பா ஒன்றுமே சொல்லவில்லை.

அப்பா போன பிறகு அவர் பொறுப்பை அம்மா எடுத்துக் கொண்ட பிறகு நிலைமை மேலும் மோசமாகியது. மூன்றாவது அண்ணா திருமணத்தின் போதே வேதவதி எதிர்ப்பு தெரிவித்தாள்.

"அம்மா இதெல்லாம் கேட்டு வாங்கணுமா? இது நமக்குக் கௌரவ குறைச்சல் இல்லையா?"

"நீ கொஞ்சம் பேசாம இரு வேதவதி. நீ பெரிய அறிவாளி. இதெல்லாம் நமக்குக் கெடைக்க வேண்டியவை. அது மட்டுமில்லாம அவங்க தாங்களே முன் வந்து கொடுக்க விரும்பறாங்க. சீர்வரிசை விஷயமா பேச்சு வார்த்தை நடந்துகிட்டிருக்கு. நான் அநியாயமா எதுவும் கேக்க மாட்டேன். அவங்க ஒத்துப்பாங்க. அவங்களும் இல்லாமபட்டவங்க இல்ல, பங்குரா விஷ்ணுப்பூர்ல சொத்து பத்து உள்ள குடும்பம். ஏராளமா நெலம், அரிசி மில்லு, கோதுமை மில்லு, எல்லாத்துலயும் பணம் வாரிக் கொட்றாங்க. ஒரே ஒரு பொண்ணுதான்"

"நானும் ஒனக்கு ஒரு பொண்ணுதான? எனக்குக் கொடுத்தயா? எனக்கு என்ன கொடுத்த அம்மா?"

"அது அப்ப ஒங்க அப்பா இருந்தாரு? அவர் என்ன கொடுத்தாருன்னு எனக்குத் தெரியாது."

அம்மா சுலபமாகப் பேச்சைத் தட்டிக் கழித்தாள்,

"ஒன்னோட மருமகன் மறுப்பு தெரிவிக்கலயா?"

“யாரு? கிரணா? அவன் அப்ப இருவது வயசு இளைஞன். அப்ப படிச்சுக்கிட்டிருந்தான். அவனுக்கு ஒண்ணும் தெரியாது. தெரிஞ்சுக்கறத்துக்கு வாய்ப்பும் இல்ல.”

அம்மா சொல்வது சரி இல்லை என்று அவள் உள்ளுணர்வு கூறியது. அப்போதிலிருந்து தன் கணவனைப் பற்றி யார் என்ன சொல்கிறார்கள் என்பதை அறிந்து கொள்ள காதைத் தீட்டி வைத்துக் கொண்டாள். கிரண்மய்யிடம் பல குறைகள் இருந்தாலும் அவள் அவர் மேல் மிகுந்த மதிப்பு வைத்திருந்தாள். அவர் செலவாளி. நன்றாகச் சம்பாதித்தார். நன்றாகச் செலவும் செய்தார். அவள் அவ்வப்போது செலவை இழுத்துப் பிடிப்பாள். அப்படியென்றால் வரதட்சிணையை அவள் கணவர் ஆட்சேபிக்கவில்லையா? அவர் திருமணத்தில் அவர் தந்தை வரதட்சிணை வாங்கியது அவருக்குத் தெரியாதா? கிரண்மய்யிக்கு எது முக்கியம்? சமூக நியதியா இல்லை நல்ல எண்ணமா? இதைத் தெரிந்து கொள்ள அவள் தன் மூத்த மகன் திருமணம் வரை காத்திருக்க வேண்டி வந்தது.

“இந்தப் பேச்ச எடுக்கவே எடுக்காதீங்க ஐயா.”

“இருந்தாலும் ‘வீட்டுச்செலவு’க்குன்னு கொஞ்சம்... என் மத்த பொண்ணுங்களுக்குக் கொடுத்திருக்கேன்.”

“ஒங்க பொண்ணுக்குக் கொடுங்க. அவ பேர்ல அவகிட்ட கொடுங்க. அவ ஷேர் ஏதாவது வாங்கி வச்சுக்கட்டும். ஆனா என் மகனோட கல்யாணத்த எனக்கு முடிந்தபடி நடத்தறேன். அதுக்காக ஒங்க கிட்ட பிச்சை கேக்குற மாதிரி நான் வெக்கங்கெட்டவன் இல்ல.” அப்பாடி! நிம்மதி; பெரிய நிம்மதி. ஒரு நாள் மெல்லிய சிரிப்புடன் தன் கணவனிடம், “ஒங்க கல்யாணத்து என் அப்பா வரதட்சினை கொடுத்தார் இல்லையா?” என்று கேட்டாள்.

அவர் திகைத்துப் போனார். பின் சமாளித்துப் கொண்டு,

“அதுனாலதான் ஒன்ன ராணி மாதிரி வச்சிருக்கேன். வச்சிருக்கேனா இல்லையா? என்றார்.”

“இல்லைன்னா வச்சிருக்க மாட்டீங்களா?”

அப்போது அவர் சிரிப்பைப் பார்க்க வேண்டுமே!

'அம்மா நீ, ரொம்ப தப்பு செய்யற 'இதைத்தொடாத, அதைத் தொடாதங்கற'

கிராமத்திலே இருந்து விது வந்தபோது அவனுக்குச் சாப்பாடு போடப்பட்டது. அவன் போன பிறகு அவன் சாப்பிட்ட தட்டு, தம்ளர் எல்லாம் தேய்த்து, கழுவி தனியாக உள்ளே எடுத்து வைக்கப்பட்டன. அவற்றில் வேறு யாரும் சாப்பிட மாட்டார்கள். விதுவைப் போல தாழ்ந்த சாதியினரை வரவேற்பதிலோ விருந்து உபசாரம் செய்திலோ எந்தக் குறைபாடும் இருந்ததில்லை. உயர்ந்த சாதியினர் வந்தாலும் இது நடக்கும். குல குரு நாராயண பட்டாச்சாரியரும் அவருடைய போதாத காலத்தில் பிறந்த உதவாக்கரை மகனும் சாப்பிட வந்தால் தனியான பாத்திரங்கள் வெளியே வரும். நாராயண பட்டாச்சாரியர் சைவ உணவு மட்டும் தான் சாப்பிடுவார். அவருடைய மகனோ மீன், மாமிசம் எல்லாம் சாப்பிடுவான். அந்தப் பாத்திரங்களைத் தனியாக உள்ளே எடுத்து வைத்து விடுவார்கள். வேறு எவரும் அவற்றைப் பயன்படுத்தக் கூடாது.

'அம்மா ஒன்னோட மனசுல அன்பும் பாசமும் கருணையும் இருக்கு. வேலைக்காரன், புவனுக்குக் கூட நீ பணிவிடை செஞ்சிருக்க. அவனுக்கு ஒடம்பு சரியா இல்லாம இருந்த போது அவனுக்கு வெந்நீர் ஒத்தடம் கொடுத்த. விசிறின. நாட்டு வைத்தியரோட மருந்தையெல்லாம் அளந்து கொடுத்த. இருந்தும் இந்த சாதி, ப்ராமணன், சூத்திரன், வரதட்சிணை வாங்கறது - இது பத்தியெல்லாம் நீ ஏம்மா கேள்வி கேக்காம இருக்க? நீ ஏன் இப்டி குருடியா இருக்க? கண்ண கட்டி இருந்த நிலையிலும் காந்தாரி தன் கணவன், மகன்களோட தப்ப புரிஞ்சுகிட்டாங்க; எதிர்த்து வாதம் செய்தாங்க. ஒனக்கு கண்ணு இருக்கு, நீ அன்பு நெறைஞ்சவ, இருந்தும் சமுதாயத்தோட அநீதிகள கண்டுக்காம கண்ணுல துணி கட்டிக்கிட்டு மண்டியிட்டு ஒக்காந்திருக்க அம்மா.'

அம்மா, ஒன் வாழ்க்கை தவறுகள் நிறைந்தது. இன்னைக்கி நீ அந்தத் தவறுகளோட கிளம்பிப் போற. போ அம்மா, நெருப்பு ஒன்ன சுத்தம் செய்யட்டும். ஓம் அக்னேய ஸ்வாஹா; ஓம் அக்னேய மாதா; அக்னில எல்லாத்தையும் சமர்ப்பிக்கறேன். இன்னைக்கி நிம்மதி. வாழ்க்கையோட கெட்டது எல்லாம் பின்னால போயிடிச்சி! இரவு பகலா அலை அலையா வந்துக்கிட்டிருந்த சுகமும் துக்கமும் முடிஞ்சி

போயிடிச்சி! நல்லது, கெட்டது கொழப்பம் ஒண்ணுமே இனிமே இல்ல. நிம்மதி, நிம்மதி. உடலோட சேர்ந்து எல்லாக் களைப்பும் சாம்பலாகட்டும்.

ஈஷாவின் நோய்

இங்கே சூரிய அஸ்தமனம் கொஞ்சம் முன்னாலேயே நிகழ்கிறது. மேற்கு ஜன்னலின் கண்ணாடிக் கதவில் வெயில் அடித்தது. சின்ன வயதில் அவர்கள் பூதக் கண்ணாடியை வெய்யிலில் காட்டி காகிதத்தைப் பொசுக்கி இருக்கிறார்கள். மூலை வீட்டில் யாரோ ஒரு பையன் கண்ணாடியைக் கொண்டு அவள் கண்களைக் குறி வைத்து அதே காரியத்தைச் செய்வான். அவள் தன் படிப்பு மேஜையை ஜன்னலிலிருந்து நகர்த்திக் கொண்ட பிறகு நிம்மதி ஆயிற்று.

ஷாயரி தூங்கி விட்டாள். ஜன்னல் பக்கம் பார்த்து விட்டு அவளுக்குத் திடீரென்று தோன்றியது. அந்த சூரிய அஸ்தமனத்தின் மொத்த வெய்யிலும் அவளுடைய மேற்கு பக்க ஜன்னலின் மேல் தான் விழுகிறதா? அவள் வீடு எரிந்து விடாது அல்லவா?

எழுந்து அவள் பிற்பகல் வேலைகளைக் கவனிக்கத் தொடங்கினாள். மொட்டை மாடியிலிருந்து காய்ந்த துணிமணிகளை எடுத்து வந்து மடித்து அவரவர் அலமாரித் தட்டில் வைப்பது, துடைப்பத்தை எடுத்து வீட்டை கூட்டுவது, முதலிய வேலைகள். அவளுக்கு தூசி அழுக்கு இதெல்லாம் பிடிக்காது. கட்டிலின் மேல் உள்ள பெட்ஷீட்டை சரி செய்தாள். ஒரு கப் டீ போட்டுக் குடித்தால் தேவலாம் போல் இருந்தது. இங்கே நல்ல டீ கிடைப்பதில்லை. இங்குள்ளவர்கள் பால், சர்க்கரை, டீத்தூள், எல்லாவற்றையும் சேர்த்துக் கொதிக்க விடுகிறார்கள். இந்தியா முழுக்கப் பெரும்பாலும் இப்படித்தான் செய்கிறார்கள். அவள் பால் கலக்காமல் லிக்கர் டீ தான் குடிப்பாள். அவள் அம்மா பார்ஸலில் அனுப்பி இருந்த மாகாப்பாரி டீ ருசியானது. அது ஓடுகிற வரை ஓடட்டும்.

கொள்ளுப் பாட்டியின் மரணம் அவளை இத்தனை தூரம் அசைத்து விடும் என்று அவள் நினைத்துப் பார்க்கவில்லை. டீயை உறிஞ்சியபடிக் கொள்ளுப் பாட்டியைப் பற்றித் தன் நினைவில் இருந்தவற்றை யோசித்தாள். அவள் அம்மாவின் மாமா வீட்டிற்கு ஒவ்வொரு வருடமும் விஜயதசமி அன்று போவது வழக்கம். வகை

வகையாகப் பட்சணங்கள் செய்திருப்பார்கள். இனிப்புகள் எத்தனை வகை! கோஜா, கும்முடே - இது அவ்வளவு இனிப்பாக இருக்காது; மால்போ - வெளியே மென்மையாகவும் உள்ளே கடினமாகவும் இருக்கும், ரஸ வடை - ஜீராவில் மிதந்து கொண்டிருக்கும், ஏலக்காய் வாசனை தூக்கியடிக்கும் சந்திரபிலி, இதெல்லாம் அவளுக்கு நினைவுக்கு வந்தன. அந்த வீட்டில் ஒரு விதமான காஸ்தா கோஜா செய்வார்கள். அது அவளுக்கு மிகவும் பிடிக்கும். எல்லா மாமிகளும் பாட்டியும் நன்றாகச் சமைப்பார்கள். அவளுடைய கொள்ளுப் பாட்டி பெரிய அறையில் கட்டிலில் தலையணையில் சாய்ந்து உட்காந்திருப்பாள். யாராவது வந்தால் வந்தவர் காலில் விழுந்து வணங்குவதற்கு வசதியாகக் கட்டிலை விட்டு இறங்குவாள். இவை ஈஷாவுடைய பன்னிரண்டு, பதின்மூன்று வயது நினைவுகள். நினைவைத் தோண்டினால் அதற்கும் முன்னால் கொள்ளுப் பாட்டி வெள்ளைப் புடவை உடுத்தி நடமாடிக் கொண்டிருந்த நாட்கள் நினைவுக்கு வந்தன. தெளிவாக அழுத்தம் திருத்தமாகப் பேசுவாள். எல்லாருக்கும் அவளிடம் பயம் இருந்ததா என்று தெரியாது. ஆனால் எல்லாரும் அவள் சொற்பேச்சு கேட்டு நடந்தார்கள். மாமிகள், பாட்டி எல்லாரும் எப்போதும் தலையில் முக்காடு போட்டிருப்பார்கள். கணவன், மைத்துனர், கொழுந்தன், இவர்கள் யாருடனும் பேச மாட்டார்கள்.

“ஈஷா, ஒன் சின்ன தாத்தா கிட்ட கேளு, புளி இட்டு சமைக்கலாமா?”

“ஈஷா, ஒன் சின்ன பாட்டி கிட்ட சொல்லு, தயிரு புளிப்பு, தயிரு புளி இட்ட கறி ரெண்டும் சாப்ட முடியாது.”

இதே போலத்தான் நடுவே ஒருத்தரை வைத்துப் பேச்சு. மூன்றாவது மாமிப் பாட்டி மட்டும் இதையெல்லாம் கடைபிடிக்க மாட்டாள். கோடைக்கால நண்பகல், ‘பட்’டென்று தலை முக்காட்டை நீக்கினாள்.

“அப்பப்பா! பின்னங்கழுத்துல கொஞ்சம் காத்து படட்டும்.”

“இன்னும் அஞ்சு மருமகங்க இருக்காங்க. சூடு ஒனக்கு மட்டும் தானா?” என்றாள் கொள்ளுப்பாட்டி.

“ஆமாம்மா அது தான் ஒங்களுக்குத் தெரியுமே?” என்று சொல்லியபடி “கொளுந்தனாரே இத கேட்டுட்டுப் போங்க” என்று அங்கிருந்து போய் விட்டாள்.”

"வெக்கங்கெட்டவ. கத்துக்க மாட்டா. அவளுக்கு என்ன சொல்லித் தரது?"

கொள்ளுப் பாட்டிக்குக் கோவம் மூட்டுவதற்காகவே மூன்றாவது மாமிப் பாட்டி அப்படிச் செய்தாள் என்று அவளுடைய அம்மா சொல்லுவாள்.

இப்போது ஈஷாவுடைய தலைமுறை அந்த வீட்டில் வசிக்கிறது. அவர்கள் என்ன செய்கிறார்கள் என்று யாருக்குத் தெரியும். அவளுடைய அம்மாவின் மாமாவின் மருமகள்கள், மகள்கள் அதாவது ஈஷாவுடைய மாமா வழி மாமி, சித்தி, பெரியம்மாக்களுடன் இப்போது போக்குவரத்து வெகுவாகக் குறைந்து விட்டது. (வங்க தேசத்தில் ஒருவருடைய மாமாவின் மக்களும் அத்தையின் மக்களும் அவருக்கு ஒன்று விட்ட சகோதர சகோதரிகளே ஆவர்) மாமிகளின் அரைகுறை முக்காடு அவளுக்கு இன்னும் நினைவிருக்கிறது. நெற்றியில் பெரிய குங்குமப் பொட்டு. வகிட்டில் பட்டையாகக் குங்குமம். கையில் சங்கு வளை, சிகப்பு வளை. தலையில் முக்காடு. ஆட்டிறைச்சியில் ஒரு விதமான குழம்பு செய்வாள் பாட்டி. அது அவளுடைய பிறந்த வீட்டில் கற்றுக் கொண்ட சமையலாம். அதைச் சாப்பிடுவதற்காக மைல் கணக்கில் நடந்து போகலாம். ராகுல் சங்கிருதாயன் எழுதியுள்ள நூலை அவள் படித்ததில்லை. ஆனால், பெண்வழிச் சமுதாயத்தைப் பற்றி அவர் எழுதி இருப்பது அற்புதமானது, விசித்திரமானது.. தலைமைக்காக பெண்களிடையே சண்டை. நினைத்துக் கூடப் பார்க்க முடியவில்லை. தாய் மகளைக் கொன்றிருக்கிறாள். பெண் வழிச் சமுதாயத்தில் இருந்த தலைமையைத்தான் இன்றைய சமுதாயத்தில் மாமியார் பெற்றிருக்கிறாளோ? அவளுடைய அம்மா, கணவனுடைய அம்மா இருவருக்குமிடையே ஆகாயத்திற்கும் பாதாளத்திற்குமான இடைவெளி. அவள் தோழி இந்திராணியின் மாமியாரிடம் பணம் காசு இருக்கிறது; கான்பூரில் இருக்கிறாள். அவள் தன் மகன் வீட்டுக்கு வரும் போதெல்லாம் ஒரு குழந்தைக்குத் தாயும் வேலைக்குப் போகும் பெண்ணுமான இந்திராணி அவளுடைய வேலைக்காரிதான். 'இன்று இதைச் சமை; நாளை அதைச் சமை; இதெல்லாம் அங்கே சாப்பிடுவதில்லை' இந்திராணிக்கோ தன் மகனுக்கோ பரிசு எதுவும் வாங்கித்தர மாட்டாள். கல்கத்தா வந்தாலே நாகரீகப் பெண்மணியான அவள் ப்யூட்டி பார்லரில் போய் உட்கார்ந்து விடுவாள். ஒரு தடவை கூட சோர்வு மிகுந்த தன்

மருமகளின் மங்கிய முகத்தைப் பார்க்க மாட்டாள். 'நீயும் வாம்மா' என்று சொல்லலாம். அது மட்டுமில்லை. தன் மகனுடன் போய்த் தனக்கு மட்டும் ஒரு புடவை வாங்கி வந்தாள் வீட்டில் ஓர் இளம்பெண் இருக்கிறாள், ஒரு குழந்தை இருக்கிறது என்பதெல்லாம் கிடையாது.

ஈஷாவே இப்போது ஒரு சுழற்காற்றில் சிக்கிக் கொண்டிருக்கிறாள். அதிலிருந்து வெளிவர இப்போதும் முயன்று கொண்டிருக்கிறாள்; ஆனால் முடியவில்லை. தன்னுடைய துன்ப நிலையைப் பற்றி அவள் அம்மாவிடம் மூச்சுக் கூட விடவில்லை. அம்மா மிகவும் கஷ்டப்படுவாள். அத்துடன் வருத்தத்துடன் அவளைப் பார்த்து, "நான் ஒன் படிப்ப முடிக்கச் சொன்னேன்; நீ என் பேச்ச கேக்கல, நீ படிச்சு வேலைக்குப் போயிருந்தா ஒனக்கு வெளிலே ஏழு ஒலகம் இருந்திருக்கும்! என்பாள். புகுந்த வீட்டில் கடினமான விதிமுறைகள் என்ற வலையில் சிக்கிக் கொண்டால் கிணற்றுத் தவளையாக வாழ வேண்டியதுதான்."

அம்மாவின் அந்த 'வெளி உலக வாழ்க்கை'யால் அவளுக்கு எவ்வித சுதந்திரமான, சௌகரியமான வாழ்க்கையும் கிடைக்கவில்லை என்பதை அவள் அம்மாவிடம் எப்படிச் சொல்லுவாள்? பாதி விஷயங்களை மனதில் அமுக்கி வைத்துக் கொள்வது அவள் சுபாவம். ஆனால் வெகு காலத்திற்குத் தன் மனதிற்குள் அவளால் அடக்கி வைத்துக் கொள்ள முடியாது. ஒரு சராசரி அம்மாவைப் போல் அவள் அம்மா "ஒன் மாமனார், மாமியார் எப்படிப்பட்டவங்க?" என்றெல்லாம் விசாரித்தது கிடையாது. எல்லாரும் தன்னைப் போலவே என்று நினைக்கும் முட்டாள் அம்மா.

"அவங்களும் அப்பா அம்மாதான! பெத்தவங்க மாதிரிதான் இருப்பாங்க, அவங்க மக கல்யாணமாகி போனப்பறம் மறுபடியும் இப்ப மக கெடைச்சிருக்கா. எத்தன சந்தோஷமான விஷயம்!" அன்பும் பாசமும் காட்டுவதில் அப்பா, அம்மா கருமித்தனமாக இருக்கக்கூடும் என்பது அம்மாவின் கற்பனைக்கு அப்பாற்பட்ட விஷயம். ஆனால் அந்தப் பெண்மணி (ஈஷாவின் மாமியார்) ஈஷாவின் ஒவ்வொரு காரியத்திலும் குற்றம் கண்டு பிடிப்பாள். அவளை அறைந்து விட விரும்புவது போல் முறைத்துப் பார்ப்பாள்.

"இல்ல, இல்ல, நீ சமையலறைக்குள்ள வர வேண்டாம்" என்று கடுமையான குரலில் சொன்னாள். ஆனால் உண்மையில் மாமியார்

சொன்னதற்கு அவள் சமையலறைக்கு வர வேண்டும் என்று அர்த்தம் என்று அவளுக்கு எப்படித் தெரியும்? அவள் அந்த மாதிரி சூதுவாது நிறைந்த சூழ்நிலையில் வளரவில்லை. அவள் சமையலறைக்குப் போகவில்லை. அதுமட்டுமில்லாமல் வேலைக்காரி ஒருத்தி இருந்தாள்.

மாமனாருக்கு டீ கொடுக்கப் போன போது மாமியார் கர்ஜித்தாள்.

“அவரோட டீய நீ ஏன் தொட்ட?”

அவள் அப்படியே திகைத்துப் போனாள். உள்ளுக்குள் கோபம் பொங்கியது.

‘என்ன விஷயம்? அப்பப்பா என்னதான் விஷயம்! இவங்களுக்கு என்னதான் வேணும்?’

“கொஞ்சம் அட்ஜஸ்ட் பண்ணிக்க. ஒத்துப் போ. அம்மா எப்பவுமே கொஞ்சம் கோபக்காரிதான். அவ கூடவே இரு. காலப்போக்குல எல்லாம் சரியாயிடும்.” என்றான் நிஷித்.

‘எந்த பலத்துல நான் ஒத்துப் போறது நிஷித்? நீங்க ஒங்க பொண்டாட்டிய முழுமையா ஏத்துக்கிட்டிருக்கீங்களா? கட்டிக்கிட்டவ இருக்கறச்சே வேற எவளோடயோ அரட்டை அடிக்கறீங்க. அவங்க என்ன விட புத்திசாலியா, சமார்த்தியசாலியா ஒலக வெவகாரம் தெரிஞ்சவங்களா இந்தக் காலத்துக்கு ஒத்த பொண்ணுங்களா இருக்கலாம். ‘இதப் பாருங்க என்னோட மனைவி சூது வாது இல்லாத சிம்பிள் வுமன், இந்த மாதிரி கலந்து பழகினது இல்ல. அவளையும் சகஜமான சூழ்நிலைக்குக் கொண்டு வாங்க’ன்னு நீங்க சொல்லியிருக்கலாம். சொல்லக்கூட வேண்டாம். ஒரு நல்ல மனிதனுக்கு அடையாளம் புதியதாக வந்தவளை சகஜமாக்குவது. நிஷித், நீங்க ஏன் என்ன கல்யாணம் பண்ணிக்கிட்டீங்க? என்ன ஏன் கல்யாணத்துக்கு ஒத்துக்க வச்சீங்க? ஒத்துக்கத்தான் வச்சிங்க சரி, இப்ப ஏன் என்ன எப்பவும் சந்தேகக் கண்ணோட பாக்கறீங்க? கர்னல் யுனிவர்சிட்டில எகனாமிக்ஸ்ல ஃபர்ஸ்ட் க்ளாஸ் வாங்கின பொண்ண கல்யாணம் பண்ணிக்க வேண்டாம்னு யாரு தடுத்தாங்க? உண்மைல ஒங்களுக்குத்தான் நம்பிக்க இல்ல. படிச்ச கெட்டிக்கார பொண்ணு ஒங்களோட ஆணாதிக்கத்த எத்தன நாள் பொறுத்துப்பா? ஒங்க அப்பா அம்மாவோட அதிகாரத்த அவ எத்தன நாளைக்கி பொறுத்துப்பா?

பொறுத்திருந்திருக்கமாட்டா. ஒங்களுக்கும் அதிகாரம் பண்ண பிடிக்கும். மாளவிகா கிட்ட ஒங்க அதிகாரத்த காட்டி இருக்க முடியாது நிஷித். அவ ஒங்கள விட ரொம்ப அதிகம் சம்பாதிக்கறா. அதனால பெரிய எடங்கள்ளதான் பழகுவா. அவளுக்குச் சமமா ஒங்கள ஆக்கிக்க நீங்க குட்டிக்கரணம் போட்டிருக்கணும். மனைவிய விடத் தாழ்ந்தவனா இருக்க எந்த ஆம்பளைக்கித்தான் பிடிக்கும்.

அந்தக் கல்யாணம் நிலைச்சிருந்திருக்காது. ஒங்க சுய கௌரவத்துக்கும் அவளோட சுய கௌரவத்துக்கும் மோதல் ஏற்பட்டிருக்கும். எனக்கு ஒங்கள தெரிஞ்ச வரைக்கும் நீங்க என்ன தீர்மானிக்கறீங்களோ அதுதான் நடக்கணும். நீங்க நெனைக்கறதுதான் சரிங்கற எண்ணம் ஒங்களுக்கு உண்டு. ஒங்க தீர்மானம் தான் முடிவானது, இதையெல்லாம் மாளவிகா எப்படிப் பொறுப்பா? அவளுக்கு என்ன கட்டாயம்? காதலா? என்னோட இந்த ஒம்பது வருஷ கல்யாண வாழ்க்கைலேர்ந்தும் மத்தவங்களோட கல்யாண வாழ்க்கைலேர்ந்தும் நான் நல்லா தெரிஞ்சுக்கிட்டேன்.

காதல்னு ஒண்ணு இருக்குமானா அது ப்ளேட்டோவோட லட்சிய ஒலகத்துலதான். ஆனா இந்த அழியக்கூடிய உலக வாழ்க்கைல காதல் இல்ல. விட்டுக் கொடுத்தல் இருக்கு, கருணை இருக்கு, சகிப்புத்தன்மை இருக்கு, ஒத்துழைப்பு இருக்கு, ஆனா காதல் இல்ல. காதல்னா என்ன? அவளுக்கு அது புரிந்ததா? இரண்டு பேர் மனசாலும் உடம்பாலும் ஒருவரையொருவர் ஆழ்ந்து விரும்புவது. இருவரும் பார்த்துக் கொள்ளும்போது அந்தப் பார்வையில் இருக்கும் காதலைத் தன் ஒருவரால் தாங்க முடியாது என்று தோன்றும். ஒளியைப் போல எல்லாருக்கும் பகிர்ந்து கொடுக்க வேண்டும் என்று தோன்றும். உண்மையாகக் காதலிக்கப்பட்டவன் அல்லது காதலிக்க முடிந்தவன் ஒரு போதும் தாழ்ச்சி அடையமாட்டான். கீழ்த்தரமாக இருக்க மாட்டான். பொறாமை உடையவனாக இருக்க மாட்டான். அவளுடைய கனவு நாயகன் மிகவும் அழகாக இருந்தான். யாரைப் போல? யாரைப் போல? லார்ட் பைரனுடைய படம் அவளை மிகவும் கவர்ந்தது.

அடிக்கடி புத்தகத்தின் பக்கத்தைத் திருப்பி அந்தப் படத்தைப் பார்ப்பாள். அதன் பின் அந்த மனிதன் தீமையின் உருவம், பலருக்கு இதயம் வெடிக்கும்படியான கஷ்டத்தைக் கொடுத்தவன் என்பது தெரிந்து,

அது நினைவுக்கு வரும் போதெல்லாம் அந்த படத்திலிருந்து முகத்தைத் திருப்பிக் கொள்வாள். கதைகளில் வரும் ராஜகுமாரனின் முகத்தில் பெண்மையின் சாயல் இருக்கும். படத்தில் அழகாக இருப்பான்; படத்தில் மட்டும் தான், அழகாகத் தெரிவான். அர்ஜுனன், கிருஷ்ணன் ஆகியோரைக் கற்பனை செய்து கொள்வாள். அபூர்வமான அழகு; ஆனால் பல பெண்களை மணந்தவர்கள். ஆகவே சரிபட்டு வராது. ஷையத் முஸ்தபா ஆலி இளம் வயதில் கவர்ச்சிகரமாக இருந்தார். ஆனால் அந்த வசீகரமான ஆண் முதுமையில் அடையாளமே காண முடியாத படியான துர்கதிக்கு ஆளானார்.

அவளுக்கு அழகின் மேல் இருந்த பிடிப்பு காரணமாக அழகில்லாத ஒருவனைக் காதலிப்பதைப் பற்றி அவளால் நினைத்துக் கூடப் பார்க்க முடியவில்லை. நிஷித் நல்ல ஆரோக்கியமான புத்திசாலியான இளைஞன். அவன் அவள் கனவில் கண்ட ராஜகுமாரன் இல்லை. இருந்தாலும் அவனிடம் தன் மனதார அன்பு செலுத்தினாள். கொடி மரத்தைச் சுற்றி வளர்ந்து தழைப்பது போல அவளும் அவனைச் சார்ந்திருந்தாள். வருத்ததுக்கு உரிய விஷயம் என்னவென்றால் மரத்திற்கு கொடியெல்லாம் பிடிக்காது; உதறி எறிந்து விட்டது. எங்கே காதலனின் அழைப்பு? கண்ணோடு கண் காதலுடன் பார்ப்பது எங்கே? தொடுதலில் உண்டாகும் மின்சாரம்? For gods sake hold your tongue and let me love எப்போது? உடலுறவின் போது சில காதல் வார்த்தைகள் பேசுவான். அவ்வளவுதான். பின் திரும்பிப் படுத்துக்கொண்டு தூங்கி விடுவான். காலையில் ஆஃபிஸ் போய் விடுவான். இரவில் நேரம் கழித்து வருவான், விடுமுறை நாட்களில் நண்பர்களுடன் அரட்டை அடிக்க விரும்புவான். இல்லையென்றால் தொடர்ந்து டி.வி பார்த்துக் கொண்டிருப்பான். இவற்றுக்கிடையே அவளுடைய காதலின் முன்னுரை எங்கே? அவள் அவனுக்காக ஸ்பெஷல் டீ போட்டு எடுத்துக் கொண்டு போவாள். சாப்பிடும் போது கணவனும் மனைவியும் பக்கத்தில் பக்கத்தில் உட்கார்ந்து சாப்பிடுவது மாமியாருக்குப் பிடிக்காது. கணவனும் மனைவியும் ஒருவருக்கொருவர் முதுகைக் காட்டிக் கொண்டு உட்கார்ந்தால் மாமியாருக்குப் பிடிக்கும் என்று அவளுக்குத் தோன்றியது. தேனிலவு? அவன் ஏற்கனவே தன் பெற்றோருடன் நாலைந்து தடவைகள் போயிருந்த பூரிக்குத் தேனிலவு போனார்கள். அவள் தன் ஆட்சேபனையைத் தெரிவித்தாள்.

“கோவா போகலாமே. அங்க போகணும்னு ரொம்ப ஆசையா இருக்கு.”

“பூரி கைக்கு எட்டின தூரத்துல இருக்கு. சனி, ஞாயிரோட இன்னும் ரெண்டு நாள் சேத்துக்கிட்டா ஆச்சு. கோவா அவுட் ஆஃப் கொஸின். பூரி போறதுன்னு நான் தீர்மானிச்சுட்டேன். பூரிக்குத்தான் போகணும். நான் கோவா போகத் தீர்மானிக்கிற போது அங்கே போகலாம் எல்லாம் திட்டமிட்டபடிதான் நடக்கும்.”

“எப்ப திட்டமிட்டீங்க?”

“எப்ப? கல்யாணத்துக்கு முன்னலே தன்னாலேயே இது முடிவாயிடிச்சி.”

புதுமணத் தம்பதியர் தேனிலவுக்குப் போகும் போது மனைவியின் விருப்பத்திற்கும் மதிப்பு கொடுத்திருக்க வேண்டும்.

“சம்பிரதாயம், சடங்கு இதெல்லாம் சட்டுபுட்டுன்னு முடிச்சிடனும்”

சம்பிரதாயம்? தேனிலவு என்ன சம்பிரதாயமா? சடங்கா? அடக்கடவுளே! யாரிடம் வந்து அவள் மாட்டிக் கொண்டாள்!

அம்மாவுக்கு ஒரே சந்தோஷம். அவளுக்குத் தேனிலவு என்று ஒன்று நடக்கவில்லை, மகள் தேனிலவுக்குப் போகிறாள்.

“ஒருத்தரையொருத்தர் புரிஞ்சுக்கிட்டீங்களா? ஒறவு எல்லாம் சரியாத்தான இருக்கு?”

“போம்மா”

“இப்படி, எல்லா அம்மாவும் தன் மகள்கிட்ட இத விசாரிப்பாங்க. இது ரொம்ப முக்கியம்.”

அவள் மருமகன் எல்லாம் திட்டமிட்டே செய்பவன் என்று அவள் எப்படி வெட்கமில்லாமல் சொல்லுவாள்? எல்லாம் அவன் திட்டம். அவன் முடிவு. அவற்றைத் தாண்டி ஒன்றும் இல்லை, ஒன்றுமே இல்லை.

‘எனக்குக் கஷ்டமா இருக்கும்மா! ரொம்ப கஷ்டம். அன்பு கெடைக்காததால ரொம்ப கஷ்டம். இந்த ஒம்பது வருஷத்துல ஒவ்வொரு நொடியும் அதிசயம் நிகழும்னு காத்துக்கிட்டிருக்கேன். ஏதோ ஒரு

அதிசயம் நிகழ்ந்து எல்லாத்தையும் மாத்திடாதான்னு காத்துக்கிட்டிருக்கேன். இப்பக்கூட இரவு பகலா அந்த எதிர்பார்ப்புல காத்துக்கிட்டிருக்கேன். இந்த ஆண் ஒரு தப்பு, இந்தச் சுற்றுச்சூழல் ஒரு தப்பு. ஏன் நானே கூட ஒரு தப்புதான். எல்லாம் புரியுது. ஆனால் தாகம் போக மாட்டேங்குதே! சாதகப்பறவையோட தாகம், எப்ப எனக்கு அந்த ஒரு சொட்டு அதிசயத் தண்ணி கெடைக்கும்? எப்ப எனக்கு விடுதலை கிடைக்கும்?'

மாமிப்பாட்டிங்க, என்னோட பாட்டியோட கூடப் பொறந்த சின்னப்பாட்டி, பெரிய பாட்டிங்க அவ்வளவு ஏன், என்னோட பாட்டி இவங்களுக்கெல்லாம் அந்த அன்பு கெடைச்சுதா? இப்ப அவங்களுக்கு வயசாயிடிச்சி. அவங்க சின்னவங்களா இருந்த போது இதப் பத்தியெல்லாம் யோசிச்சுக் கூட பாத்திருக்க மாட்டாங்க. சின்ன வயசுல வயசானவனோட கல்யாணம். ஆம்பளைங்களுக்குத் தேவை இருந்தது. ஆனா பொண்டாட்டிங்க சின்னப் பொண்ணு. சின்ன வயசுல திணிக்கப்பட்ட உடலுறவு மேல எத்தன வெறுப்பு இருந்திச்சின்னு ஒவ்வொரு பெண்ணுக்கும் தெரியும். இருந்தாலும் நடக்க வேண்டியதெல்லாம் நடக்கத்தான் நடந்தது. முதலில் சாந்தி முகூர்த்தம். அடுத்தடுத்து குழந்தைகள். இதில் காதலுக்காக யார் அழுதாங்க? அப்பொதெல்லாம் அறையை ஒட்டி பாத்ரூம் இருக்காது. இருந்தால் கீழ்த்தளத்தில் ஒரு மூலைல இருக்கும். எப்படி அவங்க எல்லாத்தையும் சமாளிச்சாங்கன்னு யாருக்குத் தெரியும்? குழந்தை பிறப்பதற்கு முன்னாலும் பின்னாலும் அவங்களுக்கு எத்தனை கஷ்டங்கள்! அவங்களுக்கு எப்படி இருந்திருக்கும்! சரியாகச் சாப்பிட முடியாமல் 'கடகட'ன்னு வாந்தி எடுத்துக்கிட்டு இரவும் பகலும் குழந்தைக்குப் பாலூட்டி, சமையல் செஞ்சு குடும்பத்தை கவனிச்சுக்கிட்டு வளர்ந்த மகன்கள். மகள்கள், மாமனார், மைத்துனர், கொழுந்தன், நாத்தி, நாத்தி புருஷன்... அப்பப்பா! காதல் அங்கே நிற்கவே நிற்காது ஓடி விடும்.

காதல் என்ன அவ்வளவு சுலபமாக உடையக் கூடியதா? யதார்த்தத்தின் ஒரு மோதலில் உடைந்து விடுமா? அதிர்ச்சியில் எரிந்து சாம்பலாகிவிடுமா? இயந்திர கதியில் இயங்கும் இல்லற வாழ்க்கை, அதில் பொறுமை, விருப்பு வெறுப்பற்ற தன்மை எல்லாத்தையும் மூடி மறைத்ததா அந்தச் சாம்பல்? அவளுடைய தோழிகள் பலருக்கும் இதே

அனுபவம் தான். சம்யுக்தாவுக்கு கல்யாணம் ஆகி ஐந்து வருடங்கள் ஆகின்றன.

"நான் காதல் கல்யாணம் செஞ்சுக்கிட்டவதான். ஆனா இப்ப என் வீட்டுக்காரர பாத்தாலே ஒடம்பெல்லாம் எரியுது. நான் ஒல்லியா இருக்கணும், அழகா பொட்டு வச்சு, மை இட்டு டிப்டாப்பா இருக்கணும். அவன்? தொந்தியும், தொப்பையுமா இருக்கான். சிகரெட் குடிச்சி குடிச்சி ஒதடும் விரல் நுனியும் கருத்துப் போயிடிச்சி. பல் எல்லாம் பழுப்பு நிறம், வாயில பொகயில நாத்தம். இது பலபேருக்கு செக்சியா இருக்கும். ஆனா நான் மூச்ச பிடிச்சுக்கிட்டிருக்கேன். அவனுக்கு வேண்டியது கெடைச்சிடிச்சி. அப்பறம் என்ன! லுங்கி கட்டிக்கிட்டு காலை தூக்கி வச்சிக்கிட்டு ஒக்காந்திருப்பான். அள்ளி அள்ளிச் சாப்பிடுவான். கோபம் வந்தா குதிப்பான் தெனம் தெனம் இதைச் சமை அதைச் சமை என்று ஆர்டர் போடுவான். அவன் சத்தம் போட்டு டீ குடிக்கற போது எனக்குள் ஒரு கொதிப்பு வரும் பாரு..." என்றாள் சம்யுக்தா.

"நீ அவனோட சுத்தினப்ப இதெல்லாம் ஒனக்குத் தெரியலையா?" என்று கேட்டாள் ரூபி.

"வேணும்னே எல்லாத்தையும் மறைச்சிட்டான். இதெல்லாம் எனக்குப் பிடிக்காதுன்னு அவனுக்குத் தெரியும்."

"லுங்கி ஒண்ணும் பெரிய விஷயமில்ல. என் வீட்டுக்காரன் துருவி துருவி மூக்கை நோண்டுவான். என் முன்னால 'படார்'ன்னு குசு விடுவான். கேட்டா 'நீ என் பொண்டாட்டி'ம்பான். அதாவது மத்தவங்க பொண்டாட்டி முன்னால குசுவ அடக்க முடியும். ஆனா தன் பொண்டாட்டி கிட்ட ஒரு நாகரீகம், அடக்கம் தேவை இல்ல. உண்மை என்னன்னா நான் ஒரு காசுக்குக் கூட மதிப்பு இல்லாதவ. அவன் கிட்ட எந்த மரியாதையும் நான் எதிர்பார்க்க முடியாது. ஆனா நான்? எனக்கு வீட்ல வேலை செய்யற போது வசதியா இருக்கும்னு மேக்ஸியோ ஹவுஸ் கோட்டோ போட்டுக்கிட்டா 'இந்த உறைய கழட்டி எறி, அசிங்கமா இருக்கு' என்பான்.

"இது மாக்ஸி, நைட்டி இல்ல. அத நெனவுல வச்சுக்கங்க அது மட்டுமில்லாம எனக்கு ஒண்ணும் ஐஸ்வர்யா ராய் மாதிரி ஃபிகர் இல்ல, நான் மாடல் மாதிரி இல்லதான். மாடல்கள பாத்து பாத்து பொண்டாட்டின்னா ஒல்லியாகவோ, குண்டாகவோ, குட்டையாகவோ,

நெட்டையாகவோ இருக்கக்கூடாதுன்னு ஒரு எண்ணம் இவங்களுக்கு இருக்கு" என்றாள் ரூபி.

ஆனா அவங்க மட்டும் குண்டா தொந்தியும் தொப்பையுமா, சொட்டையோ நெட்டையோ எப்டி வேணும்னாலும் இருக்கலாம். நாமும் தான் மாடல், சினிமா நடிகருங்க, விளையாட்டு வீரருங்க, எல்லாரையும் பாத்துப் பாத்து வளர்ந்திருக்கோம். அவங்கல்லாம் எத்தன ஹாண்ட்ஸம்! ஆனா நாம அவங்கள பாத்து மயங்கிடல. நம்மளோட கட்டை குட்டையான கறுப்பு புருஷனோட சந்தோஷமாத்தான் இருக்கோம். நான் அழகா இருக்கணும்னா நீயும் தான் அழகா இருக்கணும். ரெண்டு பேருக்கு ரெண்டு விதமான ரூல்ஸ் எதுக்கு? இந்த ஆண் சாதியே அசிங்கம் பிடிச்சது. சீ! சீ!" என்றாள் ரூபி.

அவங்களுடைய தோழி கிருஷ்ணா தன் கணவனிடம் தினமும் அடி வாங்குகிறாள். 'பளார்', 'பளார்' என்று அறைகிறான். நம்ப முடிகிறதா? கம்பெனி எக்ஸிக்யூட்டிவ் கணவன் ஸாஃப்ட் என்ஜினியரான மனைவியை அடித்துத் துவைக்கிறான். இருந்தாலும் டைவோர்ஸ் ஆகவில்லை. இரண்டு குழந்தைகள் இருக்கிறார்கள்.

"அவசர அவசரமா ரெண்டு குழந்தைகள யாரு பெத்துக்கச் சொன்னாங்க?" இது ரூபி கிருஷ்ணாவிடம் கேட்ட கேள்வி.

"அப்டிச் சொல்லாத கொழந்தைகங்கதான் என் வாழ்க்கையோட உண்மையான அர்த்தம்" டேக் இட் ஃபர் கிராண்டட் பத்தியெல்லாம் நீங்க சொன்னீங்களே அதெல்லாம் எனக்கு ஒண்ணுமே இல்ல. நிஷ்டுரம், குருரம், கொடுமை இதெல்லாம் எதிர்கொண்டிருந்தா கல்யாணம்ங்கறது என்னன்னு புரிஞ்சிருக்கும்" இது கிருஷ்ணாவின் பதில்.

"ஏன்? நீ வேல பாக்கற. சொந்த கால்ல நிக்க முடியும். அந்த ஆணோட ஏன் இருக்க? டிவோர்ஸ் வாங்கிக்க"

"அது வாங்கிக்க முடியாது. என் பிள்ளைங்க அவங்க அப்பாகிட்ட ரொம்ப பாசமா இருக்காங்க. அவனுக்கும் தன் பிள்ளைங்க மேல ரொம்ப பாசம். அவங்கள அப்பா இல்லாதவங்களா எப்டி செய்ய முடியும்? இது என் பிள்ளைங்களுக்காக நான் செய்யற தியாகம்னு வச்சுக்க. இதைத் தவிர அந்த ஆளோட எனக்கு எந்தவிதச் சம்பந்தமும் இல்ல. என் அப்பா, அம்மா போனப்பறம் பிறந்த வீடுன்னு என்ன

இருக்கு? விவாகரத்து ஆன பொண்ணுங்களுக்கு இந்தச் சமுதாயம் என்ன வரவேற்பு கொடுக்குது?"

"ஏன் அடிக்கறான்? குடிக்கறானா?"

"அது என்ன அப்டி ஒரு கோவம்! கோவம் வந்தா மொகம் பயங்கரமாயிடும். அந்தச் சமயத்துல வாயத் தொறந்தாலே எழுந்து வந்து ஒரு அறை"

"இது ஏதோ மெண்டல் கேஸ்டி கிருஷ்ணா. கவுன்சிலிங்குக்கு அழைச்சுக்கிட்டுப் போ."

"பூனைக்கு யார் மணி கட்றது? சொன்னாக்க 'எனக்கு ஒரு மெண்டல் ப்ராப்ளமும் இல்ல, நான் பைத்தியம் இல்ல, வேணும்னா நீ கவுன்சிலர் கிட்ட போ'ம்பாரு. நான் தான் அடிக்கடி உணர்ச்சி வசப்பட்டு அவர் கோவத்த கௌப்பறேனாம்."

"இந்த இருபத்தோராம் நூத்தாண்டுல கவுன்ஸிலிங் பத்தி இப்படி ஒரு எண்ணமா! இது பழங்காலத்து எண்ணம். கிருஷ்ணா நீ என்ன அடிக்கடி உணர்ச்சி வசப்படறயா? நச்சரிக்கறயா?" என்று கேட்டாள் சம்யுக்தா.

"இதப்பாரு புருஷன் திரும்பத் திரும்ப ஒரே தப்ப பண்ணினா, பொறுப்புகள தட்டிக் கழிச்சா ஒவ்வொரு பொண்ணுக்கும் நச்சரிக்க வேண்டியிருக்கு. அவன் வேலைக்கு மட்டும் போறான். நான் வேலைக்குப் போறேன், பசங்களோட படிப்ப கவனிச்சுக்கறேன். வீட்டு வேலைகளையும், வெளி வேலைகளையும் கனனிச்சுக்கறேன், எல்லாம் நான் செய்யணும். இதுவரைக்கும் பேரண்ட்ஸ் - டீச்சர்ஸ் மீட்டிங்குக்கு ஒரு தடவ கூட அவன் போனதில்ல. ஆண்டு விழாவில புள்ளைங்க பாடுவாங்க; அப்பா போக மாட்டாரு, பிரின்சிபல், டீச்சர்ங்க கிட்ட நான் பேச்சு கேக்கணும்."

ஈஷா யோசனையில் ஈடுபட்டாள். 'கல்யாணம் இருக்கு; சேர்ந்து இருக்கறது இருக்கு; டேட்டிங் இருக்கு; காதலர் தினம் இருக்கு. காதல் மட்டும் இல்ல.'

ஈஷாவுடன் படித்த ம்ருதுல் இப்போதும் அவளுடன் தொடர்பு வைத்திருக்கிறான். அவன் ஒரு நாள் அவளிடம்,

“ஒன்ன என்னால கரெக்ட் பண்ண முடியல ஈஷா. இப்ப என் வீட்டுக்கு ஒரு ஃபிகர் வந்திருக்கு பாரு, நீ பாத்தா அப்படியே அசந்து போயிடுவ” என்றான்.

“ஒங்களுக்கெல்லாம் பொண்ணுங்க பாக்க நல்லா இருந்தா போதும். வேற ஒண்ணும் தேவ இல்ல, அப்படித்தான!”

“இல்ல, இல்ல. பாக்க நல்லா இருக்கா. நல்ல நெறம், பெரிய பெரிய கண்ணு, நல்ல ஃபிகர். ரொம்ப டிமாண்டிங். ஒன்னால நெனச்சுக் கூடப் பாக்க முடியாது. என்ன நடுத்தெருவுல நெறுத்திட்டுத்தான் விடுவா போலேருக்கு. ஷாப்பிங், ஷாப்பிங் பண்றதுன்னா அவளுக்கு பைத்தியம்.”

“ஒரு நாள் அவள ஒக்காத்தி வச்சு நல்ல விதமா எடுத்துச் சொல்லு.”

“அதெல்லாம் ஒரு ப்ரயோஜனமும் இல்ல. ரெண்டு முத்தம் கொடுத்து என்ன மயக்கி, ‘எனக்கு ஒண்ணும் வாங்கித் தர வேண்டாம்னு ப்ளானா?’ ன்னு கேப்பா. அவ புத்தி அப்டிதான் வேலை செய்யும்.”

மருதுல் பெருமூச்சு விட்டபடித் தொடர்ந்தான்.

“இவ பணத்தயெல்லாம் வேற ஒரு பாங்குல போட்டு வைக்கறாளோன்னு எனக்கு சந்தேகம்.”

“ஏன் நீ பாக்கெட் மணி தர்றதில்லையா?”

“தராம என்ன? அத அப்படியே ஒதுக்கி வச்சுக்கிடுவா. சேந்து வெளிய போனா நாந்தான் செலவழிக்கணும்.”

எத்தனை விதமான பிரச்சனைகள். ஆண்-பெண் ரசாயணம் ஒத்துப் போகவில்லை. இரண்டு பேருமே ஒருத்தரையொருத்தர் விரும்புகிறார்கள். விரும்பிக் கிடைத்த பிறகு தான் விரும்பியது இது இல்லை என்று தெரிகிறது. தூக்கி வீசி எறிகிறார்கள். சிலருக்கு அவள் பேசா மடந்தை, வேறு சிலருக்கு அவள் வாயாடி, சிலருக்கு அவள் சூடு சொரணை இல்லாதவள், வேறு சிலருக்கு அவள் ரொம்பவே ரோஷக்காரி. தான் பார்த்துப் பிடித்து மணந்த உருவமே பின்னால் கசந்து போகிறது. முதலில் தனக்குப் பிடித்திருந்த குணம் கல்யாணத்துக்குப் பிறகு கழுத்தில் சுருக்குக் கயிராகிறது. ரசாயணம் ஒத்து போவதில்லை. இது என்ன

இயற்கையின் கட்டளையா? கடுமையான கட்டளை. 'இத்தன நாள் ஓங்க ரெண்டு பேரையும் ஒத்துப் போக விட்டிருக்கேன்; இனிமே விட மாட்டேன். பிரிஞ்சிடுங்க, தனியா இருங்க. தனியா, நாள் போக்குல மேலும் மேலும் தனியாயிடுங்க.'

இறுதிச்சடங்குகள்

விடியற்காலையில் குளிர்ந்த காற்று வடக்கிலிருந்து அடித்தது. மறுபடியும் குளிர்காலம் வந்து விட்டது. காலம் மாறி மாறி வரும். ஆகாயம் காற்று, தண்ணீர் எல்லாமே மாறும். இது ஒரு வியப்புதான். இந்த வியப்புடன் அர்ஜமா இன்னும் ஒத்துப் போகவில்லை. ஒவ்வொரு நாளும் ஏற்படும் வெளிச்சமும் இருட்டும் வியப்பு. சந்திரன் தேய்வது, அது கிழக்கில் உதிப்பது, அதன் பிறகு மறைவது எல்லாமே வியப்புதான். சூரியன் அம்மாதிரி செய்வதில்லை. அது எப்போதுமே உருண்டைதான், அதன் நிறம் மாறுகிறது. என்றாலும் அதன் வடிவத்தில் மாற்றம் இல்லை. சந்திரனில் இருப்பது போல் கறுமையும் சூரியனில் இல்லை. அர்ஜமா போர்வீரன் இல்லை. அதனால் அவனுக்கு நஷ்டம் ஒன்றும் இல்லை. அந்நியர்களின் தாக்குதலால் மாதங்கி, சிங்கன் முதலியோருக்கு ஏற்பட்ட நிலைமை அவனுக்கு ஏற்படவில்லை. அதுவே அவனுக்குப் போதும். அவனால் பார்க்க முடியும்; இவை எல்லாவற்றையும் இன்னும் பல நாட்களுக்கு அவனால் பார்க்க முடியும். நிச்சயமாக சிங்கன் முதலியோரும் பார்க்கிறார்கள். ஆனால் அவர்களை யாராலும் பார்க்க முடியாது. அவர்கள் எப்படிப் பார்க்கிறார்களோ, யாருக்குத் தெரியும்? உடம்பு இல்லாவிட்டால் பார்க்க முடியுமா என்ன? அன்று இரவு நடுக்காட்டில் அவன் கட்டி இருந்த குடிசையில் மண்ணில் கோடு கிழித்துக் கொண்டிருந்தான். அவன் வெகு நாட்களாக அந்தக் கோடுகளைக் கிழித்துக் கொண்டிருந்தான். சரியாக எத்தனை சந்திரோதயம், எத்தனை சூரியோதயத்திற்குப் பிறகு குளிர்காலம் வருகிறது, வெய்யில் காலம், மழைக்காலம் வருகிறது என்பதையெல்லாம் கணக்கு பண்ணும் போது குழப்பம் ஏற்பட்டது. ஏன் கணக்கு தவறியது என்று யாருக்குத் தெரியும்? சந்திரன், சூரியன் முதலியவை அவனை விடச் சக்தி வாய்ந்தவை. அவை தங்களுடைய போக்கைத் தாங்களே தீர்மானித்துக் கொள்கின்றன. ஆனால் அவற்றுக்கு ஏதோ ஒரு நியதி இருக்கத்தான் இருக்கிறது. அந்த நியதியைப் பற்றி இன்னும் அவனுக்கு முழுவதுமாகப் புரிபடவில்லை என்றாலும் ஒரு தோராயமான முடிவுக்கு வந்திருந்தான்.

“காத்து ஒடம்புல பட்ட உடனே ஆகாயத்த பாத்தா ஒரு மாத்தம் தெரியும், இதுக்குப் போயி மண்ணுல கோடு கிழிக்கணுமா? முட்டாப் பயலே!” என்பாள் மாதங்கி. உண்மைதான். ஆனால் அர்ஜமாவுக்குக் கோடு கிழிப்பது ஒரு பழக்கமாகி விட்டது. உட்கார்ந்தபடி அவன் சந்திரனின் ஆகாயப் பயணத்தைப் பார்த்தான். இருளில் மரக்கிளைகள் சத்தமிடாமல் அசைந்தன. காற்று இல்லை. துண்டு துண்டாக இருந்த மேகங்களின் இடையே சந்திரனின் ஒளி மரங்களின் உச்சியில் விழுந்தது. ஏதோ நிகழப் போகிறது என்று அவன் உள்ளுணர்வு சொல்லியது.

ஏதோ ஒன்று. வெளியே வந்த அவன் உடம்பில் நிலவொளி விழுந்தது. அவனுக்கு நடுக்கமெடுத்தது. சந்திரன் என்ன சொல்கிறது? என்ன? ஏதோ அவனை அசைப்பது போல அவனுக்குத் தோன்றியது. அவனுக்குத் திடீரென்று தோன்றியது. அதன் மூச்சொலி கேட்டது. அவன் சட்டென்று குடிசைக்குள் நுழைந்து ஈட்டியை எடுத்துக் கொண்டு வெளியே வந்தான். எந்த நொடியிலும் ஏதாவது விலங்கு பின்னாலிருந்து அவன் தொண்டையை இறுக்கிப் பிடிக்கலாம். அவன் தன்னைத் தானே சில முறைகள் சுற்றிப் பார்த்தான். யாரும் இல்லை. ஆனால் யாரோ இருக்கிறார்கள் என்ற உள்ளுணர்வு போகவில்லை. யார்? யாரது? அது மாதங்கியின் உருவமற்ற ஆவி என்று அவனுக்குத் திடீரென்று தோன்றியது. உடலற்ற மாதங்கி அவனுக்கு அருகில் நின்றாள். தன் மகனைப் போலவே அவளும் நிலவொளி வீசும் இரவைப் பார்த்தாள். நிசப்தமான காட்டில் விலங்குகள் எழுப்பும் ஒலிகளைக் கேட்டாள். பறக்கும் பறவைகள் ஊர்ந்து செல்லும் ஊர்வனங்கள் இவற்றின் ஒலிகள் எல்லாம் ஒன்றிலிருந்து மற்றொன்று வித்தியாசமானவை. மனதில் தைரியத்தை வரவழைத்துக் கொண்டு அவன் “மாதங்கி என்ன வேணும்? இன்னும் என்ன வேண்டி இருக்கு ஒனக்கு? சாப்பாடா, மர உடையா, தண்ணியா?” என்று கத்தினான். சற்றுத் தொலைவிலிருந்து ஒரு நெடுமூச்சு மிதந்து வந்தது. மாதங்கியால் பேச முடியாது; ஆனால் அவளுக்கு ஏதோ வேண்டும். அவள் கைகள் எரிந்து விட்டன. அதனால அவளால் எதையும் பிடிக்க முடியாது. அவள் கால்கள் எரிந்து விட்டன. அவளால் இப்போது நடக்க முடியாது; அதனால நடக்க முடியாது. ஆனால் அவள் இங்கே வந்திருக்கிறாளே, எப்படி வந்தாள்? அர்ஜமா வெகு நேரம் யோசித்தான். இந்தக் காற்றில் கலந்திருக்கிறாள் மாதங்கி’ காற்று நகரும் போது அவளும் நகர்கிறாள் இல்லாவிட்டால் இல்லை.

மான் மாமிசமும் பழங்களும் அவன் சாப்பிடுவதற்காக இருந்தன. அவற்றை இரண்டாகப் பிரித்து ஒரு பகுதியை இலையில் வைத்துக் குடிசைக்கு வெளியே வைத்தான்.

மாதங்கி, நீ என்ன வயத்துல சொமந்து பெத்து எடுத்த, எனக்கு இந்த வாழ்க்க கெடச்சிச்சு. நான் கொடுக்கற இந்தப் படையல ஏத்துக்கோ. ஒன்னால சாப்ட முடிஞ்சா சாப்டு. ஒன்னால சாப்ட முடியாட்டாலும் இது ஒனக்குத் திருப்தியைக் கொடுக்கட்டும். என்று சொல்லியபடி நடுங்கியபடி படையலுக்கு முன்னால் சற்று நேரம் நின்றான். எதுவும் நிகழவில்லை. அவன் முன்னால் உடலற்ற மாதங்கியால் எதுவும் செய்ய முடியாது. அவன் குடிசைக்குள் போய் ஓலை இடுக்கு வழியாகப் பார்த்தான். சற்று நேரம் கழித்து ஒரு நரி வந்து மாமிசத்தைக் கௌவிக் கொண்டு ஓடியது.

அப்டீன்னா மாதங்கி நரி ஒடம்புல பூந்துக்கிட்டிருக்காளா? இல்ல அது மாதங்கி இல்ல, உண்மையிலேயே நரியா? மாமிசத்த பாத்த ஒடனே தன் இயல்புப்படிக் கௌவிக்கிட்டதா?

இரவு முழுவதும் யோசித்து விடியற்காலையில் எப்போது தூங்கினான் என்று அவனுக்கே தெரியாது. அங்கிருந்த மரம், செடி, கொடிகளுக்கு மட்டுமே தெரியும்.

'சடபட' வென்ற சத்தத்தில் அர்ஜமா விழித்துக் கொண்டான். ஒரு கட்டு இலைகளுடன் முற்றிலும் வெண்மையான உருவம் நின்றிருந்தது. முடி, புருவம், தாடி எல்லாமே வெள்ளை; கண்கள் பழுப்பு நிறம். பார்வை எங்கேயோ தூரத்தில் பார்ப்பது போல் இருந்தது.

அந்தப் பார்வையால் வெகு தூரத்திற்குப் பார்க்க முடியும் போலும். அர்ஜமா மண்டியிட்டு "பகா, நீங்க என்ன காப்பாத்தினீங்க. என்னோட நன்றிய ஏத்துக்கோங்க," என்றான்.

"இதெல்லாம் என்ன?" மண்ணிலிருந்த கோடுகளைச் சுட்டிக் காட்டிய பகன், "இந்தக் கணக்கு எல்லாம் என்ன? இதெல்லாம் ஓவியம் இல்ல. கணக்கா? என்ன கணக்கு?" என்று கேட்டான்.

அர்ஜமா பயத்துடன், "குளிரு, கோடை, மழை எல்லாம் சுத்தி சுத்தி வருது. எத்தன சந்திரன், எத்தன சூரியனுக்கு அப்பறம் காலம் மாறுதுன்னு கணக்கு பாக்கறேன்" என்றான்.

“எப்படி?”

“ஒரு குளிர்காலத்துலேர்ந்து அடுத்த குளிர்காலம் வரைக்கும் சின்னச் சின்னக் கோடுகளா போட்டுக்கிட்டு வருவேன், அதுக்கப்பறம் சின்னக் கோடுகளுக்குப் பக்கத்துல ஒரு பெரிய கோடு போடுவேன், பெரிய கோட்டுக்குப் பக்கத்துல மறுபடியும் சின்னச் சின்னக் கோடுகள் போடுவேன், மறுபடியும் குளிர்காலம் வர்ற போது கோடுகள் ஒப்பிட்டுப் பாப்பேன்.”

“ஒத்திருக்குமா?” பகன் ஆச்சரியத்துடன் அவனைப் பார்த்தான்.

“முழுக்க ஒத்திருக்காது. இப்படி அப்படி கொஞ்சம் வித்தியாசம் இருந்தாலும் ஏறத்தாழ ஒத்திருக்கும்.”

“நீ கணக்கு போட்டு இயற்கைய புரிஞ்சுக்கற. நீ மகான் அர்ஜமா.”

“இல்ல நீங்க தான் பிறவியிலேயே மகான், நீங்க காயத்த கொணப்படுத்தறீங்க; உயிர் கொடுக்கறீங்க.”

“முயற்சி செய்யறேன் அர்ஜமா. இந்தக் காட்டுக்குள்ள இருக்கற மரம், செடி, கொடிகள், மரப்பட்டை, வேர் எல்லாமே மனுஷனுக்கும், மிருகங்களுக்கும் நண்பன். நான் அந்த நட்ப பயன்படுத்திக்கிட்டு வரேன். ஆனா ஒடம்பு அசைவற்று போயிடிச்சின்னா, இதயத்துடிப்பு நின்னு போயிடிச்சின்னா ஒடம்பு ஏன் வெறச்சு போய், துர்நாற்றம் வீசுதுன்னு புரியல. இந்த ஒடம்புக்குள் உயிர திரும்பக் கொண்டு வர முடியல”

“பகா, ஒடல விட்டு போன உசிரு காத்துல கலந்திடுது. காத்துல கலந்த, உடம்பு இல்லாத உசிரு சுத்தித் திரியுது.”

“அப்படியா? நீ அனுமானிக்கறது ரொம்ப நல்லா இருக்கு. ஆனா ஒனக்கு ஏன் இப்படித் தோணுது?”

“எனக்கு மாதங்கி இருக்கற மாதிரி உணர்வு உண்டாகுது. நேத்து மாதங்கி வந்திருந்தா. மாதங்கிக்கு தன் புள்ளைங்க மேல ரொம்ப பாசம். அதான் வந்திருந்தா.”

“மாதங்கி? ஒங்க தலைவியா?”

“ஆமா”

வெகு நேரம் பகன் பேசாமல் இருந்தான். அதன் பிறகு

“நீ சரியாத்தான் சொல்றயா? என்று கேட்டான்.”

“ஆமா பகா, அவ பசிய புரிஞ்சுக்கிட்டு சாப்பாடு கொடுத்தேன்”

“அப்புறம்?” பகனின் குரலில் பரபரப்பு இருந்தது.

“அவ ஒரு நரியா வந்து அத எடுத்துக்கிட்டுப் போயிட்டா.”

“அது நரியா கூட இருக்கலாம். நரிக்குள்ள மாதங்கியா? ஒனக்கு எப்டி அப்டி நிச்சயமா தெரிஞ்சிச்சு?”

“நான் உணர்ந்தேன். தெளிவா உணர்ந்தேன்.”

பகன் எழுந்து நின்று “வா, அர்ஜமா, இத எங்க ஜனங்க கிட்ட வந்து சொல்லு. “போன உயிரு சாந்தி அடையலைன்னா இருக்கறவங்க அமைதியா இருக்க முடியாது. ஏதாவது செஞ்சாகணும்” என்றான்.

அதன் பிறகு அவர்கள் இருவரும் பகன் சொன்ன பகுதிக்கு வந்து “மாதங்கி குழுவும் மதுரா குழுவும் கூட்டா இருக்கற ஜனங்களே கேளுங்க. இன்னைக்கி ஒரு புது விஷயம் சொல்ல வந்திருக்கோம். எறந்து போனவங்க போயிடறதில்லை, காத்துல கலந்து இருக்காங்க. அவங்களோட பெருமூச்சு உயிரோட இருக்கறவங்க கிட்ட ஏதோ கேக்குது. இறந்து போனவங்களோட பசி, தாகம் போகறதில்ல, நாம தணிக்கனும். நாம எல்லாரும் சேந்து அத தணிக்கணும்.”

“தணிக்காட்டா?” நெற்கதிரைப் பல்லுக்கிடையே வைத்துக் கடிந்தபடிக் கேட்டான் நிமேஷ்.

பகன் சிரித்தான்.

“எதுனால என்ன நடக்குங்கறத பத்தி நமக்கு எத்தன தூரம் தெரியும் நிமேஷ்? எந்த கெட்ட நிகழ்ச்சிக்கும் தயாரா இரு. சிங்கம், நரி, கரடி, பன்னி இதுங்களெல்லாம் நம்மள சின்னாபின்னமாக்கலாம், தன்யா நதி பொங்கி வெள்ளம் பெருகி நம்ம எல்லாரையும் அடிச்சுக்கிட்டுப் போகலாம். விஷப் பழத்த சாப்பிட்டு நம்ம கொழைந்தங்க செத்துப் போகலாம். நாம மாதங்கி மேல விழுந்து தாக்கின மாதிரி வேற ஏதாவது ஒரு குழு நம்ம மேல விழுந்து தாக்கலாம், எதுவும்

நடக்கலாம் நிமேஷ். நீ, மதுரா, மத்த வீரருங்க எல்லாரும் சேர்ந்து அவங்கள எதிர்க்க முடியாம போகலாம்."

"இதெல்லாம் அந்த மாதங்கி குழுவாலதான் நடக்கப் போகுதா?"

"நடக்கலாம்"

"என்ன மதுரா, நீ இதையெல்லாம் நம்பறயா?"

மதுரா ஏதோ சொல்ல ஆரம்பித்த போது, திடீரென்று வடக்கிலிருந்து பலத்த குளிர் காற்று வீசியது. காற்று மேலும் பலத்த சூறாவளி ஆகியது. மரங்களெல்லாம் பயங்கரமாக ஆடின. அந்தக் காட்டுப் பகுதியில் பறவைகளின் கத்தல் நிறைந்தது. பறந்து கொண்டிருந்த பறவைகள் காற்றில் சின்ன பின்னமாகிக் கீழே விழுந்தன. நில நடுக்கம் ஆரம்பித்தது. மனிதர்கள் நான்கு புறங்களிலும் சிதறி விழுந்தார்கள். ஓலைக் குடிசைகள் எல்லாம் பறந்து எங்கேயோ போய் விழுந்தன. புற்றுக்குள்ளிருந்து வெளியே வந்த பாம்புகள் எல்லாம் இறந்து போயின. பெரிய, பெரிய மரங்கள் வேரொடு பிடுங்கிக் கொண்டு விழுந்தன. நிலம் பாளம் பாளமாக வெடித்தது. அந்தப் பிளவுகளில் சிலரின் கால்களும் சிலரின் இடுப்பளவும் சிக்கிக் கொண்டன. அடுத்த நொடியில் பிளவுகள் மூடிக் கொண்டதால் அவர்களால் வெளியே வர முடியவில்லை. சிலர் கதறிக் கொண்டு உடல் ஊனமுற்றவர்களாக வெளியே வந்தார்கள். மற்றவர்கள் சாவின் மடியில் விழுந்தார்கள். இதற்குள் குதிரைகள் தங்கள் கட்டை அறுத்துக் கொண்டு வெளியே வந்து கத்தியபடி நதியைக் கடந்து சென்றன. நில நடுக்கத்தால் பல குதிரைகள் கீழே விழுந்து துடித்து இறந்து போயின. மற்ற குதிரைகள் மறைந்து போயின. மற்ற வீட்டு விலங்குகளுக்கும் இதே கதிதான்.

காடும், காட்டு விலங்குகளும், மனிதர்களும் மயக்கம் தெளிந்து எழுந்த போது சாம்பல் நிற ஆகாயத்தில் எங்கும் வேறெந்த நிறமும் இல்லை தன்யா நதியின் வெள்ளம் நான்கு பக்கங்களிலும் பெருக்கெடுத்திருந்தது.

சின்ன நதி திடீரென்று விஸ்வரூபம் எடுத்து பிரளய நதியாக மாறி விட்டது. கிராமங்கள் அழிந்து விட்டன. ஒரு வீடு கூட இல்லை. தானியம் இல்லை; வயல்கள் வெற்றிடமாகி விட்டன. தன்யாவின் நீர் குழம்பி இருந்தது. நிமேஷை ஒரு பாம்பு சுற்றி இருந்தது. அவன்

உடம்பை உதறியதில் அது 'சரசர' வென்று இறங்கிப் போய் விட்டது. ஒரு கரடியின் முதுகில் படுத்திருந்த மதுரா, அது தன் உடம்பை உதறியதால் கீழே விழுந்தாள். அவள் மூச்சை தெளிந்தது. மதுராவின் கோஷ்டியில் பலர் இறந்து விட்டனர். பலருக்கு பலத்த காயம். நிமேஷ், மதுரா இவர்கள் யாருமே உடல் நலத்துடன் இல்லை. முற்றிலும் ஆரோக்கியமாகவும் பாதிக்கப்படாமலும் இருந்தவர்கள் மூன்றே பேர்தான். அர்ஜமா, பகன், ரங்கா.

மயான பூமியில் சிகிச்சை ஆரம்பித்தது. பகன் சொன்னபடி அர்ஜமாவும், ரங்காவும் மருந்து தயாரித்தார்கள். ஷமன், அலம்புஷ், ஆதி ஆகியோர் அவற்றை முடிந்த வரை உடம்பில் பூசி விட்டார்கள். குடிக்க வைத்தார்கள். வெட்ட வெளியான காட்டில் குளிர்ந்த காற்றில் பலர் இறந்தார்கள். வேக வேகமாகக் குடில்கள் கட்டப்பட்டன. இறந்த விலங்குகளின் தோலை உறித்து, சுத்தப் படுத்தி, பச்சையாகவே உடுத்திக் கொண்டு 'வெட வெட' வென்று நடுங்கிக் கொண்டிருந்தார்கள் பலர். சிகிச்சை நடந்து கொண்டே இருந்தது.

அர்ஜமா கணக்கு போட்டான். குடில்கள் கட்டுவதற்கு ஒரு பௌர்ணமி காலம் எடுத்திருக்கிறது. விலங்குகளைக் கொன்று உணவு தயாரித்தவர்கள், அவற்றின் தோலை உறித்து வெய்யிலில் காய வைத்து உடுத்திக் கொள்ள தயாராக்கினார்கள். சந்திரன் முதன் முதலாக மறைந்த போதே சிலர் எழுந்து உட்கார்ந்து விட்டார்கள்; வேறு சிலருக்கு அதிக காலம் தேவைப்பட்டடது. நிமேஷ் எழுந்து உட்கார்ந்தான். அவன் தலை முடியில் விழுந்திருந்த சடைகளை ரங்கா வெட்டி எடுத்தாள். மதுரா எழுந்து உட்கார்ந்தாள். அவள் முடியிலிருந்து சடைகளும் வெட்டப்பட்டன. இடையிடையே காயத்திற்கு மருந்துகளும் தடவப்பட்டன. சிலர் பழங்கள், வேர்கள் ஆகியவற்றைச் சேகரிக்கக் காட்டுக்குப் போனார்கள். சிலர் வேட்டையாடப் போனார்கள். வயல்கள் நீரால் மூடப்பட்டிருந்தன.

எல்லாம் ஒருவாறாக இயல்பு நிலைக்கு வந்த போது நிமேஷ், மதுரா ஆகியோர் இழந்த தங்கள் பலத்தை மீண்டும் பெற்ற போது, ரங்கா அவர்கள் தின்பதற்கு இலையில் கிழங்குகளைக் கொண்டு வந்து வைத்து விட்டுத் தன் இடுப்பில் இரு கைகளையும் வைத்துக் கொண்டு

"நடந்திச்சி இல்லை? நடந்திச்சி இல்லையா?" என்றாள்.

அவளுடைய கூர்மையான ஒளி வீசும் பார்வையை நிமேஷால் பார்க்க முடியவில்லை. மதுரா வேறு எங்கேயோ பார்த்தபடி "என்ன நடந்திச்சி?" என்றாள்.

மாதங்கி, சிங்கன், அந்த்ரி எல்லாரும் அழுதுக்கிட்டிருந்தாங்க. அவங்களுக்குக் கிடைக்க வேண்டியத நாம கொடுக்கல. அதனால...

"செத்துப் போனவங்க இந்த மாதிரி பழி வாங்குவாங்களா ரங்கா?" அர்ஜமா மென்மையான குரலில் சொன்னான்.

"இது பழிவாங்கல் இல்ல. அவங்க பசி, தாகத்துக்கு நாம மரியாத கொடுக்கணும்."

பகன் தலையை ஆட்டி விட்டுச் சொன்னான்.

"முன்ன நம்மோட தலைவி சுஜலா செத்துப் போன போது நாம அவங்கள தண்ணில விட்டுட்டு கொஞ்ச நேரம் பேசாம ஒக்காந்திருந்தோம். நமக்கு மனசுல சந்தோசம் இல்ல; நம்மோட துக்கம் அதிகமாயிட்டே போச்சு. சுஜலாவோட மக பர்ணா. பர்ணாவோட மகள் மதுரா. சுஜலாவும் பர்ணாவும் எதிராளிங்க, இருந்தும் சுஜலா போன போது மதுரா துக்கப்பட்டா. ஏன்னா சுஜலா ஒரு போதும் பங்கு போடறதுல ஓர வஞ்சன செய்ய மாட்டாங்க. தான் சேகரிச்சத சேத்து வச்சு தனக்கு வேண்டியவங்களுக்கு மட்டும் கொடுக்க மாட்டாங்க. அவங்க போனப்பறம் நமக்கு ஏற்பட்ட வருத்தம் தான் நாம அவங்களுக்குக் கொடுத்த படையல். ஆனா இந்த மாதங்கி குழுவ நாம கொன்னு போட்டிருக்கோம், அவங்களோட எல்லாத்தையும் பிடுங்கிட்டிருக்கோம். ஆனா இறுதிச் சடங்குகள் செய்யல."

"இறுதிச் சடங்குகளா?" பகனே அந்தப் புதிய வார்த்தையை மறுபடியும் உச்சரித்தான். அவனுக்கு ஆச்சரியமாக இருந்தது. பகன் பணிவான குரலில் சொன்னான்; இறுதிச் சடங்குகள், இறுதிச் சடங்குகள் செய்யணும்."

இலைகளில் பழங்களும் மாமிசமும் வந்தன; வேக வைக்கப்பட்ட தானியங்கள் வந்தன. மண் பாத்திரங்கள் செய்யப்பட்டு வெய்யிலில் காய வைக்கப்பட்டன. அவற்றில் நீர் நிரப்பப்பட்டன. விண்ணை எட்டும் ஒலி எழுந்தது.

"குரங்கியின் மகளான மாதங்கியே, சன்னனின் மகனான சிங்களே, மாதங்கியின் மகனான அம்பனே, சத்ரியின் மகனான ஷவனே, ரமாவின் மகனான சர்வனே ஒங்க எல்லாருக்கும் ருசியான மாமிசம், பழம், தண்ணி எல்லாம் தரோம். சாப்டுங்க, குடிங்க, அப்பறம் எங்க கிட்ட மகிழ்ச்சியா இருங்க"

***

விரலில் அணியப்பட்டிருந்த தர்பையைச் சுட்டிக்காட்டி ஜலதர் பட்டாச்சார்யா புரோகிதர் சொன்னார்.

"ஒங்களோட தர்ப்ப வெரல விட்டு வெளியே வந்துடுத்து. அத சரி செஞ்சுக்கோங்கோ பவானி ஐயா. நீங்க பல தெவசங்கள் பண்ணி இருக்கேள், சரி, இப்ப ஜலத்த தொட்டுட்டு பிண்டத்து மேல கை வச்சு சொல்லுங்கோ 'சித்திர மாசம், கிருஷ்ண பட்சம் அஷ்டமி திதி, கௌசிக கோத்ரம்...'" நீங்க ஒங்க தந்தை வழி மூணு தாத்தாக்களோட பேர சொல்லியிருக்கேள். இப்போ மூணு தலைமுறை பாட்டியோட பேர சொல்லுங்கோ. சரி இப்ப இத சொல்லுங்கோ. 'அஷய ஸ்வர்க காம எதத்...' இப்ப படையல் மேலே தர்ப்பையால ஜலத்த தெளியுங்கோ."

சரியாக ஒன்றரை மணிக்குப் பாட்டியின் இறுதிச் சடங்கு முடிவடைந்தது. புரோகிதர்களுக்குச் செய்ய வேண்டிய நியமங்களுக்கான ஏற்பாடுகளைக் கிழவியின் கடைசி மகன் ஷிவானி பிரசாத் செய்திருந்தார். பன்னிரண்டு அந்தணர்களுக்கு இலை போடப்பட்டிருந்தது. வேறொரு பக்கம் மற்றவர்களுக்கும் இலை போடப்பட்டிருந்தது. கிழவியின் பேரன் அபிஷேக்கும் அவன் மனைவி பூர்ணாவும் எல்லாரையும் கவனித்துக் கொண்டார்கள்.

சாந்தி அடையட்டும், சாந்தி அடையட்டும்.

ரஞ்சா – சுபீர்

பழையது, அதுவும் தன்னுடையது என்றால் அது மனிதனை எப்படி இழுக்கிறது! எனக்கென்று நான் வசிப்பதற்கென்று அளிக்கப்பட்டிருக்கும் வெளிச்சம், தண்ணீர், மண் எல்லாமே என்னை ஈர்க்கின்றன. எல்லா இடத்திலும் இந்த ஒரே ஆகாயம் தான்; ஒரே சூரியன் தான்; ஒரே சந்திரன் தான். ஆனால் சுற்றுலா சென்றிருக்கும்

போதோ இல்லை வெளிநாட்டில் வசிக்கும் போதோ நம்முடைய ஆகாயம், சூரியன், சந்திரன் எல்லாம் எங்கே மறைந்தன? என்று நாம் ஆச்சரியப்படுவதில்லையா? சில நாட்களுக்குப் பிறகு அதே சூரியன் சந்திரன் தான் என்று மனதைத் தேற்றிக் கொண்டாலும் ஏக்கமும் வருத்தமும் போகவே போகாது. ஈஷாவுக்கு அப்போது அப்படித்தான் இருந்தது.

“அம்மா இந்த நகர் ரொம்ப சுத்தமா ‘பளபள’ன்னு இருக்கும்மா. மாதாபூர் பக்கத்துல உருவாகி இருக்கற சைபர் நகர்ல நாங்க இருக்கப்போறோம். அந்த எடம் இந்தியாவுக்குள்ள ஒரு எடம்ன்னு தோணவே தோணாது; ஆனா என் மனசு கல்கத்தா ஆகாயத்துக்காக, பாலிகஞ்ச், கஸ்பா ஆகாயத்துக்காக ஏங்குது அம்மா. ‘ஏ, ஆகாயமே, இந்த மாதிரி என்ன வறுத்து எடுக்காத. நடுநடுவே எனக்குப் பழக்கமான வடிவத்த காட்டு”ன்னு மனசுக்குள்ள சொல்லிக்கறேன். ரொம்ப கொடுமையானது அம்மா. இத எப்டி எல்லாரும் சகிச்சுக்கறாங்களோ?

ஃப்ரைட் ரைஸ்ஸும், மட்டன் ரெஸாலாவும் அப்பப்ப சாப்பிடும்போது நன்றாகத்தான் இருக்கும். ஆனால் தினம் சோறும், பருப்பும், மீன் கறியும் இல்லாவிட்டால் எதுவுமே ருசிக்காது. ஆனால் என்ன ஆச்சரியம்! டாலிகஞ்ச் வீட்டுக்காகவும் அது இருக்கும் ஸ்ரீ கிருஷ்ணா சந்துக்காகவும் ரஞ்சா ஒரு நாளும் அழுததில்லை. அவளுடைய குழந்தைப் பருவத்தைக் கழித்த அந்த வீட்டின் மேல் அவளுடைய ஈர்ப்பு எப்போது போயிற்று என்று அவளுக்கே தெரியாது. வீட்டில் ஜன நெருக்கடி அதிகமானபோதோ, இல்லை பழகிய அக்கம் பக்கத்தவர்கள் போய் புதிய மனிதர்கள் வந்தபோதோ, வீடு அண்ணன்கள், அண்ணிகள் கையில் போனபோதோ அவளுடைய ஈர்ப்பு போயிருக்கலாம். பெரிய அண்ணி வந்தபோது அம்மாவின் அறை புது தம்பதிக்குக் கொடுக்கப்பட்டது. அம்மா அவளுடைய அறைக்கு வந்தாள். அவளும் அவளுடைய அக்காவும் இருந்த அறை அது. அக்கா திருமணமாகிப் போன பிறகு அவள் மட்டும் அந்த அறையில் இருந்தாள். அவள் தன் அறையை மிகவும் சுத்தமாக வைத்திருப்பாள். இரண்டாவது அண்ணாவுக்குத் திருமணமான போது அவளுடைய அறை புதுமணத் தம்பதிக்குக் கொடுக்கப்பட்டது. சமையலறைக்குப் பக்கத்தில் இருக்கும் சாப்பாட்டு அறைதான் அவளுக்கும் அம்மாவுக்கும் அறை ஆயிற்று. மூன்றாவது அண்ணாவுக்குத் திருமணம் நிச்சயம் ஆனபோது பெரிய

பிரச்சினை உருவாயிற்று. மூன்றாவது அண்ணா சின்ன அண்ணாவுடன் ஓர் அறையில் இருந்தான். நான்காவது அண்ணா மொட்டை மாடியில் ஓர் அறையில் தனியாக இருந்தான். அந்த அறையில் இன்றொருவர் கஷ்டப்பட்டுக் கொண்டுதான் இருக்க வேண்டும். நான்காவது அண்ணாவுக்கு யோகா, தியானம், உடற்பயிற்சி ஆகியவை இருந்தன. அவன் ஒரு வெடி குண்டைத் தூக்கிப் போட்டான்.

"ஒரே வீட்ல இத்தன யூனிட் இருக்க முடியாது. மேல் நாட்டுக் காரங்களோட பழக்கம்தான் சரி. மொதல்ல வீட்ட கட்டிக்க, அப்பறம் கல்யாணம் பண்ணிக்க", மூன்றாவது அண்ணாவின் முகம் வாடியது, அம்மாவும் குழப்பமடைந்தாள். அவளும் அம்மாவும் இருந்த சாப்பாட்டு அறையில் சின்ன அண்ணாவுக்கும் ஒரு கட்டில் போடப்பட்டது. கல்யாணத்தின் போது மூன்றாவது அண்ணாவும் நான்காவது அண்ணாவும் முகத்தைத் தூக்கி வைத்துக் கொண்டிருந்தார்கள். அதன் பிறகு மூன்று மாதத்திற்குள் நான்காவது அண்ணா இங்கிலாந்தில் வேலை கிடைத்து, தன் உடற்பயிற்சி, யோகாசனப் பொருட்களை எல்லாம் எடுத்துக் கொண்டு போய் விட்டான். மூன்றாவது அண்ணாவும் மும்பைக்கு மாற்றல் வாங்கிக் கொண்டு போய்விட்டான். அப்போது ஃப்ளாட் கலாச்சாரம் வந்திருக்கவில்லை. எங்கேயாவது வாடகைக்கு வீடு வேண்டுமென்றால் அது முழு வீடாகத்தான் இருக்கும். இல்லாவிட்டால் ஒரு முழு மாடிப் போர்ஷனாக இருக்கும். மாடிப்படியும் வாயில் கேட்டும் பொதுவாக இருக்கும். எங்கோ ஓரிரு இடங்களில் புத்திசாலியான வீட்டுக்காரர்கள் இரண்டு அல்லது மூன்று மாடிகளைத் தனிப்பட்ட யூனிட்டாகக் கட்டினார்கள்."

பெரிய அண்ணன்-அண்ணி, இரண்டாவது அண்ணன்-அண்ணியுடன் அவள் அதிக நாட்கள் இருந்திருக்கிறாள். அதன் பின் அவளுடைய திருமணம் நடந்தது. வீட்டை விற்பதைப் பற்றி பேச்சு எழுந்தது. அந்தக் காட்சி இன்னும் அவள் கண் முன்னால் நிற்கிறது. அம்மாவின் கண்களில் நீர் குளம் கட்டி நின்றது. அவள் எழுந்து போய் விட்டாள். பெரிய அண்ணா அவள் பின்னாலேயே போய்,

"அம்மா நீங்க புரிஞ்சுக்கணும். இத்தன பெரிய பழைய வீட்ட பராமரிக்கறது கஷ்டம். இத முழுசா புதுப்பிக்கறதுக்கு ஒரு புது வீடு வாங்கற செலவு ஆகும். வீடு எலும்புக்ககூடா நிக்குது." என்றான்.

"புரிஞ்சது அப்பா. என்ன செய்யணுமோ செய்."

வீடு விற்கப்பட்டது. சகோதரிகள் இருவரும் பங்கு கேட்கவில்லை. ஐந்து சகோதரர்களிடையே பங்கு போடப்பட்டது. நான்காவது அண்ணா தனக்குப் பங்கு வேண்டாம் என்று சொல்லி விட்டதால் மறுபடியும் நான்கு பேர்களிடையே பங்கு போடப்பட்டது. நான்காவது அண்ணனின் பங்கை அம்மாவுக்குக் கொடுக்கலாம் என்று அவள் ஒரு தடவை சொன்னாள்.

"அம்மாவுக்கு அவங்க பங்கே இருந்திச்சி. அதையுந்தான் எங்களுக்கு கொடுத்திட்டாங்களே" என்றான் இரண்டாவது அண்ணா.

அந்தக் காலத்தில் பெண்கள் உலக விவகாரம் தெரியாதவர்களாகவும் முட்டாள்களாகவும் ரோஷமுடையவர்களாகவும் இருந்தார்கள். வேதவதியும் இதற்கு விதிவிலக்கு இல்லை.

"என்னோட புருஷனோட வீடு விக்கப்படுது. எனக்கு ரொம்ப வருத்தமா இருக்கு. ஓங்க விருப்பப்படி என்ன வேணும்னாலும் செய்யுங்க. எனக்கு வீடே இல்ல. அந்த வீட்ல பங்கா?"

நான்கு சகோதரர்களும் வெவ்வேறு இடங்களில் ஃப்ளாட் வாங்கினார்கள். அம்மாவுக்கென்று இருப்பிடம் எதுவும் இல்லை, எல்லா ஃப்ளாட்டிலும் அம்மாவுக்கென்று தனி அறை கூட இல்லை. கல்கத்தாவுக்கு வெளியே பாராநகர் என்பதால் கொஞ்சம் சகாய விலையில் நான்கு அறை கொண்ட ஃப்ளாட்டை பெரிய அண்ணா வாங்கினான். இரண்டாவது அண்ணாவின் வீட்டில் தன் பேத்தி ரும்கியுடன் ஒரே அறையில் அம்மா இருக்க வேண்டும். சின்ன அண்ணி வீட்டுக்குப் போனால் கஷ்டம் தான். அவன் பாலிகர்ச் கார்டனில் ஃப்ளாட் வாங்கி இருக்கிறான். மூன்று அறைகள் தான். அவற்றுள் ஒன்று வரவேற்பறை. அம்மா போனால் அண்ணாவின் மகன் டுபு வரவேற்பறையில் இருக்க வேண்டும். டுபு எத்தனை நாள் கல்யாணம் செய்து கொள்ளாமல் இருப்பான்? அவனுக்குக் கல்யாணமாகி விட்டால் அம்மாவுக்கு அந்த வீட்டில் இடம் இல்லை.

ஸ்ரீ கிருஷ்ணா சந்தில் உள்ள பூர்விக வீட்டைப் பற்றி அவளுக்கு எந்த இனிமையான நினைவும் இல்லை. அந்தச் சந்தில் பெரும்பாலானோர் குடியிருப்பவர்கள் தான். பழைய குடித்தனக்காரர்கள் போய் புதியதாக

வந்த குடித்தனக்காரர்கள் இன்னும் மோசமானவர்களாக இருந்தார்கள். இன்னும் மோசமான அக்கம்பக்கத்தினர் வந்தனர். துர்கை பூஜை முதலிய சமூக பூஜைகளுக்கு விடலைப் பசங்கள் இஷ்டப்படி பணம் வசூலித்தார்கள். ரஞ்சாவுக்கு அந்த வீட்டின் மேல் ஒரு வெறுப்பு இருந்தது. அம்மாவுக்கு அந்த வீட்டைப் பற்றி எத்தனை இனிமையான நினைவுகள் இருந்தனவோ, யாருக்குத் தெரியும்? அதனால்தானோ என்னவோ அந்த வீட்டைப் பற்றிப் பேசினாலே அம்மாவின் முகம் பிரகாசம் அடையும், கண்கள் கலங்கும்.

காலையில் கண் விழித்ததும் சுபிர் சொன்னான்

“தெரியுமா, அப்பா நேத்து என் கனவுல வந்தார். நம்ம டாலிகஞ்ச வீட்ல செருப்பு சத்தத்தோட ரெண்டாவது மாடிக்கு ஏறி வந்தார். இதுக்கு என்ன அர்த்தம்னு சொல்லு”

“வேறென்ன அர்த்தம்? ஒங்களோட எத்தன வயசு வரைக்கும் ஒங்க அப்பா அந்த வீட்ல இருந்திருக்காங்க. நினைவுக்கு வராதா என்ன?”

“நினைவுக்கு வரட்டும், நல்லா வரட்டும். ஆனா கனவுல ஏன் வரணும்?”

“அது சொல்ல முடியல”

அவள் தன் மனதிற்குள் சொல்லிக் கொண்டாள்.

‘நம்மோட முன்னோர்கள் கொஞ்சங் கூட களைப்பில்லாம நம்ம பின் தொடர்ந்து வருவாங்க போலேருக்கு.’

அவளுடைய அண்ணாக்கள் மட்டும் என்ன? அம்மாதான் தன் பங்கை விட்டுக் கொடுத்தாள் என்று அவர்களும் எடுத்துக் கொண்டார்கள்.

எடுத்துக் கொண்டவர்கள் ஒவ்வொரு ஃப்ளாட்டிலும் அம்மாவுக்கென்று ஓர் அறை ஒதுக்கி இருக்க வேண்டும். அவளுடைய பங்கு பணத்தை அவளுக்கு வட்டி கிடைக்கும்படி ஃபிக்ஸட் டெபாசிட்டில் போட்டிருக்க வேண்டும். வீடு விற்று வந்த பணத்தில் நான்கு ஃப்ளாட்டுகள் வாங்க முடியாது. அதனால் எல்லா அண்ணன்களும் தங்கள் கையிலிருந்து கொடுத்தார்கள். எல்லாம் சரிதான். இருந்தாலும்... இருந்தாலும்.. உண்மையைச் சொன்னால் பெண்களுக்கென்று இடம்

இல்லை... பிறந்த வீட்டிலும் இல்லை, புகுந்த வீட்டிலும் இல்லை. நாம் சொல்வதிலிருந்தே அது யார் வீடு என்று தெரிந்து விடும் புருஷன் வாங்கினால் அது புருஷனுடைய வீடுதான். 'நான் வீட்டுக்குப் போறேன்' என்று சொல்லும் போதெல்லாம் அவள் அதைத்தான் வீடாக நினைத்தாள் என்பது சரிதான். வீட்டை அலங்கரித்தது முதலிய எல்லாமே அவள் தான். இருந்தாலும் என்ன? பிரிவு என்று வந்தால் அவள் தான் வீட்டை விட்டுப் போக வேண்டும். சுபீர் போக வேண்டாம். இது கசப்பான உண்மை. இந்த வீட்டின் ஒவ்வொரு மரச்சாமானும் அவள் பார்த்து வாங்கியது என்றாலும், இதுதான் உண்மை.

அப்பப்பா! இந்த மாதிரி நினைவுகளெல்லாம் இப்போது ஏன் வர வேண்டும்? இந்த வயதில் பிரிவைப் பற்றி ஏன் நினைக்க வேண்டும்? இருவருக்குமிடையே சண்டை வரும் போதெல்லாம் சுபீர் என் வீடு என் வீடு என்று சொல்வாரே தவிர மறந்து போய்க் கூட 'நம்ம வீடு' என்று சொல்லமாட்டார். இது தான் கசப்பான உண்மை. லட்சக்கணக்கான பெண்கள் தங்கள் இடம் எது என்று தெரியாமல் திரிசங்குவாக அந்தரத்தில் தொங்கிக் கொண்டிருக்கிறார்கள். எது தங்களுடைய இடம் என்று அவர்களுக்கு விளங்கவில்லை. அவளுடைய மூன்றாவது மாமி, ஏழு அண்ணன் தம்பிகளுக்கிடையே பிறந்த ஒரே சகோதரி, பிறந்த வீட்டுக்குப் போவது நின்று விட்டது. ஏழு சகோதரர்களிடையே அந்த வீடு பாகம் பிரிக்கப்பட்டதே இதற்குக் காரணம். "சுடுகாடு! சுடுகாடு! தலைக்கு மேலே கழுகு சுத்துது. அங்க மனுஷன் போவானா?" என்பாள் மாமி. ஆனால் பாக்பஜார் வீடு பெரிய வீடாக இருந்தாலும் பேரன்களுக்குத் திருமணம் ஆன உடன் விதவைகள் ஒரே அறைக்குத் தள்ளப்பட்டார்கள். ஒரே விஷயம்தான் நடந்து வருகிறது.

கன்னா பின்னா வென்று அர்த்தமில்லாத விஷயங்களை அவள் யோசித்துக் கொண்டிருக்கிறாளே! ஜனத்தொகை பெருகுகிறது. ஒவ்வொரு நொடியிலும் உலகம் நிறைந்து வருகிறது. புதியவர்களுக்கு இடம் கொடுத்துதான் ஆக வேண்டும். முதியவர்கள் இடத்தை விட்டுத்தான் ஆக வேண்டும். இது எளிமையான கணக்கு. பாட்டி சர்வமங்களா பழுத்த வயதில் இறந்தாலும் இருக்கும் வரை தன் இடத்தைக் கொடுக்க வேண்டிய கஷ்டம் அவளுக்கு வரவில்லை. பாக்பஜார் வீட்டில் அவள் 'பெண்வழி' நியதியை ஏற்படுத்தி இருந்தாள். ஆனால் எல்லாரும்

பாட்டியைப் போல ஆக முடியாது. அவளுடைய மகள் வேதவதி தன் இடத்தை விட்டுக் கொடுத்து விட்டு ஒரு மூலைக்கு வந்து விட்டாள்.

அவளுடைய மகள் ரஞ்சா படித்துப் பட்டம் பெற்றவள்; வேலை பார்ப்பவள்; கையில் நான்கு காசு சேர்த்து வைத்திருப்பவள்; தன் குடும்பச் செலவில் பாதியைக் கொடுப்பவள்; பாதியை விட அதிகமாக இருக்குமே தவிர குறையாது; இருந்தாலும் அவள் இந்த ஃப்ளாட்டைத் தன்னுடையது என்று நினைக்க முடியுமா? அவள் மகள் ஈஷா, சை! தன் சொந்தக் காலில் நிற்காமல் இந்தப் பெண் என்ன செய்து விட்டாள்! இந்த மாதிரி பெண்கள் எல்லாருமே எத்தனை பெரிய ஆபத்தில் இருக்கிறார்கள்! ஆனால் ஈஷாதான் என்ன செய்வாள்? இளமையின் வேகம். அந்த இளமை மனிதர்களுக்கு பலவற்றைச் சொல்லிக் கொடுக்கிறது - புகலிடம் இருக்கிறது; முழுமையான அன்பின் புகலிடம். இதை ஒரு நாளும் யாராலும் பிடுங்கிக் கொள்ள முடியாது.

இளமை மக்களை ஏமாற்றித் தன் உணர்ச்சிகளுக்கு அவர்களைக் கீழ்படியத் தூண்டுகிறது. 'இதெல்லாம் நான் கொடுத்திருக்கும் ஹார்மோன்களின் வேலை' என்று இளமை சொல்வதில்லை 'மகிழ்ச்சியாக இரு; நம்பிக்கை வை; இன்பத்தில் உருண்டு புரண்டு எழுந்திரு, அதன்பின் கஷ்டகாலம் வரலாம் நிரந்தரம் என்று நினைத்தது நிலையற்றதாகி விடும். உண்மை வெளுத்து வாழ்க்கையின் சுயருபம் வெளிப்படும்.'

டாக்டர் ராய்சௌதுரி கேட்டார், "ரஞ்சாவதி என்ன ஆச்சு ஒங்களுக்கு? அப்டி என்ன யோசனை? நான் எத்தன நேரமா கூப்பிட்டிருக்கேன், ஒங்களுக்குக் கேக்கலயா?"

யோசித்துக் கொண்டிருந்தாளா? ரஞ்சாவுக்கு ஆச்சரியமாக இருந்தது. அவர் கூப்பிட்டதை அவள் கேட்கவில்லையாமே!

"நீங்க கவலப்பட வேண்டியதில்ல, 'மேஹர்காட்' லேர்ந்து எக்ஸிபிட் எல்லாம் வந்தா நாங்க மியூசியத்துக்கு அனுப்பி வச்சிடறோம். அதபத்தி பேச்சு வார்த்தை முடிஞ்சிடுச்சி"

"முடிஞ்சிடிச்சா? பேஷ்! காப்பாத்திட்டீங்க. நம்ம பொறுப்பு எடுக்கறது கொஞ்சம் ரிஸ்க்கான விஷயம்தான். நம்மளோட காசுகளையும் கையெழுத்துப் பிரதிகளையும் பாதுகாக்கறதே கஷ்டமான விஷயமா இருக்கு. நேராப் போயிடுமா?"

“ஆமா. நேராப் போயிடும்”

“அப்டீன்னா எங்களுக்கும், நிம்மதியா ‘சந்திரகேது கட்’ல ஆராய்ச்சி செய்ய நேரம் கெடைக்கும். கள ஆய்வு எத்தன நாள் பிடிக்கும்?”

ரஞ்சாவின் உற்சாகத்தைப் பார்த்து ராய்சௌதுரி அரண்டு போனார்.

“அத இப்பவே எப்படிச் சொல்ல முடியும்? ‘சந்திரகேதுகட்’ பொருள்களோட ரெப்ளிகாவ பத்தின ஆய்வு எத்தன தூரம் நடந்திருக்கு? நிவாரண் விஸ்வாசும், ஏகாராம் ஆலியும் ரொம்ப ஒதவி பண்ணி இருக்காங்க. நிவாரண் ஐயா அவங்க எழுதி வச்ச நோட்ட அப்டியே அனுப்பி இருக்கார், கொஞ்சம் கொஞ்சமா படிச்சுக்கிட்டிருக்கேன். டயரி, குறிப்புகள், எல்லாத்தையும் எடுத்து வச்சிருக்கேன்.”

“இன்னும் பதினஞ்சு நாள் ஆகும் இல்லையா?”

“அது ஆகிறபடி ஆகட்டும். நாம மேல போவோம். என்ன சொல்றீங்க? ஏஷியாட்டிக் சொஸைட்டியின் ஆய்வாளரான ராய்சௌதுரியின் தலைமையில் ‘சந்திரகேதுகட்’ என்னும் இடத்தில் ஓர் ஆய்வு நடக்கிறது. ரஞ்சாவதி தத்தா மேற்பார்வையாளர். இம்மாதிரி வேலைகள் அவளுக்குப் பிடித்தமானவை. ருட்டின் வேலைகளும் தினசரி வேலைகளும் அலுப்பு தரக்கூடியவை. சொல்லப் போனால் தூங்கி வழிந்து கொண்டிருந்த ஆய்வுத் துறையைத் தட்டி எழுப்பியவர்கள் ராய்சௌதுரியும் ரஞ்சாவதியும் தான்.”

சந்திரகேதுகட் இடிபாடுகள் கல்கத்தாவுக்கு வெகு அருகே இருந்தன. டால்ஹௌஸியிலிருந்து நாற்பத்திரண்டு கிலோ மீட்டர்தான். இருந்தும் அங்கே அகழ்வாய்வுப் பணிகள் ஏன் நிறுத்தப்பட்டன என்பது கடவுளுக்கே வெளிச்சம். தொல்பொருள் ஆராய்ச்சி மையத்துடன் நடத்திய பேச்சு வார்த்தையில் ராய்சௌதுரிக்குத் திருப்தி இல்லை. போதுமான ஆட்பலம் இல்லை. சம்பந்தப்பட்ட கோப்புகளைப் பார்க்க வேண்டும். தொழில் நுட்ப பிரச்சினையோ, சட்டப் பிரச்சினையோ இருக்கிறதா என்று பார்க்க வேண்டும். ஆசுதோஷ் மியூசியம் சில ஆய்வுப் பணிகளை 1956, 1957ல் செய்து முடித்திருந்தது. அப்போது பல சரித்திர உண்மைகள் வெளிப்பட்டன. அவ்வளவுதான். அதன்பின் ஆசுதோஷ் மியுசியமும் தூங்கி விட்டது. சந்திரகேதுகட் கேட்பாரற்று

போய்விட்டது. 'வேறு ஏதாவது ஒரு நாடாக இருந்தால் இந்நேரம் அது ஒரு சுற்றுலாத்தலமாக மாறி இருக்கும்.'

ஏறத்தாழ பதினைந்து வருடங்களுக்கு முன் ரஞ்சா தன் மாணவர்களுடன் கௌர்பாண்டுவா என்னும் இடத்தில் இம்மாதிரி ஆராய்ச்சி செய்திருக்கிறாள். அதன்பின் எத்தனைக் காலம் ஓடி விட்டது. அவள் சொந்த வாழ்க்கையில் ஏற்பட்ட பிரச்சினைகளை வைத்துப் பார்த்தால் இந்த ஏஷியாட்டிக் சொஸைட்டி வேலை ஒரு வரப்பிரசாதம் என்றுதான் சொல்ல வேண்டும். தூங்கி வழிந்தபடி வேலை பார்க்கலாம். ஆனால் உண்மையான வேலைக்கான தாகம் அவளுக்கு இயல்பிலேயே இருந்தது. அவளுக்கு மூன்று பேர்கள் மட்டுமே உதவியாளராக இருந்தார்கள். அரவிந்தன், வர்ஷா, நேஹா. சில மாதங்களுக்கு வீட்டில் ஏதாவது ஏற்பாடு செய்தாக வேண்டும். நவம்பர் நடுவே இல்லை டிசம்பர் ஆரம்பத்தில் முடித்து விட வேண்டும். ஏனென்றால் அப்போது ஈஷாவும் ஷாயரியும் வருவார்கள். அந்தப் பெயர்களை நினைத்த மாத்திரத்திலேயே நெஞ்சில் வலி எற்பட்டது. இன்றொருவனும் இருந்தான். இப்போது இருந்தால் படித்து முடித்து விட்ட வேலைக்குப் போயிருப்பான், 'ரஞ்சா, அவன் தூர தேசத்தில் வேலையில் இருப்பதாக நினைத்துக்கொள். இந்தக் காலத்தில் வீட்டுக்கு வீடு குழந்தைகள் பெற்றோருடன் இருப்பதில்லை. எத்தனையோ முயற்சி செய்தாலும் புபுனை இளைஞனாக அவளால் கற்பனை செய்த பார்க்க முடியவில்லை. தலை நிறைய சுருள் சுருளாக முடியுடன் மீசை கூட அரும்பாத புபுனை எப்படி இளைஞனாகக் கற்பனை செய்து பார்க்க முடியும்?"

அவளுடைய சந்திரகேதுகட் வேலையை பற்றிக் கேட்டவுடன் சுபீர்,

"ஒனக்கு என்ன நாளுக்கு நாள் வயசு கொறைஞ்சுக்கிட்டு வருதா? இப்ப நல்லாத்தான் இருக்கு. அவங்க கொறட்ட விட்டுத் தூங்கினா தூங்கட்டும். நல்லதுதான். நீ என்னத்துக்கு அவங்கள எழுப்பப் போற?" என்றார். அவர் கடைசியாகக் கேட்ட கேள்விக்கு ரஞ்சாவிடம் பதில் இல்லை.

"நான் ஒண்ணும் மண்ண தோண்டப் போறதில்ல. சொல்லப் போனா இது அகழ்வாய்வு வேலையே இல்ல."

அவளுடைய வேலையில் இயல்பைப் பற்றித் தெரிந்து கொள்ள அவருக்கு எவ்வித ஆர்வமும் இல்லை. ரஞ்சா இரண்டு மூன்று மாதங்களுக்குப் பறந்து கொண்டிருப்பாள். வீட்டு வேலையை ஒழுங்காகக் கவனிக்க முடியாது. இதுதான் அவருடைய தலைவலி.

“ஆமா, நீ ஓடம்பு சரியில்லாம விழுந்தா வீட்டுப் பொறுப்பு எல்லாம் என் தலையில விழும். இந்த வேலைய எடுத்துக்கிட்டா நீ ஓடி ஆடணும். அந்த எடம் ஹாஸ்னாபாத் பக்கத்துல இருக்கு இல்ல?”

“தேகங்கா பக்கத்துல இருக்கு, தெனம் அங்க போய்க் கொண்டிருக்க முடியாது. நடு நடுவுல அங்கேயே தங்கும்படியா இருக்கும். டாக்டர் ராய்சௌதுரி எல்லா ஏற்பாடும் செய்வார்.”

“நாசமாப் போச்சு. அவனும் கூட இருப்பானா?”

“இருந்தாலும் இருக்கலாம். இதுல நாசமாப் போறதுக்கு என்ன இருக்கு?”

“சர்வ நாசம்னா சர்வ நாசம்தான். இதுக்கு மேல என்ன சொல்ல இருக்கு?”

“இந்த வயசுல இந்த மாதிரி அசிங்கமா நெனைக்கறது நல்லா இல்ல சுபீர். அவர் கௌரவமான மனுஷர்.”

“இந்த வயசுல ஓனக்கு இருக்கற உற்சாகத்துக்கு முன்னால கௌரவம் கிவ்ரவம் எல்லாம் நிக்காது. எனக்குத்தான் வயசாயிட்டது இல்ல?”

“வேண்டாத பேச்செல்லாம் பேசாதீங்க. ஓங்கள யாரு கெழவன்னு சொன்னாங்க?”

“அப்ப இன்னொரு கல்யாணம் பண்ணிக்கலாங்கறாயா?”

கைப்பிடி வைத்த நாற்காலியில் உட்கார்ந்து கொண்டு செய்தித்தாள் படித்துக் கொண்டிருந்த சுபீரை ஓரக் கண்ணால் பார்த்தாள் ரஞ்சா. தத்துவத்தில் பேராசிரியராக இருந்து சமீபத்தில் ஓய்வு பெற்றவர் சுபீர். இப்போது கூட இந்த மாதிரியெல்லாம் தோன்றுகிறதா? ஒரு முறை மிகவும் கஷ்டப்பட்டு அவரைத் திரும்ப இழுத்திருக்கிறாள். மறுபடியும் அந்த மாதிரி ஏதாவது ஆகி விடுமோ? ஒரு புத்தகம் எழுதுவதற்காக

பணிக்காலம் முடிவதற்குள் ஓய்வு வாங்கிக் கொண்டாலும் புத்தக வேலை ஒன்றும் முன்னேறுவதற்காகத் தெரியவில்லை. இப்போதெல்லாம் அவள் அதைப் பற்றிப் பேசுவதை விட்டு விட்டாள்.

சுபீர் தான் தவறான பாதையில் விழுந்து விட்டதைக் கூசாமல் மறுப்பார். அவர் ஒரு உத்தம புருஷர். ரத்னா விஷயம் அவர்கள் வாழ்க்கையில் முடிந்து போன விஷயம். இப்போதெல்லாம் அந்தப் பெயரைக் கேட்டாலே சுபீருக்கு வெறி வந்து விடுகிறது. எல்லாமே ரஞ்சாவின் பொறாமையால் எற்பட்ட கற்பனையோ?

அவளுடைய அண்ணா, அக்கா, அம்மா முதலிய யாருக்குமே இந்தக் கல்யாணத்தில் சம்மதம் இல்லை. அண்ணாக்களுக்கு சுபீர் ஏதோ ப்ளே பாய் போல் தோன்றினான். எக்ஸென்ட்ரிக். ரயில்வேயில் கிடைத்த நல்ல எதிர்காலம் உள்ள வேலையைத் திடீரென்று விட்டு விட்டு ஆசிரியர் பணிக்கு வந்தான். சம்பள வித்தியாசம் மலைக்கும் மடுவுக்குமுள்ள வித்தியாசம். இருந்தாலும் அது கௌரவமான வேலையாம். ஆராய்ச்சியாளராக ரஞ்சாவுக்குக் கிடைக்கும் பெயர், புகழ் எல்லாம் அவனுக்கும் கிடைக்க வேண்டும்.

"ரஞ்சா அவனுக்கு பொறுப்புன்று ஒண்ணு கெடையவே கெடையாது. நீ ரொம்ப கஷ்டப்பட போற."

ரஞ்சாவுக்கு இது தெரியாமல் இல்லை, ஆனால் காதல் கண்ணை மறைத்து விட்டது. பொறுப்புணர்ச்சியா? நூறு சதவிகித கடமை உணர்ச்சியோடு எல்லாவற்றையும் ஈடுகட்ட அவள்தான் இருக்கிறாளே!

அப்போது அவளுக்கு முப்பத்தைந்து முப்பத்தாறு வயது; அடுத்தடுத்து அவளுடைய ஆராய்ச்சிக் கட்டுரைகளுக்கும் இதிகாசக் கட்டுரைகளுக்கும் பலத்த வரவேற்பு. வெளிநாட்டிலிருந்து பல வாய்ப்புகள் தேடி வந்தன. அவற்றை ஏற்றுக்கொள்வது பற்றி ரஞ்சா நினைத்துக் கூடப் பார்க்கவில்லை. ஆனால் சுபீர் ஒரு போதும் இதை ஏற்றுக் கொண்டதில்லை. அவரைப் பொறுத்தவரை ரஞ்சா பேராசைப் பிடித்தவளாம். குடும்பம், கணவன், மகன், மகள் எல்லாரையும் விட அவளுக்கு வேலைதான் முக்கியமாம். அவருடைய எண்ணம் தவறானது என்பது தெளிவாகத் தெரிந்தாலும் அவ்வப்போது அடிப்படை இல்லாமல் ரகளை செய்வார்.

அப்போது சுபீர் நிறைய மாணவ மாணவிகளுக்கு டியூசன் எடுத்துக் கொண்டிருந்தான். ரத்னா என்ற மாணவியிடம் அவனுக்கு ஒரு பலவீனம் இருந்தது. ரஞ்சா தனது ஆறாவது அறிவால் இதை நன்றாகவே புரிந்து கொண்டாள். ஒரு நாள் மாலையில் அவள் வீடு திரும்பிய போது மாணவ மாணவியர் எல்லாரும் மேலே இருந்தார்கள். சாவி போட்டுக் கதவைத் திறந்து வீட்டுக்குள் நுழையப் போன போது வெளி அறையில் சுபீர் பாடம் சொல்லிக் கொடுத்து கொண்டிருப்பதையும் ரத்னா அவனைக் கண் கொட்டாமல் பார்த்துக் கொண்டிருப்பதையும் பார்த்தாள். நாள் தோறும் இதே கதை. ரத்னா அவளுக்கு விஷமானாள். ரத்னா மட்டும் தான். அப்போதும் சுபீர் அவளுடையவன் தான். அதன்பின் சுபீரின் இறக்கை முளைத்த மாதிரியான ஒரு பரபரப்பை அவள் கவனிக்கத் தவறவில்லை. அப்போது அவன் மனம் எதிலும் இருக்காது.

“அம்மாவோட மருந்து வாங்கிட்டு வந்தீங்களா?”

“என்ன மருந்து?”

“ப்ரஷர் மருந்துதான்”

“இல்ல, மறந்திடிச்சி. நீ நாளைக்கு வர்ற போது வாங்கிட்டு வந்திடேன்.”

வீட்டுக்குப் ஃபோன் வந்தது.

“ப்ரொஃபஸர் சுபீர் தத்தா இருக்காரா?”

“இல்லைங்க. அவரு காலேஜுக்குப் போயிருக்காரு?”

“காலேஜ்லேர்ந்து தான் பேசறோம். மூணு நாளா அவர் வரல” காலேஜுக்கு மட்டம் போட்டிருக்கிறான். அவன் எங்கே போயிருக்கிறான் என்பது தெரியாது. அப்போது அவன் ஒரு பாடப்புத்தகம் எழுதிக் கொண்டிருந்தான். ஒரு வேளை நேஷனல் லைப்ரரிக்குப் போயிருக்கலாம்.”

“ஒங்களுக்கு என்ன ஆயிற்று சுபீர்?”

“எனக்கா? எனக்கு என்ன ஆகும்? ஏன் கேக்குற?”

“இல்ல கொஞ்ச நாளா நீங்க வித்தியாசமா நடந்துக்குறீங்க.”

“நீயா ஏதாவது கற்பனை பண்ணிக்காத. அந்தத் தெறம ஒனக்கு நெறையவே இருக்கு. இதிகாசக் கற்பன. நீ எங்க போகப்போற?” கொலம்பியாவுக்கா?”

“என் மகன், மகள், புருஷன், மாமனார், மாமியார் எல்லாரையும் விட்டுட்டு நான் எங்கேயும் போகல. ஒங்களுக்கு ஏமாத்தம் தான்.”

“அப்டீன்னா?”

“நான் போயிட்டா ஒங்களுக்கு ரொம்ப சௌகரியம்னு தோணுது. கற்பனை செய்யறத்துக் கூட ஏதோ காரணம் இருக்கணும். இதிகாசத்துல கூட இது தேவைப்படுது.”

“தத்துப்பித்துன்னு பேசாத.”

“மாணவிகளுக்குப் பாடம் சொல்லித் தர்றத விட்டுடுங்க சுபீர். இது என்னோட டிமாண்ட்”

“அப்ப அதுல கெடைக்கற பணம்?”

“மாணவருங்க அத கொடுப்பாங்க.”

“நான் வெளில சொல்லிக் கொடுத்தா ஒனக்குத் தெரியுமா?” சுபீர் எரிச்சலுடன் கேட்டான். ஆனால் அவன் பார்வை வேறு எங்கேயோ இருந்தது.

“பாக்க முடியாது; கேக்க முடியாது ஆனா உணர்ந்து கொள்ள முடியும். நீங்க கற்பனைன்னு சொல்றது உண்மைல உள்ளுணர்வு. ரொம்ப கஷ்டப்பட்டு, பல பேர எதிர்த்துக்கிட்டு ஒங்கள கல்யாணம் பண்ணிக்கிட்டிருக்கேன் சுபீர். நமக்கு ரெண்டு கொழைந்தைங்க இருக்காங்க. இந்த குடும்பம் ஒடைய நான் விடமாட்டேன்.”

கண்ணில் பொங்கும் கண்ணீரைக் கஷ்டப்பட்டு அடக்கிக் கொண்டு ரஞ்சா சண்டை போட்டாள். தன்மானச்சண்டை.

“ஆச்சரியம். இது என்ன ஒடையும் கிடையும்னு. ஒனக்கு என்ன பைத்தியம் பிடிச்சிடிச்சா என்ன?”

“நீங்க அநியாயம் பண்ணினா பிடிச்சாலும் பிடிக்கலாம்.”

அதன்பிறகு முதல் முதலாக அவள் கடுமையாக நோய்வாய்ப்பட்டாள். நரம்பு தளர்ச்சி நோய். அவளால் வெளியே போக முடியவில்லை; வேலை ஒன்றும் செய்ய முடியவில்லை. பைத்தியக்காரி போல் வெறித்துப் பார்த்துக்கொண்டிருந்தாள் அல்லது கண்களை மூடிக்கொண்டு பிணம் போல் படுத்திருந்தாள். யாரையும் பார்க்கவில்லை; சாப்பிடவும் இல்லை, சாப்பிட்டால் வாந்தி வந்தது.

யாருக்கும் தெரியாது. டாக்டருக்கு மட்டும் தெரியும். அரைப் பைத்தியம் போல் அவரிடம்தான் அவள் புலம்பித் தீர்த்திருக்கிறாள். மழை நாட்களில் மொட்டை மாடியில் போய்ப் படுத்திருப்பாள். ஏதோ அந்த நீரிலும் நீர்ச்செடிகளிலும் அவள் புகலிடம் தேடுவது போல் இருக்கும். மண்ணுக்கு அடியில் நம்பிக்கை துரோகிகளும் ஏமாற்றமும் வராத இடத்தைத் தேடினாள்.

டாக்டர் அவளிடம் சொன்னார். "நீங்க என்ன செய்யறீங்க அம்மா? நீங்க இத்தன கோழையா? இத்தன முட்டாளா? வாழ்க்கை ரொம்ப பெரிசு. அதுல ஒங்க கணவருக்கு எத்தன எடம்? ஒங்க கொழைந்தைங்க? அவங்க பக்கம் பாருங்க. ஒங்களுக்கு வாழ்க்கைல பிடிப்பு இல்லாம போயிருடிச்சின்னா அவங்க கதி என்ன ஆகும்? ஏற்கனவே அவங்க பாதிக்கப்பட்டுட்டாங்க."

"மூணு ஆம்பளையோட சக்தி ரஞ்சாவுக்கு இருக்கு" என்று சொன்ன அவளுடைய மாமனாரும் மாமியாரும் அப்படியே கதி கலங்கிப் போனார்கள்.

"எல்லாத்தையும் வாந்தி எடுத்திடறா; இது என்ன அல்சரா டாக்டர்?"

"இல்ல. இது சைக்கோஸோமாட்டிக்"

"சைக்கோ ஸோ... மாட்டிக்" மாமனார் குழப்பத்துடன் டாக்டரிடம் கேட்டார்.: "அப்டீன்னா மனசுக்குள்ள ஏதோ கொழப்பம், ஏதோ கஷ்டம்; கவல. இதெல்லாம் வந்திருக்கு?" என்றார் டாக்டர்.

மாமனார் தன் மகனை அழைத்து மருமகளுக்கு சைக்கோஸோமாட்டிக் ஏன் வந்திருக்கு?" என்று கேட்டார்.

"நோயோட காரணம் எனக்கு எப்படிப்பா தெரியும்?" சுபீருடைய முகம் பயத்தால் வெளுத்தது. நீதிமன்றத்துக்கு அழைத்து வரப்பட்ட

குற்றவாளியைப் போல் அவன் தோன்றினான்.

"மருமகளுக்கு ஏன் இத்தன கஷ்டம்? அவளால சாப்ட முடியல, தூங்க முடியல, அவ ஒன்னோட பொண்டாட்டி. அவளுக்கு என்ன கஷ்டம்னு தெரிசுக்கறது ஒன்னோட கடம, போ. போய்த் தெரிஞ்சுக்கிட்டு வா"

"ரஞ்சாவால ஒரு வேலையும் செய்ய முடியல. குடும்பமே அப்படியே ஸ்தம்பிச்சு நிக்கிது. கொழந்தைங்க கவனிக்க ஆளில்லாம சுத்திட்டிருக்காங்க, 'ரஞ்சா நாங்க எல்லாரும் ஒன்ன எதிர் நோக்கித்தான் இருக்கோம். நீ எழுந்திரு அம்மா'" என்றாள் ரஞ்சாவின் மாமியார்.

"என்ன இனிமே எதிர்பாக்காதீங்க அம்மா. என்ன எதிர்பார்த்து இனிமே பிரயோஜனம் இல்ல. நான் இல்ல; எதுவுமே இல்ல, நான் இல்லவே இல்ல. நீங்க ரஞ்சான்னு நெனைக்கறது வெறும் சூனியமான வெற்றிடம்தான் அம்மா."

"இது என்னம்மா சொல்ற நீ?"

"இப்படியும் நடக்கறது உண்டு அம்மா, சில மனுஷங்க இருக்கற போது ஆயிரமாயிரம் பேருக்குச் சமமா இருப்பாங்க, இல்லாட்டா ஒரு துரும்புக்குக் கூட சமமா இருக்க மாட்டாங்க."

"நீ சொல்றது ஒண்ணுமே எனக்குப் புரியல அம்மா. நான் ஒனக்கு சாப்பாடு கொடுக்கறேன். ஒனக்குப் பால் சோறு பிடிக்கும். ஸ்பூனால எடுத்துச் சாப்டு."

அந்த முறை மாமனார் மாமியாரின் அன்பு, பணிவிடை, குழந்தைகளின் களங்கமற்ற பரிதாபமான முகம் எல்லாம் அவளை எழுப்பின.

"என்னாச்சு ரஞ்சா? நீ ஏன் இப்டி நடந்துக்கற?"

"எனக்கு என்ன தெரியும்? நோயாளிக்குத் தன்னோட நோயோட காரணம் எப்டித் தெரியும்? நான் மூழ்கிக்கிட்டிருங்கேங்கறது மட்டும் தெரியுது. தண்ணில தத்தளிக்கறேன். எனக்கு நீச்சல் தெரியாது."

“நல்லா கேட்டுக்க, ஒரு விஷயத்த நல்ல தெரிஞ்சு வச்சுக்க. அதாவது என் வாழ்க்கைல வேற யாரும் இல்ல. சாதரணமா சிரிச்சு பேசினத நீ தப்பா புரிஞ்சுக்கிட்டிருக்க.”

“ஏன் இப்டித் தோணுதுன்னு தெரியல. நான் ஒரு சிலைக்கு அடில ஒக்காந்திருக்கேன். மாலை மங்கிட்டு வருது. நீங்க என்ன விட்டுட்டுப் போயிட்டீங்க. யாரும் இல்ல. பின்னால ரௌடிங்க கூச்சல் கேக்குது. மொத்த உலகமும் என்ன பாத்து கேலிக் கூச்சல் போடுது”

அவள் முழுவதும் குணமடைய மூன்று நான்கு மாதங்களாகின. அவள் குணமடையும் தருவாயில் அம்மா வந்தாள். முதலில் அவளிடம் ஒன்றும் தெரிவிக்கவில்லை. அவள் தன் மூத்த மகள் வீட்டில் இருந்தாள்.

“ஒன்னோட அம்மாவ கூப்டலாம். அம்மா வரட்டும்” என்று சுபீர் சொன்னபோதெல்லாம்.

“முடிவு எடுத்த போது அம்மாவ கேக்கல சுபீர். இப்ப கர்ம பலனை நான் மட்டும்தான் அனுபவிக்கணும். அம்மாவ கஷ்டப்பபடுத்த மாட்டேன்.”என்றாள் ரஞ்சா.

நாள் போக்கில் பயத்தால் சுபீரின் முகம் வெளுத்து வந்தது. இது எந்த ரஞ்சா? ‘பள பள’ வென்றிருந்த கண்கள் துக்கத்தில் மங்கிப் போய்விட்டன. அவன் அவளை நெருங்கினாலே துள்ளிக் குதித்து ஒதுங்கிப் போனாள். மறந்து போய்க் கூட அவன் பக்கம் திரும்பிப் பார்க்கவில்லை. விடாமல் மருந்து சாப்பிட்டுக் கொண்டே போனாள். ஒரு நாள் மயக்கதில் கிறங்கி, அரை குறையாகத் திறந்திருந்த கண்களின் முன்னால் அம்மா எதிரில் இருப்பது போல் கனவு கண்டாள். வேதவதியின் முகம் வாடிய பூபோல் இருந்தது. தலை முடியைக் கட்டி இருந்தாள். மெல்லிய கருப்புக் கரை போட்ட புடவை, இரண்டு கைகளிலும் சில வளையல்கள். கழுத்தில் மெல்லிய சங்கிலி. கழுத்தில் சின்னச் சின்னச் சுருக்கங்கள். உலகத்திலேயே மிக அழகான உருவம். அம்மாவின் பக்கத்தில் வற்றிய உயிரற்ற இரண்டு உருவங்கள் வந்து நின்றன. ஈஷா, புபுன். பையன் பயத்திலும் துக்கத்திலும் அக்காவின் பின்னால் ஒளிந்திருந்தான். மங்கிய பார்வையால் ரஞ்சா சர்வ மங்களாவைத் தேடினாள். அம்மாவின் அம்மா எங்கே? அம்மா வழிப் பரம்பரை என்ற நியதியே இல்லையா?

ஒரு குலுக்கலுடன் ரஞ்சா சுய நினைவுக்கு வந்தாள். கனவு இல்லை, நிஜம், நிஜமாகவே அம்மா. அதன் பின் அம்மாவை அழைத்து அழைத்து அழுகை, அழுகை, அழுகை. அம்மா அவள் தலையைக் தடவிக் கொடுத்தாள். ஆனால் ஒன்றும் பேசவில்லை. அழுது தீர்ப்பது அவசியம் என்று அம்மா புரிந்து கொண்டாள்.

ஒரு நாளும் அம்மா அந்த அழுகையின் காரணத்தைப் பற்றிக் கேட்கவில்லை. அம்மாவிடம் கூடச் சொல்ல முடியாத பல கஷ்டங்கள் உண்டு என்று அனுபவத்தால் அவளுக்குத் தெரியும். ஆனால் தாயின் ஸ்பரிசம் அவள் துக்கத்தைத் தணித்தது.

அம்மாவின் பக்கத்தில் படுத்துக் கொண்டு எவ்வளவு நிம்மதி! அம்மாவின் பக்கத்தில் படுத்துதான் வாழ்க்கை ஆரம்பிக்கிறது. இடைக்காலத்தில் வேறு ஒருவரின் பக்கத்தை விரும்பினாள். அந்த விருப்பத்தின் முட்டாள் தனத்தையும் துச்சத்தையும் அவள் தினமும் உணர்ந்தாள். அவள் நடுவே ஒரு பக்கம் அம்மா, மறுபக்கம் புபுன். தலைமாட்டில் சுருட்டிக் கொண்டு ஈஷா. அவளைச் சுற்றி மாயஜால வட்டம். அவளுக்கு மட்டுமே உரிய ஏகாந்த உலகம். அங்கே சுபீர் இல்லை. சுபீரிடம் அவளுக்கு இருந்த அன்புப் பசையிலிருந்து அவள் விடுதலை பெற்று விட்டாள்.

வாழ்க்கையிலிருந்து ஒருவரை ரப்பரால் அழிப்பது பயங்கரமான தண்டனைதான். அதோடு முடிந்து விடவில்லை. இன்னும் பயங்கரங்கள் மீதமிருந்தன. சுபீரிடம் காதல் போய் விட்டது. ஆனால் அது போகவில்லை. டாக்டரைப் பார்க்காமல் அவளால் இருக்க முடியவில்லை. அவளுடைய மாயாஜால வட்டத்திற்கு வெளியே அவர் ஒரு மந்திரக் கோலுடன் நின்றார். அவர் ஒரு மிலிட்டரி கர்னல். மிகவும் சாந்தமானவர். ஓய்வு பெற்ற பின் ப்ராக்ட்டிஸ் செய்கிறார். அவள் அழைத்த போதெல்லாம் கண்களில் உத்தரவாதத்துடன் அவர் வந்தாலே அவளுடைய பாதி நோய் குணமாகிவிடும். அவர் முகம் அவளுக்கு மகிழ்ச்சியைக் கொடுத்தது. அப்போது அவளுக்கு முப்பத்தைந்து வயது. அவருக்கு ஐம்பத்தைந்து இருக்கலாம். அவரிடம் தான் அவள் தன் கேடு கெட்ட காதலைச் சமர்ப்பித்தாள்.

"டாக்டர் ராய், ப்ளீஸ், நாளைக்கு சேம்பருக்குப் போறதுக்கு முன்னால இங்க வந்திட்டுப் போக முடியுமா?"

“ஏதாவது பிரச்சினையா?”

“ஒரு தடவ வாங்களேன்.” அவள் குரலில் இரைஞ்சல். வந்தார். ப்ளட் ப்ரஷர் பரிசோதித்துப் பார்த்தார். அவள் உணவைப் பற்றிக் கேட்டார். நாடி பிடித்துப் பார்த்தார். அந்தத் தொடுகையில் ஒரு புத்துணர்ச்சி அவளுக்கு ஏற்பட்டது. அவரைப் பார்த்தது வாழ்க்கையில் ஒரு பிடிப்பை ஏற்படுத்தியது.

முப்பத்தைந்து வயதில் ரஞ்சா மிகவும் அழகாக இருந்தாள். ஆனால் அப்போதே அவள் காதல் வாழ்க்கைக்கு ஒரு முற்றுப்புள்ளி வந்து விட்டது. இத்தனை நான் கவனமாகப் போஷித்து வந்த காதல். டாக்டர் ராய் நாடி பார்த்த போது அவளுடைய ஒவ்வொரு நரம்பிலும் சுவர்க்க சுகம் பரவியது. அன்பின் உண்மையான உருவம் எத்தனை விசித்திரமானது. எப்போதும் அவர் தன்னுடன் இருக்க வேண்டுமென்று அவள் விரும்பவில்லை. தினமும் ஒரு தடவை வந்து உட்கார்ந்து பிபி பரிசோதித்து விட்டு ரெண்டு வார்த்தை பேசினால் போதும்.

“நீங்க எப்டி இருக்கீங்க அம்மா?” அவ்வளவுதான். அம்மா, நீங்கள் - இந்த இரண்டு வார்த்தைகளும் சம்பிரதாயத்துக்குத்தான். அதனால் ஒன்றும் இல்லை. ப்ளாட்டோனிக் காதல் என்று ஒன்று இல்லை என்று எல்லாருமே சொல்கிறார்கள். ஆனால் அவளுக்குத் தெரியும்; தன் சொந்த அனுபவத்திலிருந்து அவளுக்குத் தெரியும். இருக்கிறது. எப்போதும் இருக்கிறது. உடலை முதன்மையாகக் கொண்டு உடலும் புத்தியும் சேர்ந்த காதல் அவளும் சுபீரும் கொண்டது. உடலுக்குக் சொஞ்சங்கூட தொடர்பில்லாமல் இதயம் மட்டுமே சம்பந்தப்பட்ட காதல் அவளுக்கும் டாக்டருக்கும் இருப்பது இல்லை, இல்லை, தப்பு. டாக்டர் ராய்க்கு இதைப் பற்றி ஒன்றுமே தெரியாது. ஒரு நோயாளி முழுக்க முழுக்க மருத்துவர் மேல் சார்ந்திருப்பது மட்டுமே அவருக்குத் தெரிந்தது. மன நோயாளிகள் இப்படித்தான் இருப்பார்கள்.”

சுபீர் கூடச் சொன்னான்; “டாக்டர் ஒங்க கிட்ட இப்டிச் சொல்றது தப்புதான். நீங்க தெனம் ஒரு தடவ...”

கிழப்பருவத்தை நெருங்கிக் கொண்டிருந்த மருத்துவரிடம் தன் மனைவிக்கு என்ன ஈடுபாடு உண்டாகக் கூடும் என்று சுபீருக்குத் தெரியவில்லை.

“நான் முயற்சி செய்யறேன்.”

வந்தார். நாளின் ஏதோ ஒரு நேரத்தில் ஒரு தடவை வந்தார். ஆனால் அதற்கொல்லாம் பணம் வாங்கிக் கொள்ள அவர் மறுத்து விட்டார். அவர் அவளைப் பாசத்துடனும் நம்பிக்கை அளிக்கும் வகையிலும் பார்த்தார். அவள் மனதிற்குள் ‘அப்டிப் பாக்காதீங்க டாக்டர்.’ வாழ்க்கையில இத்தன தூரம் தாண்டி வந்தப்பறம் தான் எது காதல் எது காதல் இல்லன்னு புரிஞ்சுக்கிட்டேன். எது இயற்கை அளித்த கொடை, எது இயற்கையை மீறி மனுஷன் போனதுங்கறதையும் புரிஞ்சுக்கிட்டேன்’ என்று நினைத்துக் கொண்டாள்.

ஒரு நாள் டாக்டர் சொன்னார், “நீங்க இனிமே நார்மலா இருக்கலாம் அம்மா, தெனமும் பிபி பாக்க வேண்டிய தேவை இல்ல ஃபிக்ஷேஷனும் நல்லது இல்ல.”

அவர் ஏதோ புரிந்து தான் பேசினாரா இல்லை புரியாமல் பேசினாரா?

இப்போது பொறாமைப்பட வேண்டிது சுபீரின் முறை. ஏனென்று அவருக்குத் தெரியும். இப்போது அவளுக்கு சுபீரிடம் முரட்டுத் தனமான காதல் இல்லை. இருபத்திரண்டிலிருந்து முப்பதைந்து வயது வரை பதின்மூன்று ஆண்டு நீண்ட காலத்தில் ஆரம்ப காலத்தில் அவளை ஏற்றுக் கொள்ளாத மாமனார் மாமியாரைத் தன் பக்கம் இழுத்துக் கொள்வது, அடுத்தடுத்து இரண்டு குழந்தைகள் பெற்று அவர்களை வளர்ப்பது; வீட்டில் பொறுப்புகளும் அலுவலக வேலையும் ஒன்றையொன்று பாதிக்காமல் பார்த்துக் கொள்வது - இவை எல்லாவற்றையும் அவள் தன் உயிரை விட்டுச் செய்திருக்கிறாள், ஊர் பேர் தெரியாமல் இருந்த ‘தத்தா’ குடும்பத்திற்கு ஒரு பலமான அஸ்திவாரம் ஏற்படுத்திக் கொடுத்திருக்கிறாள். அவள் தனக்கு செயலாளராக இருப்பது போல் சுபீருக்கும் இருந்திருக்கிறாள். தன்னை சுபீரின் உறவினருக்கும் சுற்றத்தாருக்கும் அளிப்பதில் பெற்ற வெற்றி அவளுக்கு மகிழ்ச்சியை அளித்திருக்கிறது. சுபீர் வேறு ஒருத்தியிடம் பலவீனப்பட்டான். எப்போது? இளமையின் தொடக்க காலத்திலிருந்த பலவீனமும் குறைகளும் போய், பளபளக்கும் உடல், மினு மினுக்கும் முடி, தேன் போன்ற குரல், துணிச்சல், தனித்தன்மை, காதல் மனைவி, தாய்மை ஆகிய இரண்டுமே இணைந்த இனிமை, தன் வேலையில்

நிறைவு பெற்றதால் ஏற்பட்ட தன்னம்பிக்கை, அவளுக்கே உரிய நற்குணங்கள், இவற்றுடன் அவள் குடும்பத்தில் எல்லாருடைய கண்ணின் மணியாக மாறிய போது.

சுபீர் ஒரு நாளும் அவளை உண்மையாக நேசிக்கவில்லை என்று இப்போது தோன்றுகிறது. அது இளமையின் வேகம். அவ்வளவுதான். ஆண்கள் உண்மையாகவே நேசிப்பார்களா என்று சந்தேகம் வருகிறது. இல்லை என்று தான் தோன்றுகிறது. ஆண்களுடைய காதலில் ஆழம் இருக்காது. லட்சத்தில் ஓரிருவர் காதலில் ஆழம் இருந்தாலும் அவர்களுக்கு வந்தமையும் மனைவி ஏறுமாறானவளாக இருப்பாள். கோடியில் ஒரு தம்பதி உண்மையான விஷயத்தைப் புரிந்து கொண்டால் அவர்கள் உடல், மனம், புத்தி, இதயம் ஆகியவற்றின் அபூர்வமான ஒற்றுமையை உணர்ந்து கொள்வார்கள். இதை அடையத்தான் வாழ்நாள் முழுவதும் காத்துக் கொண்டிருக்கிறோம். சுபீருக்கு அவளிடம் ஒரு கவர்ச்சி மட்டுமே உண்டாகி இருந்தது. திருமணத்தின் மூலமாக இதை கடைசி வரைக்குமான உறவாக மாற்றிக் கொள்வதில் அவனுக்குத் தயக்கம் இருந்தது. பேச்சுவாக்கில் அவன் சொல்வதுண்டு.

“எங்க அப்பா அம்மாவுக்கு நான் வயசு காலத்துல பொறந்தவன். அக்காவும், அண்ணாவும் என்ன விட ரொம்ப பெரியவங்க. அண்ணா காதல் கல்யாணம் பண்ணிக்கிட்டு தன் மாமனார் வீட்ல விழுந்து கெடக்கான். நானும் காதல் கல்யாணம் பண்ணிக்கப் போறேன்னா அப்பா, அம்மா என்ன நெனைப்பாங்களோ, யாருக்குத் தெரியும்? நெனச்சா பயம்மா இருக்கு.”

அவன் இதைச் சொன்னது அவளைத் தயார்படுத்துவதற்கு அல்ல, மறைமுகமாக ஒரு சந்தேகத்தை அறிவிக்கத்தான். அவளுக்கு அது புரியவில்லை. புரிந்தாலும் ஒன்றும் செய்திருக்க முடியாது. அவள் தான் முற்றிலும் மயங்கிக் கிடந்தாளே! ரெஜிஸ்டர் கல்யாணம் செய்து கொண்டு அதை ஆறு மாதங்கள் அமுக்கி வைத்திருந்தது, அதன் பின் குடும்பத்தில் அறிவித்தது, எல்லாருமே வாயடைத்து நின்றது, இருவருக்கும் வேலை நிரந்தரமானது; இரு குடும்பத்தினரும் துக்கத்தில் இருந்தது - இவற்றுக்குப் பிறகு இல்வாழ்க்கை தனக்கே உரிய ஏற்றத் தாழ்வுகளுடன் தொடங்கியது.

ஒரு சராசரி ஆணுக்கு ஒரே பெண்ணுடன் வாழ்வது அலுப்பைத் தருகிறது; பெண்ணுக்கு அது அலுப்பு தராதா? பல யுகங்களாக இந்தச் சமுதாயம் ஆண்களுக்குச் சலுகைகள் தந்திருக்கிறது. இந்த முறையிலேயே அவர்கள் வளர்க்கப்பட்டு இருக்கிறார்கள். ராஜாவிலிருந்து பிச்சைக்காரன் வரை இதே விதிதான். பெண்கள் குடும்பத்தைச் கட்டிக் காக்க வேண்டும். குழந்தைகளை வளர்க்க வேண்டும். பெண்கள் தங்கள் ஒழுக்கத்திலிருந்து விலகாமல் இருப்பதற்காக இருந்த விதிகள் கொஞ்ச நஞ்சம் இல்லை. தூற்றல், வம்பு பேசுதல், பழிபோடுதல், உடன்கட்டை ஏறுதல், கணக்கற்ற கூடாதுகள், இவை ஒரு புறமிருக்க, மறுபுறம் கற்புக்கரசியைப் புகழ்ந்து பாடுதல், உடன்கட்டை ஏறியவர்களைப் பூசை செய்தல், அவர்களுக்கு விழா எடுத்தல், இறுதியாக அவர்களைத் தெய்வமாகப் பூஜித்தல் போன்றவையும் சமூக நியதிகளாக இருந்தன. 'நீ தேவியின் அம்சம், உனக்கு அழியக்கூடிய மனிதனுடைய பலவீனங்கள் பொருத்தமாகாது.'

ஏராளமான பொருள்கள் படைத்து தேவியின் பூஜை. ஆனால் அந்தத் தேவியின் பிரதிநிதிகளுக்கு அளிக்கப்பட்டவை சங்கு வளை, வகிட்டில் குங்குமம், இதைச் செய்யலாம், இதைச் செய்யக்கூடாது என்ற ஆயிரம் கட்டுப்பாடுகள், பொறுக்க முடியாத அவமானம், அவமரியாதை, கஷ்டம், பாட்டி சர்வமங்களா தன் வாழ்நாளில் ஒரு தடவை கூட முழுசாக ஒரு மீன் துண்டு சாப்பிட்டதில்லை. வீடு கொள்ளாத ஜனங்கள். அவள் சாப்பிட உட்காரும் போது யாராவது வந்து சேருவார்கள். எகாதசி அன்று சுமங்கலிகள் மீன் சாப்பிட்டே ஆக வேண்டும். நேரம் கடந்து வந்திருக்கும் விருந்தாளிக்குப் பாதி மீன் துண்டு போய்விடும்.

'மனிதனே நீயே உனக்கு முரணாக இருக்கிறாய். எப்போதுமே இரண்டு விதமான விதிமுறைகளைக் கடைபிடிக்கிறாய். இது சரி இல்லை, இதன் பலன் எதிர்காலத்தில் உனக்குக் காத்துக் கொண்டிருக்கிறது. ஒரு நாள் பெண்களுக்குச் சக்தி வரும். நீ அவர்களை ஆதரிப்பாயோ இல்லையோ தங்களுடைய திறமை, புத்தி, மயக்கும் சக்தி ஆகிய மூன்றின் பலத்தால் அவர்கள் எல்லாவற்றையும் பெற்றுக் கொள்வார்கள். ஏ, ஆணே, இன்று நீ இருக்கும் இடத்தில் பெண் உட்காருவாள், அப்போது அவள் அன்பும் மன்னிக்கும் குணமுள்ள அம்மாவாக

இருக்கமாட்டான். பொறுமையுடன் பிறரைச் சார்ந்திருக்கும் கதியற்ற பெண்ணாக இருக்க மாட்டாள்.

கட்டளைகளை ஏற்கும் வேலைக்காரியாகவும் இருக்க மாட்டாள். உனக்கு கிடைத்த மாதிரியே சக்தி கிடைத்து, இதே மாதிரி அநியாயமும் சுயநலமும் கொண்டவர்களாக அவர்கள் ஆவதற்கு முழு வாய்ப்பு இருக்கிறது. தங்களுடைய நீண்ட கால அனுபவத்திலிருந்து அதிகாரத்தில் இருப்பதற்கு இது தான் வழி என்று அவர்கள் புரிந்து கொண்டிருப்பார்கள். அவ்வளவு ஏன்? உலகத்தில் பெண் ஆட்சி நடக்கும் இடங்களிலெல்லாம் கொடுங்கோலாட்சி தான் மீண்டும் வந்திருக்கிறது. பெண் ஆட்சி என்பதால் தாய்மையின் ஆட்சி எங்கே நடக்கிறது? பெண் ஆட்சி, ஆண் ஆட்சியின் வழியிலேயே நடைபெறுகிறது. இதைப் பின்பற்றித்தான் ஒன்றாம் எலிசபெத், காதரின்-த-கிரேட், ஆகியோரிலிருந்து தொடங்கி இந்திரா காந்தி, பென்ஜமின் பூட்டோ, ஜெயலலிதா, மாயாவதி முதலியோர் ஆட்சி செய்திருக்கிறார்கள். நினைத்துப் பார்ப்பதற்குக் கஷ்டமாக இருக்கிறது. தருவதற்குரிய சக்தியும் மாற்றுவதற்கு உரிய சக்தியும் இருந்தும் கூட பெண்களும் அவற்றைப் பயன்படுத்தாமல் ஆண்களின் சூழ்ச்சி, ஏமாற்றுதல், அதிகாரப் பேராசை, ஆகியவற்றைக் கையிலெடுத்துக் கொண்டு விட்டார்கள். இதற்கு மாற்று எதுவும் கிடையாதா? ஏன் கிடையாது?"

"இதப் பாருங்க, சந்திரகேதுகட் வேல ரொம்ப சுவாரஸ்யமானது. நீங்களும் வாங்க. நான் அங்க தங்க வேண்டி வர போது நீங்களும் என்கூட தங்குங்க. இஷ்டமிருந்தா சைட்டுக்கு வாங்க, இல்லையா, ரூம்ல ஒக்காந்து எழுதுங்க" புத்தகம் எழுதுவதைப் பற்றி பல நாட்களுக்குப் பிறகு பேச்செடுத்தாள் ரஞ்சா.

"ஏன்? ஒன் மேல ஒரு கண் வச்சுக்கறதுக்கா?"

"நீங்க என்ன வேணா சொல்லுங்க"

"சை! ஒனக்கு ஜோக்குக் கூடப் புரியல. ஒரு அரைக் கிழவன் இன்னொரு அரைக் கிழவி மேல கண் வச்சுக்கறதா? சிரிப்பு தான்." சுபீர் சிரித்தார்.

தன்னுடைய பொறாமை அடிப்படை அற்றது என்று சுபீருக்கு நன்றாகவே தெரியும்; ரஞ்சா கனவிலும் வேறு ஒருத்தனை நினைத்துப்

பார்க்கமாட்டாள். தன் வாழ்நாளில் என்றுமே பொய் சொல்லாதவள், ஆனால் சுபீர் தான் குடித்த சிகரெட்டின் எண்ணிக்கை, கோச்சிங் வகுப்பில் மாணவர்களின் எண்ணிக்கை, எங்கே யாரைப் பார்க்கச் சென்றார் போன்ற சாதரண விஷயங்களில் கூடப் பொய் சொல்லுவார்.

"இந்த ஆபத்தான பழக்கத்த விட்டுடங்க, இந்த மாதிரி சின்னச் சின்ன விஷயங்களுக்குப் பொய் சொன்னா, நீங்க சொல்ற உண்மையும் பொய்யும் எனக்குக் குழம்பிப் போயிடும்" என்பாள் ரஞ்சா.

பகன், அர்ஜமா

அவர்கள் குடிசைகள் கொஞ்சம் கொஞ்சமாக உறுதியான குடியிருப்புகளாக ஆகின. அதிகமான மழை, காற்று, வெயில், குளிர் ஆகியவற்றிலிருந்து அவர்களைக் காப்பாற்றக் கூடிய வகையில் நாற்புறங்களிலும் மரங்கள் இருந்தன. மண், மண்ணால் மக்களுக்கு வீடு கட்டப்பட்டது. நெற்கதிரைக் கொண்டு கீற்று முடைந்து மேற்கூரை அமைக்கப்பட்டது. வீடு கட்டுவதில் பல புதிய விஷயங்களை சிலர் அறிமுகப்படுத்தினர். மண்ணை மேலே மேலே அடித்து அதன் மேல் மேலும் மண்ணைப் பூசி அழுத்திக் கட்டிய சுவர்கள் வெயிலில் காய்ந்தன. சரிந்த கூரை வழியாகக் கீழே விழுந்த மழைத் துளிகளை மகிழ்ச்சியுடன் கையில் பிடித்தான் சந்தன். அவன் வீரமுடையவன், மதுராவின் குழுவில் அவன் ஒரு பெரிய வீரனாகக் கருதப்பட்டான். ஆனால், தோற்கடிக்கப்பட்ட குழுவைச் சேர்ந்தவன் என்பதால் அவன் நிலை சற்று தாழ்வாகவே இருந்தது. குறி பார்த்து அடிப்பதில் நிமேஷைப் போல அவனும் திறமைசாலிதான், ஆனால் நிமேஷ் மிக உயர்ந்த இடத்தில் இருந்தான். வைக்கோல் புரிகளைக் கீற்றாக வேய்ந்து குடிசையின் மேற்புறத்தில் இருபக்கங்களிலும் சரிவுக் கூரை அமைக்கும் அவனுடைய கண்டுபிடிப்பு அவனை திடீரென்று மிக உயரத்திற்குக் கொண்டு சென்றது. குழந்தைகள் விரலைச் சப்பியபடி வியப்புடன் கூரையைப் பார்த்தன. தாழ்ந்த வாயில் வழியாக வெளியே வந்து இரு உள்ளங்கைகளையும் தேய்த்துத் தன் மகிழ்ச்சியை வெளிப்படுத்தினாள், மதுரா. ஒரு சொட்டு கூட மழைத்துளி உள்ளே விழவில்லை உள்ளே முற்றிலும் பாதுகாப்பு.

பகனுக்கும் அர்ஜமாவுக்கும் ஒரு குடில் கிடைத்தது. அவர்களே அதைத் தங்கள் வேலைக்கு ஏற்றபடித் தேர்வு செய்து கொண்டார்கள். பகன் குவியல் குவியலாகச் செடி, கொடி, வேர் எல்லாம் வைத்திருப்பான்.

பானை பானைகளாக மருந்துகள் தயாரித்து வைத்திருப்பான். ஆர்ஜமா ஒவ்வொரு நிமிஷமும் ஆகாயத்தைப் பார்த்து வரப் போவதைப் பற்றிச் சொல்லிக் கொண்டிருப்பான்.

“பகா, நாளைக்கு சந்திரன் முழுசா இருக்கும். தன்யா நதி எழும்பும். சந்திரன் முழுசா இருந்தாலோ காணாம போனாலோ தன்யா நதில மாத்தம் ஏற்படுது.”

அவர்கள் காத்திருந்தார்கள். இந்த விஷயத்தை யாருக்கும் சொல்லவில்லை. உண்மை. அவன் கண்டுபிடிப்பு முற்றிலும் சரி. ஒரு நாள் நீர் பொங்கும் என்பதை அறியாமல் விளையாடிக் கொண்டிருந்த குழந்தையை திடீரென்று பொங்கிய வெள்ளம் அடித்துக் கொண்டு போன போது, அர்ஜமா தன் கண்டுபிடிப்பைப் பற்றிச் சொன்னான்.

“சந்திரன் உருண்டையா இருந்தாலோ காணாம போனாலோ தன்யா பொங்கும். ஜாக்கிரதை.”

அப்போதிலிருந்து எல்லாரும் ஜாக்கிரதையாக இருந்தார்கள். எல்லோருக்கும் ஆச்சரியம். முழுச் சந்திரன் தோன்றிய அன்று எல்லாரும் நதி பொங்குவதைப் பார்ப்பதற்காக கூட்டம் கூட்டமாக நதிக்கரைக்கு வந்தார்கள்.

“இது ஏதோ மாயாஜாலம். அர்ஜமாவுக்கு மாயாஜாலம் செய்யத் தெரியும் சந்திரனை அவன்தான் வசப்படுத்தி இருக்கான்.” என்று மதுரா சொன்னாள்.

பகன் எரிச்சலுடன் சொன்னான். “ஔறாத. மாயாஜாலம் யாராவது செய்யறாங்கன்னா, அது அந்தச் சந்திரன்தான். சந்திரனோட நதி வெளையாடுது. அர்ஜமா அத கவனிச்சிருக்கான் அவ்வளவுதான்.”

அர்ஜமா கவனித்து வைத்திருந்த பல விஷயங்கள் அவர்களுக்கு மெள்ள மெள்ள தெரிய வந்த போது அவனை எல்லோரும் மரியாதையுடன் பார்த்தனர். இவன் வித்தியாசமானவன். வேட்டைக்குப் போனால் பறவைகள், மிருகங்கள், சம்பந்தப்பட்ட பல விஷயங்களைத் தெரிந்து வருகிறான். தாவரங்களின் இயல்பை அறிந்து அர்ஜமா புதிய தாவரங்களை வளர்க்கிறான். மருந்து தயாரிக்கத் தேவையான தாவரங்களை மிகக் கஷ்டப்பட்டுச் சேகரிக்க வேண்டி இருந்தது. அவற்றுள்

சிலவற்றை ஒரே இடத்தில் பயிர் செய்தான் அர்ஜமா.

அன்று முழுநிலா நாள். ஆகாயமும், காடும், நிலவொளியில் குளித்தன. நதியிலிருந்து ‘சலசல’ வென்று சத்தம் வந்தது. நதிக்கரையில் பகன் உட்கார்ந்திருந்தான். திடீரென்று எதிரே வெளிச்சம் மறைந்தது. உடல் முழுக்க நிலவொளியைப் பூசிக் கொண்டு ரங்கா நின்றிருந்தாள்.

“பகா, நீ ஏன் தனியா இருக்க? அந்தப் பைத்தியம் ஒன் தோழன் எங்க?”

பகன் சிரித்தான்

“தெரியல ரங்கா. நேத்து ராத்ரி முழுக்க கோடு கிழிச்சு ஏதோ கணக்கு போட்டுக்கிட்டிருந்தான். இன்னைக்கி மத்தியானம் கூட ஏதோ யோசிச்சுக்கிட்டிருந்தான். இப்ப தூங்கிக்கிட்டிருக்கான் போலேருக்கு.”

“பகா, வா, நாம சேர்ந்திருக்கலாம்” என்று சொன்ன ரங்கா பகனுடைய மார்பில் விழுந்தாள். அவனுடைய வெண்மையான மார்பில் தன் முகத்தைத் தேய்த்தபடி,

“எல்லாரையும் விட நீதான் அழகா இருக்கிறதா எனக்குத் தோணுது. ஒன்ன மாதிரி ஒசந்த மனுஷன நான் பாத்ததில்ல. ஒன் மேல எனக்கு ரொம்ப கோபம் இருந்திச்சு. ஆனா நீ ஆச்சரியமானவன். சந்திரக் கடவுள் ஒன்ன பனி மாதிரி படைச்சிருக்கு, சந்திரன் மாதிரி மென்மையானவன். நீ என்னோட என் வீட்ல இருக்கலாம். வா பகா.” என்றாள்.

ரங்காவின் இறுகிய அணைப்பில் பகனுக்கு ஒரு புதிய அனுபவம் ஏற்பட்டது. அன்று வரை எந்தப் பெண்ணும் அவனை விரும்பியதில்லை. அவன் பிறவியிலேயே வித்தியாசமானவனாக இருந்தான். அவன் பிறந்த உடன் அவன் அம்மா பர்ணா அவனை நதியில் எறிந்து விடுவதற்காக எடுத்துச் சென்ற போது மற்றவர்கள் தடுத்து நிறுத்தினார்கள். அவன் தனியாக வளர்ந்தான்; தனியாகவே விளையாடினான். நிமேஷ், சப்தம், நந்தன் முதலிய மற்ற குழந்தைகள் அவனைப் பார்த்தாலே விலகிப் போய்விடுவார்கள்.

“பகா, நீ தள்ளிப் போ. ஒன்னோட இரப்பை மயிர் வெள்ளையா இருக்கு. கண்மணி செவப்பா இருக்கு. ஒன்னோட ஒடம்புல ஒரு இடத்தல

கூட கறுப்பு இல்ல. கொழந்தையான ஒன்னோட முடி வெளுப்பா இருக்கறது அதிசயம் தான். நீ கெழவனா இல்ல கொழந்தையான்னு எங்களுக்குத் தெரியாது. நீ வெலகிப் போயிடு."

பகன் காட்டில் தன் மனம் போன போக்கில் சுற்றித் திரிந்தான். ஒரு நாள் அடிபட்ட மான் ஒன்று ஓடி வந்து ஒரு வகை புதரில் புரண்டதைப் பார்த்தான். மற்றொரு நாள் ஒரு கீரி அதே போல் ஒரு வகைப் புல்லில் புரண்டதைப் பார்த்தான். கீரி மிகவும் வேகமாக ஓடி விட்டதால் அவனால் ஒன்றும் செய்ய முடியவில்லை என்றாலும் அது புரண்ட புல்லைப் பிடுங்கித் தனியாக எடுத்து வைத்தான். அடிபட்ட மானின் காயம் சில நாட்களில் ஆறி விட்டது. இம்மாதிரியாக பகனுடைய வேலை ஆரம்பமாகியது. காலப் போக்கில் அவனுடைய குழுவில் அவன் மரியாதைக்குரியவளாகக் கருதப்பட்டான். இருந்தாலும் எந்தப் பெண்ணும் அவன் அருகே வரவில்லை.

அவன் கொஞ்சம் பலத்தைப் பயன்படுத்தி அவளிடமிருந்து தன்னை விடுவித்துக் கொண்டான். தன்னிரு கைகளால் ரங்காவின் தோள்களைப் பிடித்து அவளைக் கொஞ்சம் பின்னால் தள்ளினான். சற்று நேரம் மௌமாக இருந்த பிறகு சொன்னான்.

"ரங்கா. நல்லா யோசிச்சுப் பாத்தியா? என்ன மாதிரி விசித்திரமான உருவம் யாருக்குமே இல்லன்னு ஒனக்கு நல்லாவே தெரியும். எப்பமே நான் தனியாத்தான் இருந்திருக்கேன். எந்தப் பொண்ணும் என்கிட்ட வரல. நம்ம கூட்டத்துல மதுராவோட அன்ப பெறாத ஆண் பிள்ளையே கெடையாது. அந்த மதுரா கூட என்ன திரும்பிப் பாக்கல, ஏன்? நான் பாக்கறதுக்கு வித்தியாசமா இருக்கேன். நான் தொட்டா ஏதாவது கெடுதல் வரும்னு எல்லாரும் நெனைக்கறாங்க. இல்லாட்டா என் மேல அருவெறுப்பு உண்டாகுது. அருவெறுப்படையறாங்க."

ரங்கா மயக்கம் நிறைந்த கண்களால் அவனைப் பார்த்து சொன்னாள்.

"நீ வித்தியாசமானவன் இல்ல; அசாதாரணமானவன். சொன்னேனில்ல, சந்திரனே ஒன்ன உருவாக்கி இருக்கு. தேவதை எப்டி சாதாரண மனுஷன போல இருக்க முடியும்? கெடுதல பத்திச் சொன்ன. பகா, ஒன்ன போல மத்தங்களுக்கு நல்லது யாராலயும் செய்ய முடியாது.

நீ எல்லாரோட நோயையும் கொணப்படுத்தற, காயத்த கொணப்படுத்தற. அதுக்கப்பறமும் அவங்களுக்கு அருவெறுப்பு ஏற்பட்டா ஏற்படட்டும். ஒரு நாள் அவங்களே புரிஞ்சுப்பாங்க. மதுரா விரும்பாட்டா, போகட்டும். மத்த பொண்ணுங்க விரும்பாட்டா போகட்டும். நான், ரங்கா, மாதங்கியோட மக ஒன்னோடு கூடறதுக்கு விரும்பறேன்."

தன்யா நதிக்கரையில் மறைவிடம் இல்லை. அவர்களிருவரையும் நிலவொளி குளிப்பாட்டியது. பகன் வெள்ளை மான், ரங்கா மின்னல், தன்யா நதிக்கரையில் ஈர மண்ணை உடம்பில் பூசியபடி, தன்யாவின் 'சல சல'வென்ற ஓசைக்கு இணையாக ஒலி எழுப்பியபடி இரவு முழுவதும் இருவரும் விளையாடினார்கள். கொஞ்ச தூரத்தில் ஒரு மரத்தின் மறைவில் கையில் வில், அம்புடன் ஒருவன் அவர்களைப் பார்த்துக் கொண்டிருந்தான். அவனுக்கு அங்கே நடக்கும் விஷயம் பிடிக்கவில்லை. ரங்கா பகனை விரும்புவதைப் பற்றி வெளியே சொல்ல முடியாது. இதைப் பற்றிப் புகார் செய்தால் அது சிரிப்புக்கிடமாகும். மதுராவிடம் சொல்வது இன்னும் ஆபத்தானது. மதுரா எல்லா ஆண்களிடமும் கூடினாள் என்றாலும் அவனிடம் அவளுக்கு அதிகமாகவே விழைவு இருந்தது. ரங்கா வேறு ஒருவனைக் கூடியதைப் பார்த்து அவனுக்குக் கோபம் வந்தது என்று மதுராவுக்குத் தெரிந்தால் பொறாமையில் அவள் ரங்காவைக் கொன்று விடுவாள். ஒரு பெண் தன்னுடைய இணையைத் தேர்ந்தெடுக்கும் விஷயத்தில் மூக்கை நுழைத்ததற்காக அவனைத் துரத்தினாலும் துரத்தலாம். அவனால் தனியாக இருக்க முடியாது. காட்டில் தனியாகச் சுற்றித்திரிய அவனுக்கு முடியாது. எத்தனைக் கஷ்டப்பட்டு அவன் அந்தக் குழுவின் நம்பிக்கையையும், உறுதுணையையும் சம்பாதித்திருக்கிறான். இந்த தன்யா நதிக்கரையை விட்டு, இந்த ஆபத்தில்லாத பாதுகாப்பை விட்டு அவன் எங்கே போவான்? நிமேஷ் யோசித்துக் கொண்டே இருந்தான்.

ரங்கா தன் குடிசையில் தனியாக இருந்தாள். எல்லாருக்குமே அவளிடம் பயம். மதுராவின் குழுவினரை அவள் உறுத்துப் பார்ப்பது ஏதோ அவள் அவர்களுக்குச் சாபம் கொடுப்பது போல் இருந்தது. அவளுக்கு எந்த ஆணுமே வேண்டாம். ஷமன், சந்தன், அலம்புஷ் எல்லாருமே அவளைப் பொறுத்தவரை தீண்டத்தகாதவர்கள். அவள் தனக்குள் ஒடுங்கி இருந்தாலும் சுற்றிலும் நடப்பதைக் கூர்மையாகப் பார்த்தாள். அவள் செய்த ஒரு செயல் குழுவினரின் பராட்டுதலை

அவளுக்குச் சம்பாதித்துக் கொடுத்தது. தானியங்களைத் தவிர பலவிதக் காட்டுப் பழங்களையும் அவர்கள் விளைவித்தார்கள். காட்டிலிருந்து மண்ணைத் தோண்டியும் காட்டு மரங்களை உலுக்கியும் பழங்களைச் சேகரித்தார்கள். அவற்றைக் கொண்டு ரங்கா ருசி மிக்க உணவுகளைத் தயாரித்தாள். அரிசி, தண்டுகள் ஆகியவற்றுடன் மான் அல்லது பன்றி மாமிசத்தைச் சேர்த்து உப்பு மணலைக் கலந்து ருசியாக உணவு சமைத்தாள். இருட்டி விட்டதென்றால் குடியிருப்பைச் சுற்றி நெருப்பை மூட்டி அதில் தாங்கள் வேட்டையாடிக் கொண்டு வந்திருந்த விலங்குகளை வாட்டுவார்கள். ரங்கா ஒரு ஓரத்தில் தனியாக உட்கார்ந்து தன் போக்குப்படி வேலை செய்து கொண்டிருப்பாள்.

"என்ன செய்யற ரங்கா?" சப்தன் கேட்டான்.

"சமையல் செய்யறேன்."

"என்ன செய்யற ரங்கா?" அர்ஜமா கேட்டான்.

"சமையல் செய்யறேன்."

"நேரா நெருப்புல போட்டா அது சுட்டு எடுக்கறது. தண்ணியோட கலந்து அத நெருப்புல ஏத்தினா அது வேக வைக்கறது. இது ரெண்டும் சேர்ந்தா அது சமையல். நான் சமையல் செய்யறேன்."

ரங்கா தயாரித்த உணவு மதுராவிற்குப் பிடித்திருந்தது. நிமேஷ் அப்படியே சொக்கிப் போனான். கூட்டம் முழுவதும் ரங்காவை அசாதாரணமானவள் என்று ஒத்துக் கொண்டது. அவள் பகனை அவனுடைய மருந்து பொருள்கள், மருந்து குழம்புகள் இருந்த பானைகள் ஆகியவற்றுடன் தன் குடிசைக்கு அழைத்து வந்த போது எல்லாரும் ஆச்சரியப்பட்டார்கள். இத்தனை நாள் பிடிவாதமாக அவள் தன் குடிசையில் தான் மட்டும் இருந்து வந்தாள். அந்த மாதிரி இருக்கும் வழக்கம் அங்கே இல்லை. மதுரா மட்டும் சில குழந்தைகளுடன் ஒரு பெரிய குடிலில் இருந்தாள். வயதுக்கு வந்தவர்கள் யாரும் அவளுடன் இருப்பதில்லை. ஒவ்வொரு குடிலினும் மூன்று அல்லது நான்கு பேர் இருந்தார்கள். உண்மையில் குடிலுக்கு அப்படி என்ன பெரிய தேவை? நாள் முழுவதும் வயல் வெளியிலோ இல்லை அடர்ந்த காட்டைச் சுற்றுவதிலோ கழிந்து விடும். இரவு தூங்கும் சமயத்தில் மட்டும் வீடு வேண்டும். தலைக்கு மேல் ஒரு கூரை இருந்தால் குளிர், மழை

ஆகியவற்றிலிருந்து தப்பிக்கலாம். ஆனால் ரங்கா தன் கையாலேயே ஒரு சின்னக் குடிசையைக் கட்டி அதில் தான் மட்டும் இருப்பதில் பிடிவாதமாக இருந்த போது, ‘அவள யாரும் தொந்தரவு செய்ய வேண்டாம். அவள் தன் விருப்பப்படி இருக்கட்டும்’ என்று மதுரா எல்லாரையும் தடுத்திருந்தாள். மதுராவின் தலைவிக்குரிய பார்வை ரங்காவிடம் பல திறமைகள் இருப்பதைக் கவனித்தது. அவள் தனியாகத் தானியங்களைத் தூற்றினாள்; தனியாக வேட்டையாடிக் கொண்டு வந்த விலங்குகளின் தோலை உறித்துச் சுத்தப்படுத்தினாள். எல்லாமே தனியாகத்தான். ஒத்துழைப்பது பிடிக்காததால் இல்லை. தனியாக இருப்பதே தனக்குப் பிடிக்கும் என்பதை அவள் எல்லாருக்கும் உணர்த்தினாள். அவளை வசப்படுத்த நிமேஷ் பல தடவை முயன்றிருக்கிறான். காட்டில் ஒரு பெரிய முயலைப் பிடிப்பதற்காக ரங்கா மண்டியிட்டு மெள்ள மெள்ள நகர்ந்து கொண்டிருந்த போது திடீரென்று ‘சர சர’ சத்தம் எழுந்ததில் விலங்கு தப்பி ஓடி விட்டது. ரங்கா நிமிர்ந்து பார்த்தாள். அவளுக்குக் கோபம் தலைக்கேறியது.

“ஒன்னால நான் பிடிக்க இருந்த மொயலு தப்பிச்சிட்டது” என்று கத்தினாள். பதிலுக்குச் சிரித்த நிமேஷ் சட்டென்று திரும்பி அங்கிருந்து எங்கேயோ போய் சற்று நேரத்தில் மூன்று நான்கு முயல்களைக் கையில் தொங்கவிட்டுக் கொண்டு வந்து அவற்றை அவள் காலடியில் வைத்தான். ரங்கா அவனை முறைத்துப் பார்த்து விட்டு அந்த இடத்தை விட்டுப் போய் விட்டாள்.

ரங்கா நீச்சல் அடித்துக் கொண்டே மீன் பிடித்துக் கொண்டிருந்தாள். கரைக்கு வந்து அந்த மீனை அறைந்து கொன்று போட்டு விட்டு மீண்டும் தண்ணீருக்குள் சென்றாள். இம்மாதிரி சில பெரிய மீன்களைப் பிடித்த பின் அவள் நீச்சல் மட்டும் அடித்துக் கொண்டிருந்தாள். நீரில் மூழ்கி ஆழத்திற்குப் போய்விட்டு அவள் மேலே வந்து நீரில் மிதந்து கொண்டிருந்த போது தன்னை நோக்கி நிமேஷ் வருவதைப் பார்த்தாள்.

“ரங்கா, ரங்கா, ஒனக்கு நெனைவிருக்கா? நான் ஒனக்கு நீச்சல் நண்பன். நெனைவிருக்கா?”

ரங்கா பதில் சொல்லவில்லை. அவள் வாயில் நீர் நிரப்பி அண்ணாந்து வாயிலிருந்த நீரை பூச்சிதறலாகக் கொப்பளித்தாள்.

அதன்பின் நீரில் மூழ்கி எங்கேயோ தூரத்திற்குச் சென்று விட்டாள். உண்மையில் அவள் நிமேஷை வெறுத்தாள். அவன் பொய் சொன்னான். உண்மையில் அவன் அவள் பின்னால் வந்து அவர்கள் தானியம் பயிரிட்டிருந்த இடத்தைப் பார்த்துச் சென்று, பின் தாக்கி இருக்கிறான்; கொலை செய்திருக்கிறான். இந்த மோசக்காரனால்தான் அவள் மாதங்கியையும் சிங்கனையும் இழந்தாள். அவள் ஒரு நாளும் நிமேஷை சகித்துப் கொள்ள மாட்டாள்.

அர்ஜமா பரிதாபமாக அவளைப் பார்த்து,

“என்னோட நண்பன் பகன நீ அழைச்சுக்கிட்டுப் போயிடுவயா ரங்கா?” என்று கேட்டான்.

“இஷ்டப்பட்டா நீயும் வரலாம் அர்ஜமா. ஒனக்கு எழுச்சி வர்ற போது ஒன்னை அணைச்சுப்பேன். ஆனா ஒரு நிபந்தனை. வேற யாராவது கூப்டா நீ போகக் கூடாது. சம்மதமா?”

“இதுல என்ன கஷ்டம்? என்ன யாரு கூப்டப் போறாங்க? நான் ஒண்ணும் பெரிய வீரன் இல்ல, எனக்கு அப்டியெல்லாம் எழுச்சி வரவும் வராது. ஆனா என் இஷ்டப்படி என்ன வெளியே சுத்த விடணும் சொல்லிட்டேன். பல நாள் நான் ரா முழுக்க வெளியே இருப்பேன்.”

இப்படித்தான் ரங்கா, பகன், அர்ஜமா ஆகிய மூவரும் சேர்ந்து வசிக்கத் தொடங்கினார்கள். இம்மாதிரி வசிப்பது அங்கே சகஜமாக நடந்தது. இதையெல்லாம் யார் கவனித்தார்கள்? ஒருத்தருக்கு ஒரு வீடு என்று கொடுக்கப்படும் அளவிற்கு வீடுகள் கட்டப்படவில்லை. அதனால் இரண்டு மூன்று பேர் ஒரு வீட்டைப் பங்கிட்டுக் கொண்டு வாழ்ந்தார்கள். இந்தக் கூட்டுச் சேர்க்கையில் மாற்றங்கள் ஏற்படுவதுண்டு. பகன் தன் வேலையில் ஆழ்ந்திருந்தாலும் சில சமயம் யாரோ தன்னைப் பின்பற்றுகிறார்கள் என்பதைப் புரிந்து கொண்டான். விலங்கு இல்லை, மனிதன். அவன் காது கொடுத்துக் கேட்கும் போது அந்தச் சத்தம் நின்றுவிடும். அதன்பின் அவன் தன் வேலையில் மூழ்கி விடுவான். வேலை என்றால் புதிய இலை, வேர்கள், உப்பு மண் முதலியவற்றைத் தேடிப் போதல்; இலைகள், கொடிகள் முதலியவற்றை இடித்துப் பிழிந்து சாறு எடுத்தல் இவையெல்லாம் தான். சமீபத்தில் அவன் கண்டுபிடித்திருந்த ஒரு வகை நீர்த்தாவரத்தைப் பிழிந்து சாப்பிட்டுப்

பார்க்க விரும்பினான். அதைச் சாப்பிட்டதில் ஆழ்ந்த தூக்கம் வந்தது. பகல் வேலையில் எல்லாரும் வயலில் வேலையில் ஈடுபட்டிருந்த போது, குழந்தைகள் ஆடு மாடு மேய்த்துக் கொண்டிருந்த போது நதிக்கரையில் படுத்துத் தூங்கிக் கொண்டிருந்தான்.

இரண்டு கால்கள் பகன் முன்னால் வந்து நின்றன. சிறிது நேரம் நின்ற பிறகு இரண்டு பலம் வாய்ந்த கைகள் அவனை இழுத்துத் தூக்கி நிறுத்தின. கீழே விழ இருந்த பகனை ஒரு பலம் பொருந்திய தோள் தாங்கியது.

“பகா, ஏ பகா, எழுந்திரு, எழுந்திரு.” யாரோ ஆழத்திலிருந்து சொல்வது போல் பகனுக்குக் கேட்டது, பகனுடைய மயக்கம் தெளிந்தது. எதிரே மங்கலான உருவம். தூக்கம் வழியும் கண்களால் எதிரே நிமேஷ் நிற்பதைப் பார்த்தான்.

“என்ன ஆச்சு?” என்று கேட்டான் நிமேஷ்.

பகன் குழறிய குரலில் “நான் சக்தி வாய்ந்த நல்ல மருந்து ஒண்ணு கண்டு பிடிச்சிருக்கேன். அது சிகிச்சைக்கு ஒதவும். ஒனக்கு என்ன ஆச்சு நிமேஷ்?”

நிமேஷ் கடுமை நிறைந்த குரலில் “நீயும் அர்ஜமாவும் ரங்காவோட குடிசைலேர்ந்து போயிடுங்க” என்றான்.

“ஏன்? என்று திகைப்புடன் கேட்டான் பகன். “ரங்காதான் என்ன கூட்டிக்கிட்டு வந்தா. அவ சொன்னா போயிடுவேன்” என்றான்.

நிமேஷ் பல்லைக் கடித்தபடி “நான் சொல்றேன், போயிடு” என்றான். ‘நான்’ என்பதை அழுத்திச் சொன்னான்.

தன் வாழ்நாளில் பகன் இத்தனை ஆச்சரியம் அடைந்ததில்லை. ரங்காவுடைய குடிசையை விட்டு அவனைப் போகச் சொல்ல நிமேஷ் யார்? ரங்கா சொல்லலாம். அல்லது குழுவின் தலைவியாகிய மதுரா சொல்லலாம். விருப்பப்பட்டால் பகன் தானே ரங்காவை விட்டு வரலாம். ஆனால் இந்த நிமேஷ் ஏன் சொல்கிறான்? இதைச் சொல்வதற்கு நிமேஷுக்கு எந்த உரிமையும் இல்லை.

“இன்னைக்கே போயிடு. இல்லாட்டா ஒனக்கு ஆபத்து. இன்னைக்கே போயிடு. இப்ப ரங்கா வயல் வெளிக்குப் போயிருப்பா. போயி ஒன்னோட எல, தழ, வேறு எல்லாத்தையும் கட்டி எடுத்துக்கிட்டுப் போயிடு” என்றான் நிமேஷ்.

நிமேஷை அமைதியாகப் பார்த்து விட்டு தான் அன்று சேகரித்திருந்த புதிய தாவரங்களுடன் அந்த இடத்தை விட்டுப் போய்விட்டான் பகன். அவனுக்கு இன்னும் தூக்கம் கண்களைச் சொக்கிக் கொண்டு வந்தது. இப்போது குடிசைக்குப் போய்த் தூங்கப் போகிறான். மருந்தின் வீரியத்தைக் குறைக்க வேண்டும். யாருடைய உடம்பிலிருந்தாவது வேல் அல்லது அம்பைப் பிடுங்கி எடுக்க வேண்டுமென்றால் இது உதவக்கூடும். குறிப்பாகக் குழந்தைகளுக்குப் பயன்படும். ஆனால் குடிலுக்கு வருவதற்குள் பகனுடைய தூக்கம் முற்றிலும் கலைந்து விட்டது. ஏன்? நிமேஷ் ஏன் அப்படிப் பேசினான்? வெகு நேரம் யோசித்தும் அவனுக்குப் பதில் கிடைக்கவில்லை, கேட்கலாம் என்றால் குடிலில் ரங்காவோ அர்ஜமாவோ இல்லை.

‘நிமேஷ், ரங்கா பகைவர் குழுவைச் சேர்ந்தவன்னு நீ இன்னும் அவளை நம்பலயா?’ பகன் தனக்குள் கேட்டுக் கொண்டான். ரங்கா பகைவர் குழுவைச் சேர்ந்த யாருடனும் பழகுவதில்லை என்பது உண்மைதான். ஆனால் தன் குழுவைச் சேர்ந்தவர்களுடனும் அவள் கடுப்புடன் இருந்தாள். ரங்கா ஏதாவது பிரச்சினை ஏற்படுத்த மனதிற்குள் திட்டமிடுவதாக நிமேஷ் நினைக்கிறானா? அவளுடைய குழுவின் தலைவி மாதங்கி தோற்றதையும் இறந்ததையும் ஏற்க முடியாமல் ரங்கா கோபத்தில் கொதித்துக் கொண்டிருந்தாளே தவிர அவளுக்கு வேறு எந்த எண்ணமும் கிடையாது என்பதை நிமேஷுக்குத் தெளிவுபடுத்த வேண்டும். அவன் ரங்காவுக்குத் தன் மருந்துகளைப் பற்றிப் பல விஷயங்களைச் சொல்லித் தந்திருக்கிறான். அர்ஜமாவும் தன் கண்டுபிடிப்புகளைப் பற்றி ரங்காவிடம் பேசுவான். ரங்கா எதையும் சட்டென்று புரிந்து கொள்வாள். என்ன விஷயம்? நிமேஷ் ரங்காவை விரும்புகிறானா? விரும்பட்டுமே! யார் தடுக்கிறார்கள்? ரங்காவிடம் தன் விருப்பத்தைத் தெரிவிக்கட்டுமே! பகன் என்ன அதைத் தடுக்கப் போகிறானா? இந்தக் கேள்விக்கு வெகு விரைவிலேயே பகனுக்கு விடை கிடைத்தது.

அறுவடை முடிந்து விட்டது. தானியத்தை வெய்யிலில் காய வைத்தபடி அதைச் சுற்றி எல்லாரும் உட்கார்ந்திருந்தார்கள். சிரிப்பும்

கிண்டலும் கேலியும் உடைந்த சட்டியின் சில்லுகளை ஒருவர் மேல் ஒருவர் எறிந்து விளையாடுவதுமாக இருந்தார்கள். பக்கத்தில் இருந்த மரத்தில் கிடைத்த கொட்டையை எல்லாரும் தின்று கொண்டிருந்தார்கள். எண்ணற்ற கொட்டைகள்; எல்லாருமே தின்று கொண்டிருந்தார்கள். திடீரென்று ரங்காவின் குடிசை இருந்த திசையிலிருந்து காட்டுப் பூனைகள் சண்டை இடுவதைப் போன்ற சத்தம் கேட்டது. சற்று நேரத்தில் நிமேஷ் ரங்காவின் தலைமுடியைப் பிடித்து இழுத்து வருவதை எல்லாரும் திகைப்புடன் பார்த்தார்கள். ரங்கா தன் சக்தியைக் திரட்டி தன்னிரு கைகளாலும் அவனைத் தள்ள முயற்சித்தாலும் நிமேஷ் அவளுடைய கைக்கு அகப்படவில்லை. அவளை இழுத்து வந்து எல்லாருக்கும் நடுவே தள்ளிக் கடுமையான குரலில் சொன்னான். "இவ எனக்கு உரிய பொண்ணுன்னு மொதல்லேர்ந்தே சொல்லிக்கிட்டு வந்திருக்கேன். எனக்கு மட்டுமே உரியவள். என்னோட ரத்தத்தால இவளோட வகிட்டுல அடையாளம் வச்சிருக்கேன். அப்டி இருந்தும் பகன், அர்ஜமா, ரங்கா யாரும் என் பேச்ச கேக்கல. இன்னைக்கி ஒங்க எல்லார் முன்னாலேயும் சொல்றேன். ரங்காவோட குடிசைல நிமேஷைத் தவிர வேற யாரும் தங்கக் கூடாது. நிமேஷ் மட்டும்தான்."

ரங்காவின் தலை உடைந்து ரத்தம் கொட்டிக் கொண்டிருந்தது. அவள் எழுந்து நின்றாள். அவள் உடல் முழுவதும் காயம். அவள் கத்தினாள்; "நீங்க எல்லாரும் கேளுங்க, நிமேஷ் தூ! தூ! தூ! என்ன கட்டாயப்படுத்தி அடைய விரும்பறான். மாதங்கி கோஷ்டில இந்நாள் வரை இந்த மாதிரி ஒரு நிகழ்ச்சி நடந்ததில்ல. மதுரா, மதுரா, நீ உண்மைலேயே ஒரு தலைவின்னா இன்னைக்கி மாதங்கியோட மக ரங்கா ஒங்கிட்ட நாயம் கேக்குறேன்."

அப்போது எங்கிருந்தே ஒரு அம்பு பாய்ந்து வந்து நிமேஷின் வலக் கையில் தைத்தது. அவன் வலியில் தள்ளாடிய போது மற்றொரு அம்பு வந்து அவனுடைய இடக் கையில் தைத்தது. நிமேஷின் இரண்டு கைகளும் ரங்காவை விட்டன. அவன் மண்ணில் விழுந்தான். அவனுக்கு மருந்து எடுத்து வருவதற்கு பகன் தன் குடிசைக்குள் ஓடினான். நிமேஷின் முன்னால் குதிரையில் ஓர் உருவம் கம்பீரமான குரலில்,

"நம்ப குழுவுல உள்ள ஒரு பொண்ண பலாத்காரப் படுத்தினதுக்கு தண்டனை " என்றது.

அதற்குள் பகன் மருந்தை எடுத்துக் கொண்டு வந்து விட்டான் நிமேஷின் வாயைத் திறந்து பலவந்தமாக ஏதோ மருந்தைக் கொடுக்கப் போகும் போது மதுராவின் ஈட்டி அவன் கையிலிருந்த சட்டியைத் தள்ளியது.

“நீங்க எல்லாருமா சேர்ந்து இவன அடர்ந்த காட்டுக்குள்ள விட்டுட்டு வாங்க, விதிய மீறின குத்தத்துக்காக இவன நம்ம குழுவுலேர்ந்து விலக்கிட்டேன், யாரும் அவனுக்கு ஒதவி செய்யக்கூடாது.”

“நிமேஷ வெரட்டிட்டாங்க, நிமேஷ வெரட்டிட்டாங்க!” திகைப்பும், பயமும், வருத்தமும் நிறைந்த கூச்சல் அங்கே நிறைந்தது.

“நம்ம யாராவது தாக்கினா யாரோட அம்பு இனிமே காப்பாத்தும்?”

“ஏன் மதுரா இல்ல?”

“மதுரா மட்டும் தான், மதுரா மட்டும் தான்”

“ஏன் நீங்கல்லாம் இல்ல? ஓங்களுக்குத் தோள் பலம் இல்ல? சண்ட போட முடியாது?” மதுராவின் முகத்தில் வெறுப்பு நிறைந்திருந்தது.

“நிமேஷ் எங்கள விட வீரனா இருந்தான்.”

“வாய மூடுங்க! வாய மூடுங்க! நிமேஷோட எடத்துல ரங்கா சந்தன், சப்தன் எல்லாரும் ஓங்கள காப்பாத்துவாங்க. பகா நீ ரங்காவோட காயத்துக்கு வைத்தியம் பண்ணு”

அதற்குள் நிமேஷ் மூர்ச்சை அடைந்து விட்டான். மதுரா சொன்னபடி சிலர் அவனை அடர்ந்த காட்டுக்குள் தூக்கிச் சென்றனர்.

நிஷித்

அம்மா,

எனக்கு ரொம்ப பயமா இருக்கு. நிஷித் இன்னைக்கி ரொம்ப விசித்திரமான விஷயம் சொன்னான். அவன் என்ன நேசிக்கலயாம். நான் அவனுக்குத் தகுதியானவள் இல்லையாம். நான் ஒண்ணும் சாதிக்கலையாம், அவனுக்குப் பக்கத்துல நிக்க எனக்கு எந்தத் தகுதியும் இல்லையாம். அவன் மேலே ஏறிப் போக போக அவன் பார்வைல

நான் கீழே எறங்கிக்கிட்டிருக்கேனாம். நான் என்ன முயற்சி பண்ணினாலும் என்னால எல்லார் கிட்டயும் கலந்து பழக முடியல. அந்த மாதிரி பழகறது எனக்குக் கொஞ்சங்கூடப் பிடிக்கல. அதை விட ஷாயரிக்கிட்ட வெளையாடறது, அவளுக்குப் படிப்பு சொல்லித் தரது, ஃப்ரண்ட்ஸ்க்கும் ஒனக்கும் ஃபோன் பண்றது எல்லாம் பிடிச்சிருக்கு. நான் அங்க வரட்டுமா அம்மா? ஒன்னோட போன் கெட்டுப் போயிருக்கு. இந்த லெட்டர் எத்தன நாள் கழிச்சு ஒன்ன வந்து சேருமோ தெரியாது; அதுக்குள்ள ஒன்னோட ஈஷா இல்லாம போனாலும் போயிடலாம்."

ரஞ்சா 'சடக்' கென்று எழுந்து நின்றாள். டெலிஃபோனைப் பார்த்து 'பி.எஸ்.என்.எல் நாசமாப் போக' என்று திட்டி விட்டுத் தன்னுடைய மொபைல் ஃபோனில் ஈஷாவுக்குப் ஃபோன் செய்தாள்.

"ஹலோ"

"ஈஷ், அம்மாதான் பேசறேன். நீ என் மொபைலுக்கு ஃபோன் பண்ணி இருக்கலாமே"

"நம்பர் மறந்து போயிடிச்சி அம்மா. எப்டி யோசிச்சும் நெனைவுக்கு வரல."

"நீ அத எழுதி வைக்கலயா?"

"தேடிப் பார்த்தேன், கெடைக்கல"

"ஒன்னோட டெலிஃபோன் புக்க எடுத்து இப்பவே எழுதி வச்சுக்க நைன் எய்ட் ஒன்..."

"எனக்கு டெலிஃபோன் புக் இல்லம்மா"

"என்னது!"

"எங்கேயோ இருந்திச்சி அம்மா. இப்ப எங்கேயும் இல்ல" ஓரிடத்திலும் கெடைக்கல. தேடினா எதுவுமே கெடைக்க மாட்டேங்குது. நீ கொடுத்த நீலக்கவர் சாஃப்ட் டைரி கூடக் கிடைக்கல. சமையல் புத்தகமெல்லாம் காணோம். யாரோ என்னோட சாமான்களைக் கௌறி தலைகீழாப் போடறாங்க அம்மா. புரட்டிப் போடப்பட்ட உசிரு புயல் காத்துல பறக்குது. தேடினா எதுவுமே கெடைக்க மாட்டேங்குது, அம்மா. புழுதிப் புயல்ல, பூமியோட இதய நடுக்கத்துல என்னோட எதுவுமே

கெடைக்கல, எதுவுமே கெடைக்கலஅம்மா. ஒரு பூதம் என்ன பயமுறுத்துது. ரொம்ப பயங்காட்டுது அம்மா, ரொம்ப பயங்காட்டுது; எல்லா ஜன்னல் வழியாவும் எல்லாக் கதவு வழியாவும்''.

“ஈஷா பயப்படாதே. இந்த மாதிரி பயப்படாத. நான் இருக்கேன். நாங்க இருக்கோம் இல்ல''

மறுபக்கம் ஃபோனில் சத்தம் நின்றுவிட்டது. எப்படி முயற்சி செய்தும் ரஞ்சாவுக்கு லைன் கிடைக்கவில்லை. தேடினாலும் அவளுக்கு ஒன்றும் கிடைக்க வில்லையாம். அவள் குழப்பத்தில் இருக்கிறாள். அவள் என்னவெல்லாம் பேசினாள் என்று யோசித்து நினைவுப்படுத்திக் கொள்ளும்போது ரஞ்சாவுக்கு சட்டென்று ஒரு விஷயம் புலப்பட்டது. ஈஷா சொன்னது ஒரு கவிதை. யதுகை, மோனை, சந்தம் எல்லாம் இருந்தன. ஈஷா கவிதை எழுதுகிறாளா என்ன? எழுதலாம். ஆனால் கவிதை ஜன்னியில் தோன்றியது போல் இருந்தது. அவள் எழுதவில்லை; சொல்ல மட்டுமே செய்தாள். நிலத்தின் இதய நடுக்கம் தன்னுடைய மனநிலையை விளக்க ஈஷா பயன்படுத்தியுள்ள விசித்திரமான தொடர். யோசித்து மொத்த விஷயத்தையும் தன் டைரியில் எழுதினாள் ரஞ்சா. பூமியின் இதய நடுக்கம்... பூதம்... இதையெல்லாம் எழுதவில்லை; சொன்னாள். சொல்லப்பட்ட கவிதை. அவள் காதால் கேட்டாள். வாய்மொழி... வாய்மொழி வழக்கம் தான் இருந்திருக்கிறது. ஈஷா எல்லாவற்றையும் மறந்து விட்டாள். ஆனால் இளம் நீல நிறத்தைப் பற்றி மட்டும் ஏன் அவள் நினைவில் வைத்திருக்கிறாள்? இளம் நீல நிறம். ஈஷாவுடைய மனதின் நிறம் அதுதான் என்று தோன்றுகிறது. நீல நிறம் குறிப்பது அறிவுக்குப் புலப்படாத தொலைவு, ஆழம், மிகவும் மென்மை, எளிதில் உடையக்கூடியது, மிகவும் பலவீனமானது. நிஷித்துக்குப் புரியவில்லை. அவளை மதிக்கத் தெரியவில்லை. கல்யாணமாகி ஒன்பது வருடங்களுக்குப் பிறகு, மகளுக்கு ஏழு வயதாகும் போது அதை வெளியிடுகிறான். குருட்டுப் கோபமும், பயங்கரமான ஆக்ரோஷமும் புயலால் வீசி எறியப்பட்ட கடலலையைப் போல் மனதில் எழுந்தன. அவன் என்ன நினைத்துக் கொண்டிருக்கிறான்? இத்தனை அகங்காரமா? ‘ஈஷா வேணும்னு அன்னைக்கி மண்டியிட்டு ஒக்காந்திருந்தாயே, எங்களுக்குக் கொடுக்க கொஞ்சங் கூட விருப்பம் இல்ல. அத்தன அவசரப்பட்ட. அவள் கள்ளங்கபடமில்லாத செல்லப் பொண்ணு.’

“நீ ஏன் கல்யாணம் பண்ணிக்க விரும்பற நிஷித்?”

நிஷித் இந்தக் கேள்வியை எதிர்பார்க்கவில்லை ஆதலால் பேசாமல் இருந்தான். சுபீர் அவனுக்கு எடுத்துக் கொடுத்தார்.

“நீ அவள காதலிக்கறயா?”

“ஆமா. இல்லைன்னா நான் ஏன்...” நிஷித் தன் பேச்சை முடிக்கவில்லை.

“அவளோட உருவத்த பாத்து மயங்கிடலன்னு ஒனக்கு நிச்சயமா தெரியுமா?”

“என் உணர்ச்சிகள சரியா புரிஞ்சுக்கற அளவுக்கு எனக்கு அறிவு முதிர்ச்சி இருக்கு.”

“காதல் எந்த வெளி விஷய எதிர்பார்ப்பையும் சாந்திருக்கிறதில்ல” பல்லைக் கடித்துக் கொண்டு சொன்னாள் ரஞ்சா.

‘காதல்ங்கறதோட முழு அர்த்தமும் தெரியுமா ஒனக்கு? நீ ஏன் அந்த வார்த்தைய சொன்ன? அன்னைக்கி ஏன் சொன்ன? சில தினசரி வேலைகள், சமையலறைய ஒழுங்கா வச்சுக்கறது, கடமைகள ஒழுங்கா செய்யறது, விருந்தாளிகள ஒழுங்கா கவனிக்கறது, பார்ட்டிகளுக்குப் போறது, கொழந்தைகள பெத்தெடுத்து அவங்கள வளக்கற பொறுப்ப தனியா சொமக்கறது; கல்யாணம் பண்ணிக்க இதெல்லாந்தான் காரணம். அப்பறம் இந்தக் காதல் கத்தரிக்கா எல்லாம் எதுக்கு? நான்கு பேருடன் கலந்து பழகாத தனிமை விரும்பிகளைக் கூட கலகலப்பானவர்களாக மாற்ற முடியும். ஏன் முடியாது? அதற்குப் பல வழிகள் இருக்கின்றன. ரஞ்சாவின் மூன்றாவது அண்ணா தன் மனைவி மிலியை சரியான முறையில் வழிப்படுத்தினான். மிலி அண்ணி பயந்தாங்கொள்ளியாக பேசாமடந்தையாக இருந்தாள். அவளுக்கு அன்பும் மரியாதையும் கொடுத்து ‘அவள் கலந்து பழகாதவளாக இருந்தாலும் நான் அவளைக் காதலிக்கிறேன்’ என்று எல்லாருக்கும் புரிய வைத்தான்.

இப்போது அவள் என்ன செய்ய வேண்டும்? என்ன செய்ய வேண்டும்? அம்மாவாக அவள் ஈஷாவுக்குத் தைரியம் கொடுக்கலாம். அடைக்கலம் கொடுக்கலாம். ஆனால் ஈஷாவுக்கு அவள் கணவனிடமிருந்து கிடைக்க வேண்டிய அன்பையும் மரியாதையையும்

அவள் கொடுக்க முடியுமா?

'எத்தன சுலபமா 'நான் ஒன்ன விரும்பலன்னு சொல்லிட்டான்! எத்தன கடுமையான வார்த்தைகள்! இந்த மாதிரி யாராவது யாரிடமாவது சொல்வார்களா? காலப்போக்குல வாழ்க்கைத் துணையின் மேல் ஈர்ப்பு குறையுது; தொடக்க கால இனிமை இருப்பதில்லை.

ஆனால் பாசமும் நம்பிக்கையும் இருக்கும். 'நான் ஒன்ன விரும்பல' ன்னு எப்டி சொல்ல முடிஞ்சிச்சி? இத்தன கடூரமா! ஈஷா ஒரேடியா ஒடைஞ்சி போயிட்டா. இப்ப அவளுக்கு நெர்வஸ் ப்ரேக் டவுன் ஆனா? சந்திரகேது கட் வேல முழு வீச்சுல நடந்துக்கிட்டிருக்கு. இப்ப இந்த பிரச்சினையை அவள் எப்படி சமாளிப்பாள்?''

"சுபீர்! சுபீர்!" அவள் அழுகைக் குரலில் கூப்பிட்டாள்,

"இப்ப என்ன ஆச்சு?" எதிர் அறையிலிருந்து குரல் வந்தது.

"இதக் கேளுங்க. இதக் கேளுங்களேன்."

சட்டையை மாட்டியபடி சுபீர் வந்து நின்றார்.

"ஈஷாவுக்கு ஏதோ பெரிய கஷ்டம் வந்திருக்குன்னு தோணுது."

"அப்டீன்னா?"

"அவங்களுக்குள்ள ஏதோ மனஸ்தாபம்..."

"அதுதான் புருஷன் பெண்டாட்டிக்கு நடுவுல தெனமும் நடக்குதே! இதுல புதிசா என்ன கஷ்டம்?"

"அவ ஃபோன்ல பேசினத பாத்தா அவ அப்படியே ஒடிஞ்சி போயிருக்கான்னு தோணுது. இன்னைக்கி ஒரு லெட்டரும் வந்திருக்கு; பாருங்க."

"இடியட்!" கடிதத்தைப் படித்து விட்டுப் பல்லைக் கடித்தபடிச் சொன்னார் சுபீர்.

"நிஷித்தோட மொபைல் நம்பர் கொடு."

"வேண்டாம், வேண்டாம். யோசிச்சு செய்யுங்க. மொதல்ல நம்ம மகளுக்கு தைரியம் சொல்லுங்க; ஆறுதல் சொல்லுங்க. சட்னு நிஷித்

கிட்ட எதையும் பேசி வைக்காதீங்க. அங்க என்ன நடந்திச்சின்னு யாருக்குத் தெரியும்! ரொம்ப ரோஷக்காரப் பொண்ணு."

"ஆமா. அது சரிதான். அழுமூஞ்சியா அவள நீ வளத்திருக்க. நீ இவ்வளவு தைரியசாலியா இருக்க, ஒன் மகள மட்டும் ஏன் இத்தன கோழையா வளத்திருக்க?"

"அவ அவளோட அப்பாவ கொண்டிருக்கலாம்"

"அப்ப குத்தம் என்னோடதா?"

"குத்தம் சொல்லல. நீங்க சொன்னீங்க, அதான் நானும் சொன்னேன். சரி, அதையெல்லாம் விடுங்க. நீங்க இப்ப மகளுக்கு ஒரு ஃபோன் போடுங்க"

நல்ல வேளை சுபீர் ஃபோன் போட்டவுடன் கிடைத்தது.

"ஈஷா அப்பா பேசறேம்மா. ஒனக்கு என்ன ஆச்சு?"

"ஒன்னுமில்ல அப்பா. நான் இப்ப கொஞ்சம் அவசரமா வெளில போய்கிட்டிருக்கேன்; ஷாயரி சீக்கிரம் வீட்டுக்கு வந்திடுவா. பரீட்சை முடிஞ்ச ஒடனே லீவு விட்டிடும். ஃபோன வைக்கறேன். கவலப்படாதீங்க."

"சரி. எந்தச் சூழ்நிலைலயும் சாந்தமா, கவல இல்லாம இரு. வாழ்க்கைல பல சமயங்கள்ள பல பிரச்சினைகள் வரும். பி கூல். சட்னு எதுவும் நெனைக்காத, பேசாத, செய்யாத."

"என்ன சொன்னா?" ஃபோனை வைத்த உடன் ரஞ்சா கேட்டாள்.

"குறிப்பா எதுவும் சொல்லல, நான் சொல்ல வேண்டியத சொல்லிட்டேன். அதான கேட்டயே. கவலப்பட வேண்டாம்னு சொன்னா. அவ உணர்ச்சி வசப்படறவ. காலைல ஏதாவது வாய்ச்சண்டை நடந்திருக்கும். அதுலயே அவளுக்கு அழுகை வந்திருக்கும், பெருமூச்சு விட்டிருப்பா." சுபீர் வெளியே போய் விட்டார். போகும் போது திரும்பிப் பார்த்து,

"மொரடன். அகங்காரம் பிடிச்சவன். எனக்கு ஒரு நாள் கூட நிம்மதி இல்ல. ஒன்னோட மருமகன் இருக்கானே..."

'யாருக்குத்தான் அகங்காரம் இல்ல. இவன் 'என்ன பாரு'ங்கறான், அவன் என்ன பாருங்கறான், தொண்டை வரை வந்த வார்த்தைகளை அப்படியே விழுங்கினாள் ரஞ்சா'

புடவை கொசுவம் சரியாக இல்லை. புடவைத் தலைப்பு கலைந்திருந்தது. தலைமுடி சரியாக வாரப்படவில்லை; அவள் இதையெல்லாம் கவனிக்காமல் 'சந்திரகேதுகட்'டுக்குப் புறப்பட்டாள். போய்த்தான் ஆக வேண்டும்.

தாயும் மகளும்

"தேகங்காங்கற பேரு எப்டி வந்திச்சின்னு ஆராய்ச்சி பண்ணப் போனா ஒரு பெரிய புராணமே வெளிப்படும் ரஞ்சாவதி. கங்கா ரெண்டு பகுதியா பாகீரதி, கங்காங்கற பேருல பாயுது. அதுதான் துவி கங்கா (துவி-இரண்டு). அது நீண்ட நதியா இருக்கறதால தீர்க்க கங்கா. அது தேவதையா கருதப்படறதால தேவகங்கா. இத்தன பேர்ல எது பொதுவா இருக்கு சொல்லுங்க" என்று கேட்டார் ராய்சௌதுரி.

"கங்காதான். வேற என்ன?"

"பல பேர் இப்படி ஒரு கதையும் சொல்றாங்க. ராஜாவோட மகனோட சோறூட்டு விழாவுக்கு அழைக்கப்பட்டு கங்கா வந்தாங்களாம். அப்ப ராஜாவோட விரோதி பிர் சாகிப் அவங்களுக்கு மட்டமான மாமிசம் சமைக்கறதா, அவங்க காதுல ஓதிட்டான். அதக் கேட்டு அவங்க திரும்பிப் போயிட்டாங்களாம்."

"தேவதைங்க யார் என்ன சொன்னாலும் கேப்பாங்க போலேருக்கு. 'ராஜா செவி வழி போகிறவன்'ன்னு ஒரு சொல்லடை இருக்கு. ஆனா ராஜா காதுல என்ன ஓதினாலும் அது உண்மையா பொய்யான்னு விசாரிக்காம அவன் நடவடிக்கை எடுத்தா அது ஆபத்து இல்லையா? அது போகட்டும். கங்கான்னு சொல்றீங்களே அது இப்ப எங்க இருக்கு?"

"அந்தப் பக்கம் தேகங்காவோட சுடுகாடு இருக்கு, அதுக்குப் பக்கத்துல கோடு கிழிச்ச மாதிரி தண்ணி ஓடுதே அதுதான் கங்காவோட பாதச்சுவடு. அத ஒங்களுக்கு காட்டறேன், இதை விட சுவாரஸ்யமான விஷயம் என்னன்னா அது 'கங்கா'வா இல்ல 'கங்கே'யா? பெரிப்ளஸ் வர்ணனை செஞ்ச ஆதிகங்காரிடி இதுதானா? தேவகங்கா, தேகங்கா,

தேவாலம் முதலிய பேருகள்லேர்ந்து நமக்கு ஒரு விஷயம் புரியுதுன்னு வினய்கோஷ் சொல்றாரு. அதாவது கிரேக்கர்கள் வருணித்த புராதன கங்காரிடி ஜாதி, ராஜ்ஜியம் ஆகியவற்றோட தேகங்கா சந்திரகேது கட் ஆகிய இரண்டுக்கும் தொடர்பு இருக்கு. கி.பி முதலாம் நூத்தாண்டுல பெரிப்ளஸ் இதத்தான் பழைய வாணிப நகரமான கங்கான்னு சொல்றாரு. கி.பி. ரெண்டாம் நூத்தாண்டுல டாலமி "கங்காரிடல்" ன்னு சொல்றாரு. குஞ்சகோவிந்த கோஸ்லாமி ஐயாவும் இதத்தான் சொல்றார்."

"இது ஒங்க சொந்த ஊரு, அதனால ரொம்பத்தான் புகழ் பாடறீங்க."

ராய்சௌதுரி சிரித்தார்.

"தேகங்கா, தேவுலியா, சந்திரகேதுகட், கனாமிகிர் மேடு, இந்த நாலுமே புராதன எடங்கள். இந்த எடங்கள பத்தி ஜனங்க வண்டி வண்டியா கதை சொல்லுவாங்க. அதையெல்லாம் ஒங்களுக்குச் சொல்லணும். சரியா சொன்னா இதையெல்லாம் எழுதி வைக்கணும்; தொகுத்து வைக்கணும்."

எதுதான் புராதன இடமில்லை. பாரத தேசம் முழுவதுமே ஒரு புராதன இடம்தான். மண்ணுக்கடியில் பல நாகரீகங்களின் அடையாளங்கள் அடுக்கடுக்காக இருக்கின்றன. ஒரு முறை புடாபெஸ்ட் பல்கலைக் கழகத்தின் பேராசிரியர் ஒருவரை அழைத்துக் கொண்டு பண்டு வாவுக்குச் சென்றிருந்தாள் ரஞ்சா. அந்தப் பேராசிரியருக்கு ஓரிடத்தில் தடுக்கியது. ஒரு செங்கல் - அதைத் தோண்டி எடுத்தார்கள். அது ஒரு கல்வெட்டு. அதைப் பார்த்து அந்தப் பேராசிரியர் உணர்ச்சி வசப்பட்டார்.

"ஒங்க தேசத்துல எங்க தோண்டினாலும் இந்த மாதிரி ஆச்சரியமான விஷயங்கள் வெளிப்படுது. இந்த மாதிரி நாகரிகம் எதுவும் எங்க தேசத்துல கெடையாது. அப்படியே இருந்தாலும் அது பழமையானதா இல்ல. ரகசியம் இல்லாத, கனவு இல்லாத, இறந்த காலம் இல்லாத ஒரு இயந்திரமான தேசம்."

ரஞ்சா சிரித்தபடிச் சொன்னாள்.

"நீங்க எங்க தேசத்துப் பழமையைப் பாத்து மயங்கிப் போறீங்க. நாங்க ஒங்களோட தற்போதைய நிலையைப் பார்த்து பேராசைப் படறோம்.

எதிர்காலத்த நெனச்சு எழுச்சி அடையறோம். பழைமையை நெனச்சு எதுக்கு இத்தன கர்வப் படணும்னு எனக்குத் தெரியல. லட்சம் வருஷத்துக்கு அப்பறம் மண்ண தோண்டி நாகரிகத்தோட சின்னங்கள உங்க ஜனங்க எடுப்பாங்க. சந்தோஷப் படுவாங்க. உணர்ச்சி வசப்படுவாங்க. அப்ப எங்களோட இந்தப் பழைமையெல்லாம் மண்ணாயிடும். எல்லாமே ஒப்பிட்டுப் பார்க்கக் கூடிய, காலத்தைப் பொறுத்த விஷயம்தான். மகா காலத்தோட கணக்குப்படி எல்லாமே சமகாலம்தான் இல்லையா?"

"என்னதான் சொன்னாலும் நாம மகா காலக் கணக்க எடுத்துக்க முடியாது. பழைமையை நெனச்சு நாம பெருமைப் படாம இருக்க முடியாது."

ரஞ்சா யோசிக்கத் தொடங்கினாள். இந்தப் பழைமை என்ன சொல்கிறது? பெரிய மார்பகங்களும், அகண்ட இடுப்பும், அலங்காரமும், வட்டமான முகமும் பாசம் மிகந்த கண்களும் உடைய அந்த யட்சிணி சிலையை சந்திரகேதுகட் மக்களோ இல்லை கங்காரிடி மக்களோ பூஜை செய்து வந்தார்களா? பல வடிவங்களில் மண்பாண்டங்கள், சட்டிகள், பானைகள். மூக்குடைய மண்பாண்டங்கள் தேவ தேவியரை நீராட்டுவதற்குப் பயன்பட்டன போலும். தேவ தேவியரின் தலை சூடாக இருக்கும் போலிருக்கிறது. அதனால்தான் இந்த நீராட்டும் வழக்கமா? இல்லை அவர்கள் உலகில் குளியலறை இல்லையோ? அதனால் தான் பூலோக மக்கள் பக்தியுடன் நீராட்டுவதற்குக் காத்திருக்கிறார்களோ?

தேவ தேவி யார்? நம்முடைய நம்பிக்கை. நம்முடைய கையால் வடிவமைக்கப்பட்ட கனவு உருவங்கள். நம்முடைய நம்பிக்கையை நாம் நீராட்டுகிறோம். அதற்கு ஆரத்தி எடுக்கிறோம்; நைவேதனம் படைக்கிறோம். பழைய காலத்திலிருந்து மனிதர்கள் இதைத்தான் செய்து வந்திருக்கிறார்கள். என்னுடைய இந்த அறையைக் கவனமாகக் கழுவி விட வேண்டும்; துடைக்க வேண்டும். அவர் எப்போது வருவார் என்று யாருக்குத் தெரியும். எப்போது என்னைப் பற்றி அவருக்கு நினைவு வருமோ தெரியாது. பழங்காலத்திலிருந்தே மனிதன் தன்னம்பிக்கை, தன்னுடைய மகத்துவம், தன்னுடைய திறமை இவற்றையெல்லாம் தூரத்தில் தள்ளி வைத்திருக்கிறான்.

“ரஞ்சா, இங்க வாங்க. இவர் நிவாரண் விஸ்வாஸ், இவர் ஏகராம் அலி சாஹேப். எல்லாரும் வந்திட்டாங்க.” என்றார் ராய்சௌதுரி.

ரஞ்சா அவர்களுக்கு வணக்கம் சொன்னாள். அவர்கள் உண்மையிலேயே வணக்கத்துக்குரியவர்கள். நிவாரண் விஸ்வாஸ் உள்ளூர் பள்ளியில் ஆசிரியர். ஏகராம் ஆலி மதராஸாவில் ஆசிரியர். தேகங்கா, தேவுலியா மற்றும் சுற்று வட்டாரங்களில் நிறைய முஸ்லிம்கள் வசிக்கிறார்கள். இவர்கள் இருவரைப் பற்றிக் குறிப்பாகச் சொல்ல வேண்டுமென்றால் தங்களுடைய முன்னோர்கள் சேகரித்து வைத்துள்ளவற்றை கவனமாக இவர்கள் பாதுகாத்து வருகிறார்கள். இவர்கள் இருவருமே விசேஷமான பயிற்சி எதுவும் பெறாதவர்கள். இதிகாசத்துடன் எவ்விதத் தொடர்பும் இல்லாதவர்கள், பார்த்துப் பார்த்து கேட்டுக் கேட்டு இவர்களுக்கு இதிகாச அறிவு வந்து விட்டது. நிவாரண் ஒரு முழு நோட்டு நிறைய தான் எழுதி வைத்திருந்ததை ரஞ்சாவதி படிப்பதற்காக கொடுத்தான். படித்து விட்டு அவள் ஆர்வத்துடன் நிவாரணைப் பார்த்தாள்.

“இந்த விளையாட்டுப் பொருள்கள பாருங்க” பணிவு கலந்த மரியாதையுடன் நிவாரண் சொன்னான்.

விலங்குகளின் சின்னச் சின்ன உருவங்கள்; ஆட்டின் தலை; சின்னப் பையனின் உருவம்; மண் வண்டி முதலியவை. அந்த மண் வண்டியை மையமாக வைத்து சுத்ரகரின் நாடகம் ஒன்று இருக்கிறது. அந்த வண்டி இன்றும் ஒரு நினைவுச் சின்னமாக இருக்கிறது. வண்டி பொம்மை குழந்தைகளுக்கு மிகவும் பிடித்தது. குழந்தைகளுக்கு வண்டி வேண்டும். பலவித மோட்டார் வண்டிகள், ஏரோப்ளேன், கப்பல், ஜீப், முதலியவற்றைக் குழந்தைகளுக்குக் கொடுக்க வேண்டி இருக்கிறது. அவர்களுக்கு வண்டி மேல் உள்ள விருப்பம் ஆதி மனிதன் சக்கரம் கண்டு பிடித்ததுடன் தொடர்பு உடையதா? குழந்தைகள் வண்டியை வைத்துக் கொண்டு எத்தனை விதமாக விளையாடுகிறார்கள்! அவளுடைய பேத்தி ஷாயரி பாட்டி வீட்டுக்கு வரும் போது அவளுடன் பன்னிரண்டு வண்டிகள் வரும். வண்டியைத் தரையில் ‘சொய் சொய்’ என்று தேய்த்து விடுவாள். அது சீறிக் கொண்டு சென்று மேஜையின் காலில் மோதிக் கொண்டு நிற்கும். எல்லாவற்றிலும் மகிழ்ச்சி, சக்கரத்தில் தான் எல்லா வித்தையும் நுட்பமும் இருக்கின்றன. வண்டியின் முன்னால் அவள்

வெகு நேரம் நின்றிருந்தாள். வண்டியின் நினைப்பு ஷாயரியின் நினைப்புடன் கலந்து போயிற்று. தலையில் சுருண்ட முடியுடன் இரண்டரை மூன்று வயதிலிருந்து ஐந்தாறு வயது வரை ஷாயரி நினைவுக்கு வந்தாள். கள்ளங்கபடமற்ற கண்கள், அழகான கைகள், மணிக்கட்டுக்குப் பக்கத்தில் அழகான மடிப்பு, கையில் நீல நிற மெர்ஸடிஸ் கார். கள்ளங்கபடமற்ற அந்தக் குழந்தைக்கு தன் தந்தை தன் தாயிடம் அவளைத் தான் விரும்பவில்லை என்று சொன்னது தெரியவும் தெரியாது; தெரிந்தாலும் புரியாது. அவன் என்ன ஒரு பேச்சுக்கு அப்படிச் சொன்னானா? தனக்கு அப்போதிருந்த எரிச்சலை வெளிப்படுத்த விரும்பினானா? மிகவும் முன் கோபக்காரன் என்பது அவன் ஃபோனில் பேசும் போது கூடத் தெரியும். வேலையில் 'மடமட' வென்று மேலே போய்க் கொண்டிருக்கிறான். அதற்காக உழைக்கவும் செய்கிறான். ஆனால் நிஷித்திடம் திடீரென்று காணப்படும் இந்த மாற்றம் உயர் பதவியாலா இல்லை பணக் கர்வத்தாலா? தன் மருமகனைப் பற்றி இப்படி மட்டமாக நினைப்பதற்கு ரஞ்சாவுக்கு மிகவும் கஷ்டமாக இருந்தது.

அவன் இவ்வளவு சாதாரணமானவனா? பெரும்பாலானவர்கள் இந்த ரகம் தான் என்று அவளுக்குத் தோன்றியது. கையில் நாலு காசு வந்து விட்டால் தலை கழுத்தில் நிற்காது. பொரும்பாலானவர்கள் வெளிப்பகட்டு, போலி கௌரவம், தங்களுக்கென்றே வைத்துக் கொண்டிருக்கும் கருத்துகள் இவற்றால் தங்களைத் தாங்களே கட்டிப் போட்டுக் கொண்டிருக்கிறார்கள். நிஷித், நீதி அரசரான நிஷித்தின் அப்பா, அவர்களுடைய நண்பர்கள், உறவினர்கள் எல்லாருமே இந்த ரகம்தான். ஒரு வட்டத்துக்குள் இருப்பவர்கள். கடுமையாகப் பேசுவது, ஒட்டாமல் பழகுவது, மனதில் உணர்ச்சி இல்லாமல் பேசுவது, இப்படித்தான் இவர்கள் இருக்கிறார்கள். உண்மையான மனிதர்களையும் நாம் சுற்றிலும் பார்க்கலாம். நிவாரண் விஸ்வாஸ், ஏகராம் ஆலி முதலியோர் நீதி அரசரின் வரவேற்பறையில் இருக்க தகுதியற்றவர்களாக இருக்கலாம். ஆனால் அவர்களுடைய அறிவு, வேலையில் ஆழ்ந்திருக்கும் குணம், படிப்பு ஆகியவை இவர்களைப் பல நீதிபதிகள், வக்கீல்களை விட மேலான மனிதனாக, பண்புள்ளவனாக உயர்த்தி இருக்கின்றன. இது விஷயமாக அவளுக்கு ஒரு குழப்பம் ஏற்பட்டது. வீட்டில் மனைவி மக்களிடம் இவர்கள் எப்படி நடந்து கொள்வார்கள் என்று யாருக்குத் தெரியும்? சுபீருக்கும் நிஷித்துக்கும் கூடத்தான் அவர்கள் வேலை

பார்க்குமிடத்தில் நல்ல குணமுடையவர்கள் என்ற நல்ல பெயர் இருக்கிறது.

அவள் சம்பந்தமே இல்லாமல் திடீரென்று கேட்டாள்:

"நிவாரண் ஐயா, ஓங்களோட குடும்பம்..."

இதைக் கேட்டு திகைப்படைந்த நிவாரண் சற்றே வெட்கத்துடன் சிரித்து, "எனக்கு இன்னும் கல்யாணம் ஆகல. வீட்ல அம்மா இருக்காங்க. இந்த வேல செய்துக்கிட்டு நல்லாத்தான் இருக்கேன்" என்றான்.

"என்னோட பிவி எனக்கு ரொம்ப உதவி செய்யறாங்க அக்கா. என்னோட வேல முடிஞ்சப்பறம் நான் இதையெல்லாம் செய்துக்கிட்டிருக்கேன். அதப் பத்தி யாரும் எந்தக் குத்தமும் சொல்றதில்ல. குடும்பத்த என் பிவிதான் கவனிச்சுக்கறாள். நான் ஒண்ணும் செய்யறதில்ல. தெரியுமா?" என்றான் எகராம் ஆலி.

நிவாரண் ஏகராமை விடச் சின்னவன்தான். ஆனால் வயது நாற்பதைத் தாண்டி இருக்கும். நிவாரண் சிரித்தபடி,

"இதையெல்லாம் கவனிச்சு செய்ய ஆள் தயார் செய்ய முடியலன்னா மியூசியத்தோட க்யூரேட்டர பொறுப்பெடுத்துக்கச் சொல்வேன். ஓங்களுக்குப் பயம் வேண்டாம் அக்கா" என்றான்.

ரஞ்சா சிரித்தாள். அவள் ஏதோ இதற்காகத்தான் கேள்வி கேட்டதைப் போல் இருந்தது. எந்த எண்ணத்தின் தூண்டுதலில் அவள் அந்தக் கேள்வியைக் கேட்டாள் என்பதை அவர்கள் கண்டுபிடிக்கவில்லை; கண்டு பிடிக்கவும் முடியாது.

மகளின் திருமணத்தின் போது மனதிற்குப் பிடித்த பொருள்களை யெல்லாம் பார்த்துப் பார்த்துக் கவனத்துடன் வாங்கிக் கொடுத்தாள்.

"நீங்க கொடுத்திருக்கறது எல்லாமே ரொம்ப அழகா இருக்கு. ஆனா எல்லாத்தையும் விட அழகு ஓங்க பொண்ணுதான். பாத்தா கண்ணு மனசு ரெண்டுமே நெறஞ்சு போகுது" என்றனர் நிஷித்தின் பெற்றோர்.

மாமனாருக்குத் தான் அதிக மகிழ்ச்சி. மாமியாரும் அவர் மகிழ்ச்சியில் கலந்து கொண்டாள். அத்தனை அழகான குழப்பமோ குற்றங்குறையோ இல்லாத திருமணத்தின் கதி இதுவா?

ஈஷா குழந்தைத்தனமானவள்தான். வாழ்க்கையின் யதார்த்தத்தைப் பற்றிய அறிவு இல்லாதவள். அவள் நிஷித்தின் தந்தையிடம்,

“இவ எங்களுக்கு ஒரே குழந்தை. ரொம்ப செல்லம். நாங்க அவள திட்டினதில்ல. கொஞ்சம் எடம் கொடுத்துதான் வளத்திருக்கோம். ஒரே மகள் இல்லையா... என்றாள்.”

அவள் நெஞ்சில் சட்டென்று ஒரு வலி. புபுன் போய் விட்டான். ஏதோ ஊர் பேர் தெரியாத ஒரு நோய். கேலப்பிஸ் ஹெப்பாட்டிஸ் அவர்களால் ஒன்றும் செய்ய முடியவில்லை. வலியால் சின்னப் பையன் துடிதுடித்தான். கண்களில் வலியின் வேதனை. அவள் அவன் கையைப் பிடித்துக் கொண்டு நர்ஸிங்ஹோமில் படுக்கையின் பக்கத்தில் உட்கார்ந்திருந்தாள். அப்பா நடந்து கொண்டிருந்தார் அவர்களுடைய மகள் மாமா வீட்டில் இருந்தாள். தினமும் தம்பியைப் பார்க்க வரும் அவளுடைய முகம் வாடி விடும். கண்களில் பாசம் பொங்க,

“நான் இருக்கேன்; நாங்க இருக்கோம்” என்று திரும்பத் திரும்ப அவள் சொல்லிக் கொண்டிருந்தாள். ஆறுதல் சொல்லும் விழிகளால் அவனை விடாது பார்ததுக் கொண்டிருந்தாள். அக்காவின் விழிகளில் இருந்த வாழ்த்து, பாசம், கவலை ஆகியவற்றுக்கு மனத்தத்துவ ரீதியில் ஏதாவது சக்தி இருந்தால் அவன் பிழைத்திருப்பான். ஆனால் இல்லை போலிருக்கிறது. தாய் தன் எல்லாவற்றையும் கொடுத்தும் கூட அவளால் தன் குழந்தையைக் காப்பாற்ற முடியாது போலிருக்கிறது.

புபுன் போன பின் வீடு சூனியமாகி விட்டது. அளவில்லாத சோகத்துடன் ஈஷா நடமாடினாள். மறைவாகவும், வெளிப்படையாகவும் அழுதாள். அப்பா அம்மா அவளை அணைத்து ஆறுதல் சொல்லி பக்கத்தில் வைத்து வளர்த்ததில் என்ன ஆச்சரியம்? அவள் மகளை என்றென்றும் மார்பில் வைத்திருந்தாள். கல்யாணம் செய்து கொள்ளா விட்டால் என்ன? அதை ரஞ்சா பெரிதாக எடுத்துக் கொண்டிருக்க மாட்டாள். கல்யாணம் செய்து கொண்டால் தன் சொந்த காலில் நின்ற பிறகு அறிவு முதிர்ச்சி அடைந்த பிறகு நன்றாக யோசித்து முடிவெடுத்துக்

கல்யாணம் செய்து கொள்ள வேண்டும். ஆனால் அப்படி இல்லாமல் சில காதல் மொழிகளில் மயங்கி மகள் தன் அப்பா அம்மாவின் நிச்சயமான, கவலையற்ற ஆதரவை விட்டுச் சென்று விட்டாளே! மண் பொம்மையைப் போல் களி பொம்மையைப் போல் அன்பால் அவர்கள் அவளை அவர்கள் விரும்பிய வடிவத்தில் பிடித்து வைத்திருக்கலாம். அறிவு முதிர்ச்சி பெற்ற வயதான மனிதர்களிடம் ஏன் பாசம் இல்லை? அவர்கள் மூவரும் அவளுடைய மகளை என்ன செய்தார்களோ தெரியாது, தினம் தினம் அவள் பார்வை மாறி வருகிறது. இளம் பெண் மனச் சோர்வில் அழுந்தில் போயிருக்கிறாள். சில சமயம் உப்பு பெறாத விஷயங்களுக்குப் பொங்கி விடுகிறாள். எங்கேயோ ஏதோ தவறு இருக்கிறது. அவளுக்குப் புரிந்தது, ஆனால் விடைதான் கிடைக்கவில்லை. கேட்கப் போனால் எரிந்து விழுவாள்.

"இத்தன நாள் என்ன பொத்திப் பொத்தி வளத்திட்டீங்க; இப்பவாவது என்ன என் வழில விடுங்களேன்." மாமனார், மாமியார் கோபப்படும் போதெல்லாம் இவள் மனம் தளர்ந்து போகிறாள். அவர்களோடு ஒத்துப்போவதில்லை. 'ஈஷா' இதெல்லாம் சரிப்பட்டு வராது. இப்போது கூட சில குடும்பங்கள் பத்தொம்பதாம் நூற்றாண்டின் தொடக்கத்தில் இருக்கிறார்கள். அவர்களுடைய தலையும் மூளையும் இருபதாம் நூற்றாண்டின் இறுதிப் பகுதியில் இருக்கலாம். ஆனால் அவர்களுடைய கால் இன்னும் பத்தொம்பதாம் நூற்றாண்டில் இருக்கிறது. அதனால் இம்மாதிரி மனிதர்களைப் புரிந்து கொள்ள முடியாது. இயந்திரங்களும், கம்ப்யூட்டர்களும் அவர்கள் வாழ்க்கையில் சகஜமாகி விட்டன. ஃபோர்க்கும் ஸ்பூனும் கொண்டு சாப்பிடுகிறார்கள்; வீட்டை மேற்கத்திய பாணியில் அலங்கரித்திருக்கிறார்கள். பெண்கள் நேர்த்தியாகக் கொசுவம் வைத்துப் புடவை அணிகிறார்கள். பாண்ட் சட்டை அணிந்து கண்ணாடி போட்டிருக்கும் வயதான ஆண்கள் கால் மேல் கால் போட்டு உட்கார்ந்திருக்கிறார்கள். உள்ளே பெண்கள் டீ போட்டுக் கொடுக்க வேலைக்காரன் அவற்றைத் தட்டில் வைத்து எடுத்து வந்து நீட்டுகிறான். எல்லாம் சரியாக இருக்கிறது. ஆனால் இதே மக்கள் மருமகள் என்ன சாப்பிடுகிறார்கள் என்று கழுகைப் போல் பார்க்கிறார்கள். தூங்கி எழுந்திருப்பதற்குக் கொஞ்சம் நேரமானால் மருமகளுடன் பேசுவதை நிறுத்தி விடுகிறார்கள். கணவனுடன் வெளியே சாப்பிட்டு விட்டு வந்தாலோ, இல்லை நேரம் கடந்து வீட்டுக்கு வந்தாலோ 'காச்மூச்'

என்று கத்துகிறார்கள். மகனிடம் இல்லை, மருமகளிடம். இது எந்தக் காலத்து மனோபாவம்? வேறொரு வீட்டிலிருந்து வேறொரு குடும்பத்திலிருந்து தன்னுடைய அம்மா, அப்பா குடும்பத்தினர் எல்லாரையும் விட்டு விட்டு வரும் புதுப்பெண்ணிடம் இயல்பாகவே அன்பும் அரவணைப்பும் இருக்க வேண்டும். 'நீங்க எல்லாரும் ஒண்ணு சேந்துப்பீங்க, அவ மட்டும் தனி. அவளோட பழக்கவழக்கம், வித்தியாசங்கள் இதெல்லாத்துக்கும் நீங்க தான் ஒத்துப் போகணும்.' ஒத்துப்போற வேலைய தொடங்கற பொறுப்பு ஓங்களுக்குத்தான் இருக்கு ஜட்ஜ் ஐயா. பத்தொம்பது இருவது வயசான அனுபவமில்லாத குழந்தை பருவத்த சமீபத்துல தாண்டி வந்திருக்கற பொண்ணோடது இல்ல; ஒரு போதும் இல்ல. நீங்க செய்திருக்கறது ஏதோ அறியாமையால செய்திருக்கற தப்பு இல்ல. இதயமில்லாத மனுஷத்தன்மை இல்லாத வகை அது. இதை என்னால கற்பனை கூட செஞ்சுப் பாக்க முடியல.'

'இது சரிப்பட்டு வராது ஈஷா. பத்தொம்பதாம் நூற்றாண்டைச் சேர்ந்தவங்க வீட்ல நீயும் பத்தொம்பதாம் நூற்றாண்டைச் சேர்ந்தவளாத்தான் இருக்கணும். அங்க ஒன்னோட ரோஷத்த காட்டிப் பிரயோஜனம் இல்ல. நட்பும் அன்பும் எதிர்பார்த்து ஒரு பிரயோஜனமும் இல்ல. அவங்க சொல்றத வாய மூடிக்கிட்டுச் செய். கேள்வி கேக்காத. அதுக்கப்பறமும் சிரிச்ச மொகத்தோட இரு. அந்த நவநாகரீக வீட்ல பழைய கட்டுப்பாடுதான் இருக்குன்னு நீ ஏன் முன்னாலேயே சொல்லல? சொல்லி இருந்தா கேள்வியே கேக்காம பணிஞ்சு போய், ஆரம்ப காலக் கஷ்டங்கள தாண்டி, இம்மாதிரியான ஜன்மங்கள ஓரளவுக்காவது மனுஷனா மாத்தற வழிகள நான் ஒனக்குச் சொல்லிக் கொடுத்திருப்பேன்'.

எல்லாவற்றையும் விட வேடிக்கை என்னவென்றால் மருமகள் மாமிசக்கறி சரியாகச் செய்யவில்லையென்றால் அவளைக் கேவலமான ஜன்மமாகப் பார்க்கிற அளவுக்கு அவளிடம் அவர்களுக்கு இருக்கிற எதிர்பார்ப்புதான். ஆனால் அவர்களுடைய உறவுக்காரர் வீட்டில் மாமியார் மருமகளின் விஷமக்கார ஏழு மாதக் குழந்தையைத் தனியாகச் சமாளிக்கிறாள். அந்தப்பெண் ஒரு சாதரண வேலையில் இருக்கிறாள். அதற்கு அவளைத் தலையில் தூக்கி வைத்துக் கொண்டிருக்கிறார்கள். அவளைச் சமையலறையில் நுழைய விடுவதில்லை. ஞாயிற்றுக் கிழமை ஏதாவது சமைக்க வேண்டுமென்றால் மாமியார் சொல்லித் தருவாள். சாப்பிடும் போது எல்லாருமே 'ரொம்ப நல்ல இருக்கு, ரொம்ப நல்லா

இருக்கு' என்று சொல்லி அவளை உற்சாகப் படுத்துவார்கள். குழந்தையை விட்டு விட்டு மகனும் மருமகளும் சினிமா போவதில் எவ்விதத் தவறும் இல்லை. இன்று படித்த கௌரவமுள்ள குடும்பங்களில் இதெல்லாம் சகஜம் தான். ஒரு விசித்திரமான குடும்பத்தில் ஈஷா வாழ்க்கைப்பட்டது அவளுடைய தலைவிதியா இல்லை ஈஷாவுடைய தலைவிதியா?

இரவு ஒன்பது மணிக்கு வாயில் மணி ஒலிக்க சஞ்சய் கதவைத் திறந்தார். வெளியே ரஞ்சா நின்றிருந்தாள்.

"என்ன ஆச்சு? ராத்ரி இத்தன நாழிக்கு மேல..."

முகத்தைப் புடவைத் தலைப்பால் துடைத்துக் கொண்டு

"சந்திரகேதுகட், அதான் தேகங்கா பக்கம் வேல இருந்திச்சி; போயிருந்தேன். வழில ஒன் வீடு மொதல்ல வந்திச்சி. ரொம்ப களைப்பா இருக்கு அண்ணா. அம்மா எங்க? அண்ணி எங்க? என்று கேட்டாள் ரஞ்சா"

"வா, வா!"

"மொதல்ல வீட்டுக்கு ஒரு ஃபோன் பண்ணிச் சொல்லிடறேன்." உள்ளே நுழைந்தாள் ரஞ்சா. தன் கைப்பையிலிருந்த மொபைல் ஃபோனை வெளியே எடுத்தாள்.

"நான் இன்னிக்கி அம்மாகிட்ட இருந்திட்டு வரேன். இல்ல, இல்ல ஒடம்புக்கு ஒண்ணும் இல்ல. கொஞ்சம் களைப்பா இருந்திச்சி. எல்லாம் சரியா இருக்கு. ஃப்ரிஜ்ல இருக்கு. ஆமா. ப்ளிஸ், அதான் சொல்லிக்கிட்டிருந்தேன். பை சான்ஸ் யாராவது லேண்ட்லைன்ல ஃபோன் செய்தங்கன்னா அவங்களுக்கு என்னோட மொபைல் நம்பர கொடுத்திருங்க. சரியா?"

"இது என்ன இப்டி பண்ணியிருக்க! திடீர்னு என்ன இது? சுபீர் ஏதாவது நெனச்சுக்கிட்டார்னா...?" என்றாள் அண்ணி.

"அப்டி என்ன நெனச்சுப்பாரு அண்ணி? அவருந்தான் போறாரு. லெக்சர், செமினார். அன்னைக்கி பாங்குராவுக்குப் போயிட்டுத் திரும்ப முடியல. ராத்ரி பத்து மணிக்கு ஃபோன் வருது. நான் என்ன ஏதாவது

நெனச்சுகிட்டேனா?"

"அவரோட விஷயம் வேற."

"பேஷ், பேஷ். ஏன் அவரோட விஷயம் வேற? அவரு செமினாருக்குப் போனாரு. நானுந்தான் பழைய இடிப்பாடுகளைத் தோண்டித் தோண்டி பழைய நாகரீகத்தைத் தேடிப் போனேன். எனக்கு இன்னும் கஷ்டம். இங்கேர்ந்து கஸ்பாவுக்குத் திரும்பிப் போகணும். வழில ஒரே ட்ராஃபிக் ஜாம்."

அம்மாவின் அறையிலருந்து அவள் குரல் கேட்டது.

"நா ஹ ஞானநேய சத்ரிஷம் பவித்ரமிஹ வித்யாதே"
தத்ஸவம் யோகஸம்ஸித்தஹ காலேநாத்மணி விந்தது
ஸ்ரத்தவல் லப்பத்தே ஞானம் தத்பாஹ ஸம்யத்யேந்திரிஹ
ஞானம் லப்த்வ பரம் ஸன்திம் அச்சிரேனதிக்கச்சதி"

இது என்ன நாலாவது அத்தியாயமா? அவளுடைய அம்மா ஞானத்திற்கும் பக்திக்கும் நடுவே குழப்பத்துடன் நின்று கொண்டிருக்கிறாள். ஞானம் மட்டும் இல்லை, பக்தியும் கூட எளிது இல்லை அதுவும் கேள்வி கேட்காத ப்ரபக்தி.

அம்மாவால் முடியுமா?

"ராத்ரி மணி ஒன்பதாகப் போகுது. இன்னும் அம்மாவோட பூஜ முடியலயா அண்ணி?"

அண்ணி முகத்தைக் கோணிக் கொண்டு,

"இப்பல்லாம் ராப் பகலா பூஜ புனஸ்காரம்னு கெடக்கறாங்க. என்ன ஆச்சோ யாருக்குத் தெரியும்?" என்றாள்.

"வயசானவங்க பூஜ புனஸ்காரம்னு இருக்கறது நல்லதுதான?" என்றார் அண்ணா.

"மாத்து பொடவ தரட்டுமா?" அண்ணி கேட்டாள்.

"வேண்டாம் அதோ அந்தப் பைல குறைஞ்சது ரெண்டு மாத்து ட்ரெஸ்ஸாவது எப்பவும் இருக்கும். தூசியும் தும்பையும்... வேல முடிஞ்சப்பறம் என்னோட நெலம எப்டி இருக்கும் தெரியுமா?"

குளியலறைக்குப் போவதற்கு முன்னால் அம்மாவின் அறையில் எட்டிப் பார்த்து, "அம்மா, நான் வந்திருக்கேன்" என்றாள்.

முன்பெல்லாம் சொல்வது போல, "வந்திருக்கயா, ரொம்ப நல்லது. மொதல்ல கைகால் கழுவிக்கிட்டு ஏதாவது சாப்டு" என்று அம்மா சொல்லி இருந்தால் அவள் மனதில் பட்டிருக்காது. ஆனால் அம்மா ஒன்றும் சொல்லாமல் தன் பூஜையைத் தொடர்ந்தாள்.

ஹே சந்திர சூட் மதனாந்தக் ஷுல்பானேய
ஸ்தானோ கிரிஷ் கிரிஷ் மகேஷ் சம்போ
பூதேஷ் பீத்பய் சூதன் மாம்நாதம்
சன்சார் துக்கஹரா ஜகதீஷ் ரக்ஷா
ஹே பார்வதி ஹருதய வல்லப சந்திரமௌளி
பூதா தீப் ப்ரமத்நாத் க்ரீஷ்சாப்.
ஹே, வாம்தேவ் பவ ருத்ர பினாக்கபாணி
சன்சார் துக்கஹரா ஜகதீஷ் ரக்ஷா.

ரஞ்சா நின்று கொண்டே இருந்தாள். பூஜை முடிந்து பகவத்கீதை நூலை வணங்கி, அதை மெள்ள அதன் இடத்தில் வைத்து விட்டு

"பூஜ பண்ற சமயத்துல நான் பேசமாட்டேன். வாம்மா" என்றாள் வேதவதி.

"அம்மா இன்னைக்கி நான் ஒன் கூட இருக்கப் போறேன். இரு, குளிச்சிட்டு வரேன்."

"இருக்கப் போறயா? நீயா? என் கூடவா?" ஆச்சரியத்தில் அம்மாவின் குரல் உயர்ந்து கொண்டே போயிற்று. இருப்பது முதல் ஆச்சரியம். அவள் இருப்பது இரண்டாவது ஆச்சரியம். அம்மாவுடன் இருப்பது மூன்றாவது ஆச்சரியம். விஷயத்தை முழுவதும் புரிந்து கொண்டாள் ரஞ்சா. கடைசியாக அவள் எப்போது அங்கே தங்கினாள் என்பது யோசித்துப் பார்த்தால்தான் தெரியும். அதுவும் அறிவிப்பு இல்லாமல் வந்து அம்மாவுடன் தங்கியது. படித்த மகளுக்கு முன்னால் தான் தகுதி இல்லாதவளாக இப்போதெல்லாம் வேதவதிக்குத் தோன்றுகிறது மகள் மட்டுமல்ல மகன்கள் பேரன் பேத்தி எல்லாரிடமும்தான். அவர்கள் என்னவெல்லாமோ பேசுவார்கள். செவன் ஹண்ட்ரட் பி.ஸி. சர்ஷாபத், த்ரிபீடக், மதர்போர்ட், மௌஸ்,

குலோபலைசேஷன், க்ரீன் ஹவுஸ் எஃபக்ட், சென்செக்ஸ் ஏறுவது, இறங்குவது - இந்த மாதிரி எத்தனையோ. வார்த்தைகளைப் பேரன் பேத்திகள் வரை எல்லாரும் உச்சரிக்கும் போது அவளுக்குத் தான் திக்குத் திசை தெரியாமல் நிற்பது போல் தோன்றும். அதனால் அவளுக்கு ஒரு சமயம் விளங்காமல் இருந்த பகவத் கீதையும், ‘உபநிஷத்’தும், ‘சண்டிபத்’தும், இப்போது எளிமையாகப் படுகின்றன. எப்படியாவது தனக்குத் தெரிந்த எதையாவது பிடித்துக் கொண்டு தொங்கினால் போதுமென்றுருக்கிறது. இல்லாவிட்டால் இந்த உலகமும், வாழ்க்கையும் குடும்ப வேலைகளும் அர்த்தமற்றதாகிவிடும்.

அம்மாவை உற்றுப் பார்த்தபடிக் “குளிச்சிட்டுவரேன் அம்மா” என்றாள்.

ஷவரிலிருந்து பூச்சிதறலாய்த் தண்ணீர் தலையில் விழுந்து கொண்டிருந்த போது அவள் ஈஷா, ஈஷா, ஈஷா என்று ஜபம் செய்து கொண்டிருந்தாள். ‘சண்டி தாயே, கமலா தாயே, மாதங்கி, மகிஷாசுரமர்த்தினி, பகளா, காளி, மேலுலகத்துல இருக்கற எல்லா அன்னை சக்திகளே என் மகளைக் காப்பாத்துங்க. ஈஷா என் குழந்த மட்டும் இல்ல, எப்படி வேதவதி, ரஞ்சாவதி எல்லாரும் ஒங்க குழந்தைகளோ, அதே மாதிரி ஈஷாவும் ஒங்க குழந்ததான். நீங்க எப்படி அநியாயத்தையும் புறக்கணிப்பையும் சகிச்சுப்பீங்க? ஈஷா வோட அவமானம் ஒங்க அவமானம் இல்லையா? நீங்க உதவி பண்ணலைன்னா நான் தனியா என்ன பண்ண முடியும்?’

பேசப் பேச ரஞ்சாவின் தன்னம்பிக்கை பெருகியது. அவள் முகம் மாறிக் கொண்டே போயிற்று. சில சமயம் கறுத்த நிறம், சில சமயம் கரு நீல நிறம், சில சமயம் வியர்வை கலந்த மஞ்சள் நிறம், சில சமயம் பனி போன்ற வெள்ளை நிறம், சில சமயம் கடலைப் போன்ற நீல நிறம்; அவளுடைய பத்து கைகளில் பத்து வித ஆயுதங்களைத் தேவ தேவியர் கொடுத்ததைப் போல் இருந்தது; நான்கு புறங்களிலும் சாம்பிராணி, ஊதுவத்தி ஆகியவற்றின் மணம், பூஜைக்குரிய பொருள்களின் மணம். நைவேத்தியத்திற்கு வைக்கப்பட்டிருந்த பச்சரிசி, பழங்கள், பூக்கள் ஆகியவற்றின் மணம். ரஞ்சா தன்னைத் தானே வணங்கிக் கொண்டிருந்தாள்.

நமோ ரஞ்சே, நமோ ரஞ்சே
ரஞ்சபத்வேயி, ஸர்வதாசாதிகே,
யா தேவி சர்வபூதேஷு
ரஞ்சாவதி ரூபே சன்ஸ்திதா
நமஸ்தஸ்யை, நமஸ்தஸ்யை, நமஸ்தஸ்யை நமோ நமஹ'

கதவை யாரோ தட்டுகிறார்கள்.

"ரஞ்சா குளிச்சாச்சா? எத்தன நாழி குளிப்ப?"

"இதோ வந்திட்டேன் அண்ணி."

நனைந்த தலைமுடியைத் தங்கக் கிரீடம் சூட்டியது போல் மஞ்சள் நிறத் துண்டால் கட்டி இருந்தாள். அவள் கண்கள் சிவந்திருந்தன.

"அடக் கடவுளே, ஒன் கண்ணு என்ன இப்டி செவந்திருக்கு?"

"ரொம்ப சூடு, அழுக்கு, தூசி, அசுத்தம் அண்ணி."

ரொம்ப கஷ்டம், ரொம்ப வேதனை, ரொம்ப கொடுமை. இவற்றையெல்லாம் தான் மாற்றி அவள் அப்படிச் சொன்னாள். ஆனால் அவள் குரலில் இருந்த துக்கமும், வருத்தமும் கவலையும் அண்ணியை ஆச்சரியப்பட வைத்தன.

அண்ணி தாழ்ந்த குரலில் விசாரித்தாள்:

"சுபீரோட மறுபடியும் ஏதாவது சண்டையா?"

"சுபீரோடயா? ஏன்? ஒனக்கு ஏதாவது பைத்தியமா அண்ணி?"

இதில் அண்ணியின் தப்பு ஒன்றும் இல்லை. சுபீருக்கும் அவளுக்குமிடையே இருந்த உறவு சண்டையும் சச்சரவுமாகத்தான் இருந்தது. நாள் போகப் போக சுபீரின் அகங்காரமும் எல்லாவற்றிற்கும் அவளையே பொறுப்பாக்கும் குணமும் அதிகமாகிக் கொண்டு வந்தன. புபுனின் மறைவு அவர்கள் இருவருடைய வாழ்க்கையிலும் ஒரு பேரிழப்புதான். அந்த இழப்பை அவர்களால் ஒரு காலத்திலும் மறக்க முடியாது. அந்தத் துக்கம் போகவே போகாது.

ஆனால் அதை வெளிப்படுத்தும் விதம் தான் இரண்டு வகை. மகனின் மறைவுக்கு முழுப் பொறுப்பையும் ரஞ்சாவின் மேல் சுமத்தி

விட்டால் அவருடைய துக்கத்தின் பாரம் குறையும் என்பது போல் “எல்லாம் ஒன்னாலதான். ஒன்னால மட்டும் தான். ஸ்கூலுக்கு வெளியே விக்கற கண்டதையும் வாங்கித் தின்ன காசு கொடுக்காம இருந்திருக்கலாம் இல்லையா?” என்பார் சுபீர். அப்படிச் சொல்லும் போது ரஞ்சா அவனுடைய அம்மா, அவனைக் கஷ்டப்பட்டுச் சுமந்து பெற்றெடுத்தவள் என்பதை அவர் நினைத்துப் பார்ப்பதில்லை.

அந்த உயிர் கொல்லி தொற்று எங்கிருந்து வந்தது என்று யாருக்கும் தெரியாது. எத்தனையோ குழந்தைகள் ஸ்கூலுக்கு வெளியே வாங்கித் தின்றார்கள். அவர்கள் யாருக்கும் எதுவும் ஆகவில்லை. அவள் மகனுக்கு மட்டும் ஏன் வர வேண்டும்? ஒரு தடவை டாக்டர் அவளிடம் சொன்னார்.

“எங்கிருந்து வந்திச்சின்னு எப்டி சொல்ல முடியும்? கொழந்தைங்க ஏதேதோ திண்பண்டங்கள திங்கறாங்க. தூசியும் மண்ணும் திங்கறாங்க. கழுவாம அழுக்குக் கையால திங்கறாங்க. இதெல்லாம் யோசித்துப் பிரயோஜனமில்ல. நாங்க முடிஞ்ச வரைக்கும் முயற்சி பண்ணினோம்; முடியல. ஃபெயிலியர்.”

ரஞ்சா யார் மேல் தன் கோபத்த காட்டுவாள்? அவள் தன் வேலையில் மூழ்கினாள். வேலை, வேலை, வேலை இடையே சற்றே ஓய்வு. மனித நாகரிகத்தின் தொடர்ச்சியையும், மனிதனுடைய இதிகாசத்தின் தொடர்ச்சியையும், ஆய்வு செய்யும் வேலை, அவளுடையது. ‘இந்த ஆயிரமாயிரம் வருஷத்தோட ஒப்பிட்டா நான், என்னோட வாழ்க்கை, என்னோட துக்கம் இதெல்லாம் ஒரு நீர்குமிழியை விடச் சீக்கிரமாக அழியக் கூடியது. புபுன் பயப்படாத அப்பா. நான் வரேன். இன்னும் எத்தனை நாள்? பத்து வருஷம். அதிகமாப் போனா இருபது வருஷம்... இதெல்லாம் ஒண்ணுமே இல்ல, அதுக்கப்பறம் நான் ஹிஸ்டரி ப்ரொபஸசர் இல்ல; குடும்பத் தலைவி இல்ல; காதலியும் இல்ல. அம்மா மட்டும் தான். அம்மாவா மட்டுமே ஒன்கிட்ட வருவேன். ரெண்டு கையையும் நீட்டிக்கிட்டு என்கிட்ட வாப்பா. பூமில இருபது வருஷங்கறது அங்க சில நொடிகள் தான்னு கேள்விப்பட்டிருக்கேன். இந்தச் சில நொடிகள் காத்திரு. அப்பறம் நாம வேடிக்கையும் சிரிப்பும் விளையாட்டுமா மட்டும் இருப்போம்.’ இதுதான் அவளுக்கு மாறுதல். அவளுடைய வலிக்கு மருந்து. அவளுக்கும் ஐம்பது வயதாகி விட்டது. துர்பாக்கியத்தால் நீண்ட ஆயுள் இருக்கும். இல்லாவிட்டால் ‘பொட்’

வாழ்க்கையை விரும்புவதற்கான மந்திரத்தை தான் எல்லாரும் ஓதுகிறார்கள். வாழ்க்கை எவ்வளவு அழகானது; உலகம் எவ்வளவு அழகானது. ஆயிரம் கஷ்டம் வந்தாலும் வாழ்க்கையைக் கெட்டியாகப் பிடித்துக் கொள்ளும் அளவிற்கு அது ஈர்ப்புடையது. ஆனால் ரஞ்சாவுக்கு அப்படித் தோன்றவில்லை. உலகம் அழகானது தான். வாழ்க்கையை விரும்பாமல் மக்கள் எங்கே போவார்கள்? அதற்குத்தான் இத்தனை ஏற்பாடுகள்! 'எல்லாத்தையும் மறந்திடு. துக்கம், கெட்ட காலம், அவமானம் வாழ்க்கைல ஏற்பட்ட இதெல்லாமே காலப் போக்குல நினைவுலேர்ந்து அழிஞ்சிடும்.' இவ்வாறு அழிந்து விடும் என்பதை அவள் தன் தினப்படி வாழ்க்கையில் கண்கூடாகப் பார்க்கிறாள். 'கொடுக்கணும்னா கொஞ்சம் தள்ளி நில்லு. சூரியன மறைக்காத. என்னோட சித்திரங்கள சரியாகப் பாக்க முடியல! என்று தாரளமாக தானம் கொடுக்க வந்த சிராகுஜ் அரசனுக்குக் கிழவரான ஆர்க்கமிடிஸ் பதில் சொன்ன அந்த நாள் எங்கே போயிற்று? சாக்ரெட்டிஸ், புத்தர், ரைக்கா, ஏசு கிறிஸ்து இவர்கள் எல்லாரும் எங்கே போய் விட்டார்கள்? சமீப காலத்தில் வாழ்ந்த சூரியனைப் போன்ற ரவீந்திரநாத் தாகூர், விவேகானந்தர் ஸ்ரீ அரவிந்தர் எல்லாரும் எங்கே போய் விட்டார்கள்? பெரிய பெரிய நாகரீகங்கள் எங்கே மறைந்தன? சுமேரு, கிரேக்கம், பைஸாண்டைன், ரோமானியம், சிந்து நாகரீகங்கள், தொங்கும் தோட்டம், பிரமிட்டுகள் முதலியவற்றின் பெருமை மறக்கப்பட்டு வருகிறது. நாகரீகத்தை உலுக்கிய ஹமீரஸி, தைமூர் போன்ற காட்டு மிராண்டி அரசர்கள் எங்கே போனார்கள்?'

ஏறத்தாழ மூவாயிரம் ஆண்டுகளுக்கு மேலாக வளர்ச்சி அடைந்து வந்திருந்த மாயன் நாகரீகம். இரண்டே ஆண்டுகளுக்குள் முடிவடைந்தது. 1519ல் ஆஜ்ரெக் தலைநகரத்தில் கார்டிஜ் காலடி எடுத்து வைத்தான். இடைவிடாத நரபலி, உருவாக்கப்பட்ட போர்கள் ஆகியவற்றின் பயங்கரமான ரத்த வெள்ளத்தில் மிதந்த மாயன் நாகரீகம் ஸ்பானிஷ் ஆட்சியரின் கையில் மேலும் ரத்தத்தில் குளித்து தன் கடைசி மூச்சை விட்டது. ஆசிரிய அரசன் அசுர்பாணிபாலின் படையெடுப்பால் எகிப்தியரின் கர்வம் மண்ணோடு மண்ணாகியது. கொள்ளை அடிக்கப்பட்ட தங்கம், வைர வைடூரியங்களைக் கொண்டு இந்திரலோகம் போல் அலங்கரிக்கப்பட்ட நிநேப், நிமரோத் ஆகிய அரண்மனைகள் எங்கே? பலம், போருக்கு அறைகூவல், அப்புறம்... அப்புறம் சக்தி வாய்ந்த வீரர்கள், மகான்கள் எல்லாருமே நம் நினைவிலிருந்து போய் விட்டார்கள்.

அந்தச் சிதைவுகளின் மேல் புதிய புதிய ரத்த தாகம் உடையவர்கள் எழுந்தார்கள் - ஹிட்லர், சர்ச்சில், சாதாம், புஷ், ஓசாமா-பின்-லேடன்.

நம்மைப் போன்ற சாதாரண மனிதர்கள்? எண்ணிக்கையில் உயிர் வாழ்கிறோம்; எண்ணிக்கையில் சாகிறோம். வாழ்வுக்கும், சாவுக்கும் இடைப்பட்ட காலத்தில் அர்த்தமுள்ளதாக எதுவும் நிகழ்வதில்லை; வித்தியாசமாக குறிப்பிடும் படியாக எதுவும் இல்லை. நகர்ந்து கொண்டே இருக்கும் இந்த வாழ்க்கைக்குக் கடைசியில் ஏதாவது அர்த்தம் இருக்கிறதா? அதனால் இறந்த பிறகு மாயை நிறைந்த நிழல் வாழ்க்கை இருப்பதாக நம்புகிறோம். அங்கே குமாஸ்தாவுக்கும் அரசனுக்கும் எவ்விதச் சண்டையும் இல்லை, வேறுபாடு இல்லை. அங்கே தாய்மார்கள் தங்கள் குழந்தைகளைத் திரும்பப் பெறுவார்கள்; குழந்தைகள் தங்கள் தாயைப் பெறுவார்கள். சாதாம்களும் ஹாமுராபிகளும் இல்லாமல் வாழ்க்கை நன்றாக நகரும். ஆனால் தாயும் சேயும் பிரிக்க முடியாத இரட்டையர்கள். ஒன்றின் இரண்டு பகுதிகள். இல்லாவிட்டால் வாழ்க்கை ஸ்தம்பித்து விடும்.

“ரொம்ப நாழி குளிச்ச போலேருக்கு ரஞ்சா, அத்தன சூடா?” என்று கேட்டாள் வேதவதி.

“சூடு இல்லம்மா, கொதிப்பு.”

“இன்னும் கொதிப்பு இருக்கா? இன்னும் எத்தன நாள் இருக்கும்? ஒனக்கு நின்னு போயி எத்தன வருஷமாசு?”

“அது அஞ்சாறு வருஷம் ஆயிருக்கும்”

“சில பேருக்கு இப்படி ஆகும். கொதிப்பு அடங்கறதில்ல. என் தலை மேல யாரோ நெருப்புச் சட்டிய வச்ச மாதிரி இருக்கும். எங்க காலத்துல நாங்க மருந்து எதுவும் எடுத்துக்கல. இப்பத்தான் இதுக்கு நெறைய மருந்து வந்திருக்கே, சாப்பிட்டா ஆச்சு.”

கட்டிலில் உட்கார்ந்திருந்த அம்மாவின் மடியில் முகத்தைப் புதைத்துக் கொண்டு

“இதுதாம்மா எனக்கு மருந்து.” என்றாள் ரஞ்சா.

நனைந்த தலைமுடியைக் கோதியவாறு,

“எத்தன முடி இருந்திச்சி! இப்படி வெட்டிக்கிட்டயே! ஒனக்குக் கொஞ்சங்கூட வருத்தமா இல்லையா?” என்று கேட்டாள் வேதவதி.

“மனசு ரெண்டா ஒடைஞ்சு போயிடிச்சிம்மா. என்னால ஒண்ணும் பண்ண முடியல. முடி பெரிய விஷயமா?”

அம்மா பேசாமல் இருந்தாள்.

ஒரு மகன் போய் விட்டான். இதோ கொஞ்ச நாள் முன்னால் அம்மாவும் போய் விட்டாள். இரண்டு தலைமுறை தாண்டி பேரனும் போய்விட்டான். வேதவதி ஏன் இன்னும் உயிருடன் இருக்கிறாள்? பாபர் தன் மகன் ஹமாயூனுக்குத் தன் உயிரைத் தந்தது போல் அவளும் தன் மகன் பிஷாணுக்குத் தன் உயிரைத் தர முடிந்த வரை முயற்சி செய்தாள். அவள் அத்தனை புண்ணியம் செய்திருக்கவில்லை ஆதலால் அவளால் முடியவில்லை. அவள் இப்போது இருண்ட இடத்தில் தனிமைப்பட்டுக் கிடக்கிறாள். பரந்த ஜனநடமாட்டம் இல்லாத மரங்களற்ற ஆனால் நிழலாக இருக்கும் இடத்தில் இருக்கிறாள். ஏதோ இருக்கும் நிழல் அல்ல. எதுவுமே இல்லாத நிழல், வெறுமையான நிழல். அந்த நிழலின் ஆழத்திலிருந்து தன்னுடைய நிறமிழந்த குளிர்ந்த கையை வெளியே எடுத்து நீட்டித் தன் மகளின் தலையையும் கைகளையும் முதுகையும் தடவினாள். அவள் ஏன் இந்த ஆண் பெண் குழந்தைகளைப் பெற்றெடுத்தாள்? முதல் மகன் சஞ்சய் முதல் மகள் மஞ்சுலிகா தவிர மற்றவர்கள் எல்லாருமே வேண்டாத குழந்தைகள். அவள் துக்கத்துடன் இதை ஒத்துக் கொண்டாள். முதல் குழந்தை சஞ்சய் பிறந்த போது புதிய தாய்மை அனுபவத்தில் அவள் கர்வத்திலும் மகிழ்ச்சியிலும் திளைத்தாள் என்பது உண்மை. தாயா? அவள் தாயா? பதினாறு வயதே நிரம்பிய அப்போது தான் இளம் பெண்ணாக மலர்ந்திருந்த அவளுக்குத் தான் ஒரு முழுமையானவள் இல்லை என்று நினைக்க சமுதாயம் கற்றுத் தந்திருந்தது.

“கல்யாணமாகி மூ...ணு வருஷமாயிடிச்சா? இன்னும் மாசமாகலையா? மலடியா என்ன?” என்று கேட்கத் தொடங்கினார்கள். சஞ்சய் பிறந்து அவளுடைய பெண்மைக்கு முதல் அங்கீகாரத்தை அளித்தான். குழந்தை தரும் எல்லை இல்லாத ஆனந்தம் தான் இருக்கவே இருக்கிறது. அதற்கு அடுத்த ஆண்டே அவள் மீண்டும் கருவுற்ற போது முதல் முறை பட்ட கஷ்டங்களை நினைத்து மனதில் கொஞ்சம் பயமும்

கூடவே கொஞ்சம் வெட்கமும் ஏற்பட்டது. மறுபடியும் ஆண் குழந்தை ரஞ்சித். இரண்டு மகன்களுக்குத் தாய். ஆண் குழந்தைகளைப் பெற்றெடுப்பவள் என்று அவளுக்கு ராசியான பெயர் இரண்டு ஆண்டுகளுக்குப் பிறகு மூன்றாம் முறையாகத் கருவுற்றாள். ரத்த சோகை ஏற்பட்டு உடல் வெளுத்தது. சாகப் பிழைக்கக் கிடந்து மஞ்சுலிகாவைப் பெற்றெடுத்தாள். இது வேறொரு விதமான ஆனந்தம். ஆனால் அதற்குப் பிறகு அவள் குழந்தைகள் வேண்டுமென்று விரும்பவில்லை. அவள் உடம்பு குலைந்து கொண்டு வந்தது. ஆனால் அவள் கணவன் கேட்கவில்லை. கணவனுடைய உடல் தேவைகளுக்கு முன்னால் அவளுடைய இயலாமையும் கோபமும் வெளிப்பட்டன. ரஞ்சாவும் ரஞ்சனும் பிறந்த பிறகு முற்றுப்புள்ளி வைக்கப்பட்டது. இவர்கள் இருவரையும் கொஞ்சங்கூட விருப்பம் இல்லாமல் பெற்றெடுத்தாள். பெற்றெடுத்த பிறகு குழந்தையை வெறுக்க முடியுமா? எப்போதும் அவளுக்குத் தோழியாகவும் எல்லாரையும் விட அன்புக்குரியவளாகவும் இருக்கிறவள் ரஞ்சாதான். இப்போது விஷயம் அதுவல்ல, அவளுடைய அறிவு ஒரு விஷயத்தைக் குத்திக் காட்டுகிறது. விருப்பமில்லாமல் அவர்களைப் பெற்றெடுத்தாள். அவர்களுடைய பெற்றோரின் உடல் இச்சைக்கு அடிபணிந்த, இயலாத ஒரு கணத்தில் ஜனித்தவர்கள் அவர்கள். அதனால் அவர்கள் இருவருக்கும் அவளுடைய பொறுப்பு இன்னும் அதிகம் என்று அவளுக்குத் தோன்றியது. எங்கே, யாரையுமே சந்தோஷமாக வைக்க அவளால் முடியவில்லை! அவர்களுடைய துக்கமும் கஷ்டமும் அவளை உள்ளூர வாட்டி வதைத்தது. இதற்கு அவள் பொறுப்பு, இதற்குப் பொறுப்பான மற்றொருவர் நூலை அறுத்துக் கொண்டு தப்பிச் சென்று விட்டார். துக்கம் துக்கம் கஷ்டம்.

இது முழுமையானது, இது முழுமையானது.
முழுமையிலிருந்து முழுமையை எடுத்தால்
மிகுந்திருப்பது முழுமைதான்.

படித்த ஸ்லோகம் தான். அதன் அர்த்தமும் அவளுக்குப் புரியும். ஆனால் அவள் தான் உணர்ந்து கொள்ளவில்லையே. அவள் வாழ்க்கையில் உண்ர்ந்து கொண்டதெல்லாம் இதுதான்.

‘துக்கம் இங்கே, துக்கம் அங்கே,
துக்கத்திலிருந்து துக்கம் பிறக்கிறது.

துக்கத்திலிருந்து துக்கத்தை எடுத்துவிட்டால் மிகுந்திருப்பது துக்கம்தான்.'

இது உபநிஷத வாக்குக்கு எதிர்மறையானது. இதையெல்லாம் அவள் தன் நாட்குறிப்பில் எழுதி வைத்திருக்கிறாள். தனக்குப் பிடித்த, சிந்தனையைத் தூண்டும் விஷயங்களை மொழிபெயர்த்தும் வைத்திருக்கிறாள். அவளுடைய இந்த ரகசியமான டைரியைப் பற்றி யாருக்கும் தெரியாது.

ரஞ்சா உள்ளூர அழுவதை வேதவதி உணர்ந்து கொண்டாள். இது என்ன பன்னிரண்டு வருடங்களுக்கு முன்னால் இறந்து போன மகனைப் பற்றிய துக்கமா இல்லை ஏதாவது புதிய துக்கம் உண்டாகி இருக்கிறதா?

"ரஞ்சா, என்ன ஆச்சு? என்கிட்ட சொல்லு. சொல்றதுக்குத்தான வந்திருக்க?"

இல்லம்மா. ஒண்ணும் சொல்றதுக்கு வரல. சும்மா ஒன்கிட்ட இருக்கறதுக்காக வந்திருக்கேன். திடீர்னு மனச என்னவோ செஞ்சிச்சி. ஒனக்குத்தான் தெரியுமே; இது மாதிரி ஆனா என்னால தாங்க முடியாதுன்னு.

"திடீன்னா?"

"திடீர்ன்னுதான். ஒரேடியா திடீர்னு."

வேதவதி அவள் சொன்னதை நம்பவில்லை. ஆனால் மகளை வற்புறுத்தவும் இல்லை. அவர்களுடைய பிரச்சினையை இதற்கு மேல் அவளால் தீர்த்து வைக்க முடியுமா? மிகவும் சிக்கலான வாழ்க்கை. பிரச்சினையும் மிகவும் சிக்கலானதுதான். அவள் மிகவும் சாந்தமானவள் என்பது எல்லாருக்கும் தெரியும். எதையும் பொறுத்துக் கொள்பவள். அம்மா சர்வமங்களாவைப் போல் அதிகாரமுள்ளவளாக இருக்கவில்லை. அதனால்தானோ என்னவோ ரஞ்சாவுக்கு அவளிடம் எதுவும் சொல்வதற்கு விருப்பமில்லை. ரஞ்சா தன்னுடைய பிரச்சினையின் தீர்வைத் தானே காண்பாள். அம்மாவிடமிருந்து உள்ளூர ஆதரவு, நிம்மதி, சக்தி ஆகியவை பெறுவதற்கு மட்டுமே அவள் வந்திருந்தாள்.

சின்ன வயதில், இளம் பருவத்தில், பள்ளியிலிருந்தோ, இல்லை கல்லூரியிலிருந்தோ இதே மாதிரியான மனநிலையில் ரஞ்சா வருவாள். ஒரு நாள் போயிற்று; இரண்டு நாட்கள் போயின. மூன்றாவது நாள் தன் அம்மாவின் மடியில் முகத்தைப் புதைத்துக் கொண்டு அப்படி ஒரு அழுகை.

"என்ன ஆச்சு ரஞ்சா? ஏன் அழற? யாராவது ஏதாவது சொன்னங்களா?"

பேசுவதற்கு நிறைய வாய்கள் இருக்கின்றன. குழந்தையின் மனசைப் பற்றி யார் நினைத்துப் பார்க்கிறார்கள்?

"அடி, அம்மா, நீ சஞ்சய் நாகோட தங்கச்சியா? அவன் ரொம்ப பிரிலியண்ட் பாய்" என்றோ. "நீ மஞ்சுலிகா நாகோட தங்கச்சியா? அவ ரொம்ப அழகு" என்றோ "ஒன்னால ஒண்ணும் ஆகாது" என்றோ சொல்லி இருப்பார்கள். இதெல்லாம் மிகவும் சாதாரண விஷயங்கள். தப்பு எடுத்துத் தாளில் போட முடியாத விஷயங்கள். முறைத்துப் பார்ப்பது, உதாசீனப் படுத்துவது என்று எத்தனையே கடுமையான நடத்தைகள் மக்களிடம் இருக்கின்றன. ரஞ்சாவிடம் கேட்டால் தொண்டை அடைக்க, 'தெரிலம்மா. மனச என்னவோ செய்யுது. கொஞ்சம் அழட்டுமா அம்மா.' என்பாள்.

அவள் பாசத்துடன், "நல்லா அழு. வேண்டிய அளவு அழு. அழுது முடி. எல்லாத்துக்கும் ஏன் மனச போட்டு வாட்டி எடுத்துக்கற? இப்ப நீ தனியா ஒக்காந்து விரும்பின அளவு அழு. இந்தப் பைத்தியக்கார மனசு ஆறட்டும்." என்பாள்.

பாட்டு என்றால் அவளுக்கு மிகவும் விருப்பம். அகால மரணமடைந்த அவளுடைய பெரிய அக்கா லீலாவதி நன்றாகப் பாடக் கூடியவள். அவள் பாட்டில் என்ன சொக்குப் பொடி இருக்குமோ தெரியாது. அவள் மணவாழ்க்கையில் ஏற்பட்ட கஷ்டங்கள், நிறைவேறாத ஆசைகள், எல்லாமே அவள் பாட்டில் வெளிப்படும்.

அவள் பாட்டைக் கேட்பவர்கள் அழுது விடுவார்கள். அவளுடைய கணவனும் அவள் புகுந்த வீட்டினரும் மட்டும் உருக மாட்டார்கள்.

"நான் என்னுடைய படகை உன் கரையை நோக்கித் திருப்புகிறேன். இனி என்னால் தனியாகப் படகோட்ட முடியாது."

போன்ற பாடல்களை அவள் அனுபவித்துப் பாடிய விதம் ஆபத்தானதாகப் புகுந்த வீட்டினருக்குப்பட்டது. அவள் பாட்டு பிடுங்கப்பட்டது. லீலாவதி தன் பிறந்த வீட்டுக்கு வருடத்தில் இரண்டு அல்லது மூன்று தடவை வருவதற்கு அனுமதி கிடைக்கும். அப்போது தான் அவள் பாடுவாள். அவள் இரு கண்களிலிருந்தும் கண்ணீர் வழியும்.

போய் விட்டாள். இறந்து பிறந்த குழந்தையுடன் ரசிகத்தன்மையற்ற இந்த உலகத்தை விட்டுப் போய் விட்டாள்.

அக்காளைப் போல் இல்லாவிட்டாலும் வேதவதியும் பாடுவாள். ஆனால் அவளுடைய அக்காவுக்கு நேர்ந்த கதியைப் பார்த்து அவளுடைய பெற்றோருக்குப் பாட்டில் அவளை உற்சாகப் படுத்த தைரியம் இல்லை. இருந்தாலும் அவள் கிராமஃபோன் ரிகார்ட்டிலிருந்து பல பாடல்களைக் கற்றுக் கொண்டிருந்தாள். தன் அறையிலும், மொட்டை மாடியிலும், குளியலறையிலும் பாடுவாள்.

திடீரென்று முகத்தைத் தூக்கி, "அம்மா இப்பல்லாம் நீ பாடறதில்லையா?" என்று கேட்டாள் ரஞ்சா.

சந்தோஷமான விஷயம் என்னவென்றால் வேதவதியின் புகுந்த வீட்டினர் சங்கீத ரசிகர்கள் என்பது தான். குறிப்பாக 'ஷியாமா சங்கீதம்' எல்லாருக்கும் பிடிக்கும். மாமனார் பாடுவார், கணவரும் பாடுவார், அவளும் பாட ஆரம்பித்தாள்.

"இன்னும் எத்தனை நாள் கதவைத் திறந்து வைத்துக் கொண்டு உனக்காகக் காத்திருப்பேன் என் மணப் பெண்ணே"

ரசிகத்தன்மை இல்லாமல் 'நீ காத்துக்கிட்டிருக்கற மணப்பொண்ணு யாரு?' என்று யாரும் கேட்கவில்லை.

"ஒரு பாட்டு பாடேன் அம்மா. நீ அடிக்கடி பாடுவாயே, அதுல் ப்ரசாத்தோட பாட்டு, அதப் பாடேன். பைரவி ராகம்னு நெனைக்கறேன்."

ரஞ்சா எந்தப் பாட்டைச் சொல்கிறாள் என்று வேதவதி உடனே புரிந்து கொண்டாள். மகளுக்குப் பாட்டு கற்றுத் தருவதற்கு அவள் மிகவும் முயற்சி செய்தாள். ஆனால் ரஞ்சாவுக்கு கபடியிலும் பேட்மிண்டனிலும் தான் ஆர்வம் இருந்தது; குழந்தைப் பருவத்தை விளையாட்டில் கழித்தாள். மெடல், கப், ஷீல்ட் எல்லாம் வாங்கிய

பிறகு படிப்பில் கவனம் செலுத்தினாள். இசைக்கு கொடுக்க வேண்டிய கவனத்தையும் ஆர்வத்தையும் ரஞ்சா ஒரு நாளும் கொடுத்ததில்லை. இசையும் ரோஷப்பட்டுக் கொண்டு முகத்தைத் திருப்பிக் கொண்டது. எப்போதாவது விருப்பம் வந்து அவள் பாடும் பாட்டில் உயிர் இருக்காது. நுணுக்கமான சங்கதிகள், ஏற்ற இறக்கங்கள் எதுவுமே இருக்காது. 'நான் சாவுக் கடலைக் கடந்து விடுவேன்'. 'வெற்றி கிடைக்கட்டும், வெற்றி கிடைக்கட்டும், சூரிய உதயத்திற்கு வெற்றி கிடைக்கட்டும்'. போன்ற பாட்டுகள் பள்ளியிலும் கல்லூரியிலும் விழாக்களில் கூட்டத்தோடு கும்பலாகப் பாடப்பட்ட பாடல்கள்.'

"இனிமே இந்த தொண்டய வச்சிக்கிட்டு என்ன பாட்டு? தொண்ட ஒடஞ்சி போயிடுச்சி ரஞ்சா."

"ஒடஞ்ச கொரல்ல பாடற பாட்ட கேக்கறேன் அம்மா; பாடேன்"

அம்மா கிசுகிசுத்த குரலில் பாடினாள்.

"என்னால தனியா படக ஓட்ட முடியல. நான் படக ஒன் கரைய நோக்கித் திருப்பறேன்."

பல தடவை குரல் தடைப்பட்டது. மூச்சு முட்டியது, சுருதி தப்பியது, வார்த்தை மறந்து போயிற்று. தன்னுடைய மகளுக்கு அமைதி தருவதற்காக அவள் இதையெல்லாம் லட்சியம் செய்யவில்லை. தன் மகளுக்காக அம்மாவால் என்ன தான் செய்ய முடியாது? இது ஒன்றுமே இல்லை, அது மட்டும் அல்லாமல் அது வெறும் ராகம் இல்லை; வெறும் வார்த்தைகள் இல்லை; அவள் குழந்தை பருவத்திலிருந்து கேட்டு வந்த அவள் அம்மாவின் சங்கீதத்தை அவளால் பிசிறில்லாமல் கேட்க முடிந்தது. அன்றைய பாட்டுடன் இன்று இந்த உடைந்த குரலில் ஸ்ருதி தப்பிய பாட்டு கலந்து போயிற்று. அதில் வாழ்நாள் முழுவதற்குமான ஸ்வரலிபி எழுதப்பட்டிருந்தது போல் தோன்றியது. வாழ்நாள் முழுவதும் என்றால் அம்மாவின் வாழ்நாள், அவளுடைய வாழ்நாள். ஈஷாவின் வாழ்நாள், ஆகிய மூன்று வாழ்நாட்களின் சுரங்களையும் அபஸ்வரங்களையும் அவளுடைய அம்மா தன் உடைந்த குரலில் பாடினாள்.

பாடி முடித்து விட்டு வேதவதி சற்றே மூச்சு வாங்கினாள். ரஞ்சா அம்மாவின் மார்பைத் தடவினாள். எண்பது வயது, ஓய்வு இல்லாத

இடைவிடாத உழைப்பு. இயந்திர கதியான வாழ்க்கை. அட்டவணைப்படி வாழ்ந்த எண்பது ஆண்டு கால வாழ்க்கையின் பாரம்.

"அம்மா நான் ஒன்ன கஷ்டப்படுத்திட்டேன்"

"கஷ்டம் ஒண்ணும் இல்ல, மூச்சு பிடிக்க கொஞ்சம் கஷ்டமாக இருந்திச்சு. அது மட்டுமில்லாம நான் தெனம் சண்டிய ராகம் போட்டுத் தான படிக்கறேன்."

"இப்ப அம்மாவும் மகளும் சாப்பிட வாங்க, ரஞ்சா, அம்மா இப்பல்லாம் மாலைல டீ கூடக் குடிக்கறதில்ல." என்றாள் அண்ணி.

"என்னம்மா இது?"

"யாருக்குத் தெரியும்? வாய்க்கு வேண்டி இருக்கல, சீமா கொஞ்சம் சர்பத் பண்ணிக் கொடுப்பா. அது வாய்க்கு நல்லா இருக்கும்."

"அம்மா, இப்ப மணி பத்தடிக்கப் போகுது" என்றாள் அண்ணி.

மூன்று பேரும் சாப்பிட உட்கார்ந்தார்கள். அண்ணா சாப்பிட்டு விட்டார். அண்ணன் மகன் ஒரு நேர்முகத் தேர்வுக்காக பங்களூரு போயிருக்கிறான். வராந்தாவிலிருந்து சிகரெட் நாற்றம் வந்தது. அண்ணி எழுந்து போய் வராந்தாவின் கதவை மூடிவிட்டு வந்தாள்.

அம்மா உணவை அளைந்து கொண்டிருந்தாள். நெற்றியில் விரக்தியின் சுருக்கங்கள்.

"அம்மா, ஒனக்குப் பசி இல்ல? பிடிக்கலையா?"

"அம்மாவுக்கு இப்பல்லாம் என் சமையல் ருசியா இல்ல. நீ நாளைக்கி இருந்தையானா ஏதாவது சமைச்சுக் கொடு. விதவிதமா சமைச்சுக் கொடுத்தாலும் இதே தான்." அண்ணியின் குரலில் புகாரும் எரிச்சலும் இருந்தன. லேசாக இருந்தாலும் தெளிவாகத் தெரிந்தது.

"சீமா நான் எத்தன தடவ சொல்லி இருக்கேன். குத்தம் ஒன் சமையல்ல இல்ல, என் நாக்குலேன்னு, அது என்ன பாழப்போன நாக்கோ!"

"அப்ப டாக்டர் கிட்ட காட்டிடுவோம். அவர் பாத்தா..."

“கொஞ்சம் பேசாம இரு ரஞ்சா. இந்த வயசுல சாப்பாட்டு விஷயமா டாக்டர் கிட்ட போக வேண்டாம்.”

“ஒன்னோட இந்த எண்ணம் தப்புமா. சாப்பாடு பிடிக்கலைன்னா பிடிக்கலைதான். வயசு என்ன வேணா ஆகி இருக்கட்டும். சாப்பாடு பிடிக்கலைன்னா டாக்டர் கிட்ட காட்டிடணும்; மருந்தும் சாப்பிடணும்.

இரவு வெகு நேரமாகிவிட்டது. பன்னிரண்டு அடித்து விட்டது. வேதவதி புரண்டு புரண்டு படுத்தாள்.”

“தூக்கம் வரலையா அம்மா.”

“இல்ல. இப்பல்லாம் இப்டித்தான் ஆகுது. இன்னைக்கி நீ வந்திருக்க; பக்கத்துல இருக்க. எத்தன நிம்மதி! இருந்தும் தூக்கம் வரல. எப்பவாச்சும் லேசா கண் அசந்தா போதும். அந்தத் தூக்கத்துல பாம்பு படமெடுக்கற மாதிரி ஏதோ ஒரு பயம் எழுந்து எழுந்து அடங்கும். எதுக்கு அந்தப் பயம்? மரணத்த ‘நீ எனக்குக் கிருஷ்ணனுக்குச் சமம்’ன்னு சொல்லி நான் கூப்டறேன். இது மரண பயம் இல்ல ரஞ்சா. என்ன பயம், எதுக்கு வருதுன்னு தெரியல. இந்த உலகம் ஆதியும் அந்தமும் இல்லாத ஒரு விசாலமான வெட்ட வெளி. அதன் நட்ட நடுவுலே நான் தனியா நின்னுக்கிட்டிருக்கேன். உயிர விட்டுக் கூப்டறேன். ஆனா எங்கேர்ந்தும் ஒரு பதிலும் இல்ல, ரொம்ப பயமா இருக்கு. யாராவது பக்கத்துல இருந்தா தேவலாம் போல இருக்கு. யாரா இருந்தாலும் சரி. இன்னைக்கி ரொம்ப பயமா இருந்ததால பகவத் கீதைய முடிக்கல அப்பத்தான் நீ வந்த. கீதையோட கடவுள் என்னோட வேண்டுதல கேட்டார். இன்னைக்கி எனக்கு எத்தன நிம்மதி! தூக்கம் வராட்டா என்ன? சின்ன வயசுல வச்சுப்பயே அந்த மாதிரி ஒன்னோட ஒரு கைய என் மேல வச்சுக்க.”

ரஞ்சா அம்மாவின் பக்கம் திரும்பி அவளை அணைத்துக் கொண்டாள். உடனேயே இளம் வயது அம்மா அவள் நினைவுக்கு வந்தாள். இப்போதைய கண் கொண்டு இளம் வயது அம்மாவை அவள் பார்த்தாள். உச்சந்தலையிலிருந்து உள்ளங்கால் வரை தாய்மை நிறைந்த வெகு சிலரையே அவள் பார்த்திருக்கிறாள். அம்மா அழகி இல்லை; ஆனால் எழில் மிகுந்தவள். அவள் ஸ்பரிசத்தில் எத்தனை நிம்மதி! வெயில் காலத்தில் குளிர்ச்சியாகவும் குளிர்காலத்தில் சூடாகவும்

இருக்கும். பத்மினி வகையைச் சேர்ந்த பெண்களின் லட்சணங்களில் இதுவும் ஒன்று. அவள் வளர்ந்து பெரியவளான பிறகும் அம்மாவின் ஸ்பரிசம், வாசனை, அம்மாவின் உருவம், குரல் எல்லாமே அவளுக்கு சஞ்சிவினி சக்தியாக இருந்தது.

அவள் மனம் வேறொரு ஸ்பரிசத்தைத் தேடத் தொடங்கிய போது அம்மாவின் உருவம், குரல் ஆகிய சுவர்க்க சுகத்திலிருந்து அவள் தானே விலகிக் கொண்டாள். இது எல்லார் வாழ்க்கையிலும் நிகழ்வதுதான். ஆனால் எல்லார் மனதிலும் அந்தப் புலனின்பம் பசுமையாக இருக்காது. ஆனால் அவளுக்கு இருந்தது. இரவு முழுவதும் அவள் வெளுத்த, தோல் சுருங்கிய உடலை அணைத்து இளம் வயது தாயின் வழவழப்பான ஸ்பரிசத்தை உணர்ந்தபடி படுத்திருந்தாள். நுனியில் சாவிக் கொத்து முடிந்திருந்த 'சாந்திபுரி' புடவைத் தலைப்பை அம்மா சந்தத்துடன் முதுகில் போட்டுக் கொள்ளும் காட்சி அவள் கண் முன்னால் வந்தது. அம்மா கூப்பிடுவது அவள் காதில் கேட்டது.

"மஞ்சு, ரஞ்சா, அண்ணாக்கள கூப்டுங்க. சாப்ட நேரம் ஆயிடிச்சி! எதற்கு நேரம் என்று யாருக்குத் தெரியும்? சாப்பிடுவதற்குத்தானா? இல்ல அறிவுக்கு எட்டாத வேறு எதற்காகவோவா? தூக்கத்தில் விடியற்காலையின் நிம்மதியான தூக்கத்தில் அவள் தான் 'அம்மா' ஜபம் செய்து கொண்டிருப்பதை உணர்ந்தாள். அம்மா, அம்மா, அம்மா, அம்மா..."

நிமேஷ்

இருள் படுதா உலகை முழுவதுமாக மூடி இருந்தது. அமாவாசை ஆனதால் நல்ல இருட்டு. கரிய ஆகாயத்தில் கூட்டம் கூட்டமாக நட்சத்திரங்கள். சில நட்சத்திரங்கள் 'மினுக் மினுக்' கென்று மின்னின.

"ரங்கா அங்க பாரேன், எல்லா நட்சத்திரங்களும் மினுக்கறதில்ல. சில நட்சத்திரங்கள் மினுக்காம இருக்கு. அந்த சிவப்பு நட்சத்திரத்த பாரு. அது மினுக்கறது. ஆனா ஓரிடத்துல நெலையா இல்ல. சந்திரன் இருந்தா இத்தன நட்சத்திரங்கள பாக்க முடியாது ரங்கா. ஏன் தெரியுமா? ரங்காவோட ஒளில நிமேஷும் மதுராவும் மெள்ள மெள்ள மங்கிப் போன மாதிரி சந்திரனோட பிரகாசமான ஒளில நட்சத்திரங்களோட ஒளி மங்கிப் போயிடுது."

சட்டென்று திரும்பிப் பார்த்தாள் ரங்கா.

"இதுக்கு என்ன அர்த்தம்? ரங்கா சந்திரனாக விரும்பல, யாரையும் மறைக்க அவள் விரும்பல. இந்த மாதிரி இனிமே பேசாத அர்ஜமா. அதே சமயம் மதுரா கையால நான் சாகவும் விரும்பல."

அர்ஜமா வாய்விட்டுச் சிரித்தான்.

"அப்டீன்னா நீ நான் சொன்னத புரிஞ்சுக்கிட்ட, நீ எதையும் புரிஞ்சுக்க மாட்டன்னு நான் நெனைச்சுக்கிட்டிருந்தேன்."

ரங்கா ஒன்றும் சொல்லவில்லை. இருவரும் பேசாமல் உட்கார்ந்திருந்த படியே இருந்தார்கள். நட்சத்திர கூட்டங்கள் மென்மையான ஒளியைப் பொழிந்த வண்ணமே இருந்தன. தன்யா நதி 'சலசல' வென்று சத்தமிட்டுக் கொண்டே இருந்தது.

ரங்கா கடந்த காலத்தை வெகு தூரம் வரை நினைவு வைத்துக் கொள்ளக் கூடியவள்; யோசிக்கவும் கூடியவள். நிமேஷின் மேல் அவளுக்கு மிகவும் கோபம் இருந்தது. நம்பிக்கை துரோகி, கர்வம் பிடித்தவன். தாக்கும் குணமுள்ளவர்களை அவளுக்குப் பிடிக்காது. காலில் விழுவதும் கருணையை வேண்டிக் கண்ணீர் விடுவதும் கூட அவளுக்குப் பிடிக்காது. அவளுக்குப் பிடித்தவர்கள் பகத்தைப் போன்ற மனிதர்கள், ஒளியைப் போல போகும் இடங்களில் எல்லாம் சிகிச்சை, ஆரோக்கியம், ஆறுதல் ஆகியவற்றைக் கொண்டு செல்கிறான். எப்போதும் யோசிக்கும் தீர்க்கமான கண்கள். அவளிடம் வரும் போது கடவுளைப் போல் வருவான். கடவுள் பிரசாதம் தரும்; நைவேத்தியத்தையும் ஏற்றுக் கொள்ளும். அர்ஜமா இருக்கும் போது அவன் ஒரு போதும் வரமாட்டான். இதைக் குறித்து அவளுக்கு மிகவும் நன்றி உண்டு. மற்றவர்கள் எதிரே கூடுவதற்கு அவர்கள் மிருகம் இல்லையே! நிச்சயம் அவள் இல்லை. அர்ஜமாவையும் அவள் அணைத்துக் கொள்வாள். ஆனால் அதில் பாசம் இருப்பது போல் சுகமும் வேகமும் இருப்பதில்லை. என்ன இருந்தாலும் நிமேஷை எவ்வித ஆயுதமுமில்லாமல், காயம்பட்ட நிலையில் அடர்ந்த காட்டில் விட்டு விட்டு வந்தது அவளுக்குப் பிடிக்கவில்லை. துன்புறுத்துவது, பலப்பிரயோகம் செய்வது இதெல்லாம் அவளை வருத்தும். தனக்கு மிகவும் பிரியமானவனுக்கு மதுரா ஏன் இப்படி ஒரு தண்டனை

கொடுத்தாள்? கோபத்தில் மதுராவின் முகம் ரத்தமாகச் சிவந்து போயிற்று; முகம் கோணிக் கொண்டு போயிற்று. அவள் தன் குழுவில் கட்டுப்பாட்டை நிலைநிறுத்த விரும்பினாள். சரி. குழுவில் யாருக்காவது அநியாயமாக அவமானம் ஏற்பட்டால் நியாயம் செய்யவும் ஆசைப்பட்டாள் சரி. ஆனால் அதற்கு மேலே ஏதோ ஒன்று இருந்தது. அதை நினைவுப் படுத்திக் கொள்ள ரங்கா முயற்சி செய்தாள். என்ன? என்ன? என்ன? அவள் மனதில் எழுந்த கேள்விக்கு எதிரொலி போல் அர்ஜமாவிடமிருந்து பதில் வந்தது.

"மதுரா ஒன் திறமைகள மதிக்கறா. ஆனா அவளுக்கு ஒன் மேல பொறாமையும் இருக்கு."

"பொறாமையா? ஒனக்குச் சரியா தெரியுமா? அர்ஜமா, நான் மாதங்கியோட மகளா இருந்தும் மதுராவ தலைவியா ஏத்துக்கிட்டிருக்கேன்."

"ஏத்துக்கறதும் ஏத்துக்காததும் விஷயம் இல்ல. இது திறமையைப் பத்தின விஷயம். குறி பாக்கறதுல ஒன் திறமை, நீ நல்லா சமைக்கறது; பகத் சொன்னபடி ஜனங்களுக்கு சேவை செய்யறது, நான் சொன்னபடி சந்திரன் சூரியன் நிலையைப் பார்த்துக் கணிக்கறது - இது போல நீ செய்யற ஆச்சரியமான வேலைகள பாத்து ஜனங்க ஒன்ன ஆச்சரியத்தோட பாக்கறாங்க. நம்ம குழுவுல இருக்கற எல்லா ஆண்களுக்கும் நீ வேணும்."

"நீ எப்பப் பாத்தாலும் ஆகாசத்தையே பாத்துக்கிட்டிருக்கயே, இதெல்லாம் எப்ப பாத்த? எப்ப புரிஞ்சுக்கிட்ட?" என்று ரங்கா ஆச்சரியத்துடன் கேட்டாள்.

"அர்ஜமாவோட கண்கள் ஆகாயத்த பாக்கறது உண்மைதான். ஆனா எல்லாரோட நடவடிக்கைகள், மனவோட்டம் எல்லாமே அவனுக்குத் தெரியும் ரங்கா, சந்திரன் உதயமாயிடிச்சி. அதன் ஒளியில மதுரா மங்கிப் போயிட்டா. அவ பல சந்திரன் சூரியன பாத்திருப்பா. நான் பிறந்த போதே நிச்சயமா மதுரா இடுப்புல மரப்பட்ட அணியத் தொடங்கி இருப்பா."

பின்னாலிருந்து எழுந்த சத்தம் இருவரையும் திடுக்குற வைத்தது, பகன் நின்றிருந்தான்.

“நிமேஷ் அடர்ந்த காட்டுல நிராதரவா காயம் பட்ட நிலைல இருக்கான். நான் சிகிச்சை செய்யறவன். வா, போகலாம். காயம் பட்டவன மிருகம் அடிச்சுத் திங்கறத என்னால சகிச்சுக்க முடியாது. அர்ஜமா, நீ அம்பும் வில்லும் எடுத்துக்கிட்டு என்னோட வா” என்றான் பகன்.

“நானும் வரேன். நான் தண்ணியும் கொஞ்சம் சாப்பாடும் கொண்டு வரேன்” என்றாள் ரங்கா.

“ரங்கா, எனக்கு சந்தோஷமா இருக்கு. மெள்ள, மெள்ள ஒன் கிட்ட பெருந்தன்மை ஏற்பட்டு வருது.”

மதுராவின் கட்டளைப்படி நிமேஷைக் காட்டில் வைத்து விட்டு வந்தவர்கள் அவனை வெட்ட வெளியில் வைத்து விடவில்லை. அடர்ந்த மரக்கிளைகளும், கொடிகளும் கூடாரமாக இருந்த ஓர் இடத்தில் அவனை வைத்து விட்டு வந்திருந்தார்கள். முதலில் நிமேஷ் நினைவிழந்த நிலையில் இருந்தான். ஆனால் அவன் நல்ல பலமுள்ள ஆண். சீக்கிரமே அவனுடைய நினைவு திரும்பியது. இரண்டு தோள்களிலும் கடுமையான வலி இருந்தது. அந்தக் காட்சி தெளிவில்லாமல் அவன் மனதில் எழுந்தது. விருப்பமில்லாத ரங்காவின் தலை முடியைப் பிடித்து அவன் இழுத்து வந்தான். தன் விருப்பப்படி அவளை அடித்தான். அவள் மேல் கோபமும் இரக்கமும் மாறி, மாறி எழுந்தன. மதுரா கடைசி வரை அவனிடம் இடைவிடாமல் அன்பு செலுத்தி இருக்கிறாள். அவளுடைய குழந்தைகளுள் ஆறேழு குழந்தைகளாவது அவனுடையவை என்று ஒத்துக் கொண்டிருக்கிறாள். அந்த மதுராவா இப்போது அவனைத் துரத்தி அடித்திருக்கிறாள். அவனால் நம்ப முடியவில்லை. இரண்டு கைகளையும் அசைக்க முடியவில்லை. பக்கத்தில் ஒரு பாம்பு போயிற்று. மேலே குரங்குகளின் ‘கிச்சி கிச்சி’ சத்தம். மெள்ள மெள்ள இருட்டத் தொடங்கியது. கொடிகளுக்கு இடையே நட்சத்திரங்கள் நிறைந்த ஆகாயம் கண்ணில் பட்டது. நிமேஷுக்குத் தன் குழந்தைப் பருவம் நினைவுக்கு வந்தது. மதுராவும் அவனும் இடித்துத் தள்ளிக் கொண்டு பர்ணாவிடம் பால் குடிப்பார்கள். மதுரா பெரியவள். அவளுக்குப் பலம் அதிகம், ஓர் இடி இடித்து அவனைத் தள்ளி விடுவாள்.

“ஏ, பையா, ஒன்னோட வீரம் எங்கே போச்சு? வீரம் இருக்கறவனுக்குத்தான் கெடைக்கும். பிடுங்கிச் சாப்பிடுவான்.” என்பாள் பர்ணா.

கிளை விட்டுக் கிளைக்கும், மரம் விட்டு மரத்திற்கும் தாவிக் குதிப்பாள் மதுரா, அவனையும் அழைப்பாள்.

"வாடா, நிமேஷ். என் பின்னால வா."

இம்மாதிரித்தான் அவன் குரங்குகளைப் போல் மரத்தில் தாவிக் குதிக்கப் பழகினான். பாம்பு சீறியது; படம் எடுத்தது. இரும்புப் பிடியாக அதன் கழுத்தைப் பிடிப்பாள் மதுரா. பாம்பு வாலை அடித்துக் கொண்டு மெள்ள மெள்ள வலுவிழக்கும். உடனே கத்தியால் அதன் தலையை வெட்டி எறிந்து விட்டு மரத்தடியில் நெருப்பு மூட்டி பாம்பின் எஞ்சிய பகுதியை வாட்டித் தின்பாள். இது அவளுக்கு மிகவும் பிடித்த உணவு. ஒரு முறை குரங்கு அறைந்ததால் அவன் தலை திரும்பி விட்டது. மதுரா அவன் இரண்டு கன்னங்களிலும் அறை விட்டு அவன் தலையை நேரான நிலைக்குக் கொண்டு வந்தாள். 'பட்' டென்று ஒரு சத்தம். அவ்வளவுதான் வலி போய் விட்டது. அந்தக் குரங்கை அம்பு விட்டு மதுரா கொன்றாள். ஆனால் குதிரையைக் கண்டு பிடித்தது நிமேஷ்தான். அவை பரந்த புல்வெளியில் மேய்ந்து கொண்டிருந்தன. 'அட, பெரிய கழுதை போல இதெல்லாம் என்ன? அவன் மரத்திலிருந்து குதித்து ஒரு குதிரையின் மேல் ஏறி அதன் பிடறி மயிரைப் பிடித்துக் கொண்டான். அது ஓடத் தொடங்கியது. செடி, கொடிகளை மிதித்துக் கொண்டு, புல்வெளியைத் தாண்டி, கடைசியில் அடர்ந்த காட்டின் விளிம்பில் வந்து 'சட்' டென்று நின்றது. அதன் மூக்கிலிருந்து புயல் காத்து போய் மூச்சு வெளி வந்தது.'

"நிமேஷ், நிமே...ஷ் நீ எங்க இருக்க? நிமே...ஷ் நீ உயிரோட இருக்கயா? பதில் சொல்லு நிமேஷ்."

யார் கூப்பிடுகிறார்கள்? கட்டையான ஆண் குரல்.

"நிமேஷ், நிமேஷ்"

தன் சக்தியை எல்லாம் திரட்டிப் பதில் சொன்னான் நிமேஷ்.

"நான் இங்க இருக்கேன்; நான் இங்க இருக்கேன்."

காலடி பட்டு இலைகள் நொறுங்கும் சத்தம் கொஞ்சம் கொஞ்சமாகப் பக்கத்தில் வந்தது. ஒளியைப் போன்ற ஒரு முகத்தைப் பார்த்தான் நிமேஷ். அந்த முகம் அவனிடம் குனிந்து,

"மருந்து தரேன். பயமில்லாம சாப்டு நிமேஷ். வலி எல்லாம் போயிடும்." என்றது.

நிமேஷ் வாயைப் பிளந்து கொண்டு வெறித்துப் பார்த்தான். மெள்ள மெள்ள மங்கிக் கொண்ட வந்த அவன் நினைவு தப்பியது. நிகழ்காலம், காடு, இரவு, ஒளி, இருட்டு எல்லாம்.

ஒரே இழுப்பில் இரண்டு அம்புகளையும் பிடுங்கி விட்டான் பகன். முக்கோண வடிவில் ஆழமான காயம். அந்த ஆழத்தை மருந்தால் நிரப்பினான் பகன். ரங்கா நினைவிழந்திருந்த நிமேஷின் வாயில் சொட்டுச் சொட்டாகச் சுத்தமான நீரை விட்டாள். அவன் உடலைச் சுத்தமாகத் துடைத்தாள். பிறகு மூவரும் கட்டிலைப் போன்ற ஒன்றைச் செய்து கவனமாக நிமேஷைத் தூக்கி அதில் படுக்க வைத்தார்கள்.

"எங்கே கொண்டு போகலாம்?"

"நம்ப குடிசைக்கு கொண்டு போகலாம்."

"அது எப்டி? இவன் நாடு கடத்தப்பட்டவன்."

"அதுவும் சரிதான். ஒரு காரியம் செய்யலாம். எனக்கு ஒரு குகை தெரியும். அதோட ரெண்டு பக்கமும் தொறந்திருக்கும். செடி கொடிகள வச்சு தொறந்த பகுதிய மூடி..." இது அர்ஜமாவின் யோசனை.

நிமேஷுக்கு வசிப்பிடம் தயார் செய்வதற்குள் பாதி இரவு தாண்டி விட்டது. உள்ளே மண்பாண்டத்தில் தண்ணீரும் இலையில் நன்றாகக் குழைய வேக வைக்கப்பட்ட முயல் மாமிசமும் வைத்து விட்டு விடியற்காலையில் மூவரும் ஓசைப்படாமல் அந்த இடத்தை விட்டு வந்தார்கள். நிமேஷின் காயம் ஆறும் வரை, அவன் பலம் பெறும் வரை, அவன் எழுந்து நிற்கும் வரை, தினமும் இது தொடர்ந்து நடந்து வந்தது.

நிமேஷ் முற்றிலும் குணம் அடைந்த பிறகு பகன் அவனிடம்,

"நிமேஷ், இந்த எடத்த விட்டு வேற எங்கையாவது போயிடு, ஒன்ன நாடு கடத்தி இருக்காங்க. ஒன் உசிர காப்பாத்திக் கொடுத்திருக்கோம். இப்ப ஒன்ன காப்பத்திக்கறது ஒன்னோட பொறுப்பு" என்றான்.

நிமேஷ் பகனைக் கடுமையாகப் பார்த்தான்.

"ஒன் எரக்கம் எனக்குத் தேவ இல்ல. ஒன் விருப்பத்த என் மேல திணிக்காத, போயிடு. நிமேஷ் தன் விருப்பப்படி நடப்பான்."

சூரியன் மறைந்து சந்திரன் எழுந்தது. அடுத்தடுத்துப் பல சந்திரன்கள் மறைந்தன. மதுரா கோஷ்டியின் பலம் நாளுக்கு நாள் பெருகி வந்தது. பயிர் விளைந்தது; கிழங்குகள் தோண்டி எடுக்கப்பட்டன. எல்லா மரங்களிலும் பழங்கள் பழுத்துக் குலுங்கின. ரங்காவின் கர்பகாலம் முடிந்து சுகப்பிரசவம் ஆயிற்று. ஒரு சின்னத் துண்டுச் சந்திரனைப் போல் பெண் குழந்தை பிறந்தது. "பொண்ணு பொறந்திருக்கு. பொண்ணு பொறந்திருக்கு" என்று நான்கு திசைகளிலும் மகிழ்ச்சிக் கூச்சல். "அவள் இன்னும் குழந்தைகள பெத்தெடுப்பா. அவ மார்புலேர்ந்து அமுதம் பொழியும். அவள் தோள்லேர்ந்து சக்தியையும், இதயத்துலேர்ந்து அன்பையும், தலையிலேர்ந்து மூளையும் அந்தக் குழந்தை பெறும்."

நீண்ட காலமாக மதுராவிடமிருந்து ரங்கா ஆயுதப் பயிற்சி பெற்றிருந்தாள். இப்போது அவள் அம்பு விடுவது, ஈட்டி எறிவது, கோடாரி எறிவது ஆகிய மூன்றிலும் திறமை பெற்று விட்டாள். அவளுடைய குறி பார்க்கும் திறமையைக் கண்டு எல்லாரும் வாயடைத்துப் போனார்கள். அத்துடன் அவள் பகனுடைய வைத்தியர் கலையிலும் அர்ஜமாவின் கணக்கிடும் கலையிலும் வல்லவளாக இருந்தாள். பெண் குழந்தையின் தாய். இளமைப் பொங்கும் ரங்காவை நம்பிக்கையுடனும் வியப்புடனும் எல்லாரும் பார்த்தனர்.

அன்று விடிந்து எல்லாரும் வேலக்குப் போய் விட்டார்கள். ரங்கா ஏதோ யோசித்தபடி மருந்து கலக்கும் வேலையில் ஈடுபட்டிருந்தாள். வாயிலில் நிழலாடியது. ரங்கா நிமிர்ந்து பார்த்தாள். மதுரா நின்றிருந்தாள். உயரமான, மெலிந்த உடல்வாகு உடையவள். சமீப காலத்தில் சற்றே பருத்திருந்தாள். திடமான முகமும், உறுதியான உதடுகளும் சின்ன நெற்றியும் நீண்ட கண்களும் உடையவள் மதுரா.

"மதுரா."

ரங்கா எழுந்து நின்றாள்.

"ஒக்காரு ரங்கா. மருந்து தயாரிக்கற வேலய சரியா செய். யுத்தம் செய்யறது, சேவை செய்யறது, வேட்டை ஆடறது, சந்திரன், சூரியன் தண்ணி, காத்து இதப் பத்தியெல்லாம் கணக்கு போடறது - இது அத்தனையும் கத்து வச்சிருக்கிற ஒருத்தி மொத மொதல்லா எங்களுக்குக் கெடச்சிருக்கா. நாங்க ஒன்ன கொண்டாடணும்."

"என்னோட அம்மா மாதங்கியால எல்லாமே முடியும். அவங்க அசாதாரணமானவங்க."

"ஏ, பெண்ணே, நீ இன்னும் மாதங்கிய மறக்கலையா?"

"இல்ல மதுரா. நீ என்ன பர்ணாவ மறந்துட்டயா? தன் அம்மாவை மறந்த மகளுக்கு அவ வித்தை வேலைக்கு ஆகாம போயிடும்."

வெகு நேரம் பேசாமல் இருந்து விட்டுப் பிறகு பெருமூச்சு விட்டபடி மதுரா சொன்னாள்.

"சின்னச் சின்னப் பிரிவா இருக்கற நாம எல்லாரும் ஒத்துமையா இருந்திருக்கலாம், எத்தன வீரர்கள், வீராங்கனைகள, நல்லவங்கள நம்ம குழுவோட சுயநலத்துக்காக நாம..."

மௌனமாகத் தன் வேலையில் ஈடுபட்டாள் ரங்கா. சற்று நேரம் கழித்து மென்மையான குரலில்,

"நீ என்ன நிமேஷப் பத்திச் சொல்றயா?" என்று கேட்டாள். மதுரா தலையை ஆட்டினாள்.

"நிமேஷ் உசிரோட இருக்கான்."

மதுரா திடுக்கிட்டாள்.

"ஒனக்கு எப்டி தெரியும்? அவன் என்ன ஒன்ன சந்திக்கறானா? எப்டி பொழைச்சான்?"

சூனியம் மனுஷன ஏத்துக்கலைன்னா அவன் எப்படியோ பொழச்சுப்பான். இல்ல, நிமேஷோட எனக்கு எந்த விதத் தொடர்பும் இல்ல. எனக்கு நிமேஷ் மேல இச்சை இல்ல, எனக்கு பகன் கிட்டயும் அர்ஜமா கிட்டயும் இச்சை இருக்கு. பகன் மகான்; அர்ஜமா புத்திசாலி.

"அப்ப நான்? என்ன நீ இன்னும் வெறுக்கறயா ரங்கா?"

“இல்லையே. நீ எனக்கு வித்த சொல்லிக் கொடுத்திருக்க, காப்பாத்தி இருக்க, நீ தலைவி. நான் ஒன்ன மதிக்கறேன்” என்று சொன்ன ரங்கா சற்றே தயங்கி விட்டுச் சொன்னாள், “ஆனா நீயும் மாதங்கியும் ஒண்ணு இல்ல, என்ன பொறுத்தவரை மாதங்கியை விட ஒசந்தவங்க யாரும் கெடையாது. அவங்களுக்கு அப்பறம்... அப்பறம்... பகன்.”

“ரங்கா, அடுத்த முழுநிலா தெனத்துல ஒன்ன தலைவி ஆக்கப் போறேன்னு சொல்லத்தான் வந்தேன்.”

“என்ன? ” ரங்கா திகைப்புடன் எழுந்து நின்றாள்.

“ஆமா. கொஞ்ச நாள் ஒன் பக்கத்துலயே இருப்பேன். அதுக்கப்பறம் நீ தலைவி, அப்பறம் ஒன்ன பணிஞ்சு இருக்க நான் கடமைப்பட்டிருக்கேன்.”

“ஆனா இது ஏன் மதுரா?”

மதுரா சிரித்து விட்டுச் சொன்னாள்.

“நீ என்ன தோக்க அடிச்சிட்டு தலைவி ஆகுற நாள் வந்தாலும் வரும். அப்டி நடக்கறதுக்கு முன்னால நானே விலகிட விரும்பறேன். இனிமே என்னால கொழந்தைய சொமக்க முடியாது.”

“சொமக்க முடியாட்டி என்ன? மாதங்கியால கூடத்தான் முடியல. அவளோட கடைசி கொழந்தைய ஓநாய் தின்னிடிச்சி. நான் தலைவி ஆக விரும்பல மதுரா.”

“நீ விரும்பாட்டாலும் மத்தவங்க விரும்பறாங்க - தலைமை ஒனக்குத் தானாவே வரும். பயப்படாத ரங்கா, நான் இருக்கேன். அப்பறம்... அப்பறம்... ஒரு விஷயம்... சூனியம் ஏத்துக்காத போது மண், தண்ணி, காடு எல்லாமே ஏத்துக்க விரும்பலைன்னா... அப்ப எனக்குப் புகலிடம் கொடுத்துக் காப்பாத்து.”

இதைச் சொல்லி விட்டு மதுரா கீழே ஒக்காந்து சத்தம் போட்டு அழுதாள்.

முழு நிலா நாள். ஆகாயத்திலிருந்து நிலவொளி பொழிந்தது. காற்றில் இனிமையான மணம். காட்டில் பூத்திருந்த ஆயிரக் கணக்கான

பூக்கள் மனதைக் கிறங்க வைத்தன. மரங்கள் நிலவொளியில் குளித்துச் சிரித்தன போலும் தன்யா நதி என்று தோன்றவில்லை. அது வட்டமான நிலவைத் தன் இதயத்துள் வைத்துள்ள ஒரு நகரும் ஒளி. மக்கள் அலங்கரித்திருந்தனர். கழுத்தில் பூமாலை அணிந்திருந்தனர். காதில் பூ செருகி வைத்திருந்தினர். இடுப்பிலும் பூமாலை. கோலாகலத்துடன் நெருப்பு மூட்டப்பட்டது. அன்றைய வேட்டை ரங்கா, மதுரா ஆகிய இருவருடையது தான். மூன்று பன்றிகள், நான்கு பெரிய மான்கள். விலங்குகளை வெட்டும் வேலை நடந்து கொண்டிருந்தது. அன்றைக்கு விருந்து இருந்தது. குவியல் குவியலாகத் தானியங்கள் வேக வைக்கப்பட்டன.

நிலா நடு ஆகாயத்திற்கு வந்தது. ஒரு மேட்டின் மேல் ஏறி மதுரா அறிவித்தாள்; “இன்னைலேர்ந்து ரங்கா தான் ஒங்க தலைவி. அவ ஒங்கள காப்பாத்துவா, நீங்க எல்லாரும் அவளுக்குப் பணிஞ்சு நடக்கணும்.”

எல்லாரும் ஆனந்த கூச்சலிட்டார்கள். மதுரா தன்னுடைய ஈட்டியை ரங்காவின் கையில் கொடுத்தாள். ரங்கா அதைக் கையில் வாங்கி நிலவொளியில் மூழ்கியிருந்த ஒரு மரத்தைக் குறி வைத்து எறிந்தாள். குறிதப்பாமல் ஈட்டி அந்த மரத்தைக் குத்தி நின்றது. மறுபடியும் வாழ்த்தொலி எழுந்தது.

விருந்து முடிந்தது. சுற்றிலும் இருந்த நெருப்பு வேலியின் பக்கத்தில் காவலுக்காக மூன்று பேர் இருந்தனர். மற்ற ஆண்களும் பெண்களும் கூடல் ஆனந்தத்தில் கிறங்கிக் கிடந்தார்கள். மதுரா மட்டும் தன் குடிசையில் பேசாமல் உட்கார்ந்திருந்தாள். அன்று அவளுக்கு யாருடனும் கூடுவதற்கு இச்சை இல்லை. வாழ்க்கையில் நிகழ்ந்த பல நிகழ்ச்சிகளின் நினைவில் மூழ்கிக் கிடந்தாள் அவள். இதயத்தில் இனம் தெரியாத ஒரு வேதனை. அவளுடைய சகோதரனும் நண்பனுமான நிமேஷ் மேல் அவள் தன் கையாலேயே ஈட்டி எறிந்தாள்; அவனைக் காட்டுக்குத் துரத்தினாள். அவன் உயிரோடு இருக்கிறான் என்ற செய்தியைக் கேட்டதிலிருந்து ஒரு விசித்திரமான மௌனம் அவளை ஆட்கொண்டது. நிமேஷ் போனவுடன் ஒரு கசப்பான வருத்தம் இருந்தது உண்மைதான். இப்போது நிமேஷ் உயிரோடு இருப்பது தெரிந்தும் அவளுக்கு ஆறுதல் இல்லை. ஏனென்று அவளுக்கே தெரியாது.

'ஏ, சந்தோஷமே, இன்னைக்கி நீ எல்லாரையும் மகிழ்ச்சில ஆழ்த்தி இருக்க. என்ன மட்டும் ஏன் விட்டுட்ட? ஏ, சூனியமே ஒன்கிட்டேர்ந்து தான் உயிர் வருது. உயிர் ஒன்கிட்டேர்ந்துதான் லயம் பெறுது. இந்த சூனியத்துலதான் மனிதனுக்கு மகிழ்ச்சியும் துக்கமும் இருக்கு'

மதுரா தூங்கிப் போனாள். தூக்கத்தில் கனவு கண்டாள். பரந்த காட்டில் மரக்கிளைகளைப் பிடித்தபடி மதுரா போகிறாள். நிமேஷும் வேகமாகப் போகிறான். நிமேஷின் கால் வழுக்குகிறது. கையை நீட்டி அவனைப் பிடித்துக் கொள்கிறாள் மதுரா. மதுராவுக்குக் காலில் முள் குத்தி விட்டது. நிமேஷ் வேறொரு முள்ளால் அந்த முள்ளை எடுக்கிறான். கனவு மேலும் பின்னோக்கிச் செல்கிறது. மான்குட்டியை வைத்துக் கொண்டு இருவரும் விளையாடுகிறார்கள். ஒரே பாத்திரத்திலிருந்து சாப்பிடுகிறார்கள். அவர்கள் முதல் முதலாகக் கூடிய இரவில் மகிழ்ச்சியில் இருவருமே கூச்சலிடுகிறார்கள். மதுராவுக்கு இவை எல்லாமே கனவு என்று தோன்றவில்லை. தான் ஓய்வு பெற்ற தலைவி என்பதை மறந்து பழைய நினைவுகளில் மூழ்கித் தன்னுடைய வாழ்க்கையின் குழந்தைப் பருவம், இளமைப் பருவம், ஆகியவற்றை மறுபடியும் வாழ்ந்தாள் மதுரா. அதில் மூழ்கியும் போனாள்.

சாம்பல் நிற விடியற்காலை நேரம். நெருப்பு அணைந்துவிட்டது. காவல்காரர்களும் தூங்கி விட்டார்கள். நான்கு புறங்களிலும் அமைதி நிலவியது. எங்கிருந்தாவது ஏதாவது சத்தம் வந்ததா? ஏதாவது காட்டு விலங்கா? இல்லையே! இரவு முழுவதும் களைப்படையாமல் நடந்து காவல் காத்தார்கள். வேட்டை ஆடி விட்டு காட்டு விலங்குகளும் தூங்கி விட்டன. எங்கேயோ யாரோ மூச்சு விடுகிறார்களோ? இத்தனை மனிதர்களும் மூச்சு விடத்தானே விடுகிறார்கள்! வேறு என்ன? வேறு யார்? குடிசையைப் பிளந்து கொண்டு ஒரு கூர்மையான வேல் மதுராவின் மார்பில் பாய்ந்தது. சத்தமில்லாமல் சூனியத்தில் கலந்தாள் மதுரா. ஓலமிடுவதற்குக் கூட அவளுக்கு நேரம் கிடைக்கவில்லை. அதே சமயத்தில் கனவு அவளையும் நிமேஷையும் பர்ணாவின் மார்பில் திரும்பவும் கொண்டு சேர்த்தது.

கையில் கொடிகளால் செய்யப்பட்ட கயிறுகளையும் தோளில் வில் அம்புகளையும் எடுத்துக் கொண்டு காட்டிலிருந்து கூட்டம் கூட்டமாக ஜனங்கள் சத்தமிடாமல் வெளியே வந்தார்கள். தூங்கிக் கொண்டிருந்த

பெண்களைக் கட்டிப் போட்டார்கள்; ஆண்களைக் கொன்றார்கள். அலறல் சத்தம் கேட்டு தூக்கம் கலைந்து ரங்கா எழுந்தாள். அவள் முன்னால் நின்றிருந்த நிமேஷின் ஒரு கையில் அர்ஜமாவின் தலையும் மறுகையில் பகனுடைய தலையும் ரத்தம் சொட்டச் சொட்ட இருந்தன. ரங்காவின் உடல் ரத்தத்தால் நனைந்தது. அவள் மேல் மூன்று நான்கு பேர் பாய்ந்தார்கள். நிமேஷ் அவளைக் கொடியால் இறுக்கக் கட்டி ஊருக்கு நடுவே இழுத்துச் சென்றான்.

"எல்லாரும் பாத்து வச்சுக்கோங்க, இவ என்னோடையவள். எனக்கு மட்டும் உரியவள். என்னோட கொழந்தைய மட்டும் தான் இவ சொமப்பா. அப்பறம் என்னோட வீரர்களான நீங்க ஆளுக்கொரு பொண்ண பிடிச்சுக் கிட்டு அந்த குடில்களுக்குள்ள போங்க. அந்தந்த வீரன் பிடிச்சுக்கிட்டுப் போன பொண்ணு அவனுக்கு மட்டுமே சொந்தம். அவ வேற யாரோட கொழந்தையையும் சொமக்க முடியாது. நம்ம கொழந்த யாருதுன்னு நமக்குத் தெரியும். யாரு நம்ம வம்சத்த காப்பாங்கன்னும் தெரியும். இது என்னோட கட்டளை. ஜாக்கிரத! என்னோட கட்டளைக்குப் பணியாதவங்கள வெட்டிடுவேன். ரங்கா, ஒனக்கு இஷ்டமிருந்தாலும் சரி இல்லாட்டாலும் சரி..." என்று சொல்லியபடி அங்கேயே அப்போதே அவளுடன் உடலுறவு கொண்டான் நிமேஷ். இரண்டு பக்கங்களிலும் அர்ஜமா பகன் ஆகிய இருவருடைய தலைகளும் ரத்தும் உறைந்து கறுத்து விட்டன. முழுவதும் வெண்மையாக இருந்த பகனுடைய உடலைத் தவிர மற்ற உடல்கள் அடையாளம் தெரியாமல் கலந்து விட்டன. காலை வெளிச்சத்தில் தலை அற்ற உடல்கள் கிடந்தன.

மகள் – தாய் – கணவன்

பகல் நேரம் நீண்டு கொண்டே போயிற்று. இரவு ஏழு மணி கூடப் பிற்பகல் போல் இருந்தது. மகளைத் தூக்கத்திலிருந்து எழுப்பிக் கீழே விளையாட அனுப்பினாள் ஈஷா. அவளைப் போலவே அவள் மகளும் சங்கோஜமும் கலந்து பழகாத குணமும் பிடிவாதமும் உடையவளாக இருந்தாள். அவள் என்ன சொன்னாலும் கீழே விளையாடப் போக மாட்டாள்.

"அந்தப் பெரிய பையங்க என்ன பயமுறுத்தறாங்க."

“பயமுறுத்தினா நீ அவங்களுக்குப் பதிலடி கொடு. அவங்கள பயமுறுத்து, விடாத. ஒன்னோட கோபத்த அவங்களுக்குக் கொஞ்சம் காட்டு ஷாயி.”

தன் மகள் பொம்மை வைத்துக் கொண்டு விளையாடுவதையும், பெண்கள் கூட்டத்துடன் சேர்ந்து வளர்வதையும் அவள் விரும்பவில்லை. அதே சமயம் ஒரு பையனைப் போல் அவள் ஆவதையும் விரும்பவில்லை. ஆனால் இப்போது எட்டு வயதுப் பெண்ணான அவளுக்கு ஆண் பெண் பேதம் இருக்கக் கூடாது. அவள் பிடித்துத் தள்ளித் தள்ளி இப்போது ஷாயரி வாலிபாலும் பாஸ்கெட் பாலும் விளையாடுகிறாள். விருப்பமில்லாமல் விளையாடினாலும் விளையாட விளையாட விருப்பம் வந்து விடும். மற்றவர்களுடன் கலந்து பழகுவது அதிகரிக்கும். ‘அடி முட்டாள், நாலு பேரோட பழகத் தெரியல’ என்று யாரும் சொல்ல மாட்டார்கள்.

தன்னுடைய குழந்தைப் பருவம் நினைவுகள் வந்தால் இப்போதும் வருத்தப்படுவாள். பள்ளியில் கிரிக்கெட், கால்பந்து போன்ற விளையாட்டுகள் மாணவர்கள் விளையாட்டாகவே இருந்தன. வாலி பால் பாஸ்கெட் பால் போன்ற விளையாட்டுகளும் இருந்தன. ஆனால் மதிய வெய்யிலைக் கண்டு அவள் பயப்படுவாள். அவளுடைய மென்மையான வெண்ணெயைப் போன்ற சருமத்தில் லேசாக வெப்பக் காற்று அடித்தால் கூட ராக்ஷசனுடைய பெருமூச்சு போல இருக்கும். வியர்த்துக் கொட்டித் தள்ளாடி விழுந்து விடுவாள். உடற்பயிற்சி வகுப்பிலும் இதே நிலைதான். குளிர் காலத்தில் பிரச்சினை இல்லை. ஆனால் வெய்யில் காலத்தில்? அப்பப்பா! நிழல் இருக்கும் இடத்தில் போய் நிற்பாள். நிழலாக இருக்கும் இடத்தில் உடற்பயிற்சி செய்யலாம் என்று ஆசிரியரிடம் சொல்லத் தைரியம் இல்லை. தானே கொஞ்சம் நிழலாக இருக்கும் இடமாகப் பார்த்து நின்று கொள்வாள். தோழிகள் வாயைப் பொத்திக் கொண்டு சிரிப்பார்கள். ‘புஷ்பம், புஷ்பம்’ இந்த பலவீனம் கூட அவளுக்கு ஒரு கர்வமாக இருந்தது போலும்.

“ஓ ஈஷாவா! அவளால இதெல்லாம் முடியாது. அவளுக்கு வெய்யில் தாங்காது. செல்லக்குட்டி. ஒடம்பு கறுத்துப் போயிடும் இல்லையா?”

பலவீனம் கர்வப்படக்கூடிய விஷயம். எதுவும் செய்ய முடியாவிட்டால் தங்கள் பலவீனத்தையே கர்வமாக நினைக்கும் பெண்கள் பலர் இருக்கிறார்கள். அவளும் அப்படித்தான் இருந்தாள்.

“டேபிள் டென்னிஸ் விளையாடலாம்” என்றார் அப்பா.

“அடே, அப்பா! எத்தன ஓடி ஓடி விளையாடணும்! நம்மால ஆகாதப்பா.”

கதக் நடனப் பயிற்சி நன்றாக நடந்து வந்தது. ஆனால் முதன் முதலாக மாதவிலக்கு ஆன போது உடல் வெளுத்து வலியால் பலவீனமடைந்தாள், டாக்டர் ரத்தப் பரிசோதனை செய்து ஹீமோகுளோபின் எண்ணிக்கையைப் பார்க்கச் சொன்னார். ஹீமோகுளோபின் மிகவும் குறைவாக இருந்தது.

“பீட்ருட், காரட் எல்லாம் நிறைய சாப்டு. பிடிக்கலைன்னா ஆட்டோட கல்லீரல் சாப்டு.” என்றார் டாக்டர். ஐயோ! நினைத்தாலே அவளுக்குக் குமட்டிக் கொண்டு வந்தது. இல்லாவிட்டால் மருந்து, டாப்லெட், பாலில் கலந்து கொடுக்கப்பட்ட அந்த மருந்தைக் குடித்தால் வாந்தி வந்தது. நடனப் பயிற்சி நின்றது அவளுக்கு நிம்மதியாக இருந்தது. அவள் கதக் நடனம் நன்றாகவே ஆடினாள். அவளுடைய ஆசிரியை ஜர்னா “எல்லோரையும் விட ரொம்ப நல்லா லாவண்யா ஆடறா. அவளுக்கு அடுத்தபடி ஈஷா.” என்பாள். பள்ளி நிகழ்ச்சிகளிலும் அக்கம் பக்கத்தில் நடந்த நிகழ்ச்சிகளிலும் நன்றாக ஆடி நல்ல பெயரெடுத்தாள் ஈஷா.

“பாக்கறதும் நல்லா இருக்கா இல்லையா, அது ஒரு அடிஷனல் பெனிஃபிட். ஈஷா நடனத்துல தூள் கௌப்பறா.” என்றாள் ஜர்னா. அவள் நடன வகுப்புக்கு வராதபோது ஆசிரியை வீட்டுக்கே வந்து விட்டாள்.

“என்ன ரஞ்சா ஈஷா க்ளாஸுக்கு வர மாட்டாளா?”

“ஈஷா டான்ஸ் க்ளாஸுக்கு வர மாட்டா ஜர்ணா அக்கா. ரொம்ப அனிமிக்கா இருக்கா, ரத்தப் போக்கு அதிகமா இருக்கு. சிகிச்சை கொடுத்துக் கிட்டிருக்கோம் பாக்கலாம்.”

வாடிய முகத்துடன் ஆசிரியை போய் விட்டாள். அதன் பின் வழியில் பார்த்தால் இரண்டொரு வார்த்தை மட்டும் பேசி விட்டு

அவளைத் தவிர்த்தாள். நல்ல ஆசிரியை; திறமையாக நடனமாடுவாள். ஆனால் அழகில்லாத காரணத்தால் நடனத்தில் புகழ் பெற முடியவில்லை. நடன ஆசிரியையாக அவளுக்கு நல்ல மரியாதை இருந்தது. ஈஷாவிடம் அவள் பெரும் நம்பிக்கை வைத்திருந்தாள். அந்த நம்பிக்கை தகர்ந்து போனதை அவளால் தாங்கிக் கொள்ள முடியவில்லை.

'இயற்கையே, எனக்கு ஏன் பலவீனமான ஒடம்ப கொடுத்த? இப்போது உடம்பு பருத்து விட்டது. ஆனால் அது ஆரோக்கியம் இல்லை. இப்போதும் கூட ஐந்தாறு நாட்கள் அதிகமாக ரத்தப் போக்கு இருந்தது. கூடவே வயிற்று வலி. ஆரம்ப நாட்களில் டாக்டர் ஒரு கொழந்த பொறந்தா சரியாயிடும்' என்று சொன்னார்.

அம்மா வருத்தத்துடன் சிரித்தபடி,

"பதிமூணு வயசாகுது. இப்பலேர்ந்து நார்மலா வாழறத்துக்கு ஒரு கொழந்தைக்காகக் காத்திருக்கணுமா? அடக் கடவுளே! நீங்கல்லாம் இந்த விஷயத்துக்கு சிகிச்சை பண்றதுல அதிக கவனம் கொடுக்கறதில்ல டாக்டர் ஐயா. நானும் அறுபட்ட ஆடு மாதிரி வலியிலே துடிச்சிருக்கேன். எனக்கு விளையாட்டுல ஆர்வம் இருந்திச்சி. ஆனா அதையெல்லாம் அப்பறம் நிறுத்த வேண்டியதாச்சு. என் மகளுக்கும் இதே கதியா? அவ மகளுக்கும் இதே கதிதான் வருமா? இது என்ன பரம்பரையா வருமா? இத்தன மருந்துங்க கண்டு பிடிக்கறீங்க, இந்த வலி, அதிகப்படியா உதிரப்போக்கு இதுக்கெல்லாம் மருந்து கண்டு பிடிக்க முடியலையா? இல்ல, அவசியம் இல்லன்னு இருக்கீங்களா? என்றாள்."

டாக்டரும் சிரித்தபடி, "என் மேல கோபப்பட்டு என்ன லாபம்? இந்தக் காலத்துப் பொண்ணுங்க இப்படித்தான் கஷ்டப்படறாங்க. ஒங்க அம்மா, பாட்டி காலத்துல இப்டி கஷ்டப்பட்டாங்களா? என்று கேட்டார்."

"இல்ல இப்டி கஷ்டப்படல. ஆனா அவங்க கஷ்டம் வேற விதமானது. ரெண்டு மூணு வருஷத்துக்கு ஒரு தடவை பிரசவம் ஆகும். பத்து மாசம் குழந்தைய சொமக்கற கஷ்டம், அதுக்கப்பறம் பிரசவ வேதனை. ஒவ்வொரு பிரசவத்திலயும் அவங்க சாவ எட்டிப் பாத்திட்டு வருவாங்க. டாக்டர் ஐயா டெஸ்ட் டியூப் பேபி உருவாக்கறீங்க. குளோனிங் பத்தி ஆராய்ச்சி முன்னேறி இருக்கு. சாதாரணமான இந்த வலி, ஒவ்வொரு மாசமும் நிக்காம கொட்டுற ரத்தப்போக்கு இதுக்கெல்லாம் ஒரு விடிவு கெடைக்காதா? ஆச்சரியம்தான்."

அதனால்தான் ஷாயரி எத்தனை அழுதாலும் பால் குடிப்பதிலிருந்து அவள் தப்பிக்க முடியாது. இரவு படுக்கப் போகும் முன் அவள் பால் குடித்தே ஆக வேண்டும். வெனிலாவோ சாக்லெட்டோ எது வேண்டுமானாலும் போட்டுக் கொள்ளட்டும், ஆனால் பால் குடித்தே ஆக வேண்டும். இந்த விஷயத்தில் ஈஷா அசைந்து கொடுக்க மாட்டாள். தினமும் பழங்களும் சிக்கனும் சாப்பிட்டே ஆக வேண்டும். மீன் சாப்பிட ஷாயரி அழுது அழிச்சாட்டியம் செய்வாள். ஈஷா விதவிதமாகச் சமைத்துக் கொடுப்பாள்; ஆனால் சாப்பிட்டே ஆக வேண்டும்.

மகளின் அப்பா கோபப்படுவார்.

“அவ சாப்ட விரும்பல. அவள ஏன் கட்டாயப்படுத்தற? இது தப்பு. அவள அவ போக்குல விடு.”

மகள் நன்றியுடன் அப்பாவைப் பார்த்துவிட்டு அந்த அறையை விட்டுப் போய்விடுவாள். பிறகு அம்மாவின் கோபத்தை உணர்ந்து இரவு படுக்கும் சமயத்தில் மகள் அம்மாவை இரு கைகளாலும் கட்டிக் கொள்வாள்.

“அம்மா, கோவிச்சுக்காத. நான் இனிமே இப்டிப் பண்ண மாட்டேன்.”

அம்மா பேசாமல் இருப்பாள்.

“அம்மா, நான் மீன் சாப்டறேன். முள்ள எடுத்திட்டுக் கொடு. முள்ளு மீனு சாப்ட முடியறதில்ல.”

அம்மா பேசவில்லை.

“அம்மா, நான் பால் குடிக்கறேன். ஆனா ஒரு தடவைதான்.”

அம்மா மௌனம்.

“அம்மா, நான் ஜுஸ் இல்ல, முழுசா ஒரு பழமே சாப்டறேன்.”

இம்முறை அம்மா மகள் பக்கம் திரும்பி அவள் நெற்றியில் லோசாக முத்தமிட்டு மென்மையான குரலில்,

“இது நெனவு இருக்கும் இல்லையா? நீ எனக்கு வார்த்த கொடுத்திருக்க” என்பாள்.

கதைப் புத்தகம். எந்நேரமும் ஈஷாவின் தோழி கதைப் புத்தகம். அரட்டை அடிப்பது, கதைப் புத்தகம் படிப்பது. பாடத்திட்டப்படிப் படிப்பது அவளுக்கு பிடிக்காது. தன் படிப்பை எப்படியோ முடித்து விட்டு கதைப் புத்தகத்தைக் கையில் எடுப்பாள். ‘லால்பாயி’ ‘ஷுன்பர்நாரி’ ‘திலாஞ்சாலி’ ‘சாஹேப் - பிவி - குலாம்.’ ‘கொடி தியே கின்லாம்’ விபூதி பூஷணுடைய எல்லாக் கதைகள், சரத் சந்திரரின் எல்லாப் படைப்புகள், தாராசங்கரின் சில கதைகள், ஆங்கிலத்தில் உதாரிங் ஹாயிட்ஸ், ஜென்ஏர், ரெபெக்கா, மை கஸின் ராசெல், கான் வித் த விண்ட்ஸ். தங்களைத் தகுதி அற்றவர்களாக கருதும் ஆண்களும் பெண்களும் தாங்கள் விரும்பும் அன்பைப் பெறும் கதைகள் அவளுக்கு மிகவும் பிடித்தமானவை. ஜென்ஏர், ரெபெக்கா, ஷுன் பரநாரி போன்றவை இதைப் போன்ற கதைகள். பிரதிபா பாசுவுடைய கதைகள் அவளுக்கு மிகவும் பிடிக்கும். அந்தக் கதைகளும் மேற்சொன்ன வகையைச் சேர்ந்தவை.

‘நவாப் ஒரு பெண்ணை விரும்புகிறார். அவளுக்கு விலை மதிப்பற்ற ஒரு புடவையைப் பரிசளிப்பதற்காகத் தன் அரண்மனையில் ஒரு நெசவாளியை நியமிக்கிறார். ஆனால் அந்தப் பெண் அவருடைய காதலை ஏற்கவில்லை. இறுதியில் டாக்கா நகரத்தில் பயங்கரமான கலவரம் மூண்ட போது நவாப் அவளைத் தம் மனைவி என்று கூறி, நகரத்தை விட்டு வெளியே கொண்டு வருகிறார். கல்கத்தாவில் உயிரை விடுகிறார்.’

ஈஷா இந்தக் கதையை படித்து விட்டுக் குடம் குடமாகக் கண்ணீர் விட்டாள். இந்தக் கதையில் வரும் கதாநாயகனைப் போல் தனக்குக் கணவன் வர வேண்டுமென்று அவள் விரும்பினாள். அவன் அவளை உயிரைக் கொடுத்து நேசிப்பான். அவளைக் கொஞ்சுவான். அவள் கனவு கண்டபடி புத்தகங்களின் பக்கங்களைப் புரட்டுவாள். ஆனால் புத்தகங்கள் எல்லாம் இப்படிப் பொய் சொல்லுமா! அவள் வாழ்க்கையில் வந்த நிஷித்துக்கு ‘டார்ஸி’ யின் ஆண்மை கலந்த அழகும் பண்பும் இல்லை; கர்வம் தான் இருந்தது. நவாப்பின் உயிர் கொடுக்கும் காதல் இல்லை. ஆனால் வித்தியாசமான வளர்ப்பும், கலாச்சாரமும் உடையவனாக இருந்தான். ஹித்கிளிஃபின்னின் மரணத்தையும் வென்ற காதல் இல்லை; ஆனால் அவனுடைய உருவ அமைப்பை மட்டும் கொண்டு அவள் வாழ்க்கையில் வந்தான் நிஷித். ஆரம்பத்திலேயே சிவப்பு சிக்னல் அவளுக்குக் கிடைக்க ஆரம்பித்து விட்டன. அவள்

அழுதாலோ, ரோஷப்பட்டாலோ அவன் கோபப்பட்டான். அவனைப் பொறுத்தவரை அது குழந்தைத்தனமான ஓர் உணர்ச்சி. அதிகம் சொல்வானேன். அவளுக்கு உடம்பு சரி இல்லையென்றால் அவனுக்குக் கோபம் வரும், அவளுக்கு மண்டையை உடைக்கும் தலைவலியா? சட்! அவன் வெளியே போய் விடுவான். மாத விலக்கு வலி. பொது இடத்தில் கடையின் முன்னால் பலர் பார்க்கும் படியாகக் கத்தினான். அவன் நாள் முழுக்க வேலை செய்து விட்டு வீட்டுக்கு வந்தால் குளித்து விட்டு வந்து டீ குடித்துக் கொண்டே மெல்லிசை கேட்பான். கொஞ்சம் பேசுவான், வராந்தாவில் தனிமையில் யாரும் பார்க்காதபடி அவள் மேல் கை வைப்பான். இதல்லாம் எங்கே நடந்தது! டி.வி போட்டு உட்கார்ந்து விடுவான். டிஸ்கவரி, அனிமல் ப்ளானெட், ஹிஸ்டரி, எச்.பி.ஓ. அதன்பின் இந்தி பாட்டு; நடனம். அவன் சாப்பிட உட்கார இரவு பன்னிரண்டு அடித்து விடும். அவள் மாமியார்,

"நீ சாப்பிட்டுடு ஈஷா. நாங்களும் காத்திருக்கறதில்ல; சாப்பிட்டுடுவோம். அவன் ஆபிஸ் காண்டின்ல நல்லா சாப்பிட்டுட்டு வரான்னு தோணுது. அவனுக்குப் பசிக்கற போது சாப்பிடட்டும்" என்பாள்.

அவன் சாப்பிட்டு எழுந்திருக்கும் போது ஒரு மணி ஆகிவிடும் இத்தனை செய்தும் கூட முகத்தைச் சுளித்துக் கொண்டு,

"ஏதாவது செய்யேன்; வேலை இல்லையா என்ன?" என்பான். அவள் வீட்டை ஒழுங்குப் படுத்திச் சுத்தமாக வைத்துக் கொள்வாள். பாதி நாட்கள் சமையல்காரி வராத போது அவள் யார் யாருக்கு என்னென்ன பிடிக்கும் என்று பார்த்துப் பார்த்துச் சமைப்பாள். மகளுடைய முழுப் பொறுப்பும் அவளுடையதுதான்; அவளுடையது மட்டும்தான். அவளுக்கோ மகளுக்கோ உடல் நலம் சரியாக இல்லை என்றாலும் அவள் தான் எல்லாம் செய்ய வேண்டும். கரண்ட் போய்விட்டதா, தொலைபேசி ரிப்பேரா, மகளுக்கு வயிறு சரியாக இல்லையா, காய்ச்சலா, அவளுக்கே காய்ச்சலா அதற்காக டாக்டர் பார்ப்பது முதற்கொண்டு எல்லாமே அவள் பொறுப்புதான். அவளைக் கவனிப்பதற்கும், கவலையைப் பகிர்ந்து கொள்வதற்கும் யாரும் இல்லை. அவன் தன் வேலையில் உயர உயரப் போவான்; மனைவியும் குழந்தையும் குடும்பமும் துச்சமாகி விடுவார்கள். தான் யாரையும் சார்ந்திருக்கவில்லை என்ற ஓர் எண்ணத்தை நிஷித் நன்றாக வளர்த்திருந்தான். மனைவி

இல்லாத போது கேண்டின், ரெஸ்டாரெண்ட், டேக் அவே முதலியவை கை கொடுத்தன. மனைவியும் குழந்தையும் இருக்கும் போது கூட அவனுக்கு உறவினர்களும் நண்பர்களும் தான் நெருக்கமானவர்கள். வார இறுதியில் அவர்களைப் பார்க்கவில்லை என்றால் அவன் மனம் கஷ்டப்படும். அவர்கள் சந்திப்பில் பெரும்பாலும் வேலையைப் பற்றிய பேச்சுதான் இருக்கும். எந்த ஷேர் ஏறி இருக்கிறது, எது இறங்கி இருக்கிறது, யு.எஸ். அரசாங்கத்தின் கொள்கை, இந்தியாவில் வட்டி விகிதம் எத்தனை குறைதிருக்கிறது. இவற்றைத் தவிர சைபாலின் மனைவி பார்ப்பதற்கு எப்படி இருக்கிறாள்; அவளை சைபால் எப்படிக் கல்யாணம் பண்ணிக் கொண்டான்? ஆலி ஹாங்காங்கில் சக்கை போடு போட்டு டாலரிலேயே வாரிக் கொட்டுகிறான், ரூபிக்கும் சுந்தருக்கும் பிறந்திருக்கிற குழந்தை மங்கோலியக் குழந்தை போல் இருக்கிறது. ராஜாவுக்கும் அபர்ணாவுக்கும் டைவர்ஸ் ஆகி விட்டது சத்யஜித் பெரிய டைரக்டரா இல்லை மணிரத்தினமா...?

அப்போதெல்லாம் அவள் தனிமைப்படுத்தப்பட்டாள். அவள் கலந்து கொள்ளக் கூடிய வகையில் எந்த விஷயமும் இல்லை. ஒரு தடவை அவள்,

“ரெண்டு பேருக்குமே ப்ளஸ் பாயிண்ட் இருக்கு” என்றாள்

அவ்வளதான். கொதித்து எழுந்தான் நிஷித்.

“இந்த விஷயத்துல ஒனக்கு என்ன தெரியும்? சத்யஜித் ராயோட ரகமே தனி. ஒனக்கு அதப் பத்தியெல்லாம் புரியாது.”

அப்போது அங்கிருந்த நிஷித்தின் அக்காவும் அக்கா புருஷரும் பொருள் பொதிந்த பார்வையைப் பரிமாறிக் கொண்டு, லேசாகச் சிரித்தார்கள். நிஷித்துக்கும் ஈஷாவுக்கும் இடையே இருந்த உறவு தெள்ளத் தெளிவாகத் தெரிந்த ஒன்று. அக்கா புருஷன் ஈஷாவைத் தட்டிக் கொடுப்பதைப் போல,

“அட, அவள கொஞ்சம் பேசத்தான் விடேன் நிஷித்” என்று சொன்னாலும் கூட ஈஷாவின் அவமானத்தை அவர்கள் ரசித்தார்கள்.

நிஷித்தின் அக்காவுக்கு எல்லாமே நன்றாக இருந்தது. அவள் ‘நாத்தனார்’ அல்லவா? நிஷித்தை விடப் பல வயது மூத்தவள். அதற்கும்

மேலாக சீனியர் மேனேஜ்மெண்ட் பதவி வேறு. அவள் தகுதியே வேறு. ஒரு வெறும் கிராஜுவெட் மருமகள் பயந்த மென்மையான குணம் உடையவள் கிடைத்தால் அவளை மட்டம் தட்டலாம். அதில் அவளுக்கு அத்தனை சந்தோஷம்! நல்ல சம்பளம், படிப்பு. உலக அறிவு இவை எதுவுமே அவள் நாத்தனார் சுபாவத்தை மாற்றவில்லை.

தன் அம்மாவிடம் அவள் இதைப் பற்றியெல்லாம் சொன்னால் அம்மா வருத்தத்துடன்,

"ஈஷா, ஜனத்தொகையும் போட்டியும் பெருகப் பெருக வாழ்க்கையோட மதிப்பீடு மாறிக்கிட்டே வருது. பணமும் பதவியும் தான் இப்ப மனுஷத்தனத்த தள்ளிட்டு மேலோங்கி நிக்குது. ரொம்ப பெரிய பதவில இருக்கற ஒருத்தரு; ரிஸர்வ் பாங்குல உதவி கவர்னர்னு நெனைக்கறேன், ஒறவு மொறைல எனக்கு மாமா மகன் ஆகணும், எந்த ஆடம்பரமும் இல்லாதவரு. இன்னும் சொல்லப் போனா ரொம்ப அன்பா இருப்பாரு. அவர் நண்பர் குழுவுல குமாஸ்தா, பேராசிரியர், விஞ்ஞானி, அரசாங்க அதிகாரி, எழுத்தாளர்னு எல்லாரும் இருப்பாங்க. எல்லார் கிட்டயும் சிரிச்சுப் பழகுவாரு. அவரோட பதவி, பணம் எதுவுமே அவரோட சமூக ஒறவுல இருக்கல. ஒரு தெரு நாயை வளர்த்தார். அதுக்கு 'காலாசாந்த்'னு பேரு வச்சாரு. அத அழச்சுக்கிட்டுதான் தெனமும் நடக்கப் போவார். அதுக்கப்பறம் அரை மணி நேரம் அதுக்குப் பயிற்சி கொடுப்பார்."

"காலாசாந்த் எழுந்திரு, காலாசாந்த் ஒக்காரு"

அது பாக்கவே வேடிக்கையா இருக்கும். இந்த மாதிரி மனுஷங்க போனப்பறம் தையக் கடைல அளவெடுத்துத் தைக்கப்பட்ட மனுஷங்க வந்திட்டாங்க. ஒலகம், வாழ்க்கை, கலந்து பழகறது எல்லாமே சுவாரஸ்யம் இல்லாமே போயிடிச்சி. விட்டேத்தியா இரு. யாரு என்ன திட்டினாலும் அத மனசுல போட்டுக்காத. நாய் 'வள் வள்'ன்னு கொலைக்கறது நம்ம பாதிக்குதா என்ன? அதிகம் போனா 'சூ...சூ..'ங்கறோம். அவ்வளவுதான். இதுவும் அது மாதிரிதான். வாய்ப்பு கெடைச்சா 'சூ...சூ...' பண்ணு. சின்னதா ஒரு ஓட்டை போட்டா பலூன் சுருங்கிப் போயிடும். ஆனா, ஒனக்குன்னு ஒரு தனித்தன்மையும் விட்டேத்தி சுபாவமும் வர்ற வரைக்கும் 'சூ...சூ...'ன்னு வெரட்டாத, ஊசியால குத்தறது வேண்டவே வேண்டாம். ஈஷா நான் ஒன்கிட்ட எத்தன தடவ

சொல்லி இருக்கேன்? ஏதாவது செய். எம்.ஏ.படிக்க விருப்பம் இல்லைன்னா வேற ஏதாவது கத்துக்க, இப்பத்தான் நெறைய வாய்ப்புகள் இருக்கே.''

அவ்வளவுதான் ஈஷா வாயை மூடிக் கொண்டாள், அலுவலக உலகத்தைக் கண்டு அவள் பயந்தாள். ஒரு சின்னக் குடும்பத்திலேயே எத்தனை பிரச்சினைகள். அலுவலகம் என்றால்? அடே, அப்பா! அத்தனைப் பிரச்சனைகளையும் சமாளிப்பது அவளால் ஆகாத விஷயம். 'அப்பப்பா வேல பாக்கறது முடியாத காரியம்.' கல்யாணமான புதிதில் இதையெல்லாம் நிஷித்திடம் சொல்லியிருக்கிறாள்.

"ஓங்க ஆஃபிஸ் நண்பருங்கள சமாளிக்கறது என்னால ஆகாத காரியம். அவங்கள்ள நெறைய பேரு வெளிநாட்டுலேர்ந்து வந்தவங்க. அவங்களோட உச்சரிப்பு புரிஞ்சுக்கறது ரொம்ப கஷ்டம்; அப்பறம் அவங்களுக்கு எது பிடிக்கும், எது பிடிக்காது எதுவுமே எனக்குப் புரியாது" நிஷித், ப்ளிஸ் நீங்க மட்டும் போயிட்டு வாங்க."

"நான் மட்டும் போனா நல்லா இருக்காது"

"ஏதாவது சொல்லி சமாளிங்களேன்."

"அவங்கல்லாம் முட்டாள் இல்ல."

கடைசியில் அவளும் போனாள். விருந்துக்கு வந்திருந்தவர்களுள் ஒருத்தி. "இப்டி பேசா மடந்தையா இருக்கறவங்கள நான் பார்த்ததே கிடையாது. அவங்க பேசுவாங்களா இல்லையா? ஈஷா, நீங்க பேச மாட்டீங்களா?" என்று கேட்டாள்.

புன்னகை செய்வதைத் தவிர அவளால் வேறு எதுவும் செய்ய முடியவில்லை. எதிரே நிஷித் எமதர்ம ராஜனைப் போல் அவளை முறைத்துப் பாத்துக் கொண்டிருந்தான்.

வீட்டுக்கு வந்தவுடன் வெடித்தான்.

"நீ ஒரு பேசாத பொம்மைன்னு அவங்க நெனைக்கறாங்க. நான் ஒன்ன எப்டிக் கல்யாணம் பண்ணிக்கிட்டேன்னு அவங்க ஆச்சரியப் படறாங்க."

இது ஒரு பெரிய இடி.

'நிஷித், நீங்க என்ன ஒங்க ஃப்ரெண்ட்ஸோட பார்ட்டிக்கு அழைச்சுக்கிட்டுப் போறத்துக்கா மனைவி தேடினீங்க? எல்லா எடத்துலயும் பேசிப் பழகக் கூடிய பொண்ண ஏன் கல்யாணம் பண்ணிக்கல? இப்ப அந்த மாதிரி பொண்ணுங்க நெறைய பேரு இருக்காங்களே! என்னை ஏன் விரும்பினீங்க? என்னைக் காதலிக்கறதாலதான் கல்யாணம் பண்ணிக்க விரும்பறதா என்கிட்ட சொன்னீங்களே! நீங்க வந்திருக்காட்டா எனக்கு ஒரு நஷ்டமும் வந்திருக்காது நிஷித். நீங்க என் வாழ்க்கைல வந்ததால பயம், மனக்கஷ்டம், அவநம்பிக்கை, ஏமாத்தம் எல்லாம் சேர்ந்து இத்தன வருஷமும் பாழாயிடிச்சி'. என் தனித்துவமும் தன்னம்பிக்கையும் தொலைஞ்சிப் போயிடிச்சி. ஒவ்வொரு நொடியும் 'நீ துச்சமானவள், ஒரு ஜீவனாக மதிக்கத் தகுதி இல்லாதவள். அர்த்தம் இல்லாதவள்'ன்னு எனக்கு உணர்த்திக்கிட்டிருக்கீங்க. இதுக்கு மேல நான் மோசமானவ. ஏன்னா என்கிட்ட மோசமா நடந்துக்கிட்ட ஒங்க பிரியமான நண்பர்களோட நான் பழகறதில்ல. அதனால நான் இன்னும் அதிகமா அர்த்தம் இல்லாதவளா ஆயிட்டேன்.

'அர்த்தத்துக்குப் பின்னால் ஓடுகிறேன். அர்த்தம் கொடு ஏதாவது அர்த்தம் கொடு'

நான் கை ஏந்தி நிற்கிறேன்

எனக்கு மறுக்காதே. உன்னிடம் என்னென்ன இருக்கிறதென்று எனக்குத் தெரியும்.

மூடி இருக்கும் கை

நான் தரமாட்டேன், தரமாட்டேன்

இருந்தாலும் ஒரு ராட்சத பலத்தில் முஷ்டி திறந்து கொள்கிறது.

பாட்டும் சிரிப்பும் உதிர்கின்றன; எல்லையற்ற நம்பிக்கையும் தான்

வாடிய பூக்கள், உதிர்கிற பூக்கள் எதுவுமே மிச்சம் இல்லை

மதிப்பு இல்லாமல், அர்த்தம் இல்லாமல் இப்போது இருக்கிறேனா இல்லையா என்று கூடத் தெரியவில்லை.

சர்வமங்களாவிலிருந்து பூர்ணா வரை இடையே மூன்றாவது மருமகள்

பாக்பஜார் வீடு பிரிவினை ஆகப்போவதைக் கேட்டு வேதவதிக்கு மனதை என்னவோ செய்தது. இந்தப் பாகப்பிரிவினை, அண்ணன் தம்பிக்குள் மனஸ்தாபம், பிரிவு இதெல்லாம் விவரிக்க முடியாத ஒரு பயத்தை அவளுள் ஏற்படுத்தியது. நடைமுறையில் இருக்கும் கட்டமைப்பு அவளுக்கு நிம்மதியைக் கொடுத்தது. இதில் ஏற்படும் எந்த மாற்றமும் ஊன்றுகோல் இல்லாமல் அந்தரத்தில் தொங்குவது போன்ற உணர்வை அவளுள் ஏற்படுத்தியது. எல்லாருக்குமே இப்படி ஏற்படுமா என்று யாருக்குத் தெரியும்? உண்மையில் கூட்டுக் குடும்பம் உடைந்து போய் வெகு காலமாகி விட்டது. நிலம், குடும்ப வியாபாரம் முதலியவற்றிப் பிரிவினை ஏற்பட்ட போது குடும்பமும் உடைந்தது. கிராமத்தினர் பெரிய படிப்பு, பெரிய உத்யோகம் இவற்றின் காரணமாகப் பெரிய பெரிய நகரங்களில் தனிக்குடித்தனம் போனார்கள். ஆனால் அது அத்தனை பயப்படக்கூடிய விஷயமில்லை. அஸ்திவாரம் கிராம நிலத்தில் இருந்தது. அங்கே சித்தப்பாவோ பெரியப்பாவோ நிலத்தைப் பார்த்துக் கொண்டார்கள். அப்பா வைத்தியராக இருந்தார். குடும்ப வீடு இருந்தது. கூட்டு வியாபாரத்திலிருந்து எல்லாருக்கும் சாப்பாடு துணிமணிக்கான பணம் கிடைத்து விடும். இந்த ஏற்பாட்டால் அதிகம் பயன் அடைந்தவர்கள் வயதானவர்கள், நோயாளிகள், முடமான உறவினர்கள் ஆகியோர்தான். யாராவது ஒருவர் அவர்களைப் பார்த்துக் கொண்டு விடுவார்கள். வேதவதிக்கு வயதாகி விட்டது. அவளுடைய அண்ணன்கள், அண்ணிகளுக்கும் வயதாகி விட்டது. அவளுடைய ஐந்தாவது அண்ணாவின் ஒரு மகள் மூளை வளர்ச்சி குன்றியவள். இதெல்லாம்தான் அவளைக் கவலைப்பட வைத்தது.

அவளுடைய புகுந்த வீட்டில் இந்தப் பிரச்சினை இல்லை. அவள் கணவன் 'கிரமணமய்'க்கு சகோதரன் கிடையாது. எல்லாருமே அக்காதான். வேதவதியின் திருமணத்தை அடுத்து ஒரு சகோதரியின் திருமணம் நடந்தது. ஆனால் ஒன்று, அவளுக்கு அடுத்த தலைமுறையான அவளுடைய குழந்தைகளிடையே பிரிவு ஏற்பட்டதே தவிர சண்டை சச்சரவு இல்லை. அதுவரைக்கும் நிம்மதி. வீட்டை விற்கும் விஷயத்தில் அவர்கள் எல்லாருமே வேதவதிக்கு எதிராக ஒற்றுமையாக நின்றார்கள். நிலைமையைப் பார்த்து அவள் தானே பின் வாங்கினாள். இது

அவளுடைய குணம். தனக்குச் சாதகமில்லாத அல்லது தனக்குப் பிடிக்காத விஷயத்திலிருந்து அவள் ஒதுங்கி விடுவாள். இது ஒரு வகையான நத்தை இயல்பு. அவள் கணவன் எதற்காவது கோபித்தால் அவள் மெள்ள அந்த இடத்தை விட்டுப் போய் விடுவாள். கணவன் முரட்டுத்தனமாக நடந்து கொள்வது அவளுக்குப் பிடிக்காது. அவள் ஒரே ஒரு தடவை அவருக்குப் புரிய வைக்க முயற்சி செய்வாள்; அதன் பின் பேசாமல் இருந்து விடுவாள். என்ஜினியர் ஆக வேண்டுமென்று சஞ்சய்க்கு விருப்பம்.

“இத்தன மூளைய வச்சிக்கிட்டுக் கஷ்டப்பட்டுப் படிச்சு, கடைசில ஒரு கூலிக்காரனா இருக்கணுமா?” என்று கேட்டார் அவள் கணவர்.

அவள் கணவனுக்கு விளக்கினாள்.

“இது அவனோட விருப்பம். நல்ல புத்திசாலிப் பையன். அது மட்டுமில்லாம என்ஜினியரானா நல்லா சம்பாதிக்கலாம். சீக்கிரம் தலையெடுக்கலாம். இது ஓரளவுக்கு சஞ்சய் அவளுக்கு விளக்கியது தான். அவள் கணவன் அசையவில்லை.”

“ஒவ்வொரு பரிட்சையிலேயும் கெமிஸ்ட்ரில நல்ல மார்க் எடுத்திருக்கான், அதுதான் அவனுக்கு சப்ஜெக்ட். அவன் சின்னப் பையன். புரிஞ்சுக்கல.”

முகத்தைத் தூக்கி வைத்துக் கொண்டு ரசாயனத்தை முக்கிய பாடமாக எடுத்துக் கொண்டு கல்லூரியில் சேர்ந்தான் சஞ்சய். எல்லாப் பரிட்சையிலும் நல்ல ரிசல்ட். உடனே அவள் கணவர் “பாத்தயா? நான் சொல்லல? சஞ்சய் நல்லா முன்னுக்கு வந்திருக்கான்” என்றார். ஆனால் வாய்ப்பு கிடைக்கும் போதெல்லாம் சஞ்சய் “இது என்ஜினியர்களோட பொற்காலம். பி.இ. படிச்சவங்கல்லாம் இப்ப இண்டஸ்ட்ரில கொடி கட்டிப் பறக்கறாங்க” என்பான்.

அதே கணவர்தான் இரண்டாவது மகன் சஜீவ்வை தொழில் நுட்பக் கல்லூரிக்கு அனுப்பினார். அவனுக்கு மெகானிக்கல் மூளை; இலக்கியத்திலும் ஆர்வம் இருந்தது. அவளால் ஒன்றும் செய்ய முடியவில்லை. அதற்காக இப்போதும் சஜீவ்விடமிருந்து அவளுக்குப் பேச்சுக் கேட்க வேண்டி இருக்கிறது.

ஒரு விஷயத்தில் தன் கருத்தை விளக்குவதற்கும் வாதாடுவதற்கும் அவளுக்குப் போதிய அறிவு இல்லாமல் இல்லை. மஞ்சு தவறு செய்ய இருந்தாள். அவள் தன் அறிவாலும் சாதுர்யத்தாலும் சமாளித்தாள். மஞ்சு இன்று சுகமாக இருக்கிறாள். ஆனால் ரஞ்சா விஷயத்தில் அவளால் முடியவில்லை. சுபீர் பொறுப்புள்ளவனாக அவளுக்குத் தோன்றவில்லை; ஆனால் வாழ்க்கையில் எழும் புயலையும் பூகம்பத்தையும் சமாளிக்கும் திறமை தன் மகளுக்கிருப்பது மட்டும் புரிந்தது. ஏனென்றால் ரஞ்சா அவளுடைய மகளில்லை; சர்வமங்களா என்கற தலைவியின் பேத்தி. ஆனால் மருகமளின் வீட்டிலிருந்து வந்த சீர்வரிசையைத் திருப்பி அனுப்பிய சர்வமங்களா இல்லை. கணவர் இறந்த பிறகு தன் அத்தனைக் குழந்தைகளின் படிப்பைக் கவனித்து, முடித்து வைத்து, கல்யாணம் செய்து வைத்த, பேரன் பேத்திகளையும் கவனித்து வளர்த்த சர்வமங்களாவின் பேத்தி; வீட்டில் வேலைக்காரர்களுக்கு உடல் நலம் சரியாக இல்லாமல் போனால் அவர்களுக்குப் பணிவிடை செய்த சர்வமங்களாவின் பேத்தி.

ஒருவரிடம் எல்லா நல்ல குணங்களும் இருக்க முடியாது; குற்றங்குறைகள் இல்லாமல் இருக்க முடியாது. இருந்தாலும் அவள் மனதிற்குள் சர்வமங்களாவின் வேலைத் திறமையும், நிர்வாகத் திறமையும், அறிவும் ரஞ்சாவுக்கு இருக்க வேண்டுமென்று வேண்டிக் கொண்டாள். அதோடு சேர்த்துத் தன்னுடைய பொறுமையும் ரஞ்சாவுக்கு இருக்க வேண்டுமென்று மிகவும் பணிவுடன் வேண்டிக் கொண்டாள். அவளுடைய மகள்கள் அவளுடைய பொறுமையை மதிக்கவும் இல்லை; புரிந்து கொள்ளவும் இல்லை. மஞ்சு தில்லியிலிருந்து வந்தால்,

“அப்பப்பா, எந்த வீட்ல எறங்கறதுன்னு தெரியல. எனக்கு அப்பா வீடு, அம்மா வீடுன்னு ஒண்ணும் கெடையாது. எல்லாம் அண்ணன் - அண்ணிகள் வீடுதான். ஏம்மா ஒன் புருஷனுக்குத்தான் ஒரு வீடு இருந்திச்சே, ஒனக்குன்னு ஒரு இருப்பிடம் தனியா வச்சிக்க முடியலையா? அத நாங்க எங்க பொறந்த வீடுன்னு சொல்லிக்க முடியும். இது ரொம்ப அநியாயம் அம்மா, நீ கொஞ்சம் வாய தொறந்திருக்கலாம்.” என்று குதிப்பாள்.

“தனியா இருப்பிடம்னா கவனிச்சுக்க தனியா ஆளு வேணும் மஞ்சு. தனியா ஒரு செலவு. தனிக்குடித்தனம். அது என்ன என்னால...”

“ஏன் அவங்க எல்லாரும் கொஞ்சம் கொஞ்சம் கொடுத்திருக்கலாம். நாங்களும் கொடுத்திருப்போம். நல்லாவே நடந்திருக்கும்.”

“கேட்க நல்லாத்தான் இருக்கு. ஆனா அப்டி இருக்கறதும் உயிர் வாழ்றதும் நல்லா இருக்காது. இது கையேந்தி பொழைக்கற பொழைப்பு தான் . அது ஒரு வயதானவர்களுக்கான ஆசிரமம்; தனி ஒரு கெழவியோட ஆசிரமம். இதுல வித்தியாசம் என்னன்னா எல்லாப் பொறுப்பும் அந்தக் கெழவியோடது. வீட்ல செத்து விழுந்து கெடந்தா...”

“சரி, சரி. மேல பேசாத. இந்த மாதிரி அபசகுணமா பேசவே பேசாத.”

“ஒன்ன கெழவின்னு சொல்லிக்காத அம்மா. மனசுக்குக் கஷ்டமா இருக்கு.” என்பாள் ரஞ்சா. அவள் கண்களில் நீர் நிறையும்.

வேதவதி சிரிப்பாள். “இதப் பாரு; ‘பொண்ணுங்க இருவது வயசுல கெழவி’ங்கற பழமொழி நடைமுறைல இருந்த காலத்த சேர்ந்தவ நான். அப்பறம் ஒரு பொண்ணுக்குப் பேறு காலம் முடிஞ்சிப் போயிடிச்சின்னா அவ பொண்ணு இல்ல; கெழவியேதான். அப்ப குடும்பத்துல உசிர விட்டு ஒழச்சு தனக்குன்னு ஒரு எடத்த தக்க வச்சுக்கணும்.”

“ஆமாமா. ஒனக்கு அந்த மாதிரி வாழ்க்கைதான். ஒனக்குத்தான் மாமியார், மச்சினர் யாரும் கெடையாதே.”

வேதவதி சிரித்தாள். அவளுடைய சிரிப்பில் வருத்தம் இருந்தது. ஏன்? காரணம் யாருக்கும் தெரியாது.

“நான் ரொம்ப நாள் வாழ்ந்திட்டேன். இத்தன நாள் வாழ்ந்திருக்க வேண்டாம்.”

“ஆமா, ஒனக்கு நடந்திருக்கற அநியாயத்துக்கெல்லாம் நீ வாய மூடிக்கிட்டிருந்ததற்கு ஒன் இதயம் வெடிச்சிருக்கணும்.”

“சரிம்மா, எல்லாத்தையும் பொறுத்துக்கிட்டு இருக்கற ஒன் பூமித்தாய் வடிவம் ஒரு சக்தியா, இல்ல பலவீனமா?” என்று கேட்டாள் ரஞ்சா.

“யாருக்குத் தெரியும்?”

“ஒனக்கு என்ன தோணுது?”

“ஒங்க ரெண்டு பேருக்கும் என்ன தோணுது?”

இரண்டு சகோதரிகளும் ஒரே குரலில் சொன்னார்கள்.

“பலவீனம் அம்மா. நீ ஒத்துப்பயோ இல்லையோ, இதுக்குப் பேரு மூங்கில் இயல்பு. புயல் காத்து அடிச்சா பெரிய பெரிய மரங்கல்லாம் விழுந்திடும். ஆனால் மூங்கில் வளைஞ்சுக் கொடுத்துப் பிழைச்சுக்கும்.”

“எடுத்ததுக்கெல்லாம் சண்ட போட்டு சீக்கிரமா செத்துப் போயிருக்கணும்னு சொல்றீங்களா?”

“இல்ல, இல்ல, அப்டி இல்ல: மனுஷங்க மரம் இல்ல. புயல் காத்து அடிச்சா நிமிர்ந்து நிக்கறத்துக்கான சக்தி மனுஷனுக்கு இருக்கு. நீ என்ன நெனைக்கற சொல்லு.” என்றாள் ரஞ்சா.

வேதவதிக்கு அதிகம் யோசிக்க வேண்டி இருக்கவில்லை. அவளுக்கு எண்பது வயதாகிறது. வாழ்க்கையில் அவள் செய்தவற்றுள் அவளுடைய சுபாவமும் அவளுடைய முயற்சிகளும் கலந்திருந்தன. அவள் சிரித்தபடிச் சொன்னாள்.

“ரெண்டும் தான். சக்தியும் தான், பலவீனமும் தான்.”

“அது எப்டி?” மஞ்சு வெடித்தாள்.

“யார் மேலயும் எதையும் பலவந்தப்படுத்தறது என்னென்னிக்கும் எனக்குப் பிடிக்காது மஞ்சு. ஒரு தடவ சொல்லுவேன். அதுலயே என் வார்த்தைக்கு மதிப்பு வந்தா சரி. நச்சரிக்கிறது எனக்குக் கௌரவக் கொறச்சலாப்படுது; இப்பக்கூட.”

“இது நமக்கு ரொம்ப பரிச்சயமான ஈகோ அம்மா. கௌரவம் பாழாப் போயிடும்னு ஒரு அநியாயத்த சகிச்சுக்கிட்டு வாய மூடிக்கிட்டு இருப்பயா?” என்று கேட்டாள் ரஞ்சா.

“நான் எந்த அநியாயத்த சகிச்சுக்கிட்டு இருந்திருக்கேன், சொல்லுங்க பாப்பம்.”

“பாட்டிக்கு மாமாக்கள்தான் ஒசத்தி. இதப்பத்தி நீ என்னைக்காவது ஏதாவது சொல்லி இருக்கயா?” என்று கேட்டாள் மஞ்சு.

“அக்கா, நீ அசல் விஷயத்துலேர்ந்து வெலகி போற. அது பிரதிவாதம் செய்யற விஷயம். நாம சகிச்சுக்கறத பத்திப் பேசிக்கிட்டிருக்கோம் தனக்கோ இல்ல தனக்கு ரொம்ப வேண்டியவங்களுக்கோ நடக்கற அநியாயத்த வாய மூடிச் சகிச்சுக்கறத பத்திதான் பேச்சு.”

வேதவதி சிரித்தபடிச் சொன்னாள்: “ரஞ்சா, என்கிட்ட என்ன தெரிஞ்சுக்க விரும்பறீங்கன்னு ஓங்களுக்கே தெரியல. இருந்தாலும் நீங்க ரெண்டு பேரும் கேக்கறதுக்காக பதில் யோசிக்கறேன். பதிமூணு வயசுல கல்யாணமாகிப் பொறந்த வீட்ட விட்டு வந்தவளுக்கு அந்த வீட்ல என்ன அதிகாரம் இருக்கும்? ‘வா, சாப்பிடு, போ’ அவ்வளவுதான்.”

“பாட்டி ஒன்ன எந்த விஷயத்துக்கும் கலந்து ஆலோசிக்க மாட்டாங்களா?”

“ஆலோசன கேப்பாங்க, முடிவெடுத்தப்பறம் ஒரு ஒப்புக்குக் கேப்பாங்க. ‘வேதா, பொண்ணு வீட்லேர்ந்து வெல பிடிச்ச சீர் வைக்கணும்னு சொல்லிடவா’”

‘இல்லம்மா, அவங்களால முடிஞ்சத செய்யட்டும்.’

‘இல்லடி வேதா. பொண்ண பெத்த எல்லா அப்பன்களும் நாமம் போடறதுக்கு ரெடியா நிக்கறாங்க. அவங்க எத்தன மோசம்னு ஒனக்குத் தெரியாது.’

‘நமக்கு ஒறவுக்காரங்களா ஆகப் போறவங்கள நாம திட்டறது சரியா?’

‘ஒறவு என்ன ஒறவு வெச்சுக் கெடக்கு? சம்பந்திங்க. அவ்வளவு தான்’

‘அப்ப என்னோட புகுந்த வீட்டுக்காரங்களும், என் வீட்டுக்காரரும் ஒன்னோட மனுஷங்க இல்லையாம்மா?’

அப்ப அம்மா என்ன சொன்னாங்க தெரியுமா?

'அடி அம்மா, நல்லா விசாரிச்சப்பறம்தான் அஞ்சு பொண்ணுங்களுக்கு அப்பறம் பொறந்த ஒரே பையனுக்குக் கல்யாணம் பண்ணி வச்சேன். மாமியார் இல்ல; குடும்பம் ஒன்னோடது, மருமகள கொடுமைப் படுத்தினா குடும்பம் ஒடைஞ்சு போயிடும். ஒன்னோட நாத்தனார் எல்லாரும் தொலை தூரத்துல செதறிக் கெடக்காங்க. மாமனாருக்கு ஒன் கையால சோறு கெடச்சா அவரு நன்னியோடு இருப்பாரு. அப்பறம் மருமகன்? நல்லவருன்னு மொகத்துல எழுதி ஒட்டி இருக்கு. அவர ஒன் பொடவ தலைப்புல முடிஞ்சு வச்சுக்கலாம். இருந்தாலும் மருமகன் எப்டி நம்ப மனுஷனாக முடியும்? ஜமாய் ஷஷ்டி அன்னைக்கி (ஆடி மாதம் வரும் ஷஷ்டி அன்று 'மாப்பிள்ளை ஷஷ்டி' என்று வங்காளத்தில் ஒரு பண்டிகை கொண்டாடப்படுகிறது) நான் அவர என் மகனா நெனச்சு விரதம் இருப்பேன். அதுக்கு மேல மருமகன் மேல சார்ந்திருக்க முடியுமா? அவரு என்ன பாத்துப்பாரா? சட்! நீ ஒருத்தி கேக்க வந்திட்ட.'

சகோதரிகள் இருவரும் விழுந்து விழுந்து சிரித்தார்கள்.

சிரித்து முடித்த பிறகு ரஞ்சா சொன்னாள்.

"அப்பா எத்தன நல்லவருன்னு ஒன்னால தான் நல்லா சொல்ல முடியும் அம்மா. அப்பா சொல்றதுதான் முடிவுன்னு எங்களுக்குத் தெரியும். எல்லா முடிவுமே சரியானதுன்னு சொல்ல முடியாது. நேரங்கெட்ட நேரத்துல அப்பா ஒரு வண்டி நண்பர்கள அடிச்சுக்கிட்டு வீட்டுக்கு வருவாரு. நீ எல்லாருக்கும் விழுந்து விழுந்து சமைச்சுப் பரிமாறுவ. எல்லாரும் 'ஆஹா ஓஹோ'ன்னு பாராட்டிச் சாப்பிட்டு ஏப்பம் விட்டுட்டு அரட்டை அடிக்கப் போயிடுவாங்க. நீ போய்ப் படுத்துக்குவ, 'பசி அடங்கிப் போச்சு. ஒடம்புக்கு முடியல.'"

"அது என்னன்னா, அந்தக் காலத்துல பொண்ணுங்க தங்களோட பசி, சாப்பாடு பத்தி வெளியே சொல்ல வெக்கப்படுவாங்க. யாரும் அதப்பத்திக் கவலப்பட மாட்டாங்க. நான் மட்டும் எப்டிச் சொல்வேன், சொல்லு." என்றாள் வேதவதி.

"இது சரியில்லம்மா. சரியில்ல. ஒனக்கு அல்சர் வரலைன்னா அது எனக்கும் ரஞ்சாவுக்கும் தான் நன்றி சொல்லணும்." மஞ்சு வெடித்தாள்.

வேதவதி சிரித்தபடிச் சொன்னாள்.

“அதுல என்ன சந்தேகம்? பொண்ணுங்கதான் அம்மாவ பாத்துக்கறாங்க. ஆம்பளைங்க இதையெல்லாம் கவனிக்க மாட்டாங்க. அப்டி கவனிக்கறது அவங்களுக்கு வெட்கக்கேடான விஷயம். பொம்மனாட்டி சுப்பன்னு எல்லாரும் சொல்லுவாங்க.”

மஞ்சு கர்வத்துடன் சொன்னாள்.

“நல்ல வேளை அந்தக் காலம் மலை ஏறிப்போயிடிச்சி. ஒன்னோட மருமகன் என்ன நல்லா பாத்துக்கறாரு, நான் நல்லா சாப்பிட்டே ஆகணும். நான் சாப்பிடறேனான்னு பக்கத்துல நின்னு கவனிச்சுக்கிட்டிருப்பாரு. விருந்தாளிகள சாப்ட கூப்பிட்டா அவரு திட்டமிட்டேதான் செய்வாரு அம்மா. சமைக்க வேண்டியத ரெண்டு நாள் சமைச்சு ஃபிரிஜ்ல வச்சிடுவேன், விருந்தாளிங்க கூட நானும் சாப்பிடுவேன். அரட்ட அடிப்பேன். எனக்கு வேல சிரமமே இருக்காது அம்மா.”

“நானும் அதத்தான் சொல்றேன். இந்தக் காலத்துப் பொண்ணுங்களுக்குப் பத்துகை. எங்களுக்கு ஒண்ணுமே தெரியாது. ஒழச்சு ஒழச்சு செத்துக்கிட்டிருந்தோம். அசடு”

மஞ்சு சற்றே தணிந்து போனாள்.

“அம்மா ஒன்ன மாதிரி நாங்க சமைக்க முடியுமா? அதுக்கு ஏழு பிறவி எடுக்கணும். அப்பறம் இன்னொண்ணும்மா. நாங்க இந்தக் காலத்துப் பொண்ணுங்க இல்ல. எங்க பொண்ணு, புள்ளைங்கதான் இந்தக் காலத்தவங்க.”

ரஞ்சாவின் மனதில் பல எண்ணங்கள் ஓடின. ஆனால் அவள் ஒன்றும் சொல்லவில்லை. அவள் மட்டும் சாமர்த்தியமாக இருக்கவில்லையா என்ன? அவளுடைய அண்ணன்களும் அண்ணிகளும் தனிக்குடித்தனம் போன போது அவள் பேசாமல்தானே இருந்தாள். அவளுடைய அம்மா குடும்பப் பெண்ணாக இருந்தாள்; ஆனால் ஒரு போதும் குடும்பத் தலைவியாக இருக்கவில்லை. அவளுடைய அத்தைகள் ரிமோட் கண்ட்ரோலில் இயக்கவில்லையா என்ன? அப்பா பேச்சுக்குப் பேச்சு சொல்வார்.

“பெரிய அக்கா இத எழுதி இருக்காங்க. நடு அக்காவுக்கு இது

பிடிக்காது'' சின்ன அத்தை மட்டும் பொருமித் தீர்ப்பாள்.

“மஜுஃபர்பூர்லேர்ந்து கட்டளைகள் வந்திருக்கு. அதன்படி நடங்க.'' வீடு விற்கப்பட்ட பிறகு அம்மாவுக்குப் பதவி இறக்கம் ஏற்பட்டது. அவள் என்றுமே எஜமானியாக இருந்ததில்லை. இப்போது அவள் தஞ்சம் புகுந்தவள். கொஞ்சம் மரியாதைக்குரிய தஞ்சம் புகுந்தவள். லிமிடெட், ப்ரைவெட் லிமிடெட். அவளால் ஒன்றும் சொல்ல முடியாது. அம்மாவின் நிலைமை இன்னும் மோசமானால்? அவளுக்கு அண்ணா அண்ணிகளுடன் மனஸ்தாபம் ஏற்பட்டால்? அவள் மட்டும் என்ன சந்தர்ப்பவாதி இல்லையா என்ன?

பாக்பஜார் வீட்டில் சர்வமங்களா தலைமையில் நீண்ட காலம் குடும்பம் பிரியாமல் ஒற்றுமையாக இருந்தது. அவளுடைய மறைவுக்குப் பிறகும் குடும்பம் பிரியவில்லை. அவள் போய் இதோ இரண்டு வருடங்கள், ஏன், மூன்று வருடங்கள் முடியப் போகின்றன. எத்தனையோ கோபம் தாபம், அதிகாரம், நடுநிலைமை இல்லாத குணம் கொண்டிருந்தாலும் சர்வ மங்களாவின் காலத்தில் குடும்பத்தில் பொறுக்க முடியாத விஷயம் எதுவும் நடக்கவில்லை. நீண்ட காலம் நோய்வாய்ப்பட்டு, நினைவிழந்திருந்தாலும், சர்வமங்களா இறந்த பிறகுதான் அவளைப் போல் ஒரு எஜமானி ஒவ்வொரு குடும்பத்துக்கும் தேவை என்பது புரிந்தது. அதிகாரமும் பணவசதியும் உடைய மூன்றாவது அண்ணியால் கூட சர்வமங்களாவின் இடத்தை எடுத்துக் கொள்ள முடியவில்லை. அடுத்த தலைமுறை “இந்தக் கணக்கு வழக்கெல்லாம் எங்களுக்கு முடியாது'' என்று சொல்லியது. அதற்கு அடுத்த தலைமுறை அதாவது ஈஷாவின் தலைமுறை.

“நெனச்சுக் கூடப் பாக்க முடியல. இப்பவும் நம்ம வீட்ல எல்லாருக்கும் சேத்து ரெண்டு பாத்ரூம் தான் இருக்கு. வீட்டுக்கு எப்ப திரும்பி வரணும்னு ரூல் போடறீங்க. நான்சென்ஸ்'' என்றது. அதற்கு அடுத்த தலைமுறை டி.வியே கதி என்று கிடக்கிறது. கார்ட்டூன், பார்க்கிறது. பாத்துக் கொண்டிருக்கும் போதே பட்டனை அமுக்கி ஒரு படுக்கையறைக் காட்சியைப் பார்க்கிறது. சீரியலில் எல்லா மாமியாரும் கொடுமைக்காரிகள். வீட்டில் மருமகளின் பேச்சைக் கேட்காமல் வெளி மனிதரின் பேச்சைக் கேட்டு ஆடுபவர்கள்; எல்லா சீரியல்களிலும் அடிதடியும் சூழ்ச்சியும் இருக்கின்றன.

ஒரு நாள் அவள் சின்ன அண்ணியின் அறையில் உட்கார்ந்திருந்தாள். சின்ன அண்ணியின் பேரன் மனைவி நீனா வாயைப் பிளந்து கொண்டு டி.வி பார்த்துக் கொண்டிருந்தாள். அவளும் டி.வி சீரியலைக் கவனித்தாள். சற்று நேரம் பார்த்து விட்டு, "அது சரி நீனா, பலதார மணத்த சட்டம் போட்டு நெறுத்திட்டாங்க. ஆனா, இந்த இந்தி சீரியல்ல அதையே திருப்பிக் கொண்டு வர முயற்சி செய்யற மாதிரி தெரியுது. இது சட்ட விரோதமானது. ஒருத்தரோட பொண்டாட்டி கோமால இருக்கா. அவன் வேற ஒருத்திய கல்யாணம் செஞ்சுக்கறான். அந்தப் பொண்ணு கோமாலேர்ந்து எழுந்திடறா. இப்ப ரெண்டாவது கல்யாணம் சட்டப்படிச் செல்லாது. அக்கா புருஷன் விபத்துலேர்ந்து பொழச்சிட்டான். ப்ளாஸ்ட்டிக் சர்ஜரி செஞ்சுக்கிட்டதால உருவம், கொரல் எல்லாமே மாறிடுது. அது எப்படி, ஏன், ங்கறதெல்லாம் தெரியாது. அவனோட சின்ன மச்சினி திட்டம் போட்டு சதி பண்ணி அவனக் கல்யாணம் பண்ணிக்கறா. அவன் உண்மைல அவளோட அக்கா புருஷன்தான். அது சாட்சி பிரமாணத்தோட நிருபிக்கப்பட்டப்பறம் அந்த ரெண்டாவது கல்யாணம் தன்னாலேயே செல்லாது போயிடும். ஆனா குடும்பத்தார் எல்லாரும் அந்த ரெண்டாவது கல்யாணம் செல்லும்னு ஏன் உடும்புப் பிடியா பிடிச்சிக்கிட்டிருக்காங்க? கடைசில மொத மனைவி தன் தங்கைக்காக உயிர விடறா."

நீனா சிரித்தபடி, "பாட்டி, நீங்க அந்த டெலிஃப்லிம்க்கு ஒரு வக்கீல் நோட்டீஸ் அனுப்பிச்சுடுங்க" என்றாள்.

நீனாவின் கணவன் "பாட்டி இதையெல்லாம் ஏன்னு கேக்க என்ன இருக்கு? இந்தச் சீரியல கொறஞ்சது நாலு அஞ்ச வருஷத்துக்காவது இழுக்கணும். அப்பறம் ஜனங்க விரும்பினா இன்னும் ஒரு வருஷம் இழுப்பாங்க." என்றான்.

"ஜனங்க என்ன அத்தன முட்டாளா? அவள் கேட்டாள்."

நீனாவும் அவள் கணவனும் ஒரே குரலில் சொன்னார்கள்.

"இவங்கல்லாம் எல்லாம் தெரிஞ்ச முட்டாளுங்க. தெரிஞ்சே பாவம் செய்யற மாதிரி இவங்க தெரிஞ்சே பார்க்கறாங்க."

வேதவதிக்கு மனதில் ஒரு விதமான பயம் ஏற்பட்டது. இம்மாதிரி வீட்டுக்குள் நான்கு சுவர்களுக்குள் நடக்கும் சட்ட விரோதமான

அநியாயமான விஷயங்களை பொது ஜனங்களுக்குக் காட்டினால் என்ன ஆகும்? சிறுவர் சிறுமியரைக் குழந்தைத் தனத்தோடு இருக்க இவர்கள் விட மாட்டார்கள். குழந்தைகள் இல்லாத உலகத்தில் எப்படி இருக்க முடியும்? ஏன் இருக்க வேண்டும். ஆனால் இருப்பதா வேண்டாமா என்பதை நாம் தீர்மானிக்க முடியாது.

சின்ன மகள் ரஞ்சாவிடம் கெஞ்சிக் கூத்தாடி அவளுடன் பாக்பஜார் வீட்டுக்குப் போனாள் வேதவதி. பெரிய வீடு, வீட்டுக்கு அருகிலேயே கங்கை கரை, அங்கிருந்து 'இலீஷ்' மீன் வீட்டுக்கு வரும், கயிற்றால் கட்டப்பட்ட ஒரு ஜோடி இலிஷ் மீன்களுக்குக் குங்குமம் இட்டு சர்வமங்களா வரவேற்கும் காட்சி இப்போதும் அவள் கண் முன்னால் நிற்கிறது. சாப்பிடப் போவதை இம்மாதிரி ஏன் வரவேற்க வேண்டும்? ஒரு தடவை இதை அவள் எல்லார் முன்னிலையிலும் கேட்டே விட்டாள். அப்போது மூன்றாவது அண்ணி,

"மாமியார் மருமகள வரவேற்கறதில்லையா, அந்த மாதிரிதான் இதுவும். ஆயுசு முழுக்க பிச்சு திங்கலாங்கற ஆனந்தத்துல தான் இந்த வரவேற்பு." என்றாள். எல்லாரும் சிரித்தார்கள். சர்வமங்களா என்ன தன் மருமகள்களுக்கு முள்ளாக இருந்தாளா? அவர்களுடைய சாப்பாடு விஷயத்தில் அவள் ஒரு போதும் கவனக்குறைவாக இருந்ததில்லையா? சில கடுமையான விதிகள் இருக்கத்தான் இருந்தன. மருமகள் காலையில் எழுந்தவுடன் குளித்து விட வேண்டும். பட்டுத் துணியை உடலில் சுற்றிக் கொண்டு அறைக்குப் போய் மடிப்புடவையைக் கட்டிக் கொள்ள வேண்டும். தலையில் எப்போதும் முட்டாக்கு இருக்க வேண்டும். குளித்து விட்டு வந்தவுடன் பூஜை அறையில் பக்தியுடன் கடவுளை வணங்க வேண்டும். அதன்பின் மாமியாரை வணங்க வேண்டும். எல்லாருக்கும் அவரவர் வேலை தீர்மானிக்கப்பட்டிருக்கும். யார் மைதா பிசைய வேண்டும்; யார் டீ போட வேண்டும், யார் கறிகாய் நறுக்க வேண்டும். எல்லாமே ஒருவருடைய தலைமையில் நல்லதொரு திட்டம்.

அவளுடைய மகள் ரஞ்சா சொல்லுவாள்.

"அம்மா, 'இலீஷ் மீன் செல்வத்தின் குறியீடு. தண்ணில வெளையாடற வெள்ளி தானியம். அதனாலதான் வரவேற்கறோம்'ன்னு புத்த தேவ் பாசு சொல்லுவாள். அப்படித்தான் இருக்கும் அம்மா. அப்பறம் இது கூட சொல்வார்; 'இந்தக் கூட்டுக் குடும்பங்கறது ஒருத்தரோட

தலைமைல நடக்கற வாழ்க்கை. இது ரொம்ப பழைமையானது. விவசாய அடிப்படையிலான நாகரிக காலத்துல இருந்த பழக்கம். ஆதிகால நாகரீகத்துல மனுஷன் யாராவது ஒரு தலைவியின் கீழ்தான் வேலை செய்தான். யாராவது ஒருத்தர் வேலையை நிர்வாகம் செய்யாட்டா, பகிர்ந்து கொடுக்காட்டா, கூட்டு வாழ்க்கை சரிபட்டு வராது. கார்ல் மார்க்சின் கருத்துக்களின்படி பண்டைய சமூகத்தில் இருந்து கூட்டு வாழ்க்கை முறை ருஷியாவிலும் சீனாவிலும் முயற்சிக்கப்பட்டது; ஆனால் வெற்றி அடையவில்லை. தனித்துவம், தனி மனித சுதந்திரம், ஆகிய இரண்டும் இன்றைய மனித நாகரீகத்தின் அடிப்படைகள். சில சமயம், உதாரணமாக, வேலை செய்யும் இடத்திலோ, அரசாங்கத்திற்காகவோ தன் சுதந்திரத்தை விட வேண்டி வரலாம். ஆனால் தன் இடத்திற்கு வந்து விட்டால் எல்லாருமே தங்கள் விருப்பப்படி வாழ விரும்புகிறார்கள். இந்த விஷயத்தையே கொஞ்சம் வேறு விதமாகச் சொன்னாள் பூர்ணா அண்ணி''

"இதோ பாருங்க அக்கா, அத்தையோட எல்லாப் புள்ளைங்களும் பேரன் பேத்தி எடுத்தாச்சு. இப்ப இத ஒரு வீடுன்னு சொல்றத விட ஒரு ஏரியான்னு சொல்லலாம். கிராமத்துல இருக்கற சொத்துல பாதி வித்தாச்சு. பாதி எழந்தாச்சு. குடும்பத்துக்கு அப்ப வந்துக்கிட்டிருந்த அரிசி இப்ப வர்றதில்ல. எல்லாரும் தங்க சம்பாத்தியத்துல ஒரு பகுதிய கொடுக்கறாங்க; தங்களுக்குப் பிடிச்ச உணவு வேணும்னு விரும்பறாங்க. மீன் பொறியல் ஒருத்தருக்கு வேணும், மீன் வறுவல் வேற ஒருத்தருக்கு வேணும், மூணாமவருக்கு மீனே வேண்டாம்; கருவாடு வேணும். யாருக்குமே சந்தோஷம் இல்ல. பிரிஞ்சு போறது தான் நல்லது. ஒங்களுக்கு இது ஒரு மாதிரி இருக்கு. அது சரிதான். ஸ்டேடஸ் - கோ - யாரும் ஒடைக்க விரும்பறதில்ல. ஆனா நீங்க வேணா பாருங்க, நல்லதே நடக்கும். அது மட்டுமில்லாம இந்த வீடு இனிமே இருக்காது. பெரிய மல்டி ஸ்டோரி பில்டிங்க வரப்போகுது. அத்தையோட எல்லாப் புள்ளைங்களுக்கும் தனித்தனி ஃப்ளாட் கெடைக்கும். தேவை ஏற்பட்டா கூப்பிட்ட கொரலுக்கு எல்லாரும் கூடிப்பாங்க. நீங்க ஏன் கவல படறீங்க?"

இது வேதவதிக்கு தெரியாத விஷயம். இந்த வீட்ட இடிச்சிடுவாங்களா? பாக்பஜார் கோவில் வீடு இனிமே இருக்காதா? கோவில் கோபுரம் போல் அந்த வீட்டின் உச்சியில் இருந்ததால் எல்லாரும் அதைக் கோவில் வீடு என்று அழைத்தார்கள். பாக்பஜார் பிராந்தியத்தில்

நுழைந்து கோவில் வீடு என்று கேட்டால் யார் வேண்டுமானாலும் சொல்லி விடுவார்கள். அந்த வீட்டையா இடிக்கப் போகிறார்கள்! அவளுக்குத் தன் புகுந்த வீடு நினைவுக்கு வந்தது. அதையும் தான் விற்று விட்டார்கள். அவளுக்கு மிகவும் கஷ்டமாக இருந்தது. அவளுக்கென்று ஒரு வீடு கிடையாது. அவளுக்கென்று இருந்த வீட்டிற்குப் பதிலாக அவள் மகன்களுக்கு ஆளுக்கொரு ஃப்ளாட். சரியாகச் சொல்லப் போனால் விட்டுக் கொடுத்தல்; குழந்தைகளுக்காக இடம் விட்டுக் கொடுத்தல்; தான் மறைவுக்குப் போய் விடுதல். இந்த விளையாட்டுதான் இப்போது விளையாடப்படும். ஆனால் பாக்பஜார் வீடு ஒரு விசேஷமான வீடு.

அவள் அறையைச் சுற்றிச் சுற்றி வந்தாள். அம்மாவின் அறை இப்போதும் அப்படியே இருக்கிறது. கட்டிலில் தடிமனான மெத்தை, கண்ணாடி வைத்த அலமாரி, மூன்று தட்டுகள் வைத்த ட்ரெஸிங் டேபிள், ஒரு மூலையில் கடவுளின் சிங்காசனம். பூஜை அறைக்குப் போக முடியாமல் போன போது சர்வமங்களா தனக்குப் பிரியமான கடவுளைத் தன் அறையிலேயே வைத்துக் கொண்டாள். அவளுக்குப் பிரியமான கடவுள் ஜகதாத்ரி அம்மன். ஒரு படம். அந்த வீட்டில் ஆண்டு தோறும் கொண்டாடப்பட்டு வந்த ஜகதாத்ரி பூஜை நின்று போய் பல வருடங்களாகி விட்டன. அப்பா இறந்த பிறகு நின்று விட்டது. ஆனால் அம்மா தூங்கும் போதும் விழித்திருக்கும் போதும் ஜகதாத்ரியை முன் வைத்தே வாழ்ந்து கொண்டிருந்தாள்.

“ஏம்மா, நீ லட்சுமிய எடுத்துக்கல, கிருஷ்ணன எடுத்துக்கல, காளிய எடுத்துக்கல? ஜகதாத்ரிய ஏம்மா எடுத்துக்கிட்ட?”

அறையின் காற்றிலிருந்து ஒலி வருவது போல் சர்வமங்களா சொன்னாள். “புரியலையா குழந்த? நாம எல்லாருமே மாயையின் அம்சம் மஹாமாயாதான் இந்த ஒலகம்; இயற்கை, மனுஷன் எல்லாத்தையும் படைச்சிருக்கார். அவர்தான் எல்லாத்தையும் நடத்தறார். எல்லாருமே அவரோட அம்சம் தான். ஆனால் பெண்கள் கிட்ட அவரோட அம்சம் அதிகம் இருக்கு. பாரேன் வீரத்துக்கு ஏத்த மாதிரி உருவம், சக்தி எல்லாம் ஜகதாத்ரிகிட்ட இருக்கு. அவளால எல்லாம் முடியும். அவளத்தான் கூப்டறேன்; அவள நம்பித்தான் இருக்கேன். அவ ஒதவி செய்தா என்னால எல்லாம் முடியும்.”

இம்மாதிரி ஒரு நம்பிக்கையைத் தன்னுள் தேடுகிறாள் வேதவதி. தான் ஏதோ ஒரு சக்தியின் அம்சம் என்று அவளுக்கு ஒருபோதும் தோன்றியதில்லை. இயற்கையின் விருப்பத்தால் அவள் இந்த உலகத்திற்கு வந்திருக்கிறாள். உடலின் கடிகாரம் நின்று விட்டால் அவள் ஐந்து பூதங்களில் கலந்து விடுவாள். இதற்கிடையே இருக்கும் வாழ்க்கையில் எவ்வித அர்த்தத்தையும் வேதவதியால் கண்டு பிடிக்க முடியவில்லை. பொம்மை, சொப்பு வைத்து விளையாட்டு, இல்லற வாழ்க்கை, குழந்தை பிறப்பு, வளர்ப்பு எல்லாவற்றிலும் தான். குழந்தைகளின் இன்ப துன்பங்களில் பங்கு கொள்வது, அவர்களின் திருமணம், நோய்வாய்ப்படும் போது சேவை செய்வது, தினப்படி பூஜை அவ்வளவுதான். இப்போது அவள் செய்வதற்கு ஒன்றுமில்லை. இதுவரை செய்து வந்தவை எல்லாம் கடற்கரையில் உட்கார்ந்து மணலில் குழந்தை விளையாடுவதைப் போன்றதுதான்.

அம்மாவின் அறையிலிருந்து பெட்பேன் முதலியவற்றை எடுத்து விட்டார்கள். நோய், மருந்துகளின் மணம் இருந்த அறையில் சாம்பிராணியின் வாசனை. மூன்றாவது அண்ணிதான் இதையெல்லாம் செய்வாள் என்று அவளுக்குத் தெரியும். அவள் நீண்ட நேரமாக அறையில் நின்றிருப்பதைப் பார்த்துப் பூர்ணா எங்கிருந்தோ ஒரு மெத்தை வைத்துத் தைத்த நாற்காலியைக் கொண்டு வந்தாள். மூன்றாவது அண்ணியையும் அழைத்து வந்து விட்டாள்.

"அம்மா பேர ஜபம் செய்துகிட்டிருக்கியா? இல்ல துக்கப்பட்டிக்கிட்டிருக்கியா? இல்ல அம்மா எத்தன கஷ்டப்பட்டாங்கன்னு யோசிச்சுக்கிட்டிருக்கயா?"

அவள் பேசாமல் இருந்தாள்.

"கவலப்பட்டு ஒரு பிரயோஜனமும் இல்ல வேதா." மூன்றாவது அண்ணி சொன்னாள். குரலில் கொஞ்சம் இனிமை இருந்தது.

"உண்மை என்னன்னா புதிய யுகத்துல புதுக்கடவுள், அன்னை ஜகதாத்ரியோட காலம் முடிஞ்சு போச்சு."

வேதவதி கேட்டுக் கொண்டிருந்தாள். ஆனால் யோசிக்கவில்லை.

“உண்மைல ஜகதாத்ரிங்கறது வேற ஒண்ணுமில்ல. நம்மள சம்சாரமாகிய செக்கை இழுக்க வைக்கற ஒரு இயந்திரம் தான். இது எனக்கு அப்ப புரியல. அம்மாவுக்கும் ஒரு மண்ணும் புரியல”

“எனக்குப் புரியல”

“எப்டிப் புரியும்? நீ தான் ஒன் துக்கத்துல மூழ்கிக் கெடக்கயே! நாலு பக்கமும் என்ன நடக்குதுன்னு பாத்தயா? ஜகதாத்ரி மாதிரி உருவம் எடுத்துக்கிட்டு நாம என்ன சாதிச்சிருக்கோம்? வெத்தல போட்டுக்கறதும், பொடவ தலைப்புல சாவிய முடிஞ்சுக்கிட்டு சமையலறை, சாமான் அறை, படுக்கை அறை, பிரசவ அறைன்னு சுத்திச் சுத்தி வந்துக்கிட்டிருக்கோம். இந்த உருவம் எதுக்குப் பயன்பட்டிருக்கு? அப்பறம் தெறமை? யாருக்கு என்னென்ன நல்லா சமைக்க முடியும்? நேரங்கெட்ட நேரத்துல விருந்தாளிங்க வந்தா யாரு சரியா கவனிக்கறாங்க? யாருக்கு எத்தன பொறுமை இருக்கு? பொடவய இழுத்துக் கட்டிக்கிட்டு எத்தன பேருக்குப் பரிமாற முடியுது? வகிட்டுல குங்குமத்தோட யாரு நாப்பது நாப்பத்தஞ்சு வயசுக்கு உசிர விட்டாங்க? இதுலெல்லாம்தான் போட்டி”

“என்னதான் சொல்லு, அம்மா நூறு வயசு இருந்தாங்க, நானும் நீயும் எண்பது வயசு தாண்டியாச்சு. இந்த மாதிரி...”

மூன்றாவது அண்ணி சிரித்தபடிச் சொன்னாள்.

“வயசு நாப்பதுலேயே முடிஞ்சி போயிடிச்சி வேதா. யோசிச்சுப் பாரு. ஓங்கம்மா குச்சி மிட்டாய் சப்பிக்கிட்டிருந்தாங்க. ‘நான் தான் முக்கியமானவை; நான் இல்லாம எதுவும் நடக்காது; மொத்த குடும்பத்தையும் கட்டிக் காக்கறேன்; என் குடும்பத்த கொஞ்சங்கூடத் தளர விடமாட்டேன், குச்சி மிட்டாய். நமக்கு அந்தக் குச்சி மிட்டாய் கூட இல்ல. இந்தக் குடும்பத்துல மூணு பேத்திங்க, ரெண்டு பேரங்க காதல் கல்யாணம் செய்துக்கிட்டிக்காங்க. சில பேரு பிரிஞ்சுப் போகத் தயாரா இருக்காங்க. நம்ம பேச்ச யாரும் கேக்கறதில்ல. விஜயதசமி அன்னைக்கு எல்லாரும் வந்து பெரியவங்க கால்ல விழுந்து வணங்குவாங்க. ஆனா அம்மா போனப்பறம் அதுவும் ஒழுங்கா நடக்கறதில்ல.

‘சை! கால்ல விழுந்து வணங்கணுமா? கால்ல எத்தன அழுக்கு! சீ!’

கைக்கூப்பி வணங்கறாங்க. இல்லைன்னா கொஞ்சம் குனியறாங்க, 'இருக்கட்டும்ப்பா இருக்கட்டும்'ன்னு சொன்ன உடனேயே நிமிர்ந்திடறாங்க."

வேதவதி சிரித்தாள்.

"இதுக்காகவா ஒனக்கு இத்தன துக்கம்?"

"இல்ல. இது ஒரு முன்னுரை. உண்மையான விஷயம் என்னன்னா நீ பேப்பர்ல படிக்கல. கற்பழிப்பு, கற்பழிப்பு, கற்பழிப்பு! ஜகதாத்ரியின் அம்சம் வெளியே போனவுடனேயே கற்பழிக்கப்படறா; கடத்தப்படறா. பெரிய நகரத்துல விலை மகளாகி வாழற நெலமைக்குத் தள்ளப்படறா. அப்பறம் திறமை? திறமையால எல்லார் வீட்லயும் பொண்ணுங்க உழைக்கறாங்க. வெளியேயும் உழைக்கறாங்க. உழைச்சு, உழைச்சு அவங்க உருவம் ஓடாப் போயிடுது. கணவன் முகத்த திருப்பிக்கறான். இதுதான் லைஃப்"

லைஃப் என்ற வார்த்தையை மூன்றாவது அண்ணி உச்சரித்தது வேடிக்கையாக இருந்தது. அவள் சிரிப்பை அடக்கியபடி,

"அப்ப நீ என்ன செய்யணும்னு சொல்ற?"

"நான் சொல்றதுக்கு என்ன இருக்கு? எனக்கு ஒரு ஐடியாவும் இல்ல. பொண்ணுங்க தங்கள தாங்களே காட்டிக்கறாங்க. தங்களுக்கு இருக்கற அழக காட்டிக்கிட்டுக் திரியறாங்க. 'தொப்பிள், மார்பகம்'ன்னு காட்டிக்கிட்டு திரியறாங்க. அவங்கள 'மாடல்'னு சொல்றாங்க. தேவடியா கூட அவங்கள பாத்து வெக்கப்படுவாங்க, ஆனா ஒனக்குத் தெரியுமா, அவங்க பணம் சம்பாதிச்சுக் கொட்டறாங்க; மூட்ட மூட்டயா! ராத்ரி முழுக்க ஒடம்ப கொடுக்க வேண்டாம். ஆனா காரு, பங்களான்னு இருக்காங்க. உண்மைலேயே நீ ஜகதாத்ரின்னா பேச்சுக்கே எடமில்ல. நேரடியாகவே நீ ஹேமா மாலினி ஆயிடலாம். நீ என்ன சொன்னாலும் சரி, இவங்கள போன்றவங்கதான் இந்த சீர்கெட்ட சமுதாயத்துக்கு கலையை சரியான முறைப்படிக் காட்டறாங்க. மொகத்துல 'பளார் பளார்'ன்னு அறை விழுந்த மாதிரின்னு சொல்லுவாங்களே அதுதான். நல்லா செய்தாங்க."

நமுட்டுச் சிரிப்பு சிரித்தபடி,

"நீ இந்தக் காலத்துல பொறந்திருந்தா என்ன செய்திருப்ப?" என்று கேட்டாள் வேதவதி.

"நானா? நான் உடற்பயிற்சி செய்யறவ. என்ன கற்பழிக்க வர்ற இளைஞர்கள ஒதைச்சுக் கீழ வீழ்த்த முடியும். எனக்கு இருக்கற தெறமைக்கு இந்தி சினிமா இல்லாவிட்டாலும் பெங்காலி சினிமா ஹரோயினா ஆக முடியும். வண்டி வண்டியா பணம் வரும். நல்ல பொடவ, நகை எல்லாம் போட்டுக்கிட்டு விளம்பரங்கள்ள வரலாம். கத்தை கத்தையா பணம். அப்ப நான் ஒங்க இந்த பாக்பஜார் வீட்ட லட்சியம் செய்வேனா? பெரியவங்ககிட்ட 'காச் மூச்'ன்னு கத்தற இந்தப் பேரன் மனைவிங்க இருக்கற பக்கமே வரமாட்டேன். இங்க இருந்தா தியேட்டர் ரோடு, சால்ட் லேக். பம்பாய்ன்னா பாந்ரா, ஜுஹு; வெளி நாடுன்னா காலிஃபோர்னியா. ஆஹா எப்பேர்பட்ட நகரம். பாத்தாலே கண் நெறஞ்சு போகுது."

கொஞ்ச நாள் முன்னால் மூன்றாவது அண்ணி அமெரிக்காவில் கலிஃபோர்னியாவில் இருக்கும் தன் அண்ணாவின் பேத்தியிடம் போய் விட்டு வந்தாள். அவள் ஒரேயடியாகச் சொக்கிப் போயிருந்ததாள்.

"அந்த தேசத்துல வயசானவங்க கூடத் தங்களோட வேலய தாங்களே செய்துக்கணுமாம். வேலைக்கு ஆள் வச்சுக்க முடியாதாம். எல்லா எடத்துக்கும் கார்லதான் போகணுமாம். இதெல்லாம் என்ன வசதியா? என்று கேட்டாள் வேதவதி."

பெருமையுடன் சிரித்தபடி மூன்றாவது அண்ணி சொன்னாள்.

"அடசட்! நான் ஹீரோயின். ஹீரோயினால வேலைக்கு ஆள் வச்சுக்க முடியும். வண்டிய நானே ஓட்ட முடிஞ்ச போது ஓட்டுவேன்; முடியலைன்னா. என் பாய்ஃப்ரெண்ட் ஓட்டுவான்."

"பாய்ஃப்ரெண்ட்டா?"

"ஆமா. அந்த தேசத்துல தன்னை விட இருவது. இருவத்தைஞ்சு வயசு கொறைவா இருக்கற இளைஞர்கள கல்யாணம் செஞ்சுக்கிட்டு சந்தோஷமா இருக்காங்க. கல்யாணம் செஞ்சுக்காம சேர்ந்தும் வாழலாம். விருப்பம் இருக்கறவரைக்கும் சேர்ந்து இருக்கலாம். இல்லைன்னா பிரிஞ்சிடலாம், ஒன்னோட மூணாவது அண்ணாவ நான் இதுல இழுக்கல

வேதா. நான் அப்டி இருந்திருந்தா என்ன ஆகும்னு நெனச்சுப் பாத்தேன். இப்ப நீ மனம் போனபடித் திட்டித் தீர்க்கலாம்" என்று சொல்லிவிட்டு மூன்றாவது அண்ணி கன்னங்கள் ஒப்ப சங்கு ஊதி விட்டுப் போய் விட்டாள்.

வேதவதி வாயைப் பிளந்தபடி உட்கார்ந்திருந்தாள். உண்மைதான். ஜகதாத்ரி இல்லையென்றாலும் மூன்றாவது அண்ணி வசீகரமான உருவம் உடையவள் தான். இப்போது கூட அவளுடைய கூந்தல் கண்ணைக் கவரும். அலை அலையான வெள்ளி இழைகள். அண்ணி நல்ல வெளுப்பு. ஒல்லியான உயரமான உருவம். நான்கு குழந்தைகளின் தாய் என்று சொல்ல முடியாது. அண்ணியின் அம்மா பல விஷயங்கள் தெரிந்தவள். ஒவ்வொரு முறையும் பிரசவத்திற்குப் பிறந்த வீட்டிற்குப் போய் விட்டு வரும் போது அண்ணி மேலும் இளமையோடு இருப்பாள். கண், மூக்கு எல்லாமே ஓஹோ என்று சொல்லும்படியாக இல்லாவிட்டாலும் வசீகரமானவை. இதற்காக மாமியாரிடம் அவள் கேட்ட பேச்சு கொஞ்சமா!

"குடும்ப பொண்ணுங்க இத்தன அலங்காரம் பண்ணிக்கணுமா? கண்ணுல மை, மொகத்துல பவுடர். நல்லா இருக்கு! நாட்டியக்காரி மாதிரி இருக்கு. வீட்ல இருக்கற கண்ணாடி எல்லாம் ஆள் வச்சு ஒடச்சுப் போட்டுடறேன்."

கடைசி மாதங்கி

மாதங்கி தப்பித்துப் போய் விட்டாள். அவள் ரங்காவுக்கும் பகனுக்கும் பிறந்த முதல் பெண். அவள் அடர்ந்த காட்டுக்குள் போய் விட்டாள்; அங்கே கறுப்பு மனிதர்கள் இருக்க வாய்ப்பிருக்கிறது. அவர்களைக் கொள்ளைக்காரர்கள் என்று சொல்லலாம். சிலர் மாதங்கியை ஒரு கொள்ளைக்காரனுடன் பார்த்திருக்கிறார்கள். ரங்கா அமைதியாக இருந்தாள். அவளுக்குத் தெரியும். அவளுக்கு எல்லாம் தெரியும். நிமேஷ் கொடுமைப் படுத்துவதை அவள் பொறுத்துக் கொள்ளாதது போல் அவள் மகளும் பொறுத்துக் கொள்ள மாட்டாள். நிமேஷ் தன்னை சர்வ வல்லமை படைத்தவனாக நினைத்துக் கொண்டிருக்கிறான். அவன் விரும்புவது அவனுக்குக் கிடைக்க வேண்டும். அதை அவனுக்குக் கொடுத்தே ஆக வேண்டும். அவனுக்குப் பிடிக்காதவர் யாரும் அந்தக் குடியிருப்பில் இருக்க முடியாது.

ரங்காவுக்காக மதுராவைக் கொன்றான். ஆனால் பிடிவாதக்காரியான ரங்காவை அவனால் பணிய வைக்க முடியவில்லை. எப்போதும் அவளைக் கட்டியே வைத்திருந்தான். கை, மணிக்கட்டில் ஒரு கட்டு, கனுக்காலில் ஒரு கட்டு, ஏன் கழுத்தில் கூடத் தளர ஒரு கட்டு இருந்தது. அவன் விரும்பிய போதெல்லாம் அவளுடன் கூடினான். ரங்கா பற்களால் கடித்து அவனுக்குக் காயம் உண்டாக்கிய போதெல்லாம் அவன் சிரித்தான். நிமேஷைப் பார்த்து மற்றவர்களும் தங்களுடன் இருந்த பெண்களின் மேல் அதிகாரம் செலுத்தினார்கள். ஆகாயத்தின் கீழ் திறந்த வெளியில் சுதந்திரமாகத் திரிந்த மனிதர்கள் இருந்த அந்தப் பொற்காலம் எங்கே போயிற்று? நியதிகள் இருந்தன; தலைவி காப்பாற்றினாள். இதைத் தவிர எல்லாருமே சுதந்திரமாக இருந்தார்கள். இப்போது பெண்கள் பயிர் செய்கிறார்கள்; தானியங்களைப் பாதுகாக்கிறார்கள்; உணவு தயார் செய்கிறார்கள்; ஆனால் அவர்கள் வேட்டையாடப் போகக் கூடாது. எல்லாப் பெண்களுமே யாராவது ஒரு ஆணுக்கு அடிமையாக இருந்தார்கள். ஒரு ஆணின் அதிகாரத்தில் ஒன்றுக்கு மேற்பட்ட பெண்கள் இருந்தார்கள். ஆனால் ஒரு பெண்ணுக்கு ஒன்றுக்கு மேற்பட்ட ஆண் இல்லை. இப்போது குழந்தைகள் எல்லாரும் மொத்த குழுவின் குழந்தைகள் இல்லை. ரங்காவுடைய குழந்தையோ, ஷல்லாருடைய குழந்தையோ, பப்ரூவுடைய குழந்தையோ எல்லாருமே குழுவின் குழந்தைகள் என்பது இனிமேல் இல்லை. இப்போது யார் நிமேஷுடைய குழந்தை, யார் ஷம்பருடைய குழந்தை, யார் ஜனாருடைய குழந்தை, யார் கல்பருடைய குழந்தை என்பதுதான் நியதி. ஒரு ஆணுடைய கர்ப்பத்தைத் தவிர வேறு ஒரு ஆணின் கர்ப்பத்தைச் சுமப்பது அநாசாரம் என்று நிமேஷ் அறிவித்து விட்டான். அதனால்தான் மாதங்கியை அவனால் இரு கண் கொண்டு பார்க்க முடியவில்லை. மாதங்கி சிறுமியாக இருந்த போது அவளை மூங்கில் பிளாச்சால் அடிப்பான். மாதங்கி ரங்காவின் மகள். அவள் கொஞ்சம் வளர்ந்த உடன் வீட்டில் இருப்பது அரிதாயிற்று. வீட்டில் ஏன் இருப்பாள்? அம்மா கையும் காலும் கட்டிப் போடப்பட்டிருந்தாள் புரிந்தும் புரியாததுமான சொற்களால் அவளால் தன் மகளைக் கொஞ்ச மட்டும் முடிந்தது. “மாத், மாத், மத்த மாதங்கா, பகத்தோட மகளான நீ பகனி, பகனி, அக்னி. ரங்காவோட பொண்ணு, என்னோட அசோகப் பூவே, ஆலமர வேரே!” இம்மாதிரிப் பலவிதமாகக் கொஞ்சுவாள். அதிலிருந்துதான் மகள் கொஞ்சம் கொஞ்சம் பேசக் கற்றுக் கொண்டாள். கைதியாக இருந்த ரங்கா நாளுக்கு நாள் மெலிந்து

வந்தாள். அவளுக்கு பலம் வந்து விடக்கூடாது என்று நிமேஷ் அவருக்குக் கொஞ்சமாக உணவு கொடுத்தான். இப்போது அவள் உடல் வெளுத்து உயிரற்று இருக்கிறாள். நிமேஷ் மூலமாக அவளுக்குப் பிறந்த மூன்று, நான்கு குழந்தைகளை அவளால் காப்பாற்ற முடியவில்லை. பலவீனமான, சந்தோஷமில்லாத கோபத்தில் கொதிக்கும் தாயின் குழந்தைகள். இரண்டு குழந்தைகள் இறந்து போயின. இரண்டு குழந்தைகளை வளர்ப்பதற்காக சூர்யா என்ற பெண்ணிடம் நிமேஷ் கொடுத்து விட்டான். அவள் ரங்காவின் வீட்டில் தான் இருந்தாள். அடிப்பதற்குத் தவிர வேறு எதற்கும் ரங்கா தேவைப்படவில்லை. அவன் சூர்யாவுடன் இருந்தான், இப்போதெல்லாம் ஔஷதி என்ற இளம் பெண்ணும் அடிக்கடி வந்து போகிறாள். நிமேஷ் கர்வத்துடன் "இன்னும் பொண்ணுங்க வருவாங்க, இன்னும் பொண்ணுங்கள கொண்டு வருவேன்; எனக்குப் பணிவிடை செய்வாங்க, வீட்ட பாத்துப்பாங்க; வெவசாயத்த பாத்துப்பாங்க; இந்த முழுக் கிராமமும் நிமேஷுடையது ஆகிறமாதிரி நெறைய குழந்தைகள சொமந்து பெத்தெடுப்பாங்க. இங்க இருக்கற எல்லாக் குழந்தைகளும் நிமேஷுடைய குழந்தைங்க" என்பான்.

'கெட்டவனோட குழந்தைங்க கெட்டவங்களத்தான் இருப்பாங்க.' மனதிற்குள வக்கிரமாகச் சிரித்தபடிச் சொல்லிக் கொள்வாள் ரங்கா. அவள் நடுநடுவே கைக் கட்டைக் கடித்துக் கடித்து அறுக்க முயல்வாள். ஆனால் நிமேஷ் மிகவும் கெட்டிக்காரன். அவன் தினமும் வந்து அவள் கட்டைச் சரிபார்த்து, அறுகும் நிலையிலிருந்தால் புதிய கயிற்றால் கட்டுவான். ஒரு நாள் அவள் அவனிடம்,

"என்னால ஒனக்கு என்ன பிரயோஜனம்? என்ன விட்டுட்டேன்." என்றாள்.

அவன் குரூரமாக அட்டகாசச் சிரிப்பு சிரித்தான்.

"இப்படியேதான் நீ சாகப் போற ரங்கா. என் பேச்ச கேட்டிருந்தா நான் தலைவன் ஆன போது நீ தலைவி ஆகி இருப்ப. கேக்கல. கேக்காதற்கான தண்டனைய நீ அனுபவிச்சுத்தான் ஆகணும். நிமேஷ் மாதிரி ஆம்பளய அவமதிச்சா என்ன ஆகும்னு கிராமத்துல இருக்கற மத்த பொண்ணுங்களும் புரிஞ்சுப்பாங்க. அது மட்டுமில்லாம நீ மாதங்கியோட பொண்ணு ரங்கா, மதுராவ கூட நீ வசியப்படுத்திட்ட.

ஒன்ன விட்டா நீ என்ன செய்வியோ யாருக்குத் தெரியும்? இரு. இப்படியே இரு.''

''என்னோட ஒரு கட்டையாவது அவிழ்த்துவிடேன், ஒரே எடத்துல மலஜலம் கழிக்க வேண்டி இருக்கு. நீ தானே சுத்தம் செய்ய வேண்டி இருக்கு. கொஞ்சம் அவிழ்த்து விடேன்'' என்று ரங்கா சூர்யாவிடம் கெஞ்சினாள்.

''நிமேஷ் என்ன கல்லால அடிச்சே கொன்னுடுவான்.'' என்றாள் சூர்யா.

சரி. இப்போதிலிருந்து நிமேஷுக்கு இரண்டு விஷயங்கள் கிடைக்கும். வெறுப்பு, பயம். இதைத் தவிர இடைப்பட்ட வேறு எதுவும் இருக்காது. எந்தப் பெண்ணும் அவனிடம் ஆசை வைக்க மாட்டாள். கட்டாயப்படுத்தப்படுவாள், அவ்வளவே. ஒரு நாளும் எந்தப் பெண்ணின் கண்களிலும் சிநேகத்தை அவன் பார்க்க முடியாது. ஜன்மம் முடிந்து விடும். ரங்கா, சூர்யா, ஔஷதி முதலியோர் இறந்து போய் விடுவார்கள். அவர்களுடைய இடத்தில் மாதங்கி, சோமா, த்ருதி முதலியோர் வருவார்கள். அவர்கள் யாரும் நிமேஷ்களை விரும்ப மாட்டார்கள். வேறு வழியில்லாமல் கட்டுப்பட்டுக் கிடப்பார்கள்.

அந்தச் சமயத்தில் இளம் பெண் மாதங்கி தன் நண்பனுடன் நீர் வீழ்ச்சிக்குப் பக்கத்தில் விளையாடிக் கொண்டிருந்தாள். அவள் உடலில் இருந்த காயங்கள் இன்னும் ஆறவில்லை. அவள் நண்பன் தன் விரல்களால் அந்தக் காயங்களைத் தடவிக் கொண்டிருந்தான். இப்போதும் அவன் மாதங்கியை ஒளித்து வைத்திருந்தான். வெள்ளை நிறமுடைய அவளை அழைத்துச் சென்றால் அவனுடைய ஜனங்கள் அதை எப்படி எடுத்துக் கொள்வார்கள் என்று அவனுக்குத் தெரியாது. அவர்கள் வெள்ளையர்களைக் கண்டு பயந்தார்கள்; வெறுத்தார்கள். இந்த ஹல்லனும் அப்படித்தான் இருந்தான். ஒரு நாள் அவன் வேட்டையாடிக் கொண்டே வெகு தூரம் போய் விட்டான். நீர் வீழ்ச்சியின் அருகே மின்னலைப் போல் ஒரு இளம் பெண் வலியால் துடித்துக் கொண்டிருந்தாள். 'என்ன ஆச்சு? இவள ஏதாவது மிருகம் அடிச்சிடிச்சா?' அவன் குனிந்து பார்த்தான். முதுகு முழுக்க காயங்கள், மார்பில் நீல நிறக் கோடுகள். கையை அசைக்க முடியவில்லை, கையில் சுளுக்கு.

பல நாட்கள் ஹல்லன் அவளுக்குப் பணிவிடை செய்தான். காயங்கள் ஆறிவிட்டன. வடு கூட இல்லை. ஆனால் தோல் உரிந்த இடம் இன்னும் சரியாகவில்லை.

“யாரு அடிச்சாங்க?”

“எங்களோட தலைவன். நிமேஷ்”

“ஏன்? என்ன தப்பு பண்ணின பொண்ணே?”

“ஒரு தப்பும் பண்ணல. நான் பொறந்ததுதான் தப்பு. என் அப்பா பெரிய மனுஷர். ஜனங்களுக்கு வைத்தியம் பாத்தாரு. அவர கொன்னுட்டாங்க, என்னோட இன்னொரு அப்பா சந்திரன் சூரியன கணக்கிடுவாரு. அவரையும் கொன்னுட்டாங்க. என் அம்மாவ கொடியால இறுக்கிக் கட்டி வச்சிருக்கான் தலைவன். நான் அவனோட மகள் இல்லைன்னு என்ன அடிப்பான்.”

“அப்படியா!” ஹல்லனுக்குக் கோபம் வந்தது; ஆச்சரியமாகவும் இருந்தது. அவர்கள் குழுவில் இவ்வாறு நடப்பதில்லையே. ஆனால் ஒன்று, வேறு கோஷ்டியைச் சேர்ந்த பெண்ணையோ பிள்ளையையோ விரும்பினால் எல்லாரும் எதிர்த்துக் கொண்டு கிளம்புவார்கள். வெள்ளை நிறப் பெண்ணை அழைத்துக் கொண்டு போனால் என்ன ஆகும் என்பதை அவனால் நினைத்துக்கூடப் பார்க்க முடியவில்லை. நீர் வீழ்ச்சிக்குப் பக்கத்தில் ஒரு குடிசை அமைத்துக் கொண்டு அந்தப் பெண் வசித்தாள். பழம், வேர் முதலியவற்றைச் சேகரிப்பது, கொஞ்சம் வேட்டை ஆடுவது போன்ற வேலைகளைச் செய்வதற்கு அவள் உடம்பில் சக்தி வந்திருந்தது. அவனுக்கு நிம்மதியாக இருந்தது. ஆனால் தினம் ஒரு தடவையாவது அவளைப் பார்க்காமல் அவனால் இருக்க முடியாது.

அன்றும் அவர்கள் நீர்வீழ்ச்சியின் பக்கத்தில் விளையாடிக் கொண்டிருந்தார்கள். திடீரென்று ஒரு அம்பு கொஞ்ச தூரத்தில் வந்து குத்தி நின்றது. காற்றில் அந்த அம்பு ‘விர்’ ரென்று வந்த சத்தம் அவனுக்குக் கேட்டது. ஹல்லன் தலையைத் தூக்கிப் பார்த்த போது அவர்கள் தலைவன் ஜனாயி அவர்களை முறைத்துப் பார்த்தவாறு நின்றிருந்தான். ஹல்லன் அவசர அவசரமாக இரண்டு கைகளையும் தூக்கியபடி தன் தலைவனை நோக்கி ஓடினான்.

“கொன்னுடாத தலைவா, கொன்னுடாத. இந்தப் பொண்ண அவ குழுவுலேர்ந்து வெரட்டி அடிச்சிருக்காங்க. ரொம்ப காயம் பட்டிருந்திச்சி. ஒரு மாதிரி பொழச்சிருக்கா.”

ஜனாயி கடுமையான குரலில் சொன்னான்,

“இந்த மாதிரி வெள்ளத் தோல் பொண்ணுங்களுக்கு மந்திரம் தந்திரம் தெரியும். இதெல்லாம் தெரிஞ்ச ஒன்ன மாதிரி புத்திசாலிப் பையன் ஒரு சூனியக்காரி கிட்ட அகப்பட்டுக்கிட்டயா?”

எழுந்து நின்றிருந்த மாதங்கி ஓடிச் சென்று ஜனாயியின் முன்னால் மண்டியிட்டாள். அவளுக்கு வேட்டையாடும் குழு பேசும் மொழி கொஞ்சம் கொஞ்சம் தெரியும்.

“நான் சூனியக்காரி இல்ல. என்னோட அப்பாவுக்குப் பச்சிலை வைத்தியம் தெரியும். என் அப்பாவுக்கு சூரியன், சந்திரன கணக்கிடத் தெரியும். நிமேஷ் பொறாமையால அவங்கள கொன்னுட்டான். என் அம்மாவ கட்டிப் போட்டு வச்சிருக்கான். என்ன ரொம்ப அடிப்பான். நான் தப்பிச்சு வந்திருக்கேன். எனக்கு தஞ்சம் தாங்க.” என்றாள்.

“நீ சூனியக்காரி இல்ல இல்லையா?”

“என்ன நம்புங்க, எனக்கு மந்திரம் தந்திரம் தெரியாது.”

அவள் சொல்லி என்ன பிரயோஜனம். ஹல்லனும் ஜனாயியும் வெகு நேரம் கலந்தாலோசித்து விட்டு அவளைத் தங்கள் கிராமத்தில் தங்க அனுமதித்தார்கள். ஆனால் என்ன பிரயோஜனம்! மாதங்கி தன் குடிசையில் தனியாக இருந்தாள். யாரும் அவளுடன் பேசிப் பழகவில்லை. அவள் தன் தந்தையைப் போலவே பச்சிலைகளைத் தேடிக் காட்டில் அலைந்தாள். குடிசைக்குத் திரும்பி வந்ததும் தான் சேகரித்து வந்தவற்றைப் பிரித்தெடுப்பாள். தனித்தனியாக வேக வைப்பாள். ஒவ்வொரு பச்சிலைக்கும் ஒரு குணம். ஹல்லனுடைய கிராமத்தில் ஒரு கிழவிக்கும் பச்சிலைகளைப் பற்றித் தெரியும்.

‘அந்த வெள்ளத்தோல் பொண்ணு சூனியக்காரி. அவ செடி கொடிகளைப் பிடிங்கிக்கிட்டு வந்து ஏதேதோ மந்திரம் முணமுணக்கிறா. வேட்டைக்கார சாதிய தங்கள் வசப்படுத்துறதுக்காக வெள்ளத் தோலுக்காரங்க அவள இங்க அனுப்பியிருக்காங்க’ என்ற வதந்தியை

அவள் பரப்பினாள். மாதங்கியைக் கண்காணிப்பதற்கு ஜனாயி ஒரு ஆளை ஏற்பாடு செய்தான்.

மாதங்கி மானுடன் விளையாடிக் கொண்டிருந்தாள். அவளுடைய தோளில் ஒரு முயல். இடுப்பில் ஒரு முயல். மழை வரும் போல் இருந்தது. ஆகாயத்தில் கருமேகம். மயில் கத்தியது. அவளுக்கு 'அம்மா அம்மா' என்று கேட்டது. சிறு வயதிலிருந்து அவள் காட்டில் சுற்றித் திரிந்துதான் வளர்ந்தாள். விலங்குகள், பறவைகளின் மொழி மற்றவர்களை விட அதிகமாக அவளுக்குத் தெரியும். அவள் 'சட்'டென்று எழுந்து மறைந்து கொண்டாள். சற்று நேரத்தில் வில், அம்பு ஏந்திக் கொண்டு ஒரு வெண்மை நிற ஆண் அந்த நீர் வீழ்ச்சியில் தண்ணீர் குடிக்க வந்தான். யார் அவன்? அவன் குரங்கன். அவளுடைய சகோதரன். ஒரு தாய் வயிற்றுக் குழந்தைகள்.

மாதங்கிக்கு இதயம் வெடித்து விடுவதைப் போல் இருந்தது. தன் சகோதரனுடன் அவளால் ஒரு தடவை பேச முடியாதா? அம்மா? அம்மா இன்றும் உயிருடன் இருக்கிறாளா? நிமேஷ் இன்னும் எத்தனைக் கொடுமைப்படுத்துவான்?

மெல்லிய குரலில் அவள் 'குரங்கா' என்று அழைத்தாள்.

திடுக்கிட்டு குரங்கன் பின்னால் திரும்பிப் பார்த்தான். மரத்தின் பின்னாலிருந்து மாதங்கி வெளியே வந்தாள். "நீ பொழச்சிருக்கியா மாதங்கி? மாதங்கி, மாதங்கி. 'குரங்கனுடைய கண்களில் நீர் திரையிட்டது. அவன் நிமேஷின் பலாத்காரத்தில் பிறந்தவனாக இருக்கலாம். அவனை சூர்யா வளர்த்திருக்கலாம். ஆனால் அவனும் ரங்காவின் மகன்தானே! குழந்தைக்கு அம்மாதான் பரிச்சயம். அப்பா யார்? அப்பா யார் என்பது தெளிவில்லாத விஷயம்.'"

"இருக்கேன். ஓங்க விஷயம் என்ன?" மாதங்கி கேட்டாள். என்றைக்காவது ஒரு நாள் அவள் ரங்காவை விடுவித்தே தீருவாள்.

"நல்ல விஷயம் என்னன்னா நிமேஷோட முடியெல்லாம் நரைச்சுக் கிட்டு வருது."

"அதனால என்ன?"

"எந்த நேரத்துலயும்..."

"எந்த நேரத்திலயும் என்ன...?"

பதிலுக்குக் குரங்கன் தன் கை, மார்பு தசைகளைப் புடைத்துக் காட்டினான். கீழே இருந்த பாறையில் ஒரு கால்; மேலே இருந்த பாறையில் மறுகால். அந்தப் பாறைகளின் மேல் நீர் 'சலசல' வென்று ஓடிக் கொண்டிருந்தது. தலைக்கு மேல் மயில் கத்திக் கொண்டிருந்தது. அக்காவும் தம்பியும் எதிரெதிரே நின்றிருந்தார்கள். 'எந்த நேரத்திலேயும்' என்பதற்கு மேல் குரங்கனால் ஒன்றும் சொல்ல முடியவில்லை. ஒரு பெரிய விஷ அம்பு அவன் உடலைக் குத்திக் கிழித்துக் கொண்டு போயிற்று. வலியும் குழப்பமும் நிறைந்த விழிகளை ஒரு முறை மேலே தூக்கினான் குரங்கன். அதன்பின் அவன் நீர் வீழ்ச்சியில் விழுந்தான்.

"குரங்கா! குரங்கா!" மாதங்கி தன் தம்பியின் காயத்தில் தன் கையை வைத்து அழுத்தினாள். ஆனால் ரத்தம் பீறிட்டுக் கொண்டு வெளியே வந்தது.

"குரங்கா, எழுந்திரு. நான் இப்பவே மருந்து கொண்டு வரேன்."

குரங்கன் கொஞ்சம் கொஞ்சமாக நீலமாகிக் கொண்டு வந்தான். மாதங்கியைச் சுற்றி சத்தமிடாமல் ஒவ்வொருவராகக் கறுப்பு நிற மனிதர்கள் வந்து நின்றார்கள்.

"இவன் என்னோட தம்பி. இவன ஏன் சொன்னீங்க?" மாதங்கி கொதித்தெழுந்தாள்.

யாரும் பதில் சொல்லவில்லை. அவள் வாயைப் பொத்தி அவளை இழுத்துக் கொண்டு சென்றார்கள்.

ஜனாயி கம்பீரமாக சொன்னான்;

"ஹல்லா, நான் சொல்லல, அவள வெள்ளத் தோலுக்காரங்கதான் வேவு பாக்க அனுப்பி இருக்காங்கனுன்னு. நான் அவ மேல ஒரு கண்ணு வச்சிருந்ததால இன்னைக்கி அவள பிடிக்க முடிஞ்சிச்சு."

ஹல்லதுக்கு நம்ம முடியவில்லை. அதே சமயம் கண் முன்னால் நடந்தவற்றைப் பார்க்கும்போது, நம்பாமல் இருக்கவும் முடியவில்லை.

"மாதங்கிக்கு இன்னொரு வாய்ப்பு கொடுப்போம். அவ என்ன சொல்றான்னு கேட்போமே" என்று கெஞ்சினான் ஹல்லன். இப்படிச்

சொன்னதற்காக அவனை எல்லோரும் அடிக்கப் போனார்கள். மாதங்கி சூனியக்காரியை ஒரு கம்பத்தில் கட்டித் தீ வைத்து கொளுத்தினார்கள். கிழவி தன் பொக்கை வாயைத் திறந்து சிரித்தபடி

“நான் சொன்னேன் இல்லயா? நீங்க யாரும் நம்பல. அங்க பாருங்க. சூனியக்காரி எரியற நெருப்பு கூட எப்படி வெள்ளையா இருக்குன்னு...” என்றாள்.

அப்படி யாருக்கும் தெரியவில்லை. ஆனால் எல்லாரையும் விட வயதான, புத்திசாலி கிழவி, ஜனங்களுக்கு வைத்தியம் பார்த்து நோயைக் குணப்படுத்துகிறவள், அவளை நம்பாமல் இருக்க முடியுமா என்ன! எல்லாரும்,

“அங்க பாரு, நெருப்பு வெள்ளையா இருக்கு. சூனியக்காரி எரியறா இல்லையா...” என்றார்கள்.

குழந்தைகள் மட்டும் வாயில் விரலைப் போட்டுக் கொண்டு பேந்தப் பேந்த விழித்துப் பார்த்துக் கொண்டிருந்தார்கள். அவர்கள் மஞ்சள் நிற நெருப்பைத்தான் பார்த்தார்கள். யாருக்குத் தெரியும். பெரியவர்கள் பார்ப்பதைச் சிறியவர்களால் பார்க்க முடியாதோ என்னவோ.

இம்மாதிரி வீராங்கனை மாதங்கியின் வம்சம் முடிந்துப் போனது.

கனாமிஹிர் மேட்டை நோக்கி

நோட்டை மூடிவிட்டு நீண்டதொரு பெருமூச்சு விட்டபடி எழுந்து நின்றாள் ரஞ்சாவதி.

“எப்ப இத்தனையெல்லாம் யோசிச்சு எழுதினீங்க தம்பி?”

நிவாரண் மற்றவர்களைப் போன்றவன் இல்லை. நன்கு படித்த நகரத்து அறிவாளிகளைக் கண்டு கையைப் பிசைய மாட்டான். கண்களைத் தாழ்த்திக் கொண்டு பணிவில் உருகிப்போக மாட்டான். மிகவும் சாந்தமானவன்; திடமான அதே சமயம் பணிவுள்ளவன்.

“எல்லாத்தையும் நான் பாக்கறேன் அக்கா. கெடச்ச விஷயங்கள வரிசைப் படுத்தறேன். நிறைய ரெஃப்ரென்ஸ் புக் படிக்கறேன்; யோசிக்கறேன். மொத்த இதிகாசத்தையும் இரவு தூக்கத்துலயும் பகல் கனவுலயும் பாக்கற மாதிரி இருக்கு. அதெல்லாம் உண்மையிலேயே

நடக்கற மாதிரி இருக்கு. தப்பா நெனச்சுக்காதீங்க, நீங்க இங்க வந்து நின்ன போது ஒங்க மொகத்த எங்கேயோ பார்த்த மாதிரி தோணிச்சு."

"ஜர்னல் எதுலயாவது பாத்திருப்பீங்க. இலைன்னா நியூஸ் பேப்பர்ல பாத்திருப்பீங்க. ஹஸ்டரி சம்பந்தப்பட்ட பெரிய கான்ஃபெரன்ஸ் பத்தி சில சமயம் நியூஸ்பேப்பர்ல போடுவாங்க."

"இருக்கலாம் அக்கா" என்று ஒத்துக்கொண்ட நிவாரண் சற்றே தயங்கிவிட்டு, இந்த முகம் ரொம்ப பழங்காலத்துலேர்ந்து தண்ணிய தள்ளித் தள்ளி வந்து என்னைத் தள்ளுது, 'இதப்பாரு எது உண்மையோ அது உண்மையேதான்' கனவுல உண்மை வெளிப்படுது. 'இதோ ஒன்னோட ரஞ்சா. மாற்றம் அடைஞ்சுக்கிட்டே போயி சுத்திச் சுழன்று இங்க வந்திருக்காங்க' ன்னு சொல்லுது.

ரஞ்சா திகைத்துப் போனாள். அவள் முன்னால் கடந்த காலத்தைப் பார்க்கும் கவிஞனின் பார்வை. கவிஞனால் ஒரே கணத்தில் லட்சக் கணக்கான வருடங்களின் சாரத்தைப் பார்க்க முடியும். அந்தச் சாரத்தைப் பிழிந்து எடுத்துச் சில வார்த்தைகளில் நான்கு திசைகளிலும் பரப்ப முடியும். மனிதனிடமும், இயற்கையிலும் கடந்த காலத்திலும் நிகழ்காலத்திலும் இருக்கும் ஒற்றுமையை அவனால் பார்க்கமுடியும். கவிஞன் தன் முற்பிறவிகளின் நிகழ்வுகளை நினைவில் வைத்திருப்பவன்.

"இந்தப் பலகையைப் பாருங்க அக்கா. ஆண் பெண்ணை விரும்பறான். மேல ஒரு சுருக்குக் கயிறு தொங்குது, ஏன்? தண்டனை கெடைக்கும்னு பயமுறுத்தி அந்தப் பெண்ணை உடலுறவு கொள்ள கட்டாயப்படுத்தறான். எத்தனை காலம் முன்னால். இதப் பாத்து எனக்கு ரஞ்சா கையும் காலும் கழுத்தும் கயத்தால கட்டப்பட்டிருந்தது நினைவுக்கு வந்திடிச்சி. கொழந்தைங்கள தாங்கிப் பெத்தாங்கங்கறதால ஆதி காலத்துல பொண்ணுங்கதான் தலைவியா இருந்திருக்காங்கன்னு சரித்திரம் சொல்லுது. ஆண், பெண் கூடறத்துக்கு அப்ப நியதி ஒண்ணும் இல்ல; எந்தச் சடங்கு சம்பிரதாயமும் இல்ல. ஒருத்தனுக்கு ஒருத்திய பிடிச்சிருந்தா, அவளுக்கும் விருப்பம் இருந்தா பிரச்சினையே இல்ல. யாரும் யாரையும் பலவந்தப் படுத்த முடியாது. 'அது' கூட வெளையாட்டுக் கேளிக்கை. அக்கா நீங்க எதுவும் தப்பா நெனச்சுக்கல இல்லையா?"

ரஞ்சா சிரித்தாள். அவள் முகம் சற்றே சிவந்திருந்தது.

“நம்ம தொழில் உண்மைய தேடிப் போறதுதான். இதெல்லாம் செய்திகள் நிவாரண். இதுல தப்பா எடுத்துக்க என்ன இருக்கு?”

“இந்தப் பலகைய பாருங்க அக்கா, பொண்ணும் ஆணும் சண்டை போடற காட்சி. இது எல்லாக் காலத்துலயும் நடக்குது. தெனமும், ஒவ்வொரு நொடிலயும் எல்லா எடத்துலயும் நடக்குது. ஆண் பெண்ணுக்கு இடையே மட்டும் இல்ல, சண்டை போடற ரெண்டு சக்திங்க, ரெண்டுமே வெற்றி பெறனும்னு விரும்புது. அவங்களுக்குள்ள ஒத்துமை ரொம்ப கொறைவுதான்; ஆனா வேத்துமை ரொம்ப அதிகம். ஒருத்தனோட விருப்பம் அவனோட எதிராளியோட விருப்பத்தோட ஒத்துப் போறதில்ல. பொண்ண அடிச்சு, ஒதைச்சு, கடுமையா தண்டிச்சு ஆண் தன்னோட விருப்பத்துக்கு சம்மதிக்க வச்சான்.”

ரஞ்சா சிரித்தாள். “இந்தப் பலகை சொல்றதவிட ரொம்ப அதிகமாவே நீங்க பாக்கறீங்கன்னு தோணுது.”

இதைக் கேட்டுச் சற்றே சங்கடமடைந்த நிவாரண் தன் தோல்வியை ஒப்புக் கொள்ளாத குரலில்,

“இதப் பாருங்க அக்கா, ஆண் - பெண் ஒறவு பத்தி நமக்கு நெறைய பலகைகள் கெடச்சிருக்கு. கொனாராக், கஜுராஹோன்னு பல எடங்கள்ள சிற்பமும் கல்வெட்டும் இருக்கு. வீரர்களோட சிலை, வீராங்கனைகளோட சிலை எல்லாம் கிரேக்க, ரோமானிய கலைவடிவத்துல இருக்கு. நமக்கு ஏற்கனவே தெரிஞ்ச அனுபவத்ததான் கவிஞர்களும் சிற்பிகளும் படைக்கறாங்க. ஆனா இந்த விரோதம் உண்மை. அது இன்னைக்கி ஓங்க ஃபெமினிஸ்ட் மூவ்மெண்ட் மூலமா வெளி வந்திருக்கு. இத கலைஞருங்க ஏன் புறக்கணிச்சாங்க? கூடறது சில நொடிகள் தான், ஆனா விரோதம் நாள் முழுக்க எக்காலத்துலயும் இருந்திருக்கு.”

தன்னுடைய உணர்ச்சி வேகத்தைக் கண்டு தானே சங்கடப்பட்டு தன் பேச்சை நிறுத்தினான் நிவாரண்.

“நீங்க ஏன் கல்யாணம் பண்ணிக்கலைன்னு இப்ப புரியுது.” கண்களில் சிரிப்புடன் ரஞ்சா சொன்னாள்.

“நீங்க சரியா பிடிச்சீங்க அக்கா. இந்த விரோதம் எங்க அப்பா அம்மாவுக்கு இடையில இருந்தத நான் பாத்திருக்கேன். ரெண்டு பேருமே ரொம்ப பிடிவாதக்காரங்க. தாங்க சொல்றத உடும்புப்புடியா பிடிச்சுப்பாங்க. ஒரு சின்ன உதாரணம் சொல்றேன். அப்பாவுக்கு நான் என்ஜினியர் ஆகி நகரத்துக்குப் போகணும்னு ஆசை.”

‘அவன் சிற்பக் கலைஞன். பாருங்களேன் அவன் ஆகாயம், மண், தண்ணி எல்லாம் எப்டி நேசிக்கறான்னு. அவன எந்திரங்களோட கைல தருவீங்களா? முடியவே முடியாது. அவன் ஒரு கலைஞன்’- இது அம்மாவோட அசைக்க முடியாத கருத்து. இது அடிதடிச் சண்டைல வந்து முடியும் போல இருந்திச்சி. அப்பா சொன்னத நான் ஏத்துக்கல; அம்மா சொன்னதையும்தான். நான் எதையும் புதுசா உருவாக்கல; பழசுக்கு மறுபடியும் உருவம் கொடுக்கறேன். நான் சந்தோஷமா இருக்கேன், ரொம்ப சந்தோஷமா இருக்கேன்.’

ரஞ்சா வியப்புடன் நிவாரணைப் பார்த்தாள். இவன் ஒரு உண்மையைத் தொட்டிருக்கிறான் என்று அவளுக்குத் தோன்றியது. பெண்கள் படிப்பு, பண்பாடு, வேலை, ஆகியவற்றில் ஆண்களுக்குச் சமமாகி வருவது போல், அவர்களிடையே முரண்பாடும் அதிகமாகி வருகிறது. எத்தனை விவாகரத்து, எத்தனை ஒருத்தரையொருத்தர் கடித்துக் குதறல், வேலை பார்க்கும் இடத்தில் பெண்களுக்கு எத்தனை அவமானம், ஆணுக்கும் ஆணுக்குமிடையேயும், பெண்ணுக்கும் பெண்ணுக்குமிடையேயும் போட்டியும் பொறாமையும் இருந்தாலும் அது இத்தனை பயங்கரமானது இல்லை. இதன் இயல்பே தனி. இதில் பால் தொடர்பான ஒரு விரோத மனப்பாங்கு வேலை செய்கிறது.

“அது போகட்டும். கனா மிஹர் மேட்டை இன்னைக்கிப் போயி நல்லா பாக்கணும். சந்திரகேதுல எனக்கு ஆர்வம் இருக்கு. ஆனா நான் ஃபோகஸ் பண்ண விரும்பறது கனாமிஹர் மேடுதான்.”

“நீங்க கனாவோட வாரிசு இல்லையா, ரஞ்சாலேர்ந்து கனா கொஞ்சம் வெட்கத்துடன் சொன்னான் நிவாரண்.”

ரஞ்சா சிரித்தாள்.

“நீங்க இப்டி சொல்றீங்க, ஆனா இங்க இருக்கற ஜனங்க இத ‘தம் தமா’ன்னு (குறிபார்த்துச் சுடுவதற்கான ஒரு மண்மேடு) சொல்றாங்களே.”

“அதை ஏன் கேக்கறீங்க, அஜந்தா குகைல ஜனங்க சமைச்சு சாப்பிட்டுக்கிட்டிருந்தாங்க. அடுப்புப் புகைல ஓவியங்கல்லாம் பாழாப் போயிடிச்சி. இங்கேயும் அதே கதைதான். ஒரு காலத்துல ஆங்கிலேயே வீரருங்க இந்த மேட்டு மேல நின்னு குறிபாத்துச் சுடப் பழகினாங்க. சுடும் போது ‘தம் தம்’ ன்னு சத்தம் கேட்டதால இந்த மேட்டுக்கு ‘தம் தமா’ன்னு பேரு வந்திடிச்சி”

கனாவைப் பற்றிப் பல கதைகள் இருக்கின்றன. கனா சிங்களப் பெண் என்று பலர் சொல்கிறார்கள். சிங்கள தேசத்து அரசனுடைய மகள். சிங்கள தேசத்திற்கும் பாரதத்திற்கும் இடையே கொடுக்கல் வாங்கல் பற்றிய வரலாற்றைப் பார்க்கும் போது சிங்கள தேசத்துப் பெண் பாரத தேசத்தின் மருமகளான கதை நம்ப முடியாதது இல்லை. பெயர் சற்றே வித்தியாசமாக இருந்தது. அது என்ன கன் (அகழ்வாய்வு) என்ற வேர் சொல்லிலிருந்து வந்ததோ?

“கனான்னா அறிவாளின்னு பொதுவா எல்லாரும் சொல்றாங்க, ‘கனாவோட வசனம்’ன்னு சொன்னா “அறிவாளிகளோட வசனம்’ன்னு எடுத்துக்கலாமே” என்றாள் ரஞ்சா.

“ஹரிசரண் பந்தோபாத்யாயர் இது திபேத்திய மொழி வேர் சொல்லேர்ந்து வந்துருக்கலாம்னு சொல்றாரு. திபேத்திய மொழி வேர்ச்சொல் ‘ம்கன்’ ‘கன்’ ன்னு உச்சரிக்கப்படுது என்றான் நிவாரண்.

இந்த விளக்கம் ரஞ்சாவுக்கு அவ்வளவாக ரசிக்கவில்லை. திடீரென்று திபேத்திய வேர் எங்கிருந்து முளைத்தது? ஆச்சரியம்தான். ‘கனா’ என்ற சொல் நம் நாட்டுச் சொல்லாகத்தான் காதுக்குப்பட்டது. சமஸ்க்ருதத்திலிருந்து வங்கமொழிக்கு வந்த வார்த்தைகளுக்கு ஒரு தெளிவான அர்த்தம் இருக்கும். டுமு, டுழு, புபு, புபாய், மோனா, ரூனா (இவையெல்லாம் வங்காளத்தில் குழந்தைகளுக்குச் சூட்டப்படும் செல்லப் பெயர்கள்) இந்தப் பெயருக்கெல்லாம் என்ன அர்த்தம் இருக்கிறது? கனா ஏன் வங்கமொழியில் வசனங்களைச் சொன்னாள்? அப்படியானால் அவள் வங்கதேசத்தின் மருமகளா? இங்கே வந்து வங்கமொழியைத்

தாய்மொழியைப் போல் கற்றுக் கொண்டாளா? இல்லை அவள் வங்க தேசத்துப் பெண்ணா?

‘மாசி மாதம் மழை பெய்தால்
விளைச்சல் இரு மடங்காகும்
தைமாதக் கடைசியில் மழை பெய்தால்
அரசனும் ராஜ்ஜியமும்
ஆசீர்வதிக்கப்பட்டவர்கள்.
தினம் தினம் ஒரு பழம் சாப்பிடு
வைத்தியர் வீட்டுக்குப் போக வேண்டாம்
மாசிமாதப் பொட்டல் பயிர் செய்தால்
இரண்டு மடங்கு விளைச்சல் தரும்.

(பொட்டல்-ஒரு வகைக் காய்)

ஆச்சரியம் இத்தனை வசனங்களா! காலம் காலமாக வங்க தேசத்து விவசாயிகள் இந்த வசனங்களை பின்பற்றிப் பலனடைந்திருக்கிறார்கள். ஆனால் வடக்கு 24 பர்கானாவில் (மேற்கு வங்காளத்தில் ஒரு மாவட்டம்) இருக்கும் இந்த தேவுலியா என்கிற இந்த பேடாசம்பாவிலிருக்கும் மேட்டைத் தவிர இந்த மாநிலத்தில் வேறு எங்கும் கனாவின் தாய் நிலத்தைப் பற்றி எவ்விதச் சான்றும் இல்லை. இதைத்தான் அகழ்வாய்வு செய்து ஆசுதோஷ் மியூசியம் பல விலைமதிப்பற்ற உண்மைகளை வெளிகொணர்ந்திருக்கிறது.

எதிலும் ஒரு குழப்பமும் இல்லை. ‘கனா நீ இந்த வடக்கு 24 பர்கானாவிலிருக்கும் பேடா சாம்ப்பாவைச் சேர்ந்தவள் தான். இதுதான் உன் உண்மையான தாய் நிலம்’.

கனா மிஹிர் மேட்டின் நடுவே இருக்கும் புகழ்பெற்ற கோவில் நாலாந்தாவின் கட்டடக் கலையை நினைவுபடுத்துகிறது. அதே போல் மெல்லிய் பாலீஷ் செய்யப்பட்ட செங்கல் குப்தர் காலத்துடன் வங்கத்துக்கு இருந்த தொடர்பைக் காட்டுகிறது. உண்மையிலேயே வங்காளத்தின் இந்த தேவுலியா கிராமத்திலிருந்து ஒரு பூசாரி, அவர் மகன், மருமகள் ஆகியோர் தொலைவிலிருந்த உஜ்ஜைனியில் விக்ரமாதித்தனுடைய அவைக்கு போய் வந்து கொண்டிருந்தனரா? முடியாதா என்ன? இன்று எம்.எல்.ஏக்கள் பார்லிமெண்ட் கூட்டம் நடக்கும் போது டெல்லிக்கு

வருகிறார்களே, அது போலத்தான். வராஹரும் அவர் மகன் மிஹிரும் நிரந்தரமாகவோ தற்காலிகமாகவோ உஜ்ஜைனியில் இருந்திருக்க வேண்டும். அரசனின் நவரத்தினங்களில் அவர்களும் இருந்தார்கள். அரசன் ‘கனா’பைப் பற்றியும் கேள்விப்பட்டிருந்தான். ஒரு முறை அவையில் மிகக் கடினமான சிக்கலான கணித தொடர்பான வினாவை அரசன் எழுப்பினான். வராஹாரால் அதைத் தீர்க்க முடியவில்லை; மிஹிராலும் முடியவில்லை. கனாவால் முடியும் என்று அவளை அழைத்து வர அரசன் உத்தரவிட்டான். ஆனால் மாமனாருக்கும் கணவருக்கும் ஏற்பட்ட அவமானத்தால் வெட்கமடைந்து கனா தன் நாக்கை வெட்டி எறிந்து விட்டாளாம். வெட்டி எறிந்தாளா அல்லது வராஹரோ மிஹிரோ சொல்லி வெட்டி எறியப்பட்டதா? இரண்டுமே நடந்திருக்கலாம். மாமனாரும் கணவரும் இதைச் செய்திருப்பதற்கு வாய்ப்பு இருக்கிறது. அதே சமயம் காலம் காலமாக மருமகள்களும் புகுந்த வீட்டுடன் உறவைத் தக்க வைத்துக் கொள்ள வேண்டுமென்பதற்காக மிகக் கொடுமையான தியாகங்களைச் செய்து வந்திருக்கிறார்கள்.

“அக்கா என்ன யோசிக்கறீங்க?”

“நான் என்ன நெனைக்கறேன்னனா சந்தேகமில்லாம ஒரு பொண்ணு தான்”

நிவாராண் ஆச்சரியத்துடன் சொன்னான்:

“பொண்ணுதான். அவங்க ஆண்பிள்ளைன்னு யாரும் சொல்லலையே. கனா, லீலாவதி-இவங்க ரெண்டு பேருமே நாம என்னென்னிக்கும் மறக்க முடியாத அறிவாளிங்க”.

“பழைய வசனங்கள்ல சத்தியத்தோட அடிப்படை இருக்கும். ஆனா இதெல்லாம் ‘டாக்’ கோட (அறிவாளி என்று புகழ்பெற்ற பண்டைய பால்காரன்) வசனம்னு ஜனங்க சொல்றாங்க” ரஞ்சாவின் குரலில் ஒரு சந்தேகம் இருந்தது.

“இல்ல, இல்ல கனா பெண்ணா இல்லையான்னு தோண்டித் துருவிப் பாக்காதீங்க அக்கா.”

“ஐப்பசி மாத கணுக்கால் நீரில்
விளைச்சல் இரட்டிப்பாகும் கனா சொல்கிறாள்

முற்றம் நிறைய சுரைக்காய், வெள்ளரிக்காய் இருக்கும்
செல்வம் வரும் என்று கனா சொல்கிறாள்."
இதெல்லாம் நிச்சயமா ஒரு பெண்ணோட வார்த்தைகள்தான்."

பள்ளத்தில் இருந்த கோவிலைப் பார்த்து விட்டு ரஞ்சா மெள்ள திரும்பி வந்தாள். ஆழம் இருபத்து மூன்று அடிகள் ஆறு அங்குலம். முப்பத்தேழு படிகள் இறங்கி அடித்தளத்தை அடைய வெண்டும். அற்புதமான அழகு. அந்தப் பள்ளம் மூலஸ்தம்பத்திற்கு ஆதாரமாக இருந்திருக்கலாம். இம்மாதிரியான கட்டுமானம் மஹாஸ்தான், மய்னாமதி, பஹாட் பூர் ஆகிய இடங்களிலுள்ள கோவில்களில் காணப்படுகிறது. அவளுடைய ஆய்வாளர்கள் இன்னும் சில ஒற்றுமைகளைக் கண்டுபிடிக்கலாம். ஆனால் அவர்கள் யாரும் அங்கே இல்லை. எல்லாரும் நூலகத்தில் குறிப்பு எடுத்துக் கொண்டிருந்தார்கள்.

இன்று வாரனனுடையை வீட்டில்தான் இருக்க வேண்டும். உடலெல்லாம் தூசியாகி சர்சா நடந்தாள். அவளுக்குக் களைப்பாக இருந்தது. இம்மாதிரி அகழ்வைப் பார்த்து விட்டு வரும் போது களைப்பாக இருக்கத்தான் இருக்கும். ஆனால் அவள் சோர்விற்கு வேறு காரணங்களும் இருந்தன.

முதல் நாள் மாலை வீட்டிற்குத் திரும்பியவுடன் ஒரு ஃபோன் வந்தது. நிஷித். பண்புடைய மனிதனுடையன் முகத்திரை கிழிந்து ஆதி மனிதன் வெளிப்பட்டான்.

"இனிமே முடியாது; இனிமே முடியாது; முடியாது, முடியாது."

"என்ன முடியாது நிஷித்?"

"ஓங்க பொண்ண வச்சுக்கிட்டு இனிமே முடியாது"

"ஏன்னு சொல்லுயா?"

"அவ ஒன்றும் செய்யறதில்ல; செய்ய விரும்பறதில்ல."

"அப்டீன்னா? அவ வேலைக்கும் போக மாட்டான்னு ஒனக்குத்தான் தெரியுமே. அது மட்டுமில்லாது ஒனக்கும் பணக்கஷ்டம் இருக்கா?"

"வேலைக்குத்தான் போக மாட்டாளே! வீட்லயும் எதுவும் செய்யறதில்ல."

"அப்டீன்னா ஒன் குடும்பம் எப்டி நடக்குது? சாப்பாடு கெடக்கறதில்லையா? இல்ல ஒன்னோட துணிமணிகள் ஒழுங்கா கெடக்கறதில்லையா? ஒனக்குப் பூட்ஸ் போட்டு விடறதில்லையா? டை, அது கட்டி விடுவதில்லையா? ஷாயரி க்ளாஸ்ல நல்ல ராங்க் எடுக்கறான்னு கேள்விப்பட்டேனே!"

"சை! நான் அதப் பத்திச் சொல்லல. ஒறவுக்காரங்க, நண்பருங்க யார் வீட்டுக்கும் போக மாட்டா. வீட்டுக்கு வந்தவர்களையும் ஒழுங்கா கவனிச்சு விசாரிக்கிறதில்ல."

"ஏன்? அவ கிட்ட கொடு."

"சொல்லுமா" ஈஷாவின் குரல் எங்கோ கிணற்றுக்குள்ளிருந்து கேட்பது போல் கேட்டது.

"நீ யார் வீட்டுக்கும் போறதில்லையா? யார் கிட்டயும் கலந்து பழகறதில்லையா? யாரையும் வீட்டுக்குக் கூப்டறது இல்லையா?"

"போறேனே அம்மா ஒவ்வொரு வாரமும் ஒரே வீட்டுக்குப் போய் பேசிப் பழகறது எனக்குப் பிடிக்கில அம்மா. தன் குடும்பத்தோட கொஞ்சம் பொழுது போக்கக் கூடாதா? அப்பா, அம்மா, மகள்-நாம மூணு பேரும் சேர்ந்து பொழுது போக்கலையாம்மா? எங்கேயாவது வெளியே சுத்திட்டு வரலாமே! எனக்குப் பிடிக்கலைம்மா. எனக்குக் கொஞ்சங் கூடப் பிடிக்கலையம்மா."

"நிஷித், அவ சரியாத்தான் சொல்றா. ஒன்னோட குடும்பத்தோட பொழுத கழிக்கிறது ஒனக்குப் பிடிக்கலையா என்ன?" ரஞ்சா ஸ்பீக்கரைப் போட்டாள்.

நிஷித் கத்தினான்:

"இல்ல. பிடிக்கல. அவளால பேச முடியுமா? அவளோட நான் என்ன பேசறது?"

"அவ என்ன பேசணும்னு நீ எதிர்பார்க்கறேன்னு எனக்குத் தெரியாது. ஒன்னோட சைபர் ஒலகத்தப் பத்தி அவளால பேச முடியாது. ஒரு காம்ப்ரமைஸுக்கு வாங்க."

“அத நான் ஒருத்தன் தான் செய்துக்கிட்டிருக்கேன். இதுக்குமேல முடியாது. என்னோட கலீக் பண்ணெண்டு பேர விருந்துக்குக் கூப்டணும். ஆனா அவளுக்கு விருப்பம் இல்ல.”

“பன்னெண்டு பேரா? அப்ப பன்னெண்டு ஜோடி. இருப்பத்துநாலு பேரு. அடக் கடவுளே! நிஷித் இது முடியவே முடியாத காரியம்.”

“என் அம்மா செய்துகிட்டிருந்தாங்களே!”

“அவங்களால முடிஞ்சிருக்கலாம். அதுக்கு வேண்டிய எல்லாமே இருந்திருக்கலாம். ஒன்னோட பொண்டாட்டியால முடியாது. அங்க அதுக்கு வேண்டிய பாத்திரங்கள் எல்லாம் இருக்கா?”

ஈஷாவின் குரல் கேட்டது.

“பாரும்மா, மூணு மூணு ஜோடியா கூப்டுங்க. அதுக்கு வேண்டிய பாத்திரங்கள் என்கிட்ட இருக்கு; இல்லைன்னா கேட்டரர்கிட்ட விடுங்கன்னு சொன்ன, அவரு என்ன சொல்றாரோ அதத்தான் செய்யணும்னு அடம் பிடிக்கிறார். என்னால முடியல அம்மா. ஷாயரியோட நீச்சல் கிளாஸ், டான்ஸ் கிளாஸ் வேல சரியா இருக்கு. கொஞ்சங் கூட யோசிக்காம”

நிஷித் மறுபடியும் கத்தினான்:

”ரொம்ப சரி. ஒன்னால முடியாது. ஆனா என் பொண்டாட்டியா இருந்தா இதெல்லாம் முடியணும். நமக்கு ஒத்துக்கல. நாம பிரிஞ்சிடுவோம்.”

“நிஷித், நான் சொல்றத கேளு நிஷித்” அவள் குரலை உயர்த்தினாள், பொண்டாட்டிகிட்ட இந்த மாதிரி பேசாதே. இது என் உத்தரவு.”

“ஒங்க உத்தரவ யாரு கேட்டாங்க? எனக்கு யாரும் உத்தரவு போடறது பிடிக்காது.”

“அதாவது உத்தரவு போடத்தான் பிடிக்கும். நல்லது. அவங்கள அனுப்பிடு. அவங்கள என்கிட்ட அனுப்பிடு.”

கர்ஜனையும் அழுகைக் குரலும் கேட்டன. அதன்பின் டெலஃபோனில் சத்தம் இல்லை. எத்தனை முயன்றும் தொடர்ந்து

கிடைக்கவில்லை. ஃபோனின் ரிஸிவரைக் கீழே எடுத்து வைத்து விட்டார்கள் போலிருக்கிறது. பல தடவை முயற்சி செய்துக் கிடைக்க வில்லை. ஃபோனை அணைத்து வைத்திருக்கலாம். கையில் சங்கிலி, காலில் சங்கிலி, கழுத்தில் மாடு கட்டும் கயிறு. ரஞ்சா இரவு முழுவதும் புரண்டு புரண்டு படுத்தாள். கோபத்தில் மனம் எரிமலையாகக் கொதித்தது. உடம்பும் மனமும் பற்றி எரித்தன.

"நீ ஏன் 'பட்'ன்னு என்கிட்ட அனுப்பிடுன்னு சொன்ன? ஒனக்கு எப்பவுமே தலைக்கனம். நீ முன்கோவக்காரி. கோவத்துல அறிவு வேலை செய்யாது." என்றார் சுபீர்.

"அவர்தான் சொல்லிட்டாரே, இனிமே முடியாது, பிரிஞ்சிடுலாம்னு. அதுக்கப்பறம் என்ன இருக்கு? தன்மானம்னு ஒன்னு இருக்கு இல்லையா?"

"தன்மானமா? ஓங்கள மாதிரி இந்தக் காலத்துப் பொண்ணுகளுக்கு இது ஒரு பேச்சு கௌம்பியிருக்கு. சுயமரியாதை! ஏன் நம்ம அப்பா, அம்மா, தாத்தா, பாட்டி இவங்களுக்குள்ள சண்டைய வந்ததில்லையா? அதனால அவங்க என்ன பிரிஞ்சுட்டாங்களா?"

"பொறந்த வீட்டுக்கு அவங்க போயிடுவாங்க சுபீர். ரெண்டு மாசம், மூணு மாசம் அப்பறம் வீட்டுக்காரன் போய்க் காலப் பிடிச்சு அழச்சிக்கிட்டு வருவான்."

"அவங்க இன்னொரு கல்யாணம் பண்ணிக்கிறதும் உண்டு."

"அது சரிதான். ஆனா நம்ம பாட்டி, கொள்ளுப்பாட்டிங்க இந்த மாதிரி செய்ய முடியாது. இது வருத்தமான விஷயம்.

"நீ என்ன சொல்ல வரே?"

"வேற என்ன சொல்வேன்? இந்தச் சமுதாயம் பெண்களுக்கு அனுமதிக்காத ஒரு விஷயத்த ஆண்களுக்குப் பத்து மடங்கு அனுமதிச்சிருந்தது. இதப் பாருங்க, நீங்க பாட்டி, கொள்ளுப்பாட்டி பேச்சு எடுக்காதீங்க. அவங்களுக்காக என் நெஞ்சு தீப்பிடிச்சுப் பத்தி எரியுது."

“நெஞ்சுல தீப்பிடிச்சு என்ன பிரயோஜனம்? இப்பக் காலம் ரொம்ப மோசமா இருக்கு. பிரிவுன்னா என்னன்னு தெரியுமா ஒனக்கு? நாம போனப்பறம் கரை தெரியாத சமுத்திரத்துல இருப்பா நம்ப பொண்ணு. பாதுகாப்பு இல்ல. டிவோர்ஸின்னு தெரிஞ்சா வெறி நாய்ங்க நாக்க தொங்க போட்டிக்கிட்டு....”

ரஞ்சாவின் முகத்தில் விரத்தியான சிரிப்பு.

“வெறி பிடிச்ச நாய்ங்கன்னு ஒத்துக்கிட்டீங்களே! சரியான டிஸ்க்ரிப்ஷன்!”

அவனிடம் காசு இருக்கும் திமிரில் ஃபோனைக் கூட அணைத்து வைத்திருக்கிறானே, என்ன மனிதன் இவன்?

அடுத்த நாள் விடியற்காலையில் எழுந்து அவள் மறுபடியும் மொபைலில் முயற்சி செய்தாள். மொபைல் வெகுநேரம் அடித்துவிட்டு ஓய்ந்தது. போகட்டும் ஃபோன் அடிக்காவது செய்ததே! அதன்பின் ஆறு மணிக்கு ஈஷா எப்படி ஃபோனை எடுப்பாள்? முதல் நாள் இரவு ஒரு மணிக்குத் தூங்கினாளோ இல்லை இரண்டு மணிக்கோ? ஏழு மணிக்கு விழுந்தடித்துக் கொண்டு எழுந்து கணவனின் காலை உணவு, மகளின் ஸ்கூல்...’ என்று அவளுக்குத் தோன்றியது.

காலையில் அவள் சிவந்தக் கண்களையும் ஏற்பாடாக இருந்த தோள் பையையும் கவனித்து விட்டு,

“இப்பவே பொறப்படறீங்களா? இன்னைக்கி ஒங்களுக்குச் சில ப்ளேட்டுகள காட்டலாம்ன்னு இருந்தேன். அசல் எல்லாம் ஆசுதோடர் மியூசியத்துக்கே போயிடிச்சி” என்றான் நிவாரன்.

“இல்ல தம்பி. நான் வீட்டுக்கு அவசியம் போகணும். “சற்றே வியப்படைந்தாலும் நிவாரண் ஒன்றும் பேசவில்லை. தூசி பறக்கிறது. கரையற்ற தூசிக் கடலிலிருந்து புகை போல தூசி எழும்பி அவளுடைய முகம், புடவை எல்லாவற்றையும் தூசி மயமாக்குகிறது. தன் புடவை மடிப்பிலிருந்த தூசியைப் பார்த்து,

“ஹே, காலதேவதையே, இது தான் எங்களோட உண்மையான உருவம். கடந்த காலத்த எத்தன தோண்டினாலும் ஒரு கீற்று ஒளி கெடச்சா, அத நூறு மடங்கு தூசி மறைக்குது. தூசிதான் வாழ்க்கை,

தூசிதான் சத்தியம். இருந்தாலும் அப்பா, அம்மாவோட அன்புல வாழ்க்கையை தொடங்கி வாழும் போதோ இல்ல கணவனோட படுக்கைல இருக்கும் போதோ, நம்மோட சமையலறைல இருக்கும் போதோ வாழ்க்கை ரொம்ப எளிமையானதுன்னு நெனைக்கறோம்; சந்தோஷம் சுலபமா கெடைக்கக் கூடியதுன்னு தோணுது. நான் விரும்பின இந்த வாழ்க்கைங்கறது நான் விரும்பியத நிறைவேற்றறதா அமையலாம். ஆனா என் விருப்பம் சரியான வழில அமையணும். எல்லாத்தையும் சரியானபடிச் செய்யணும். சரியாத்தான எல்லாம் செஞ்சேன்! ஆனா புற சக்தி இருக்குதே! அத நம்பால ஒன்னும் செய்ய முடியாது. இந்த சமுதாயம் இருக்கு; சுத்தி இருக்குற ஜனங்களோட ஆதிக்கம், சிக்கலான அரசியல் வலை, சூழ்நிலை இருக்கவே இருக்கு. அப்புறம்... விசித்திரமான மனுஷங்க. நம்ம மனுஷங்கன்னு நாம நெனைக்கறவங்க கூட அறியாதவங்களா தெரியாதவங்களா ஆயிடறாங்க. இது எப்பவுமே நான் செஞ்ச தப்புனாலன்னு சொல்ல முடியாது. அவங்க அந்த மாதிரி மாறிப் போறது மர்மமான, விவரிக்க முடியாத வெளிக் காரணத்தால் இருக்கலாம். அப்ப வாழ்க்கை ஒரு பெரிய போர்க்களமா மாறுது, யாருக்காக, எதுக்காக இந்த யுத்தங்கற விஷயம் குழம்பிப் போகுது. பாண்டவர்கள் செய்த மாதிரி என் நியாயமான அதிகாரத்துக்கு மட்டுமா நான் போராடறேன்.? கிருஷ்ணன் செய்த மாதிரி தருமத்த நிலை நாட்டறத்துக்குப் போராடறேனா? யாக்யசேனி செய்த மாதிரி விவரிக்க முடியாத, திகைப்பூட்டக்கூடிய, நடக்க முடியாத அவமானத்துக்குப் பழி வாங்கவா நான் போராடறேன்? நமக்குத் தெரியாது. மனுஷனுக்குத் தெரியாத போது போர்தான். போர்ல வெற்றி அடையறதுதான் நம்ம மனசுல ஒரே எண்ணமா இருக்கும்!

இரண்டு பக்கங்களிலும் வரப்புடைய மீன் குளங்கள். காற்றில் மீன் வாசனை நிறைந்திருக்கிறது. நடு நடுவே குடிசைகளில் போய் முடியும் மண்பாதை. ஆலை காவலர்களின் வீடுகள். மீன் குளங்களில் திருட்டைத் தடுப்பது முடியாத காரியம். குளங்களின் சொந்தக்காரர்கள் மட்டும் என்ன சாமானியர்களா? எல்லாரிடமும் துப்பாக்கி ஏந்திய குண்டர்கள் இருக்கிறார்கள். பெரிய பதவியில் இருக்கும் போலீஸ் அதிகாரிகள், சாதாரண போலீஸ், அரசியல்வாதிகள், அடியாட்கள், குண்டர்கள் எல்லாரையும் கையில் வைத்திருக்கிறார்கள். இந்த யுத்தங்களை, முடிவில்லாத யுத்தங்களைத் தங்கள் வாழ்வாதாரமாக

தேர்ந்தெடுத்திருப்பவர்களும் உண்டு. அவர்கள் இவ்வாறு தேர்ந்தெடுப்பதால்தான் நம் இலையில் கிலோ இருநூறு, இருநூற்றைம்பது விலையுள்ள பெட்கி, டாஸ்ரா, மாகுர் மீன்கள் விழுகின்றன.

வழி முழுவதும் ஆகாயத்திலும், காற்றிலும், பிரம்மாண்டத்திலும் ஒரு வலை இருப்பதைப் பார்க்கிறாள். சுருக்குக் கயிறு, வலை, பொறி. உலக மக்கள் எல்லாரும் இந்த வலையில் மாட்டிக்கொண்டு துடிக்கிறார்கள், இதுதான் வாழ்க்கை.

‘ஈஷா, ஈஷா. சக்திய திரட்டிக்கோம்மா. எதிலும் ஒட்டாம இருக்கறத்துக்கு தியானம் பண்ணு. தெனப்படி வாழ்க்கைக்கு அப்பாற்பட்ட ஏதாவது ஒரு விஷயத்துல தியானம் பண்ணு. இதுக்காகத்தான் கடவுள் கருணைகொண்டு மனுஷனுக்குக் கலைகளைக் கொடுத்திருக்கார். இந்த உலகக் குழப்பங்களுக்கு மேலே இருக்குற ஒரு தெய்வீக நிலை அது. அந்த நிலைக்குப் போயிடு அம்மா. கடவுள் கருணை கொண்டு மனுஷனுக்கு இலக்கியத்தையும் கொடுத்திருக்கார். நீ அஜந்தா குகைல மகாநிர்வாணத்த அடைஞ்ச புத்தர் முன்னால் பேச முடியாம தொண்டை அடைக்க நிக்கற மாதிரி வார் அண்ட் பீஸ், ஃபாஸ்ட், ஹாம்லெட், ரவீந்திரர் படைப்புகள், விபூதிபூஷண் படைப்புகள் முன்னால நிக்கணும். விஞ்ஞானத்தையும் கடவுள் மனுஷன் கைல கொடுத்திருக்கார். அதுல ஒனக்கு விருப்பம் இல்லைனா இலக்கியத்துலயாவது மூழ்கலாமே. வாழ்க்கைல காதல்ங்கறது தாமரை இலைத் தண்ணீர் மாதிரி. அது எப்ப வேணும்னாலும் உருண்டு ஓடிடும். சுகம்ங்கறது சுயநலவாதிகளும், முட்டாள்களும் தங்கள் கட்டுப்பாட்டுக்குள்ள வச்சிருக்கற விஷயம். ஆனால் ஆனந்தம்! அது போர்ஷியா சொன்ன கருணை மாதிரி. த குவாலிடி ஆஃப் மெர்ஸி இஸ் நாட் ஸ்ட்ரய்ண்ட்'-அது ஆகாயத்துலேர்ந்து எல்லா மனிதர்கள் மேலயும் வித்தியாசம் இல்லாம பொழியுது. இந்த ஆனந்தத்த அனுபவிக்க சுயதேடல், சாதனை-இது ரெண்டு வழியாத்தான் போகணும். ஒரு வாழ்நாள்ள மனுஷனால இதப் பெற முடியுமா? அவனுக்குக் கெடைக்குமா? நான் முயற்சி செஞ்சிருக்கேன். மின்னலாக வந்தது. வந்ததுங்கறது நான் மறுக்க மாட்டேன். ஆனா அது ஆழ்ந்த இருட்டுல மறுபடியும் தொலைஞ்சு போச்சு. எனக்கு அதோட சாவி கெடச்சா, எனக்கு அதோட அட்ரஸ் கெடச்சா, நான் அத ஒன் கைல கொடுத்திடுவேன்

அம்மா. எனக்குத் தெரியல. ஆனா இந்த ஒலகத்துக்கே தாயா இருக்குறவளுக்கு நிச்சயம் தெரியும். அவளுக்காக ஒன் இதயத்துல காலியா இருக்கற கோவில திறந்து வை. திற, திற, ஏ, ஆகாசமே, ஒன்னோட நீலத் திரைய திற.

காலையிலிருந்தே ஆகாயத்தில் கருமேகம் கூடி இருந்தது. திடீரென்று மழை கொட்டத் தொடங்கியது. அடே, அப்பா! என்ன மழை! இரண்டு பக்கங்களிலும் குளம். மேலே இருந்த ஆகாய கங்கை பொழிந்தது. ஸ்கார்ப்பியோவின் வைபர் ‘சொய், சொய்’ என்று விடாமல் வேலை செய்தும் எதிரே எல்லாம் மங்கலாகத் தெரிந்தது. வண்டி ஓட்டி விநோத்தின் புருவங்கள் கூர்ந்து பார்ப்பதால் நெளிவதை அவள் கண்ணாடியில் பார்த்தாள். மெட்ரோலாஜிகல் ஆஃபிஸ் இன்றைக்கு என்ன சொல்லி இருக்கிறது?

“விநோத், ஓட்ட முடியுதா, இல்ல நிறுத்தலாமா?

“நிறுத்த வழி இல்ல மாடம். இன்னும் கொஞ்ச நேரத்துக்கெல்லாம் இந்தக் குளங்களும் பாதையும் ஒண்ணாயிரும். திக்கு திசை தெரியாது. நேராப் போயி...” விடநாத் நிறுத்திக் கொண்டான். ‘எஜமானியை பயப்படுத்தறது சரி இல்ல. சௌதுரி அய்யா இருந்திருந்தால் நல்லா இருந்திருக்கும். உதவிக்கு ஆள் இல்லை. ஆனால் யாரும் இல்ல. திடீர்னு இந்தப் பயங்கரமான மழை. டிப்ரெஷன் ஒண்ணு உருவாகி பலமடைஞ்சு வந்திச்சி. சரிதான். அது இப்பவா வந்து கொட்டணும்? மாடமுக்குந்தான் இன்னைக்கு, இப்பவே திரும்பிப் போகணுமா?’

வெளியேறல்

கல்கத்தாவுக்கு வாங்காமல் தில்லிக்கு ஏன் டிக்கெட் வாங்கினாள் என்று ஈஷாவுக்குத் தெரியாது. மனம் சொல்லியபடி வாய் சொல்லியது. டிக்கெட் வாங்கி விட்டாள். ஒரு பெரிய சூட்கேஸில் கொண்ட மட்டும் அடைத்திருந்தாள். ஷாயரியின் நோட்டுக்கள், புத்தங்கங்கள், தனக்குத் தேவையான சில சாமான்களைக் கார்கோவில் அனுப்பி விட்டாள். ப்ளேனில் கொடுக்கப்பட்ட உணவு ரொம்பவும் மோசமாக இருந்தது. அவளால் வாயில் வைக்க முடியவில்லை. ஷாயரிக்காக நிறைய கேக், பேஸ்டரி ஆகியவற்றைக் கொண்டு வந்திருந்தாள். சில பிஸ்கெட் பாக்கெட்டுகளும் இருந்தன. அவள் உணவை ஒதுக்குவதைப் பார்த்து ஒரு விமானப் பணிப்பெண் அவளை நோக்கி வந்தாள்.

“மேடம், ஒங்களுக்கு எங்க ஸெர்வீஸ் பிடிக்கலையா?”

“நோ...ஓ.” இத்தனைக் கடுமையாக அவள் இதுவரை பதில் சொன்னதில்லை. அவளுடைய தோழிகள் அடிக்கடி சொல்வார்கள்

“ஏய், கல்கண்டு சிரிப்புக்காரி, ஒனக்கு மொகத்த கடுமையா வச்சுக்கவே தெரியாதா? கடுமையா இருக்கக் கத்துக்க.”

அவள் தனக்குள் சுருங்கிக் கொள்பவளாக இருக்கலாம். ஆனால் மற்றவர்களுடன் சிரித்துப் பேசிப் பழகுவதில் என்றுமே குறை இருக்காது. குழந்தை போல களங்கமில்லாத இனிமையான சிரிப்பு.

“மன்னிக்கணும், நான் ஒங்க ஸெர்வீஸஸ் சொல்லல. நீங்க கொடுத்த உணவைத்தான் சொன்னேன்.” என்றாள் ஈஷா.

“சங்கடத்துடன் அந்தப் பெண் அங்கிருந்து நகர்ந்தாள். சற்று நேரத்துக்கெல்லாம் ப்ளம் மாதிரி இருந்த நான்கு செக்கச் சிவந்த சின்ன ஆப்பிள்களுடன் வந்தாள்.

“மாடம் ஐ வில் பி ஆப்லிஜ்ட், ஐ மீன் வெரி ஹாப்பி, இஃப் யூ கான் மேக் டு வித் தீஸ்.”

அவள் எடுத்துக் கொண்டாள். அவளுக்கு நல்ல பசி. முதல் நாள் காலையிலிருந்து ஒரு பயங்கரமான கசப்புணர்ச்சி அவள் பசியை அடக்கி இருந்தது. இப்போது அந்தப் பசி அசுரத்தனமாகக் கிளம்பியது. கடித்த உடனேயே அவள் முகத்தில் மகிழ்ச்சி நிறைந்தது. இரண்டு ஆப்பிள்களைத் தின்று விட்டு மூன்றவதை ஷாயரிடம் கொடுத்தாள். நான்காவதைத் திங்க எடுத்த போது விமானப் பணிப்பெண் வந்து,

“இஸ் இட் ஓ.கே. மாடம்?” என்று விசாரித்தாள்.

“ஆயிரம் தடவ எஸ். பட் ஐ வாஸ் வொண்டரிங் டு யு காரி ஸச் ஆப்பிள்ஸ் ஆன் த ஃப்ளைட் நார்மலி? வேர் ஆர் தே ஃப்ரம்?

“தே ஆர் அமெரிக்கன் ஆப்பிள்ஸ். லாஸ்ட் வீக் சம்படி ப்ராட் தெம் ஃபர் மீ, கேரியிங் வித் மீ யு ஸீ.”

அந்தப் பொண் முகம் சிவக்க சட்டென்று அந்த இடத்தை விட்டு நகர்ந்தாள்.

ஈஷா ஆச்சரியமும், வெட்கமும் அடைந்தாள். அந்தப் பொண்ணுக்கு யாரோ தந்திருக்கிறார்கள். யார்? கொடுத்தவர் நிச்சயம் இண்டர்நேஷனல் ஃப்ளைட்டில் வேலை செய்பவராக இருக்க வேண்டும். அவளுடைய பாய் ஃப்ரண்டாக இருக்கலாம். அவள் அதைத் தனக்காக வைத்திருந்தாள். மாடத்தின் கோபத்தையும் பசியையும் பார்த்து அவள் கொடுத்திருக்கிறாள். அடக் கடவுளே! சீ! சீ!

அந்தப் பெண் அவள் இருக்கையைக் கடந்து வந்து போஸ் கொண்டிருந்த போதெல்லாம் ஈஷா தன் பார்வையை அவள் மேல் வைத்திருந்தாள். ஒரு முறை அவளும் ஈஷாவைப் பார்த்தாள்.

"ஐ ஆம் எக்ஸ்ட்ரீம்லி ஸாரி மிஸ்.."

"ரங்கராஜன்."

"எக்ஸ்ட்ரீம்லி ஸாரி மிஸ் ரங்கராஜன். ஐ அப்ரிஷியேட் யுவர் ஃப்ரூட்ஸ் அண்ட் யுவர் வொண்டர்ஃபுல் கெஸ்சர். பட் ஐ காண்ட் எக்ஸ்ப்ரெஸ் மை எம்பராஸ்மெண்ட். தாங்க்ஸ்.. தாங்க்ஸ் எ லாட் அண்ட்... சாரி, ரியலி சாரி."

ரங்கராஜன் தன் இனிமையான சிரிப்பால் அவளுக்கு ஆறுதல் அளித்து விட்டுப் போய் விட்டாள். இனம் தெரியாத மகிழ்ச்சி ஈஷாவின் மனதை நிறைத்தது. அவள் அந்த மகிழ்ச்சியில் மூழ்கித் திளைத்தாள். அது என்ன ஆப்பிளின் ருசியால் ஏற்பட்டதா? இல்லை ரங்கராஜனின் தயாள குணத்தால் ஏற்பட்டதா? இல்லையே. விஷயம் முழுவதையும் தான் நல்ல முறையில் சமாளித்ததைப் பற்றி அவளுக்கு மிகவும் நன்றாக இருந்தது. ஒரு சமயம் அவள் நிஷித்திடம்.

"எனக்கு இதெல்லாம் சாப்ட முடியல. முடிஞ்சா வேற எதாவது ஏற்பாடு பண்ணுங்க."

"என்ன ஏற்பாடு பண்றது இல்ல?"

"வேண்டாம். செய்ய வேண்டிய தேவை இல்ல."

"அப்டீன்னா, நீ ஏதாவது சாப்ட்டே ஆகணும். இல்லாட்டா ஒன்னோட அந்தப் புகழ் வாய்ந்த ஒத்த தலைவலி ஆரம்பிச்சிடும்."

"முதலில் அவள் கடுமையாக இருந்தாள். பின் சமாளித்துக் கொண்டு தன் ஆகாரத்தை வரவழைத்துக் கொண்டாள். அவளுக்காக

வேறு ஒருவர் தியாகம் செய்தார்கள். அவளுக்காக.... யாரோ... தியாகம்! வொண்டர்ஃபுல். அவளுடைய சமீப கால வாழ்க்கையில் அவளுக்குக் கிடைத்திராத அனுபவம். இதெல்லாம் கொஞ்சம் இதமான பேச்சாலேயே நடந்திருக்கிறது. இது எவ்வளவு நன்றாக இருக்கிறது. அவளால் முடியும். இது ஒரு பெரிய விஷயமில்லை. இருந்தும் அவள் விஷயத்தை அழகாக சமாளித்திருக்கிறாள். பேசா மடந்தை ஈஷா எங்கே காணாமல் போனாள்? ஓர் இனிமையான அனுபவத்தில் அவள் மூழ்கிப் போனாள். அனுபவம் மட்டுமே. அதில் பொருளோ விஷயமோ இல்லை. ஒரு வேளை இருக்கலாம். அது அவளுக்குத் தெரியவில்லை. இப்போது கூடத் தெரியவில்லை. ஷாயரி இனிமையான குரலில் கேட்டாள். "அம்மா தில்லி ரொம்ப தூரத்துல இருக்கா?"

அவள் மென்மையான குரலில் பதில் சொன்னாள்.

"இல்ல. ரொம்ப தூரம் இல்ல. இதோ வந்திடும். நீ கொஞ்சம் தூங்கு."

ஈஷாவின் மனதில் ரங்கராஜனுடன் பேசிப் பழக்கம் ஏற்படுத்திக் கொள்ள வேண்டுமென்று பலமான ஆசை ஏற்பட்டது. அந்த ஆசையை அடக்கிக் கொண்டாள். இது தான் அவளுடைய குறை. அவள் தனக்குள் சுருங்குபவள். மற்றவர்களுடன் அத்தனை எளிதாகப் பேசி பழகி விடமாட்டாள். 'யூ ஆர் ஃபுல் ஆஃப் காம்ப்ளெக்ஸ்' என்று அவள் தோழிகள் சொல்வார்கள். இருக்கலாம். ஆனால் யாரையாவது பிடித்துப் போய் விட்டால், யாராவது அவளிடம் நன்றாக நடது கொண்டால், அவளிடம் ஆர்வம் காட்டினால், அவளிடம் புன்னகை புரிந்து இனிமையாகப் பேசி நடந்து கொண்டால் அவள் தன்னை மறந்து விடுவாள்; உருகி, உணர்ச்சி வசப்பட்டுப் போய் விடுவாள். இந்த எதிர்மறையான குணமும் அவளிடம் இருந்தது.

"இது சோஃபிஸ்டிகேஷன் இல்ல. சோஃபிஸ்டிகேஷன் என்னனனா ஒனக்குப் பிடிச்சது, பிடிக்காதது ரெண்டையும் அளவான உற்சாகத்தோட ஒரே மாதிரி ஹாண்டில் பண்ணணும். என்று அவள் தோழிகள் சொல்வார்கள்.

'அளவான' சரி. ஆனால் உற்சாகம்? மிஸஸ் சாட்டர்ஜி, ஆஸ்தா மெஹ்ராரி போன்றவர்களுடனா? மிஸஸ் சாட்டர்ஜி சொல்லுவாள்:

“பாரு ஈஷா, டைரக்டர் ஐயாவ பாரு. எவ்வளவு அடக்கமா இருக்காரு! கிளையண்ட் கிட்ட எவ்வளவு சின்சியரா இருக்காரு. ஹைட் ஆஃப் காம்ப்பிடென்ஸ் நோ!”

“மூன்று புள்ளைங்கள பெத்திருக்காரு. அவங்களுக்கு அப்பா எப்படிப் பட்டவர்னு தெரியாது. கேட்ட போதெல்லாம் ஐஸ்க்ரீம், சாக்லேட்ன்னு வாங்கிக் கொடுத்துக் குழந்தைங்கள குட்டிச்சுவராக்கிட்டாரு.” டைரக்டரைப் பற்றிய வம்பு நிற்காமல் நடந்து கொண்டேதான் இருக்கும். கடைசியில் டைரக்டர் ஐயாவின் பொண்ணாசை, மோசமான ருசி... இதைப்பற்றியெல்லாம் வம்பு.

“நீ ஒன்றும் பேச மாட்டேங்கற. யூ ஆர் கோயிங் டு ஹாவ் த ஸேம் எக்ஸ்பீரியன்ஸ் எனிவே” அவளுக்கு உள்ளூர ஒரு நடுக்கம் ஏற்பட்டது. ஏனென்றால் தொலைவில் நின்று கொண்டிருந்த ஒரு நவநாகரீகமான பெண்ணுடன் கண்களாலேயே செய்தி பரிமாறியபடி ஒரு சாதாரண இளம் பெண்ணுடன் நிஷித் பேசிக் கொண்டிருந்தான். அவளுக்கு மாளவிகா அக்கா, நினைவுக்கு வந்தாள். அவளுக்கு ஆச்சரியமாக இருந்தது. இவர்கள் யாருமே அவள் கால் தூசு பெற மாட்டார்கள். அப்படியென்றால் அவளுடைய கணவனுடைய தரம் நாளுக்கு நாள் இறங்கி வருகிறதா?

அப்புறம் அந்த ஆஸ்த்தா?

”ஹலோ, ஈஷ்..ஷா, ஏதாவது பார்ட்டி கொடுக்க திட்டம் போட்டிருக்கயா? நாட் எட்? அந்தச் சமயத்தில் ஆஸ்த்தாவில் கண்களில் ஒரு விநோதமான எகத்தாளமும் வியப்பும் கலந்திருக்கும். அவள் ஈஷாவுடன் நெருங்கிப் பழக என்றுமே முயன்றதில்லை. ஏதோ இரண்டு வார்த்தைகள் பேசி விட்டு ஆண்களுடன் பேசப் போய் விடுவாள். மீதமுள்ள நேரத்தில் ஈஷாவைத் தவிர்த்து விடுவாள்.

ஆனால் அவளுக்குப் பேசுவதற்கு நிறைய இருந்தது. அந்தப் பேச்செல்லாம் பானைக்குள் இருக்கும் மீனைப் போல வெளி வரத் துடித்தன. சம்பா அக்கா போன்ற யாரிடமாவது கொட்டித் தீர்க்க வேண்டும். சம்பா அக்கா ஆஸ்த்ரேலியாவில் காண்பேரா நகரத்தில் இருக்கிறாள். ஒரு பல்கலைக் கழகத்தில் லைப்ரேரியன். நிறைய படித்தவள். நல்ல அறிவு உள்ளவள். கல்கத்தா வந்தால் ஈஷாவைப் பற்றித்தான் விசாரிப்பாள், நிஷித்தைப் பற்றி இல்லை.

“நிஷித் இல்லாட்டா என்ன? நீயும் நானும் ஒரு நாள் வெளியே சாப்ட போகலாம். நல்ல ரெஸ்ட்டாரெண்ட்டுக்குப் போகலாம்.”

சம்பா நிஷித்தின் சொந்த அத்தை மகள். பல பட்டங்கள் பெற்றவள். ஒரு சாதாரண பட்டதாரி இல்லத்தரசியான ஈஷாவுடன் அவள் மிகவும் அன்பாகப் பேசுவாள்; ஈஷாவுடன் மட்டும்தான்; வேறு யாருடனும் இல்லை.

“மாமா, மாமியோட இன்னொரு நாள் பேசறேன். இன்னைக்கி ஒன்னோட பேசறேன்.”

ஈஷாவுடன் பேசுவது ஒரு நல்ல அனுபவம் போல் சொல்வாள். அவளுடன் பேசும் போது ஈஷாவுக்குத் தான் தகுதி அற்றவள் என்று தோன்றியதில்லை. இருந்தாலும் அவள்.

“சம்பா அக்கா, என்னோட பேசினா ஒனக்கு என்ன கெடைக்குது?” என்று கேட்பாள்.

சம்பா அவளை உற்றுப் பார்த்தபடி,

“இங்க எல்லாருமே ரொம்ப ஸெல்ஃப் கான்ஷியஸ்ஸா இருக்காங்க தெரியுமா ஈஷா? சில பேருக்கு தங்களோட உயர் பதவி பத்தி கர்வம், சில பேருக்குத் தான் இன்னாரோட மனைவிங்கற மெத்த நெனைப்பு; என் பாங்குல இத்தன பணம் இருக்கு; நான் இத்தன படிச்சிருக்கேன்; நான் புகழ் படைச்சவன்-இந்த நெனைப்புதான். எவ்ரிபடி கம்ஸ் வித் பாக்கேஜஸ். நீ ஒன்னும் கொண்டு வரதில்ல. ஒனக்குத் தெரியுமா ஹார்வேர்ட் கேம்ப்ரிட்ஜ் யூனிவெர்சிட்டில நோபல் பரிசு வாங்கினவங்க நிறைய பேர் இருக்காங்க. அவங்கள யாரும் ரெண்டாந்தரம் கூடத் திரும்பிப் பாக்கறதில்ல.

அவங்களும் அத எதிர்பாக்கல.” என்றாள்.

“சம்பா அக்கா எனக்கு ஒண்ணுமே இல்ல. பணமே இல்ல; பெரிய பதவி இல்ல; சொல்ற மாதிரி எந்தத் திறமையும் இல்ல.”

“அட, யூ ஆர் ஸோல்லி எ ஹ்யூமன் பீயிங் ஹூம். ஐ லைக் வெரி மச். வெளி விஷயங்கள், சாதனைகள் இதையெல்லாம் தவிர மனுஷனுக்கு ஒரு இயல்பு இருக்கும். அத... அத நீ புரிஞ்சக்கலையா!” என்று சொல்லி விட்டு சம்பா புன்னகை புரிந்தாள். தனக்குத்

தன்னம்பிக்கை என்னும் பரிசைக் கொடுத்ததற்காக ஈஷா நன்றி உணர்வில் உருகிப் போனாள்.

“சம்பா அக்காவா? சம்பா அக்காவோட நீ தாஜ் ஹோட்டலுக்குத் தனியா போனயா? ஏன்?”

நிஷித்துக்கு வியப்பு. அவனுடைய அம்மா அப்பாவுக்குந்தான். அப்பா முணுமுணுத்தார்.

“அவ ஹாவோர்ட் யுனிவர்ஸிட்டில படிச்சவ.”

அம்மா உரத்துச் சொன்னாள்.

“அவ படம் கூட வரைவா இல்ல; எத்தன நல்லா இருக்கும்!

அவள் ஏதோ பெரிய குற்றம் செய்து விட்டாள் போலிருந்தது. அல்லது உலக இயல்புக்கு மீறிய ஒரு விஷயத்தைச் செய்து விட்டாள் போலும். சம்பா லாஹிடி ஆஸ்திரேலியாவில் ஒரு எழுத்தாளரைத் திருமணம் செய்து கொண்டு கான்பேராவில் இருப்பவள். அவள் ஏன் ஈஷாவுக்குத் தனியாக ட்ரீட் தர வேண்டும்? இந்தப் புதிருக்கு கோஷால் குடும்பதினரால் விடை காண முடியவில்லை.

“ரங்கராஜன், மிஸ் ரங்கராஜன், ஒங்க மொதல் பேரு என்ன? நட்பு ஏற்படுத்திக்க மொதல் பேரு அவசியம். ஐ ஆம் ஆல்ரெடி மிஸ்ஸிங் யூ ரங்கராஜன்.’

கண்களைக் கைக் குட்டையால் மூடிக் கொண்டாள். ஏனென்றால் முதல் நாளிலிருந்து அடக்கி வைக்கப்பட்டிருந்த கண்ணீர் சத்தமிடாமல் வெளியே வந்தது. கைக்குட்டையின் மறைவில் அவள் நெஞ்சு வெடிக்க அழுதாள். அதை அடக்கவும் பெரு முயற்சி செய்தாள். நல்ல வேளை ஜன்னல் பக்கத்து ஸீட்டில் ஷாயரி நன்றாகத் தூங்கிக் கொண்டிருந்தாள். அம்மா அழுவதைப் பார்த்தால் அவள் தவித்துப் போய் விடுவாள். சென்ற நான்கு வருடங்களில் இதைப் பல தடவை பார்த்து விட்டாள். முதல் நாள் காலையில் நடந்த நிகழ்ச்சி அவளை வாயடைக்க வைத்து விட்டது. மகள், மகளுக்காகவும் அவள் அந்தக் குழப்பமான அமைதியற்ற, விஷம் நிறைந்த சூழ்நிலையிலிருந்து போய் விட வேண்டும். தனக்காகவும்தான். அந்தப் பயங்கரமான சூழ்நிலையில் அவள் மனநோயாளியாக ஆகிக் கொண்டிருந்தாள். ‘இல்ல, இல்ல. நீ பொழைக்கணும் ஈஷா. இந்த மாதிரி தளர்ந்து போறது சரியாகாது.

இது ஒன்னோட வாழ்க்கை. இது திரும்பிக் கிடைக்குமான்னு யாருக்குத் தெரியும்? கைய கால நீட்ட முடியாத ப்ளூட்டோவோட இந்த பாதாள லோகத்துலேர்ந்து தப்பிச்சுப் போயிடும்.'

இன்று இத்தனை நேரம் அம்மா அவள் நினைவுக்கு வரவில்லை. அம்மா தன் வேலையில் மூழ்கி இருப்பாள். அவளுக்கு நேரம், இருக்காது. அம்மா ஈஷாவுக்கு தைரியம் சொல்லுவாள்; நிஷித்தைக் கோபித்துக் கொள்வாள். ஆனால் உச்சக்கட்ட முடிவு எதுவும் எடுப்பதற்கு அம்மா அவளுக்கு அனுமதி தந்ததில்லை. அப்பா அனுமதிக்கவே மாட்டார். அன்று அம்மா நிஷித்திடம் 'அவங்கள அனுப்பிடு' என்று சொன்னது கூட நிஷித்தைச் சார்ந்ததுதான். 'நீ வந்துடு' என்று சொல்லவில்லை 'அனுப்பிடு' என்று சொன்னாள். 'கழுத்த பிடிச்சு வெளியே தள்ளு' வேறென்ன? அதுதான் நடந்தது.

"ஐ வில் த்ரோ யூ அவுட் ஆஃப் த ஹவுஸ்" அவன் பயங்கரமாகக் கத்தினான். ஷாயரி 'வெட வெட' வென்று நடுங்கிக் கொண்டிருந்தாள். பயத்தை விட வியப்புத்தான் அவளிடம் அதிகமாக இருந்தது. பார்க் ஹோட்டல் ரெஸ்ட்டாரெண்டில் அவளை வேண்டி நின்றவனா இவன்? அப்போது அவன் கண்களில் என்ன ஆர்வம் இருந்தது!

"நான் ரொம்ப சாதாரண பொண்ணு நிஷித் அண்ணா. நம்புங்க எனக்குள்ள இருக்கறதுதான் எனக்கு பிடிக்கும். அப்புறம் புத்தகம் படிக்கப் பிடிக்கும். அப்புறம்... அப்புறம் டீ போடறத தவிர வேற எதுவும் சமைக்கத் தெரியாது."

"ஈஷா திஸ் இஸ் டூ மச். சமைக்கறத்துக்காக யாராவது கல்யாணம் செய்துப்பாங்களா? ஆனா ஏன் ஒனக்குச் சமைக்கத் தெரியாது? பொண்ணுங்க எல்லாரும் சமைப்பாங்களே! ஒனக்கும் முடியணும்.

"ஆம்லெட் செய்ய முடியும். சமையல் பொண்ணுங்களோட வேலைன்னு தீர்மானிச்சி வச்சிட்டாங்க. ஆனா வெளிநாட்டுல ஆண்கள் சமைச்சு சாப்டறாங்க. பொண்ணுன்னா சமையல், இந்த ஈக்குவேஷன்லேர்ந்து அம்மா வெலகி நிற்க விரும்பறாங்க."

"ஃபெமினஸ்ட்!"

"தெரியாது. இந்த வார்த்த சொல்ல கஷ்டமானது. எனக்குப் புரியல. ஆனா இன்னும் கொஞ்ச நாள் கழிச்சு நான் சமைக்கக் கத்துக்கணும். அம்மா, அப்பாவுக்கு சமைச்சுப் போடனும்."

“நிஷித் கோஷாலுக்குந்தான்.”

இந்த அளவுக்கு வசீகரமாக அவனால் பேச முடிந்தது. அவன் கோபத்தில் முகம் சிவக்கக் கத்திய போது அவளுக்கு உள்ளூர நடுக்கம் ஏற்பட்டது. ‘இவன் யாரு? எந்த ராக்ஷசன்? இவனுடன் ஒரே படுக்கையில் படுத்திருக்கிறாள். சேர்ந்து வாழ்ந்திருக்கிறாள். ராக்ஷச குழந்தை பிறக்கவில்லை அல்லவா? மென்மையான பட்டுக் கூந்தலுடன் ஒரு பெண் குழந்தை பிறந்திருக்கிறது. அச்சு அசல் ஈஷாவைப் போல.

நிஷித் வெளியே போனவுடன் அவள் இரண்டு காரியங்கள் செய்தாள். ஒரு கடிதம் எழுதி வைத்தாள்.

“நீங்க விரும்பினபடி நான் போறேன். நீங்க விரும்பினதால நான் வந்தேன். நீங்க விரும்பினீங்க, போறேன். நான் வந்தது, போறது ரெண்டுமே ஒங்க விருப்பப்படிதான் நடந்திருக்கு. இது எதுக்கும் நான் பொறுப்பாளி இல்ல.

ஒங்களுக்கு எதையும் நினைவு படுத்த விரும்பல; ஏதாவது உறுதிமொழி, இனிமையான தருணம், கடமை எதையும் தான். நான் அந்த உறுதிமொழி, நல்ல நினைவு, கடமை எல்லாத்தையும் மூட்டை கட்டி கங்கை ஆத்துல போடப்போறேன். ஓ! ஒங்களால என்னோட பெங்காலி படிக்க முடியாது இல்ல. கொஞ்சம் கஷ்டப்பட்டு எழுத்துக்கூட்டிப் படிச்சிருங்க. நீங்க தயவு பண்ணி இத்தன காலம் கொடுத்த பாக்கெட் மணிலேர்ந்துதான் போறத்துக்கான ஏற்பாடு செஞ்சேன்.” - நான்.

இரண்டாவது காரியம் இன்னும் கஷ்டமானது; இன்னும் துணிச்சலானது. பெங்களூருவில் இருக்கும் மாளவிக்காவுக்கு ஃபோன் செய்தாள். அவளுடைய மொபைல் நம்பர் தேடி எடுப்பது அவ்வளவு சுலபமாக இருக்கவில்லை. சில நாட்களாக ரகசியமாக வேலை செய்து அந்த நம்பரைக் கண்டு பிடித்து வைத்திருந்தாள்.

“ஹலோ!’

“நான் ஈஷா பேசறேன்.”

“ஈஷா... அட ஈஷாவா! சொல்லு எல்லாம் சரியா இருக்கு இல்லையா?”

“இல்ல. ஒண்ணும் சரியா இல்ல. யூ ப்ளீஸ் கம் அண்ட் டேக் ஓவர்.”

“மீன்ஸ்?” மாளவிகா காஜியின் குரலில் குழப்பத்தின் உச்சம்.

“மாளவிகா, இப்ப நீ விடுதலை ஆயிட்ட. அதனால் பிரச்சன ஒண்ணும் இருக்காது. ஒன்னோட வாழ்நாள் நண்பன், ஒன்னோட கம்பேனியனுக்கு விடுதலை கொடுத்திட்டேன். நீ வந்து பொறுப்பேத்துக்கலாம். பை.”

“அவள் ஃபோனை வைத்து விட்டாள். நிஷித் எப்போதுமே டூரில் இருப்பவன். அவளுக்கும் பல வேலைகளுக்காகப் பல இடங்களுக்குப் போக வேண்டி இருக்கும். ஆனால் இன்று வரை ஒரு சாதாரண மொபைல் ஃபோன் கூட அந்த ஆள் அவளுக்கு வாங்கித் தரவில்லை. வீட்டைப் பூட்டி சாவியைக் கேர் டேக்கரிடம் கொடுத்து விட்டு அவள் வெளியே வந்தாள்.

பஹாயிகளின் தாமரைப் பூக்கோவில் மாலை வெளிச்சத்தில் அற்புதமாகக் காட்சி அளித்தது. இதய கமலம் என்ற வார்த்தை அவளுக்கு நினைவுக்கு வந்தது. அது எங்கே இருக்கிறது? அவளுக்கு அவள் அம்மா பாடும் ஒரு இரவீந்திர சங்கீதம் நினைவுக்கு வந்தது.

‘இந்த இதயக் கமலத்தின் வண்ணப் பொடி அந்த மேலாடைக்கு வண்ணம் கொடுக்கும்;

இதய கமலத்தின் வண்ணப் பொடி நான்கு பக்கங்களிலும் பறந்து போகிறது;

காற்றில் வண்ணப் பொடிகளின் நறுமணம்;

ஏ, கடவுளே, விளையாட்டில் என்னைத் தோற்கடிப்பதில் உனக்கு என்ன சுகம்?

என்ன சுகம்?

நான் ஒன்றுமே கேட்கவில்லையே’

’ஐ ஒன்லி வாண்டட் டு பி மை செல்ஃப்’

விமான நிலையத்திலிருந்து ஈஷா தன் பெரியம்மாவுக்குப் ஃபோன் செய்தாள்.

ஈஷா? திடீர்ன்னு? இந்த மாதிரி?..."

"வரக்கூடாதுங்கறயா? அப்ப போயிடறேன்."

"சீ! பைத்தியம் மாதிரி பேசாத. நீ இருக்கற எடத்துலயே இரு, நான் வண்டி எடுத்துக்கிட்டு வரேன்."

"இல்ல. நான் ப்ரீபெய்ட் டாக்ஸில வரேன் பெரியம்மா. நான் வர்றத ஒனக்குத் தெரிவிச்சேன். அவ்வளவுதான்."

வேண்டாம், யாரும் வேண்டாம். யாரும் வண்டியை எடுத்துக் கொண்டு அவளை அழைத்துப் போக வரவேண்டாம். அவள் ஒன்றும் குழந்தை இல்லை. ஏழு வயது பெண்ணின் அம்மா. தன்னுடைய கடமைகளை வேண்டிய அளவுக்கு செய்திருக்கிறாள். மெச்சும் வகையில் இல்லாவிட்டாலும் நன்றாகவே செய்திருக்கிறாள். அவன் என்ன வேண்டுமானாலும் சொல்லட்டும். அதெல்லாம் சாமர்த்தியமான பேச்சு; சாக்கு போக்கு என்பது அவளுக்குத் தெரிந்து விட்டது. உண்மையில் அவனுக்கு அவளைப் பிடிக்கவில்லை என்று அவளுக்குத் தோன்றுகிறது. டாக்ஸியில் போய்க்கொண்டிருந்த போது அந்த எண்ணம் திடீரென்று மின்னலைப் போல் அவள் மனதில் எழுந்தது. அவள் ஏன் பெரியம்மா வீட்டுக்குப் போய்க் கொண்டிருக்கிறாள்? முதலாவதாக அம்மா ஒரு முக்கியமான அகழ்வாய்வுப் பணியில் வெகு மும்முறமாக இருக்கிறாள். அவளுடைய இந்த முடிவு அம்மாவின் நெஞ்சில் இடியாக இறங்கும். அம்மாவால் இந்த இடியைச் சமாளிக்க முடியவில்லை என்றால்? அவளும் ஒரு மகள்தானே! அவளுக்குத் தன் அம்மாவிடம் இருக்கும் பொறுப்பும் அன்பும் எப்போதுமே அடிமனதில் வேலை செய்யும். இரண்டாவதாக அவள் பெரியம்மா மட்டுமல்லாமல் இந்த டில்லி நகரமும் பல தரப்பட்ட வேலை வாய்ப்புகளுக்கு மூலாதாரமாக இருக்கும். அவள் தன் சொந்தக் காலில் நிற்க வேண்டும். அவளுடைய பெரியம்மா பல என்.ஜி.ஓ.க்களுடன் தொடர்பு உடையவள். ஆனால் இந்த துணிச்சல், இந்தப் பிடிவாதம் எத்தனை நேரம் தாக்கு பிடிக்கும்? இதெல்லாம் அவள் இயல்புக்கு மாறானவை. சின்னச் சின்ன எதிர்ப்புகளை அவள் தெரிவித்திருக்கிறாள். ஒரு சமயம் வாரம் முழுக்க மீன் இல்லை என்ற போது,

"நான் சாதமும் சாப்டல அம்மா. அதனால கொஞ்சம் காசு மிச்சமாகும்." என்று மாமியாரிடம் சொன்னாள். அதனால் அவளுக்கு

வெட்கம் கெட்டவள், வாயாடி, பிச்சைக்காரி என்ற பட்டங்கள் எல்லாம் கிடைத்தன. எல்லாம் சரிதான் ஆனால் மீன் இல்லாமையால் புரதச்சத்து குறைபாடுடைய அவளுடைய உடம்பு அவளை அப்படி நடந்து கொள்ளச் செய்தது.

அவள் ஒரு நாள் தன் மாமனாரிடம் சொன்னாள்.

“நெறய பேருக்குத் தண்டனை கொடுத்துக் கொடுத்து அது ஒங்களுக்குப் பழக்கமாயிட்டுது இல்ல அப்பா?”

அப்போது அவள் கடுமையாகப் பேசுவதாகக் கெட்டப் பெயர் கிடைத்தது. கடவுளுக்குச் சமமான மனிதரைப் புரிந்து கொள்ளும் சக்தி அவளுக்கு இல்லையாம். சில சமயம் நிஷித்தின் நடத்தையால் கோபப்பட்டுப் பொங்கி இருகிறாள். அவள் கோபத்தை விட மூன்று நான்கு மடங்கு அதிகமாகக் கோபம் காட்டி நிஷித் அவளை அடக்கி இருக்கிறான்.

தலை லேசாக இருப்பது போல் ஓர் உணர்வு. தலையில் பெரிய பாரம் இருந்தது. பெரிய பயம், சமையல் ருசியாக இருக்கிறதா? திரும்பத் திரும்ப ருசி பார்ப்பாள். வீட்டில் ஒட்டடை அடித்து, தூசி தட்டி சுத்தம் செய்தாகி விட்டது. வேலைக்காரப் பெண் லலிதா அழகான மண் சட்டியை உடைத்து விட்டாள். அந்தச் சட்டியை அவர்கள் ஒரு எக்ஸிபிஷனில் வாங்கினார்கள். அவள் வேலைக்காரப் பெண்ணைத் திட்டினாள். ஆனால் விஷயம் அத்துடன் முடிந்து விடவில்லை. லலிதா ஒரு ஆரம்ப காரணம். இது விஷயமாக நள்ளிரவில் குண்டு வெடிக்கும்.

“சமாளிக்கத் துப்பு இல்லையா? ஒரு விஷயத்தையும் சமாளிக்க துப்பு இல்லை.”

இந்த மாதிரி சமயங்களில் அவன் குரல் மத்தளம் அடிப்பது போல் ஒலிக்கும். இல்லை, இல்லை துர்கை பூஜையின் போது ஒலிக்கும் மத்தள ஒலி இல்லை; பத்தினிப் பெண்ணை எரிக்கும்போது ஒலிக்கும் மத்தள ஒலி. பிணத்துடன் சேர்த்து உயிருடன் இருப்பவளைச் சிதையில் வைத்திருக்கிறார்கள். நெருப்பு கொழுந்து விட்டு எரிகிறது. ஓர் உயிர் எரிகிறது. அவளுடைய கதறல் மத்தளத்தின் பெரும் சத்தத்தில் அடங்கிப் போகிறது. இது அந்த மாதிரி மேளச் சத்தம்தான். இந்த விசித்திரமான ஒப்புமை அவள் மனதில் ஏன் தோன்றியது? அப்படியானால் அவள் ஒன்பது வருடங்களாக எரிந்து கொண்டிருந்தாளா? அவளுடைய

விளக்கங்களும் காரணங்களும் அவனுடைய கர்ஜனையில் அடங்கிப் போயினவோ?

“ஷாயரின் கணக்குப் புத்தகம் டைனிங் சேரில் ஏன் இருக்கிறது? வராந்தாவின் கதவு ஏன் திறந்திருக்கிறது? நியூஸ் பேப்பர் வைக்கறதுக்கு இந்த வீட்ல வேற இடம் இல்லையா? முந்தா நாள் பேப்பர் எங்க போச்சு? மௌங் கலர் சட்டையோட பட்டன் இன்னும் தைக்கலயா?”

பதில் எல்லாம் ரொம்பவும் எளிமையானவை, இயல்பானவை. ‘ஷாயரி கணக்கு நோட்டையும் பென்சிலையும் நாற்காலியில் வச்சிட்டுத் தூங்கப் போயிட்டா. இது எனக்கு எப்படி தெரியும்? குழந்தைங்க சில சமயம் இந்த மாதிரி செய்யத்தான் செய்வாங்க. நான் இன்னும் டைம் டேபிள் பாத்து அவ பையில நோட்டு புத்தகம் வைக்கலையே! அப்ப இத கவனிச்சிருப்பேன்.

வராந்தா வேணும்னுதான் தெறந்து வச்சேன். தெக்குலேர்ந்து காத்தடிக்கும் ஒரு எடத்த சேர்ந்தவ நான். இப்ப எல்லாத்தையும் மூடிட்டு என்னால இருக்க முடியுமா? இங்க திருடன் வரத்துக்கு சான்ஸே இல்ல. நிஷித், தூங்கரத்துக்கு முன்னால நானே இல்ல நீங்களா இத மூடிடலாம். அப்ப நாம ஜன்னல், கதவு எல்லாத்தையும் பாத்திட்டுத்தான் படுத்துக்கறோம்? கொஞ்சம் காத்து அவசியம். ஆக்ஸிஜன்.

மண்சட்டி? நான் பல தடவ அத ஒரு ஓரமா வைக்கலாம்னு சொல்லியிருக்கேன். ஓரமா வச்சாலும் அழகா இருக்கும். அது நடக்கல. அந்த திவான் பக்கத்துலதான் வைக்கணும்னீங்க. லலிதா வேக வேகமா தொடைக்கறா. அவ மனசெல்லாம் வீட்ல இருக்கு. அடிக்கற, சந்தேகப் பிராணியான புருஷன், ஸ்கூலுக்குப் போற பையன். ஒரே இடில சட்டி விழுந்திடிச்சி.

நியூஸ் பேப்பர நீங்க கண்ணுக்குத் தெரியாம வைக்கச் சொன்னீங்க. ப்ளாஸ்டிக் பைல போட்டு லாஃப்ட்டுல வச்சிருக்கேன். இன்னைத்து பேப்பர் ஓங்க டேபிள் இருக்கு. முந்தா நாள் பேப்பர லாஃப்ட்டுல வச்சிட்டேன். ஏணி கொண்டு வந்து அந்தப் பேப்பர இப்பவே எடுத்துத் தரவா?

மௌ கலர் சட்டைக்குப் பொத்தான் கெடைக்கல. ஜெ.என்.ரோடு, எம்.ஜி.ரோடு எல்லா எடத்துலையும் தேடிட்டேன். எல்லாப் பொத்தானையும் எடுத்திட்டு வெள்ளைக் கலர் பொத்தான் தைச்சிடட்டுமா?

இந்த பதில்களெல்லாம் மனதில் தயாராக இருந்தாலும் பயங்கரமான யமதர்மராஜனைப் போன்ற உருவத்துக்கு முன்னால் வாயடைத்துப் போய் விடுகிறது.

“இத்தன சின்னப் பொண்ண இத்தன ஏன் படிக்க வைக்கற?”

முறைத்தபடி ஒரு கர்ஜனை. அட நான் எங்க படிக்க வைக்கறேன்! ஸ்கூல் படிக்க வைக்குது. டீச்சர் ஹோம்வொர்க் கொடுத்திருக்காங்க. இந்த சமுதாயமும், நாடும் அவள படிக்கக் கட்டாயப்படுத்துது. நான் ஒரு கருவிதான்.”

“இத்தன படிச்சிட்டு அவளுக்கு ராங்க கெடைக்கலையே!”

“அவள நான் ரொம்ப படிக்க வைக்கல, நிஷித், கொஞ்சம் பயிற்சி கொடுக்கறேன். ஆனா அப்பாவே இத்தன படிக்க வேண்டாம்னு சொன்னப்பறம் குழந்தைக்கு அவ விரும்பின மெஸேஜ் கெடைச்சிடிச்சி’ அதுக்கப்பறம் அவள என்னால படிக்க ஒக்கார வைக்க முடியல. அதனாலதான் ராங்க் இல்ல. கெடைக்காட்டி போகட்டும். இத்தன சின்னக் குழந்தை ஒரு தடவ B+ வாங்கின என்ன ஆயிரும்?”

இதெல்லாம் மனதுற்குள்ளேயே அடங்கி விடுகின்றன. இதயமற்ற ஒரு குடும்பம் அவளுடைய தன்னம்பிக்கை, மரியாதை, பாசம், தயை, அன்பு, மானம் எல்லாவற்றையும் அறுத்து விட்டது.

இப்போது பாரம் இல்லை. வியாபாரி தலையிலிருக்கும் பாரத்தை இறக்கி வைப்பதைப் போல ஒரு பெரிய இடி இடித்து எல்லா பாரத்தையும் கீழே தள்ளி விட முடியும். இது அவளுக்குத் தெரிந்திருக்கவில்லை. பெரிய வீடு, பெரிய பதவியிலிருக்கும் ஆஃபிசரின் மனைவி, அழகான குழந்தையின் அம்மா. கண்ணாடியில் அழகான பிம்பம் தான். அவள் வெகு கவனத்துடன் உருவாக்கி இருந்த குடும்பம், சூனியமாகி விட்டது. “ஐ வில் த்ரோ யூ அவுட் ஆஃப் திஸ் ஹவுஸ்.” ஏன்? ஒரு நாள் குடும்பத்துடன், குடும்பத்துடன் மட்டுமே அவன் செலவழிக்க வேண்டுமென்று அவள் விரும்பினாள். வேறு ஒன்றும் இல்லை. ஹோட்டல், ரெஸ்ட்டாரெண்ட்டில் பிரியாணி இல்லை; லாங் டிரைவ் இல்லை, அவனுடன் வேலை பார்ப்பவர்கள் தங்கள் மனைவிக்கு வாங்கிப் போகும் விலை பிடித்த புடவை நகை? இல்லவே இல்லை. அப்படி என்றால்? என்ன மீதி இருக்கிறது? அவளைத் தவிர? வேறு ஒன்றும் இல்லை. அவள் கோவணத்தைக் கூடத் தேடி எடுக்க வேண்டும்.

“நீ நிஷித்த விட்டுட்டு வந்திட்டாயா?” வாழ்க்கையில் சுகத்தைத் தவிர வேறு ஒன்றையும் அறியாத மஞ்சு பெரியம்மாக்குத் தன் காதுகளையே நம்ப முடியவில்லை.

“விட்டுட்டு வரல. வர வேண்டி வந்திடிச்சி பெரியம்மா. இதப் பத்தி நான் வேற ஒண்ணும் பேச விரும்பல.”

அவளை வீட்டை விட்டுத் துரத்தி விடுவதாக நிஷித் சொன்னதை அவள் எப்படிச் சொல்வாள்.

“தப்பு பண்ணிட்ட ஈஷா. நீ எப்பவுமே பிடிவாதக்காரி. பிடிவாதம் பிடிச்சா பிடிச்சதுதான். இருந்தாலும் நீ ரொம்ப மென்மையான சுபாவம் உள்ளவள். இத பெண்மை சுபாவம்ன்னு சொல்லுவாங்க. நீ ரஞ்சா மாதிரி இல்ல. அதுல எனக்கு சந்தேகமே இல்ல. இந்த மாதிரி சிச்சுவேஷன் எப்டி வந்திச்சி. ரொம்ப நாகிங் பண்ணினையா? நாகிங் ஆண்களுக்குப் பிடிக்காத விஷயம், ஒன்னோட பெரியப்பாவ நான் ஒரு நாளும் பிடுங்கி எடுத்ததில்ல.

“பொண்ணுங்களுக்குப் பிடிக்குமா? ”

“என்ன? ”

“அதான் சொன்னீங்களே நாகிங்”

“ஓஹோஹோ... நீ ஃபெமினிஸம் வலைல மாட்டிக்கிட்டிருக்கலா?”

“ஏன் பெரியம்மா ஒரு விஷயம் பிடிக்கலைன்னா அதுல ஆண், பெண் வித்தியாசமெல்லாம் ஏன் பாக்கனும்? ஆண்களுக்குப் பிடிக்காத விஷயம் பெண்களுக்கும் பிடிக்காம இருக்கலாமே.”

பெரியம்மா சிறிது நேரம் பேசாமல் இருந்தாள். அதன்பின்

“நீ தப்பா ஒண்ணும் சொல்லல ஈஷா சரியானது, நியாயமானது எப்பவும் நடக்குதா என்ன? இதோ பாரேன் சமத்துவம், சொத்த சமபங்கு போடணும்னு உலகம் முழுக்க புரட்சி செய்யறாங்க. இது என்ன தப்பா? நியாயமில்லாததா? இல்லையே. ஆனால் இப்பவும் இத உலகத்துல எங்கையும் நிலைநிறுத்த முடியல. ராஜஸ்தாணி எக்ஸ்ப்ரஸ்ல தில்லி வரும்போது குடிசைப் பகுதிய பாத்துருப்ப.. அது வசிப்பிடம் இல்ல; வசிக்க முடியாத இடம். நாத்தம்ன்னு சொல்றதுதான் சரி. கிழிஞ்ச கோணி, ப்ளாஸ்ட்டிக் பைகள், பன்னிகளோட மலம், ஆடுகள், பட்பட்ன்னு

அடிச்சுக்குற ப்ளாஸ்ட்டிக் ஷீட் கூறைகள், அங்கையும் புழு மாதிரி ஜனங்க இருக்காங்க. தலைநகரம்! தலைநகரத்தோட புறப் பகுதி! ஈஷா யோசிச்சி பாரு. இந்தக் கட்டடத்துல ஒவ்வொருத்தருக்கும் ஒரு காருக்கு அதிகமா இருக்கு. ரெண்டாயிரத்து ஐநூறு, மூவாயிரம் ருவா கொடுத்து வேலைக்காரி வச்சுக்கறோம். எங்கிட்ட இல்லாத காட்ஜெட் இல்ல. குடிசைவாசிகளும் நாங்களும் அக்கம் பக்கத்துலதான் இருக்கோம். மனுஷனோட வாழ்க்கை முறைல இத்தனை பெரிய வித்தியாசம் ஏன் அப்டீன்னு யாராவது கேட்டா நீ என்ன பதில் சொல்லுவ? சினிமா ஸ்டார் குடிச்சிட்டு கார் ஓட்டி பாதசாரிய கொலை செய்தா குடிச்சிட்டு வண்டி ஓட்டினதுக்காக தண்டனை கொடுக்கறாங்க.. யாரோ ஒரு ராமனோ இல்ல கிருஷ்ணணோ இதே தப்ப செய்தா இதே தண்டனை கொடுப்பாங்களா?”

ஈஷா விவாதம் செய்யும் மனநிலையில் இல்லை. அவள் பெரியம்மா நியூயார்க் ஸ்டேட் யூனிவர்ஸிட்டியில் பொலிட்டிகல் சையன்ஸ்ல் எம்.எஸ். அவள் என்ன சொல்லுவாள்? இந்த ஆண் பெண் விஷயத்தில் ஒரு சாராருக்குப் பிடிக்காததை மற்றொரு சாரார் ஏற்றுக் கொள்ள வேண்டுமா, அவள் பெண் என்பதால்? எல்லாவற்றையும் பொறுத்துக் கொண்டு ஒரு குடும்பத்தை அவள் கஷ்டப்பட்டு உருவாக்கிய பிறகு ‘ஐ வில் த்ரோ யு அவுட்’? அந்த ஹவுஸ் நான்கு வருடங்களாக அவள் பார்த்துப் பார்த்துப் பராமரித்த வீடு. அவனுக்கு அந்த வீடு தூங்குவதற்கு ஒரு லாட்ஜ்தான். அந்த வீட்டுடன் அவன் தொடர்பு அவ்வளவே இருந்தும் அவனை அந்த வீட்டிலிருந்து துரத்தி விடுவதாக அவன் எப்படிச் சொன்னான்? அப்படியானால் அந்த வீடு அவளுடையது இல்லையா? அவளுடைய கணவனுடைய ஸ்டேட்டஸ் சினிமா ஸ்டாருடையது; அவளுடையது நடைபாதை வாசிகளுடையது.

“அதுக்கு மேல நீ படிப்பும் முடிக்கல, வேற என்ன வேணும்?” பெரியம்மா தயங்கித் தயங்கி சொல்லியே விட்டாள்.

“பெரியம்மா நான் போயிடறேன். இங்க நான் வர்றது சரியில்லன்னு தோணுது. வேற எங்கையாவது...”

மஞ்சுவிக பதறிப் போய் விட்டாள்.

“என்ன சொல்ற நீ? நீ என்ன சுயநினைவோடத்தான் இருக்கயா? இதுக்கு மேல ஒரு வார்த்த போசாத. இப்பவே போயி ஒன் பொண்ணு

பக்கத்துல படுத்துக்க. ஆக வேண்டியத நான் பாத்துக்கறேன்.

"என்ன செய்வ? நீ நிஷித்த பாக்க முயற்சி செய்தேன்னா நான் இப்பவே வெளிய போயிடறேன். அப்புறம் அம்மா? அம்மா, அப்பாவோட நானே பேசிக்கறேன். அம்மாவுக்கு ஆயிரம் வேலை. எல்லா வேலையும் முக்கியம், அதான் திடீரன்னு இந்த மாதிரி...

ஈஷா குழப்பத்தில் இருந்தாள்.. பெரியம்மா தினமும் ஒரு தூக்க மாத்திரை கொடுத்தும் அவள் தூங்குவதற்கு மிகவும் முயற்சி செய்ய வேண்டி இருந்தது. ஆழ்ந்த தூக்கம் இல்லை. அவளுள் இருந்த மற்றொரு ஈஷா ஏதோ சம்பந்தமில்லாத கேள்விகளைக் கேட்டுக் கொண்டே இருந்தாள். 'இந்த உலகத்தோட, வாழ்க்கையோட அர்த்தம் என்ன? உண்மைல ஏதாவது அர்த்தம் இருக்கா, இல்ல பைத்தியகாரத்தனமா? நிறைய சத்தம், கோபம், கூச்சல், ஆசை, ஆனால் இவற்றுள் எதிலுமே அர்த்தம் இல்லை. கதை ஒரு விதமாகத் தொடங்கியது; வேறு விதமாகத் திருப்பம் எடுத்தது; மறுபடியும் திருப்பம்; பாத்திரங்கள் மாறிவிட்டன; கதை நிகழ்வும் மாறி விட்டது. ஒன்றுடன் மற்றொன்றிற்கு எவ்விதத் தொடர்பும் இல்லை. இந்த வாழ்க்கை அடைத்து வைக்கப்பட்ட பைத்தியம், முதல் நாளும் அதற்கு முதல் நாளும் சிஸோஃப்ரெனிக் (schizophrenic) வாழ்க்கையை பார்த்து விட்டு வந்திருக்கிறாள். நடுவே செவிட்டு ஊமையாக வாழ்ந்திருக்கிறாள். அதற்கும் முன்னால் ஒன்பது வருடம் வாழ்வதற்குத தாகம், கண்களில் தாகம், மார்பகங்களில் தாகம், இதயத்தில் தாகத்தால் நடுக்கம்.

'தா, தா அன்பு தா; நான் என் அம்மா, அப்பா, எல்லாரையும் விட்டுட்டு ஒன்கிட்ட வந்திருக்கேன். நான் வேற ஒரு நெலத்துலேர்ந்து வந்த பொண்ணு. எனக்கு ஆதரவா காத்து வேணும்; உரம் வேணும்; கொஞ்சம் தோழமைதா; என்னைக் கொஞ்சு; குத்தம் கண்டு பிடிக்கற மாதிரி மொறைச்சி பாக்காத, நான் வாடிப் போயிடுவேன். நம்பிக்கை, அன்பு கொடு, கொடு. ஒன் அன்பால என்ன மயக்கு. உண்மைதான் நான் ரொம்ப கோபப்பட்டிடுக்கேன்; ரோஷப்பட்டிருக்கேன். அது என் தாகத்த தணிக்க ஒரு சொட்டு தண்ணி கூட ஒன்னால கொடுக்க முடியலைன்னுதான். கொடுக்க முடியலையா இல்ல கொடுக்க விரும்பலையான்னு நான் யோசிக்க விரும்பல. கர்னல் யுனிவர்ஸிட்டில எம்.எஸ். எம்.பி.ஏ. படிச்ச மாளவிகா காஜிக்குக் கொடுக்கக் கூடியத பேருக்குக் கிராஜு வேட், பாட்டு, டான்ஸ், இலக்கியம், இதுலெல்லாம்

ஆர்வம் இருக்கற சாதரண ஈஷா தத்தாவுக்குக் கொடுக்க முடியாது போலேருக்கு. புரிஞ்சிக்காம, ஒன்னையும் என்னையும் புரிஞ்சிக்காம என்னை ஏன் கூப்பிட்ட? என்னை இன்னும் சில பேரு விரும்பினாங்க.. அனிமேஷ், நீலாப்ஜன், கௌஷிக்-இவங்கள்ள யாருமே மோசம் இல்ல. என் கிட்ட பைத்தியமா இருந்தாங்க. கூடப்படிச்சவன கல்யாணம் பண்ணிக்க முடியுமா? இல்ல தெருவுல அறிமுகம் ஆனவன கல்யாணம் பண்ணிக்க முடியுமா? இப்படித்தான் நான் நெனச்சேன். நீ என்னை மோசமா நடத்தறத பொறுத்துக்கிட்டு ராவும் பகலும் திட்டு வசவும் வாங்கிக் கட்டிக்கணும்ன்னுதான் அழகானவனையும், என்கிட்ட மயங்கிக் கிடந்தவனையும், என்கிட்ட உசிரா இருந்தவனையும் திருப்பி அனுப்பினேனா? நிறைவேறாத ஆசையோட என்னால ஒண்ணும் பண்ண முடியல. குழப்பம், துக்கம், அவமானம் எல்லாம் நிறைஞ்சிருந்த என் மனச என்னால அடங்கி வைக்க முடியல. பெரியம்மா எனக்கு நிறைஞ்ச வாழ்க்கை கெடைச்சிருக்கு. குலாம் ஆலியோட கஜல் கேக்கற போது என் மனசு என்ன ஆகுதுன்னு ஒனக்கு என்ன தெரியும்? மானபேந்திரர், சதீநாத், ஷியாமல் மித்ரா, மன்னாதே இவங்களோட பாட்டெல்லாம் கேட்டா என் மனசு கட்டுக்கடங்காம நடுங்குது. என் உதட்டைத் தொடற எதிர்பார்ப்போட எங்கேயோ ரெண்டு கால்கள் காத்துக்கிட்டிருக்குன்னு தோணுது. ஒருத்தரோட பாட்டு சாகா வரம் வாங்கறத்துக்கு இது போதும். இது வரைக்கும் எத்தனை காதலிச்சிருந்தாலும் இன்னும் அன்பை அள்ளி தரத்துக்குகாக அந்தக் காதலனுக்கு எத்தன துடிப்பு! 'இந்த எண்ணம் எல்லாமே உலக இயல்பு இல்லாத மாயை; குழந்தைத்தனம் அல்லது மனுஷனுக்குக் கெடைக்காத, இதுவரை அவன் அறியாத ஒரு உணர்வுன்னு நான் நெனச்சேப் பாக்கல. இலக்கியம் என் உயிரோடு கலந்தது. இசை என்னை கெடைக்காத விஷயத்துப் பக்கமா தள்ளிச்சி. இத்தன நாள் கழிச்சு இப்ப உணர்ந்திருக்கிறது என்ன கல்லாக்கிடிச்சி நான் இனி ஈஷா இல்ல, தத்தாவும் இல்ல, கோஷாலும் இல்ல. அப்ப நான் யாரு? அதத்தான் இப்ப யோசிக்கணும்'.

இதே போன்று குழப்பத்தில் நாட்கள் கழிந்தன. குழப்பத்தில் சுய தேடல், விரும்பியது-கிடைத்தது, எதிர்பார்ப்பு, இதையெல்லாம் ஒப்பிட்டு கூட்டல் கழித்தல் விளையாட்டில் நாட்கள் நகர்ந்தன.

ஃபோன் அடித்தது. பெரியம்மா எடுத்தாள். ஒரே ஒரு வார்த்தை தான் "என்னது"

அவள் திடுக்கிட்டு எழுந்து உட்கார்ந்தாள். இதற்குள்ளேயே எல்லாம் தெரிந்து விட்டது. அமெரிக்காவில் வேலை குறைந்தது பன்னிரண்டு நாட்களாவது ஆகும். அதற்கு மேலும் ஆகலாம். இதை அவன் அவளுக்குச் சொல்லவில்லை; அவள் கேட்கவும் இல்லை. இந்தக் குறுகிய காலத்துக்குள் விஷயம் அவனுக்குத் தெரியாமல் தான் இருக்க வேண்டும். அதற்குள் அவள் ஏதாவது ஏற்பாடு செய்து கொண்டு விடுவாள். அவள் வழிப்படி நடக்கும். திட்டம் போடுவது இருக்கட்டும். அவள் இன்னும் தன் உணர்ச்சிகளைக் கட்டுப்பாட்டுக்குள் கொண்டு வரவில்லையே. அவள் அளவே இட முடியாத துரதிர்ஷ்டசாலி.

பாதாள பிரவேசம்

“எதிரே ஒண்ணும் பாக்க முடியல அக்கா. தண்ணிக்குள்ள விழுந்திட்டம்னா ஆபத்து. எறங்கிடலாமா?” என்று கேட்டான் விநோத்.

காருக்கு வெளியே மங்கலாக இருப்பதை ரஞ்சாவதி பார்த்தாள். அதற்கும் பிறகு தான் வெளியே ஒரே வெள்ளக்காடாக இருப்பதைப் பார்த்தாள்.

நல்ல அடர்ந்த மழை. பாதையெல்லாம் வெள்ளம். என்ஜினுக்குள்ளும் நீர் புகுந்து விட்டது.

“விநோத், நாம பொறில அகப்பட்டுக்கிட்ட எலி மாதிரி செத்து போயிருவோம்னு தோணுது. ஒனக்கு நீச்சல் தெரியுமா?”

“தெரியும் அக்கா. ஒங்களுக்கு?”

“ஒரு காலத்துல சாம்பியனா இருந்தேன். சரி வா, தண்ணில எறங்கலாம்.”

“என்னோட வண்டி, அக்கா, பாங்குல லோன் போட்டு வாங்கி இருக்கேன். இன்னும் பாதி லோன் கூட அடைக்கல”

“அதுக்கு என்ன பண்ண முடியும்? நீ வண்டியோட சாகப் போறயா? இப்ப வாழ்க்கையே ஹைபோத்தி கெட்டட் ஆயிடுச்சி”

மிகவும் போராடிக் கதவைத் திறக்க வேண்டி வந்தது. கதவைத் திறக்க முயற்சி செய்த போதெல்லாம் அல்ல அலையாக வெள்ளம் வந்து மோதி கதவைச் சாத்தியது. ஒருவாறாகக் கதவை திறந்த போது விநோத் எங்கே என்று ரஞ்சாவுக்குத் தெரியவில்லை. நான்கு புறங்களிலும்

வாழ்வும் சாவும் ஒன்றாகி விட்டது. தண்ணீருக்கு மேலே வர அவள் முயற்சி செய்தாள். அவளுக்குக் கை, காலை அசைக்க முடியவில்லை. சாம்பியன்களுக்குக் கூட கை, கால்கள் துறுப்பிடித்துப் போகின்றன.

"சார், சார்!" ராய்சௌதுரியின் நிர்மலேந்து ஸ்ட்ரீட் வீட்டு வாசலில் விநோத் பிசாசைப் போல நின்று கொண்டிருந்தான்

"நேத்தைக்கு கார்ப்ரேக்டவுன்ஆயிடிச்சி. அக்கா தண்ணில மாட்டிக்கிட்டாங்க"

"என்ன சொல்ற? சரியா சொல்லு" ராய்சௌதுரி பதட்டமடைந்தார்.

"அக்காவ பாக்க முடில. தண்ணிக்குள்ள போயிட்டாங்க."

"அப்படின்னா?"

"நல்ல மழ பேஞ்சுதுன்னு ஒங்களுக்குத் தெரியுமே கொளத்துத் தண்ணியும் வெள்ளமும் ஒண்ணாயிடுச்சி. கார் ஒரேடியா போயிடுச்சி"

"கார் பத்தி இருக்கட்டும். மேடம் பத்தி சொல்லு"

மேடத்தைப் பற்றி விநோத்துக்கு ஒன்றும் தெரியாத போது அவன் என்ன சொல்லுவான்? அவன் பயத்தாலும் துக்கத்தாலும் வெட வெட வென்று நடுங்கிக் கொண்டிருந்தான். 'காலம் ரொம்ப மோசமா இருக்கு. போலீஸ் பிடிச்சா போச்சு. சொன்னுனாலும் சொல்லலாம். அக்காவ அவன்தான்... அடக்கடவுளே!

வாயில் மணி அடித்தது. யார் வந்திருக்காங்க? நியூஸ்பேப்பரா? இத்தன காலைலயா?

கதவைத் திறந்தவுடன் புயலில் அடிப்பட்ட காகத்தைப் போல் ராய்சௌதுரி நின்று கொண்டிருப்பத்தை சுபீர் பார்த்தார்.

ஆகாயத்தில் கருமேகம். பலத்த மழை பெய்து ஓய்ந்திருந்தது. மறுபடியும் பெய்யலாம். தெருவில் இருந்த வெள்ளம் தான் உரிமை இல்லாமல் பிரவேசம் செய்ததை ஒத்துக் கொண்டு வெட்கத்துடன் தெருவிலிருந்து விலகிப் போயிற்று.

அந்த இலாகா போலீசுக்குச் செய்தி சொல்லியாகி விட்டது. தீயணைக்கும் படையினருக்கும் சொல்லியாகி விட்டது. ராய்சௌதுரிக்குத்

தவிப்பாக இருந்தது. யாரும் கேட்காமலேயே தன் தரப்பு நியாயத்தைச் சொல்லிக் கொண்டே இருந்தார்.

"அது என்னன்னா, ப்ரொபசர் தத்தா, அவங்க தானே தான்......

அப்டி ஒரு இன்வால்வ்மெண்ட். எங்க ரிஸர்ச் ஸ்காலர் ஒருத்தருக்குக் கால் ஒடைஞ்சிருக்கு. மத்த ரெண்டு பேருக்கும் அவங்கதான் வேல கொடுத்து வெளியே அனுப்பி இருக்காங்க. ஒருத்தர ஆர்க்கியலாஜிகள் சென்டருக்கு அனுப்பி இருக்காங்க; மத்தவர நேஷனல் லைப்ரரிக்கு அனுப்பி இருக்காங்க. நாந்தான் ரெகுலரா போவேன். இந்தத் தடவ....."

அன்று வானம் மூட்டமிட்டருந்தது. குளிர்ந்த காற்று வீசியது. கறுத்த ஆகாயம். ஆனால் அன்று பளிச்சென்று வெயில் அடித்தது. குளிர்கால மதிய நேரம். மிக்ஸ்ட் டபிள்ஸ் சுபீர்-ரஞ்சாவதி ஜோடி வெற்றி பெற்றது. அவளுக்கு 'வெடவெட' வென்று ஒல்லியாக வளையக் கூடிய உடல் வாகு, கறுத்த நிறம், நல்ல ஆரோக்கியம், பளபளக்கும் கண்கள், நீண்ட முடியைக் கட்டி இருந்தாள். சல்வார் கம்மீஸ் அணிந்து விளையாடினாள். அது எத்தனை காலம் முன்னால்.

"ஜெயிச்சுட்ட! "நண்பர்கள் ஆரவாரம் செய்தார்கள்.

சுபீருக்குப் புரியவில்லை.

"ஜெயிக்கத்தான் ஜெயிப்போம். அதுல ஒங்களுக்கெல்லாம் என்ன சந்தேகம். டோர்னமெண்ட் கப் வாங்கினப்புறம் தான் நிம்மதி"

"டேய், நீ அசல் டோர்னமெண்ட்டுல ஜெயிச்சுட்ட"

"அப்டீன்னா?"

"ரஞ்சாவதி."

"சீ, போங்க! நீங்கல்லாம்..."

"காலரி முழுக்க சிரிக்குது. காதுல விழல?"

அந்த நாட்களெல்லாம் தொலைந்துபோய் விட்டன. அந்தச் சுபீர் இல்லை. ரஞ்சாவதி....?

விளையாட்டையெல்லாம் விட்டுவிட்டுப் படிப்பில் கவனம்

செலுத்தினாள் ரஞ்சாவதி. சுபீரும் தன் வட்டத்திலிருந்து விலகிப் போனான். அவனுடைய கோச் சம்பத் சின்ஹா,

“தத்தா, நீ கிரிகெட்ட ஏன் விடற? ஒனக்கு என்ன பைத்தியமா?” என்றார்.

“இந்தியாவோட ப்ளேஜர் போட்டுக்கறத்துக்கான கியாரண்டிய ஒங்களால தரமுடியுமா?”

“நோ, அது தர முடியாது. அதுனால என்ன? வெளையாட்டு சந்தோஷமே போதும்.”

யார் பேச்சை கேட்கிறார்கள்? ஸ்போர்ட்ஸ் கோட்டாவில் ரயில்வேயில் நுழைந்தான் சுபீர். விளையாட்டு தொடர்ந்தது. ஆனால் மனம் அதில் இல்லை. படிப்பில் தடங்கல் ஏற்பட்டது. அதை முடிக்க வேண்டும். அதன்பின் திடீரென்று வேலையை விட்டுவிட்டு தடிமனான புத்தங்களுடன் உட்கார்ந்து கொண்டான். ரஞ்சா எப்போதுமே அவன் பின்னால் நின்றாள்.

“மாஸ்டர்ஸ் முடிச்சிடிங்க, முடிச்சிடிங்க. இந்த மாதிரி நல்ல வேலையை விட்டுட்டு... வாழ்கையை வச்சு வெளையாடாதீங்க சுபீர்.....”

இது விஷயமாக விவாதம், சண்டை, கசப்பு, படிப்பு முடிந்தது. காலேஜ் லெக்சரர் வேலையில் நுழைந்தான் சுபீர். நான்கு புறங்களிலும் புத்தகமோ புத்தகம். மாணவர் கூட்டம். ஆனால் ரஞ்சாவின் அகழ்வாய்வு விஷயத்தில் அவர் எந்த ஈடுபாடும் காட்டவில்லை.

“கடந்த காலத்துல ஒனக்கு என்ன அத்தன ஆர்வம்? பழசைத் தோண்டினா என்ன கெடைக்குமோ, யாருக்குத் தெரியும்?”

“என்ன கெடைக்க போகுது?” ரஞ்சா பொருள் பொதிந்த சிரிப்புடன் சொல்லுவாள். “டைனசரா இருந்தாக் கூட எலும்புக்கூடு மட்டும்தான் கெடைக்கும். இல்லாட்டா ஃபாஸில் கெடைக்கும். பயப்படற மாதிரி எதுவும் இருக்காது. அந்த எலும்புக் கூட்ட வச்சு முழு விலங்கை ரிகன்ஸ்ட்ரக்ட் பண்றது சுவாரஸ்யமான வேலை இல்லையா?”

பாதையின் இருபுறமும் ஏதாவது தெரிகிறதா என்று தேடிக் கொண்டே போனார் சுபீர். காலடிச் சுவடு? வேறு ஏதாவது அடையலாம்? வெளியே மனிதன் மாறுகிறான். ஆனால் அவனுடைய அசல்

மாறுவதில்லை. ஒட்டாமல் இருத்தல், ஈடுபாடு இல்லாமல் இருத்தல், போட்டி போடுதல் எல்லாவும் வெளி விஷயங்கள் தான்.

“ரஞ்சா, நான் சொல்றத கேளு. நீ எப்பவுமே என்னைத் தப்பா புரிஞ்சுக்கற. நான் ஒன்கிட்டேர்ந்து வெலகிப் போகல. உள்ளுக்குள்ள பத்தி எரிகிற நெருப்பு இல்லாம இருக்கலாம். ஆனா சூடு இருக்கு; வெப்பம் இருக்கு. நீ மட்டும் என்ன வெலகிப் போகலையா என்ன? ஆனா எனக்குத் தெரியும் உள்ளுக்குள்ள நீ மாறல. சத்தியம் ரொம்ப ஆழத்துல இருக்கு. பழச அகழ்ந்து எடுக்குற மாதிரி அதத் தோண்டி எடுக்கணும். அடுக்கு அடுக்காத் தோண்டி எடுக்கணும். கிரானைட்ட ஒடச்சு பாத்தா ஆச்சிரியம்! அன்புங்கற தொல்பொருள் கெடைக்குது. அதோட பசுமை போயிடுச்சி. ஆனா சொக்கத் தங்கமா தொல்பொருள் கெடைக்குது”.

“அட என்னங்க இது? ப்ரொபசர் தத்தா, நீங்க ஏன் இப்டி ஒடைஞ்சு போயிட்டிங்க?அவங்க நீச்சல்ல சாம்பியன்னு நீங்க தான சொன்னீங்க”.

“அது அந்தக் காலத்துல இருந்தாங்க” தத்தா பற்களை கடித்தபடிச் சொன்னார்.

“ஒன்ன நான் மன்னிக்க மாட்டேன் ராய்சௌதுரி. அகழ்வாய்வுல ரொம்ப ஆர்வம் உள்ள என் மனைவியை முன்ன பின்ன தெரியாத எடத்துக்கு அனுப்பிட்டு நீ இங்க ஏர்கண்டிஷன் ரூம்ல செகரடேரிட் மேஜக்கு முன்னால ஓய்வு எடுத்துக்கற. சரியான சுயநலவாதி. பப்ளிஷ் ஆற எல்லாக் கட்டுரைகளிலும் ரெண்டு பேரோட பேரும் இருக்கும். ரொம்ப நல்லா இருக்கு! இந்தப் பொம்பள அடி முட்டாள். காலம் முழுக்க ஏமாந்து வந்திருக்கா”.

“சுபீர், நீங்க தப்பா புரிஞ்சுக்கிட்டிருக்கிங்க. என்னோடது ஃபீல்ட் வொர்க்; அவரோடது டெஸ்க் வொர்க். அப்ப வேல ரெண்டு பேரோடது இல்லையா?”

“அந்த ஆம்பள ஃபீல்ட் வொர்க்குக்குப் போகட்டுமே”.

அவருடைய பெண்ணியவாதியான மனைவியின் முகத்தில் எகத்தாளமான சிரிப்பை வர வழிக்க இது போதும்.

“நான் ஒரு அத்லெட்ங்கறத நீங்க மறந்திட்டீங்க சுபீர். அது இன்னும் கொஞ்சம் என் உடம்புல இருக்கு. அப்பறம் இந்த ராய்சௌதுரி

இருக்காரே அவர் சரியான சாப்பாட்டுப் பிரியன்''.

"தேவுலியா பேடா சம்ப்பா ரெண்டு பேருமே புழக்கத்துல இருக்கு'' என்றான் அவர்களுடன் இருந்த ஏகராம் ஆலி. சேறு காய்ந்து வெடித்திருந்த பாதையில் ராய்சௌதுரியின் இண்டிகா பறந்து போகத்தான் விரும்பியது. பாராசாத் தாண்டி டாக்கி ரோடைப் பிடித்திருந்தார்கள். பாதை மிகவும் மோசமாக இருந்தது.

"தேவுலியாவ தேவாலய்ன்னு பேரு மாத்தம் செஞ்சிருக்காங்க. தேவுலியாங்கறது தேவுலே தேவுலேன்னு (திவாலான) காதுல விழுது. அது தான் தேவாலய். புரிஞ்சிச்சா சார்?

'திவால்தான். மகன் அகாலத்துல போய்ச் சேர்ந்துட்டான். இப்ப பெண்டாட்டியும்... திவால் இல்லாம என்ன? இவ்வாறு நினைத்த சுபீரின் மனதை திடீரென்று கவலை கவ்வியது.

ஈஷா! ஈஷா எப்படி இருக்கிறாள்? அவள் வாழ்க்கையிலும் புயல் வீசுவது அவருக்குத் தெரியும். ஆனால் இதையெல்லாம் ஈஷா தன் அம்மாவிடம் தான் சொல்லுவாள்; அப்பாவிடம் இல்லை. அவர் இதைப் பற்றியெல்லாம் யோசிப்பதில்லை. யோசிக்க வேண்டியதை ரஞ்சா யோசிப்பாள். செய்ய வேண்டியதை ரஞ்சா சொல்வாள். ஏதாவது முடிவு எடுக்க வேண்டுமென்று அவரிடம் சொன்னால் எடுப்பார். ஆனால் தன் சொந்த சிந்தனை உலகத்திலிருந்து வெளியே வர அவர் அவ்வளவாக விரும்புவதில்லை. விதி அவருடைய பிடறியில் ஓர் அறை அறைந்து அவரை வெளியே இழுத்திருக்கிறது. திடீரென்று அவருக்கு அந்த எண்ணம் தோன்றியது. 'அந்த ஆள் நிஷித் ரொம்ப ஆக்ரோஷமா மாறிட்டான். அது தான் ரஞ்சா அவங்கள அனுப்பிடுன்னு சொல்லியிருக்கா. அப்போது அவருக்குச் 'சட்'டென்று கோபம் வந்தது. தானும் தன் மனைவியும் எல்லாவற்றையும் வெவ்வேறு கோணத்திலிருந்து பார்ப்பதாக அவருக்குத் தோன்றியது. ஒரு குழந்தையை அழைத்துக் கொண்டு மகள் வந்தால் அந்தக் குழந்தையை வளர்க்க வேண்டிய பொறுப்பும் ஓர் இளம் பெண்ணைப் பாதுகாக்க வேண்டிய பொறுப்பும் இந்த வயதான காலத்தில் தம் மீது விழும் என்று தாம் நினைத்ததை எண்ணி இப்போது வெட்கப் பட்டார். மகளின் நிலைமையை எண்ணிப் பார்ப்பதற்கு முன்னால் தம் நிலைமையைத்தான் எண்ணிப் பார்த்தார். ஆனால் ரஞ்சாவின் மனதில் எவ்விதக் குழப்பமும்

இல்லை. அவள் மகளின் மானம் மரியாதை, அவளுடைய தற்போதைய நிலை ஆகியவற்றை மட்டுமே பார்த்தாள்; வேறு ஒன்றும் இல்லை.

“பேடா (மூங்கில்) சம்பா கிராமத்தோட பேருக்குப் பின்னால ஒரு கதை இருக்கு” ஏகராம் ஆலி அலுப்பில்லாமல் பேசிக்கொண்டே போனான்.

“சந்திரகேதுகட்’டோட கேட்வேதான் இந்த பேடா சம்பா. பிர் அப்பாஸ்ங்கற கோரா சந்தோட சித்து விளையாட்டைப் பத்தி ராணிக்கு தெரிஞ்சு போச்சு. அவங்க சில சித்து விளையாட்ட பாக்க விரும்பினாங்க. அப்ப பிர்களோட ராணிக்கு நல்ல ஒறவு இருந்திச்சி. தோட்டத்த சுத்தி மூங்கில் வேலி. பீர் ஐயா அந்த மூங்கில் தொட்டு ஏதோ முணுமுணுத்தாரு. அவ்வளவு தான். முங்கில்ல சம்பகப் பூ ஒவ்வண்ணா பூக்க ஆரம்பிச்சிச்சி.”

கோரா சந்தின் மந்திர மகிமையால் மூங்கிலில் சம்பகம் பூத்தது.

“வாங்க மூங்கில் சம்பாவ பாக்கலாம்” என்று மனோகர் சர்க்கார் அழைத்தான். சுபீருக்குப் பற்றிக் கொண்டு வந்தது.

ஒரு பெரிய விபத்து நடந்திருக்கு. ஏதோ சரித்திர இடிபாடுகள பாக்க வந்திருக்கற மாதிரி இந்த முஸ்லிம் ஒரு கதை சொல்றான். சை, பேடா சம்பாவாம்! மண்ணாங்கட்டி!

ஏகராம் முன்னால் உட்கார்ந்திருந்தான். அவன் பின்னால் திரும்பி “கவலைப்படாதீங்க ஐயா. நான் எல்லா இடத்துக்கும் தேடச் சொல்லி ஆள் அனுப்பி இருக்கேன். இதெல்லாம் ரவுடி பசங்களோட எடம். ரகசியமாத்தான் வேல செய்யணும். கொஞ்சம் பொறுமையா இருங்க. அதுமட்டுமில்லாம அம்மாவ நான் பாத்துருக்கேன் சக்தியே உருவானவங்க. வணக்கத்துக்கு உரியவங்க”. என்றான்.

சற்று நேரம் கழித்து அதே விஷயம் மறுபடியும் ஆரம்பித்தது.

“தோண்டத் தோண்ட எத்தனை பானைகள், சிலைகள், கல்வெட்டுகள் கெடைச்சிச்சி தெரியுமா? கனா மேட்டைச் சுத்தி இப்பவும் கெடைக்குது. உள்ளூர்வாசிகள் அதையெல்லாம் தரகன் கிட்ட வித்து காசு சம்பாதிக்கறங்க. வயத்துப் பசிய எப்படியோ அடக்கினா போதும். அவங்கள குத்தம் சொல்லிப் பயன் இல்ல. அது மட்டுமில்லாம பல

காரணங்களால இங்க எக்ஸ்கவேஷன் நின்னு போயிடுச்சி. சில எடங்கள்ள வீட்டுக்காரங்க ‘இங்க ஏதாவது கெடச்சா எங்க பரம்பர வீட்டுக்கு வேட்டு வச்சிடுவாங்க. இதையெல்லாம் நிறுத்தி தொலைங்க’ன்னு சொல்றாங்க. சில எடங்கள்ள தோண்டினா விடாம தண்ணி பீச்சி அடிக்குது. சில எடங்கள்ள இரும்பு கம்பி வெளியே வருது. விஷயம் புரியதா உங்களுக்கு! கீழ ஏதோ ஒரு கன்ஸ்ட்ரக்ஷன் இருக்கு, நீங்க பதறாதீங்க. இது ரௌடிங்க ஏரியா புரிஞ்சிச்சா? ரொம்ப ஜாக்கிரதையாத்தான் தேடணும்”.

ஷாயரியை அழைத்துக் கொண்டு ஈஷா தன் பெரியம்மாவுடன் அம்மாவுடம் பயணம் செய்தாள். அவளுக்குப் பிடித்துக் கொள்ள எதுவும் இல்லை. பிடித்துக் கொள்ள எதுவும் கிடைக்காது என்பதைப் புரிந்து கொண்டு சொந்தக்காலில் நின்று புது வாழ்க்கையைத் தொடங்க நினைத்த போது... அம்மாவின் முழு ஆதரவும் தேவையாக இருக்கும் போது... அவளுக்கு நெஞ்சை அடைத்தது. என்ன ஆச்சரியம். மிஸ் ரங்கராஜன் அந்த ஃப்ளைட்டிலும் இருந்தாள். தெரிந்த முகமாகத் தோன்றினாலும் ஈஷாவால் அவளை அடையாளம் கண்டு கொள்ள முடியவில்லை. ‘எங்கேயோ பாத்திருக்கேன். எங்கேயோ...’ தண்ணிருக்கு அடியே தோன்றிய முகம் போல் தோன்றியது. ரங்கராஜன் அவளை பார்த்து முகம் மலர சிரித்தாள். ஆனால் அவளுடைய வாடிய முகத்தில் பிரகாசம் வந்தாலும் சிரிப்பு வரவில்லை.

“நான் அருந்ததி ரங்கராஜன். போனவாரம் ஹைதரபாத்-டெல்லி ஃப்ளைட்ல பாத்தோம்”.

ஈஷா ஏதோ நினைவுடன் தலையை அசைத்தாள். முகத்தில் மங்கிய புன்னகை.

பக்கத்தில் மஞ்சுலிகாவைப் பார்த்த அந்தப் பெண்,

“ஆர்யு ரிலேட்டட் டு ஹர் மேடம்?”என்று விசாரித்தாள்.

“யா, ஷி இஸ் மை நீஸ்.”

“ஈஸ் எனிதிங் ராங்? ஐ மீன் ராங்க் வித் ஹர்?”

“ஹர் மதர் இஸ் மிஸ்ஸிங்”.

ஈஷாவுக்கு நடுக்கமெடுத்தது. ‘மதர் இஸ் மிஸ்ஸிங்.’

சின்ன வயதில் அவளுக்கு ஏற்பட்ட அனுபவம்.

அம்மா வெளியே போயிருக்கிறாள். மாலையில் திரும்புவாள் என்று தெரியும். ஆனால் அம்மா வர மாட்டாள் என்று தோன்றுகிறது. ‘அம்மா இல்ல, அம்மா இல்ல’ பாட்டி மதியம் தூங்குவாள். அவளும் தம்பியும் மதிய வேளையில் பள்ளியிலிருந்து திரும்பிய உடன் கேரம் விளையாடுவார்கள். திடீரென்று அவள் தம்பி ஆழ்ந்த சிவப்பு நிறக்கண்களுடன் குட்டிக்கரணம் அடித்த படியே வெறுமையை நோக்கிப் போய்விட்டான். வெறுமையில் உடைந்த கோயில், சிலை இல்லை; அர்ச்சகர் இல்லை; பூஜைக்கு வேண்டிய பொருள்கள் இல்லை. புயல் வீசுகிறது. பலத்த காற்றில் ஜன்னல்-கதவு திறந்து திறந்து மூடிக் கொள்கின்றன. அறைக்குள் மின்னல் மின்னுகிறது. இன்று அம்மா நீல நிறப் பூப்போட்ட புடவை கட்டிக்கொண்டு போயிருக்கிறாள். அவள் தினமும் அம்மாவின் அலங்காரத்தைப் பார்ப்பாள். போகும் போது அன்று மலர்ந்த பூவைப் போல் இருப்பாள். திரும்பி வரும் போது வாடிய பூவாக இருப்பாள். களைப்பு. இதழ்கள் உதிர்ந்து கீழே விழுகின்றன. அம்மா இனிமேல் இல்லையென்றால் வாழ்க்கையில் இந்தக் கஷ்ட காலத்தில் அம்மா பக்கத்தில் இல்லையென்றால் அவள் எப்படி நிற்பாள்? ‘அம்மா.... அம்மா, நான் என் சொந்தக் கால்ல நிக்கற வரைக்கும், யதார்த்தத்த நான் புரிஞ்சுக்கற வரைக்கும்.... அது வரைக்கும்...’

திடீரென்று ப்ளேன் குலுங்கியது. ஆகாயம் தன் ஆவியைப் பிடித்து உலுக்கியது போல் ஈஷாவுக்குத் தோன்றியது. அவள் என்ன சொன்னாள்! ‘நான் சொந்த காலில் நிக்கற வரைக்கும்....’ ஆற்றங்கரைப் படித்துறையில் படகைப் போல அம்மா தனக்கு வேண்டுமென்று நினைத்தாளா? ‘என்னை ஆற்றரை தாண்டிவிடு. அதுக்கப்பறம் பேரகணும்னா போ. நான் தடுக்க மாட்டேன்.’

“படகோட்டியே கரைக்கு வா கரைக்கு வா
என்னோட கொடுக்கல் வாங்கல் இன்னும் முடியல.
சல்லிக்காசு இல்லாத ஏழை, கரை தெரியாத ஏழை,
சரியான நேரத்துக்காகக் காத்திருக்கேன்.
முகத்தைப் பாக்கல, முகத்தைப் பாக்கல,
காசு எண்ணறேன், கணக்கு சரியான்னு பாக்க,
அதுக்கப்பறம் முடிவு, அதுக்கப்பறம் முடிவு, அதுக்கப்பறம் முடிவு,

அப்படியென்றால் ஒவ்வொரு மனிதனையும் மற்றொரு மனிதனுடன் பிரயோஜனம் என்ற நூல்தான் பிணைக்கிறதா? இதைத் தவிர புனிதமாக எதையும் தேடுவது பயனற்றது. அவளால் தனக்கு வேண்டிய சில பிரயோசனங்கள் இல்லை என்று அவள் உறவை அறுத்தெறிந்து விட்டான் நிஷித். அம்மா இல்லாவிட்டால் குடும்பம் சரியாக நடக்காது என்பதால் தான் அவள் அப்பா, அம்மாவிடம் பல விஷயங்கள் ஒத்து வராத போதிலும், அவளுடன் சேர்ந்து வாழ்கிறாரா? அவள் மனதில் ஓர் உருவம் தோன்றியது. அவள் மெல்லிய கரை போட்ட வெள்ளைப் புடவை உடுத்தி இருந்தாள். ஏறக்குறைய நரைத்து விட்ட மூடி முடியப்பட்டிருந்தது. கண்களில் வெறுமை. கால்களை மடக்கி உட்கார்ந்திருந்தாள். பாட்டி வேதவதி. கொள்ளுப்பாட்டி அதாவது சர்வமங்களாதேவி இறந்த பிறகு அம்மா ஒரு கத்தை ஃபோட்டோக்களை அனுப்பியிருந்தாள். அவற்றுள் இந்த ஃபோட்டோவும் இருந்தது. ஃபோட்டோ எடுத்தவர் யாராக இருந்தாலும் ரொம்பவே ஒன்றாக எடுத்திருந்தார். வேதவதி ஏதோ பிரமையில் இருப்பது போல் இருந்தது. தொண்ணுற்றைந்து தொண்ணுற்றாறு வயதுக் கிழவி கடைசி சில வருடங்கள் அல்சைமர் முதலிய பல வியாதிகளால் உயிரற்றவள் போல்தான் இருந்தாள். முடிவில்லாத கஷ்டங்களை மற்றவர்களுக்குக் கொடுத்து, தானும் அனுபவித்து கிழவி போய்ச் சேர்ந்தாள். அந்த சாவில் துக்கம் ஒன்றும் இல்லை. வேதவதியின் கண்களில் துக்கம் இல்லை; ஆனால் ஏதோ ஓர் ஆழ்ந்த யோசனையில் இருப்பவள் போல் தோன்றியது. அவள் அந்த சாவு வீட்டில் ஒரு மூலையில் உட்கார்ந்து கொண்டு தன் தாயின் வாழ்க்கை சினிமாவைப் பார்ப்பது போல் இருந்தது. இந்த துக்கம் இல்லாத துக்கம் எவ்வளவு மேலானது. அந்த புகைப்படம் என்ன சொல்லியது என்பது தெளிவாகத் தெரியவில்லை. மகாகாலனைப் பார்த்து ஏதோ சொல்வது போல் இருந்தது. 'நீதான் இதையெல்லாம் தந்தாய்; எடுத்துக் கொண்டும் விட்டாய். வாழ்க்கைய பிழிஞ்சு எடுத்துக்கிட்ட. மிச்சம் மீதி எதுவும் வைக்கல'.

அவள் கண்முன்னாள் ஒரு ஃப்லிம் ரோல் விரிந்தது. இளம் வயது அம்மா குதி போடுகிறாள்; கட்டி கொள்கிறாள்; வீட்டு வேலை செய்து விட்டு வெளியே போகிறாள்; ஒரு பை நிறைய புதிய துணிமணிகளை எடுத்துக் கொண்டு வியர்வை வடிகிற, ஆனால் ஒளி வீசும் முகத்துடன் உள்ளே வருகிறாள் அம்மா. இப்போது அவள் இளம் பெண் இல்லை. நெற்றியில் கவலையின் கோடுகள். மகனின்

இழப்பில் அழுந்திப் போகிறாள். எத்தனை நாட்கள் அம்மா பேசாமல் இருந்திருக்கிறாள்! எப்போதாவது அவள் பார்வை ஈஷாவின் மேல் விழும். அந்தக் கண்களில் அளவிட முடியாத துக்கம் இருக்கும். 'இல்ல, அம்மா இல்ல. இப்ப என் வாழ்க்கைய சரி ஆக்கறத்துக்கு நீ வேணும். நீ இருக்கறது எனக்கு ரொம்ப ரொம்ப தேவை இருந்தாலும் நீ ஒனக்காகவே பிழைச்சு வாழணும்.'

மனைவியாக, தாயாக, மருமகளாக முடிவற்ற தன் கடமைகளைச் செய்திருக்கிறாள் ரஞ்சாவதி தத்தா; எல்லையில்லாத கஷ்டங்களை அனுபவித்திருக்கிறாள், அனுபவித்து கொண்டிருக்கிறாள். பலவித விமர்சனங்களுக்கு ஆளாகி இருக்கிறாள். ஆனால் இப்போதும் அவள் கனா மிஹிர் மேட்டில் மறைந்திருக்கும் தொல் பொருள்களைத் தோண்டி எடுத்து ஊமையாக இருக்கும் இறந்த காலத்தை பேச வைக்கும் பணியில் ஈடுபட்டிருக்கிறாள். ஐம்பது வயதைத் தாண்டிய அவளுடைய இதயத்தில் மகனின் இழப்பு பெரிய பாறங்கல்லாக உட்கார்ந்திருக்கிறது. அவளுடைய மகளின் திருமண வாழ்க்கையின் தோல்வியால் ஏற்பட்ட ரணங்கள் அவளைச் சுட்டெரிக்கின்றன. இப்போது வெள்ளத்தில் வாழ்வுக்கும் சாவுக்குமிடையே போராடிக் கொண்டிருக்கிறாள்.

ஈஷா கண்களை மூடிக் கொண்டாள். கண்கள் எரிந்தன. ஜன்னலை நோக்கிப் பார்வையைத் திருப்பினாள். அவள் கண்களிலிருந்து கண்ணீர் வழிந்தது.

கனா மிஹிர் மேடு

"அவள அவுத்து விடு; அவள போக விடு நிவாரண்" அந்த நோயாளி கத்துகிறாள்.

"சீ, சீ, சீ இப்படியாஅடிப்பாங்க! ஆ....ஆ" என்று கத்தியபடி தன் முதுகில் யாரோ சாட்டையால் அடிப்பது போல் நடுங்குகிறாள் அந்த நோயாளி.

"அவங்க நெனைவு தப்பி பிதற்றறாங்க இல்ல டாக்டர்?"

"ஆமா. அப்படித்தான் தோணுது. ரொம்ப மோசமான ஏதோ ஒரு இன்ஃபெக்ஷன் ஆகி இருக்கு மண்டு. சிவியரான டைபாய்ட்ன்னு தோணுது. இது என்னால ஆகாது. ஆஸ்பத்திரில சேக்கணும். இரத்தம், யூரின் டெஸ்ட்டுகள் பண்ணனும். எம்.ஆர்.ஐ எடுக்க வேண்டி வந்தாலும் வரலாம்".

“ஆமா. தண்ணிக்குள்ள உருண்டு புரண்ட போது நிறைய அழுக்குத் தண்ணி குடிச்சிருக்காங்க. அவங்களுக்கு நீச்சல் நல்லா தெரியுங்கறதால... இல்லாட்டி... இங்கேர்ந்து எப்படி ஆஸ்பத்திருக்குக் கொண்டு போறது டாக்டர்..?

“நிமேஷ், நீ கட்டி வைக்கறத்துக்கு அவ மனுஷி இல்ல; ஆவி. ஆவிய எப்டிக் கட்டிப் போடுவ? மேட்டை ஒடைங்க. அதுக்குள்ள நாக்கு இருக்கு. ரஞ்சாவோட நாக்கு.”

“இவங்க என்ன சொல்றாங்கன்னு புரியல டாக்டர் ஐயா. ஆனா அறிவு பூர்வமா ஏதோ சொல்றாங்கன்னு தோணுது. நிவாரண் ஐயாவோட பேர சொன்னாங்க. அவருக்கு சேதி அனுப்புங்க. ஏகராம் ஐயாவுக்கும் சேதி அனுப்புங்க.”

நான்கு புறங்களிலும் பரந்த நீர்ப் பரப்பு. பலவகை மீன்கள், நீர்ப்பாம்புகள், நீர்வாழ்ப்பூச்சிகள் நான்குபுறங்களிலும் காணப்பட்டன. மீன்தின்னிப் பறவைகள் லேசான காற்றில் மிதந்தன. வெள்ளை கொக்குகள் பறந்து உட்கார இடம் தேடின. அலை அலையாக வந்து விழும் நீரில் மீனுக்கு வேண்டிய உணவு இருந்தது. ‘வித்யாத்ரி’யின் அழுக்கு நீர் பாசி, நத்தை, நீர்த்தாவரங்களுடன் வந்து விழுந்தது. கால் நீண்ட கொடிகளில் சிக்கிக் கொண்டதால் அவளால் வெகு தூரம் நீந்த முடியவில்லை. பல யுகங்களாக நீந்தி வந்துள்ள அவளால் அதற்கு மேல் நீந்த முடியவில்லை. அவள் முழ்கத் தொடங்கினாள். மண்டு மியாவின் ஆட்கள் சரியான நேரத்தில் தண்ணீருக்குள் குதித்திருக்கா விட்டால் இன்று எல்லாம் முடிந்திருக்கும்.

ஆரஞ்சு நிற ஓட்டு வீட்டில் ஓர் அறை. நீர் வெள்ளத்தில் ஒரு புள்ளி போல் தெரிந்தது. தரையெல்லாம் ‘சொத சொத வென்று சேறு. மண்டு மியாவின் ஆட்கள் சுத்தம் செய்தார்கள். கட்டிலில் நோயாளி. அங்கு பெண் யாரும் இல்லை. நோயாளியின் புடவை வெள்ளத்தில் போய் விட்டது டாக்டர் என்ன செய்வார்? நனைந்திருந்த ஆடைகளைக் களைந்துவிட்டு அவளை ஒரு போர்வையால் மூடி இருந்தார்.

அவள் முணு முணுத்தாள்.

‘வராஹர்’ ன்னு யாருக்காவது பேரு இருக்குமா நிமேஷ்? இது மிஹிர்ங்கற பேரோட சேக்கப் பட்டிருக்கு. இதுபத்தி ஒரு வாய் மொழிக் கதை இருக்கு.

ஒரு இளவரசன் கரடியால கொல்லப்படுவான்னு மிஹிர் ஜோசியர் சொல்லியிருந்தார். அதனால ராஜா தன் மகன வெளியே போக அனுமதிக்கல. நம்ம புபுன் மாதிரி சின்னப் பையன். அவன் என்ன செய்வான் சொல்லு சுபீர்? ஒரு நாள் உயரமான அலமாரி மேலேர்ந்து கீழே குதிச்சான். கீழே வெள்ளியால் ஆன கரடி (வராஹம்) பொம்மை இருந்திச்சி. அது மார்புல முக்கியமான பகுதில குத்திடிச்சி. நீ அம்மாவா இருந்து என்ன தான் ஹெல்த் ட்ரிங்க் கொடு; பழங்கள், மீன் கொடு. அவன் சுர்முர் (ஒரு விதத் தின்பண்டம்) திங்கத்தான் திம்பான். அம்மா வாங்கிக் கொடுக்காட்டி நண்பர்கள் கிட்டேர்ந்து வாங்கித் தின்பான். இதுல அம்மாவோட தப்பு என்ன? நீங்க என்ன குஞ்சன் ஐயாவா? குஞ்சகோவிந்த கோஸ்வாமி வணக்கம், நான் சொல்றத கேளுங்க. ஒரே ஆளுதான். மாமனார் இல்ல, புருஷனோட பேருதான் வராஹமிஹிர். வாய் மொழிக் கதைல கொஞ்சம் உண்மை இருக்கு".

நண்பகல் வானம் கொஞ்சம் வெளுத்திருந்தது. மண்டு மியா இன்னும் திரும்பவில்லை. டாக்டர் மறுபடியும் நோயாளியின் தலையைக் கழுவி விட்டார். சிவந்த கண்களைத் திறந்து அவள் கேட்டாள்:

"நீங்க டாக்டரா?"

"ஆமாம் மேடம்".

"மொதல்ல மிஹிரோட அப்பாவுக்கு சிகிச்சை செய்யுங்க. அவரும் ஒரு ஜோசியர் தான். தன் மகனோட அகால மரணத்தை ஜோசியத்து மூலமா தெரிஞ்சுக்கிட்டார். கூடைல வச்சு கடல்ல மொதக்கவிட்டுட்டுட்டார். குந்தி தன் கல்யாணத்துக்கு முன்னால பொறந்த குழந்தைய தண்ணில விட்டத பத்தி எத்தனை சர்ச்சைகள்! அவங்க என்ன பண்ணுவாங்க? ஏதாவது வழி இருக்கா? நீங்க சொல்லுங்க. ஆனா இந்த மிஹிரோட அப்பா புத்திர சோக பயத்தால்தான் அவன தண்ணில விட்டார். இப்ப ஜனங்க கங்காசாகர்ல மகன மூழ்க விடறது என்ன, இன்னும் மகன் வேணுங்கறத்துக்காகவா? இதுவும் அது மாதிரி தான. கொடுமை பாருங்க".

'டாக்டருக்குப் புரிந்தது, இது பிதற்றல். ஆனால் அறிவார்த்தமான பிதற்றல். மண்டு இதை ஞானம் என்றான். ஆனால் டாக்டருக்கு ஒன்றும் புரியவில்லை'.

“மேடம், நீங்க கொஞ்சம் அமைதியா இருங்க”.

“நான் அமைதியாத்தான் இருக்கேன் குஞ்சன் ஐயா. என் மனசு, உசிரு, அறிவு எல்லாத்தையும் வச்சு நான் புரிஞ்சுக்கிட்டதைச் சொல்றேன். கனா சிங்களத்துக்காரியா இருக்கலாம். ஆனா அவங்க வங்கதேசத்து மருமகள். வங்க தேசத்துப் பெண்ணாவும் இருக்கலாம். எப்படி இருந்தாலும் வங்க தேசத்த சேர்ந்தவள். எல்லாத்துக்கும் மேல அவள் ரெண்டாந்தர குடிமகள் அண்ணா, அவளோட அறிவெல்லாம் அறிவு இல்லை, அவளோட திறமையெல்லாம் திறமை இல்லை. இளம் பெண்ணான மருமகள் தன்னுடைய கணிப்பால் மிஹிர் ஏன் இறக்கலைங்கறதையும் மாமனாரின் கணிப்பில் இருந்த தப்பையும் சுட்டிக் காட்டி விட்டாள். அதிலிருந்து ஆரம்பம். அதன் பிறகு ராஜசபையில் ஒரு பெரிய அவமானம். அரசன் ஒரு கணிப்பு செய்யச் சொன்னான். மிஹிருடைய கணிப்பு சரியாக இல்லை. கனாவுக்கு அழைப்பு அனுப்பப்பட்டது. அவள் சரியான பதிலைச் சொன்னாள். விக்ரமாதித்தனுடைய நவரத்தினங்களில் ஒரு ரத்தினத்திற்குத் தலை குனிவு. நெருப்பாகக் கொதித்துக் கொண்டிருந்த கணவன் வீடு திரும்பினான். ‘கனா எங்க? அவ்வளவு திமிரா?

“கோவில் பாத்தீங்களா?”

“கனா மிஹிர் மேட்ட பத்திச் சொல்றீங்களா அம்மா?”

“வேற என்ன? கோவில் பெரிய புண்ணிய ஸ்தலம். அதே சமயம் பாவ ஸ்தலமும் கூட. கோவிலுக்கு அழச்சிக்கிட்டுப் போயி மிஹிர் தன் பொண்டாட்டிய ‘இனிமே ஜோசியக் கணிப்பு செய்ய மாட்டேன், ஜோசிய சர்ச்சை செய்ய மாட்டேன்’னு சத்தியம் செய்யச் சொன்னான். பிறவியிலேயே இசை ஞானத்தோட பிறந்தவள ‘பாடா’தேன்னு சொன்னா எப்டி? பிறவியிலேயே நடனத் திறமையோட பிறந்தவள ‘நடனம் தேவடியாளோட தொழில்’ன்னு சொன்னா எப்படி? அறிவும் திறமையும் உடையவளால விட முடியுமா? முடியாது. சாவை விடக் கொடுமையானது அது. தன் நாக்கை வெட்டி கணவன் கையில கொடுத்திட்டு ரத்தம் வடியற வாயோட வெளியே போனா கனா. ‘இதோ என்னோட கௌரவம், ஒங்களோட அவமானம்,’ அவளோட தலை நிமிர்ந்திருச்சி. அவளோட மன நிலையை அவனால அழிக்க முடியல. ஆனா இந்த மௌனமும் பயமும் எல்லாம் பொண்ணுங்களோட மனசுலயும் ஒரு மாற்றத்த கொண்டு வந்திச்சி. அவ தனக்குள்ள சுருங்கிப் போனா. ‘நீ பொழச்சிருக்க

விரும்பினா வாய பொத்திக்கிட்டுக் கிட. நீ கத்துக்கணும். விதவிதமா சமைக்கக் கத்துக்க; லாண்டரி நோட்ட சரியா வச்சுக்கக் கத்துக்க; பையனுக்கு அ, ஆ சொல்லித் தரக் கத்துக்க; ஒன்னோட விருப்பு, வெறுப்புகள வெட்டி எறி. இப்படித்தான் நிறைய பத்தினித் தங்கங்கள் பிறந்து, ரொம்ப இனிமையானவங்களா வாழ்ந்து மறைஞ்சிருக்காங்க. அவங்களுக்கு ரொம்ப நல்ல பேரு. ஆனா, அண்ணா, விஷயம் இதோட முடியல. மிஹிர் திடீர்னு 180 டிகிரிக்கு திரும்பினான்.

"நீ மாறு. வீட்டுக்கு வெளியே ஒன்ன நீ நிலைநிறுத்திக்க. நடனம், பாட்டு, படிப்பு எல்லாத்துலையும் முன்னுக்கு வா. ஆனா ஒன் புருஷன் எந்த அளவுக்கு விரும்பறானோ அந்த அளவுக்குத்தான். இது ராமர் வரைஞ்ச எல்லைக்கோடு. ஒன்ன நினைச்சாப் பெருமைப்படக் கூடிய அளவுக்கு ஒன் அழகு, திறமை, குணம் எல்லாம் ஒளி வீசட்டும். ஆனா அதிலெல்லாம் நீ என்னை விட ஒரு படி கீழே தான் இருக்கணும். குமார் தூலிக்கு ஆர்டர் போயிடிச்சி டாக்டர்." (குமார் தூலி மேற்கு வங்காளத்தில் தெய்வச் சிலைகள் செய்வதற்குப் பெயர் பெற்ற இடம்)

நோயாளி மிகவும் பலவீனமடைந்தாள். வாயின் இரு பக்கங்களிலும் நுரை வழிந்தது. ஆனால் நாக்கு மட்டும் அசைந்து கொண்டிருந்தது. அவள் இறந்து விட்டது போலவும் அவள் நாக்கு மட்டும் உயிரோடு இருப்பது போலவும் இருந்தது.

டாக்டர் இன்ஜெக்ஷன் போட்டார்.

கனாவின் வாய் மொழிகள்

மனைவியின் எல்லை இல்லாத பிடிவாதத்தைக் கண்டு கோபத்தால் கொதித்தபடி அவன் வந்து சேர்ந்தான். அவன் திட்டுவான்; திட்டிக் கொண்டே இருப்பான். மனைவி அழுவாள்; அழுது கொண்டே இருப்பாள். அவளைக் கட்டி வைத்து அடிப்பான். அவன் மனைவி அடிப்பட்டுக் கொண்டே இருப்பாள்; தன் குரூரத்தால் அவள் இதயத்தை உடைத்து விடுவான். அவளை அவமானப்படுத்தி அவள் உயிரைப் பிழிந்து எடுப்பான். காலம் காலமாக இதை செய்து வந்திருக்கிறான். ஆண் மனோபாவம் அவனை செய்ய வைத்திருக்கிறது. இந்த ஃபார்முலாப்படி நடக்காதவளுக்கு என்ன தண்டனை கொடுக்கலாம்? அவளுக்கு உதவி பண்கிறவர்களுக்குஎன்ன தண்டனை கொடுக்கலாம்? அவனுடைய மனைவியின் இருப்பிடத்தைக் கண்டு பிடிக்க அவன் கொஞ்சமாகவா

கஷ்டப்பட்டான். ஊர் முழுக்கத் தெரிந்து போய் விட்டது. மாளவிகா அவனைக் கொஞ்சமாகவா திட்டினாள். மாமனார் மாமியாருக்குத் திகைப்பு. திரும்பத் திரும்ப கஸ்பாவுக்கு ஃபோன் செய்தும் யாரும் எடுக்கவில்லை. எப்படி எடுப்பார்கள்? எல்லோரும் அப்போது நர்ஸிங்ஹோமில் இருந்தார்கள். யார் எப்போது வீட்டில் இருப்பார்கள் என்று யாருக்குமே தெரியாது. கடைசியில் டெல்லியில் C.E.O பெரியப்பாவுக்கு ஃபோன் செய்தான். கடுமையான குரல். மனிதன் பதவில் மேலே ஏற ஏற அவனுடைய குரலின் கடுமையும் அதிகமாகும் போலிருக்கிறது.

“நீ அவள என்ன பண்ணி வச்சிருக்க? அவ ஒடைஞ்சு போயிட்டா. பீஸ் பீஸா ஒடைஞ்சு போயிட்டா. திஸ் இஸ் டிஸ்கஸ்டிங்க். அன்பார்டனபிள்”

“என்ன ஆச்சு? உயிரோட இருக்கா இல்லை”

அவன் வந்து கறுத்து, இளைத்து, துரும்பாகப் படுக்கையில் கிடந்த மாமியாரைக் கவனிக்கவில்லை. அர்ஜுனனின் பார்வையைப் போன்ற அவனுடைய பார்வை தன் குறியை, சரியாகப் பார்த்து விட்டது. ஈஷா இளைத்து, துரும்பாக, உடல் வெளுத்து ஆனால் அமைதியான முகத்துடன் இருந்தாள்; அவள் ஒரு சமயம் இதயம் வெடிக்க அழுதாள் என்பதற்கோ, ரொம்ப பயந்தாள் என்பதற்கோ, எதிர்த்துப் போராடினாள் என்பதற்கோ அடையாளம் எதுவும் அவள் முகத்தில் இல்லை. அவனைப் பார்த்து ஈஷாவின் முகத்தில் எவ்வித மாற்றமும் இல்லை. அவன் தான் தனக்குள் நிம்மதியையும் ஆறுதலையும் உணர்ந்தான். போகட்டும் ஈஷா இருக்கிறாள்.

அங்கே இருந்த மஞ்சுலிகா அவனைக் கூர்ந்துப் பார்த்தாள். அவனுக்கு அந்த பெண்மணியைத் தெரியும். அவள் தன் மகளின் கையைத் தன் மடியில் வைத்துக் கொண்டு உட்கார்ந்திருந்தாள். கண்கள் திறந்திருந்தாலும் பார்வை எங்கேயோ இருந்தது.

“ஹே, சந்திர சூடனே, மதனாந்தகனே, சூலம் உடையவனே!
மலை தோறும் வசிப்பவனே, மகேசனே, சம்போ!
சிவகணங்களின் தலைவனே, பீதி, பயத்தைப் போக்குபவனே!”

சுபீர்? அவரும்தான் புத்தி கலங்கி இருந்தார். மருந்தை அளந்து ஈஷாவின் கையில் கொடுத்தார்.

நோயாளியின் படுக்கையைச்சுற்றி எல்லாரும் மௌனமாக இருந்தார்கள். அவள் யார்? நிஷித்துக்கும் பொறுமை போய்க் கொண்டிருந்தது.

“சாப்பிடு நிஷித்” மஞ்சுலிகா சொன்னாள்

அவள் எப்போது அங்கிருந்து போனாள்? எப்போது மேஜையை இழுத்து அவன் முன் வைத்தாள் என்று யாருக்கும் தெரியாது. விதவிதமான உணவு வகைகள்.

நிஷித் ஒன்றையும் தொடவில்லை

“அவ என்னோட வரப் போறாளா? இயல்பான குரலில் கேட்டான். ஈஷா பதில் சொல்லவில்லை. சற்று நேரம் கழித்து மஞ்சுலிகா.

“ஈஷாவ போல பயந்தாங்கொல்லி, வீட்ட விட்டு வெளியே வராத பொண்ணு இந்த மாதிரி வெளியே வந்திருக்கான்னா அப்ப விஷயம் சாதாரணாமானதுன்னு சொல்ல முடியாது நிஷித். அவ ஒன்னோட வருவாளான்னு அவளுக்குத்தான் தெரியும். ஆனா என்னால ஒண்ணு மட்டும் சொல்ல முடியும். அன்பு, ஆதரவு, மரியாதை இதையெல்லாம் அவளுக்குத் தரதா இருந்தாதான் அவளஅழைச்சுக்கிட்டுப் போகலாம்” என்றாள்.

அவனுடைய மாமியார் சரித்திர உலகத்தில் இருப்பவள். அதில் நிஷித்துக்கு சம்மந்தம் இல்லை. அவளை அவன் பெரிதும் பொருட்படுத்தியதில்லை. ஆனால் மஞ்சுலிகா புகழ் பெற்ற கார்ப்ரேட் ஹவுஸிங் முன்னாள் C.E.O.-வின் மனைவி. அவளைப் பொருட்படுத்தாமல் இருக்க முடியாது.

“எனக்கு அத்தன காம்ப்ளிகேஷன் எல்லாம் புரியாது பெரியம்மா எஸ் ஆர் நோ?”

அவனுக்கு மிகவும் அசௌகரியமாக இருந்தது. வளைந்து கொடுக்காமல் இருபது தான் தன்னுடைய குணம் என்று அவனுக்கே தெரியும்.

திடீரென்று ஈஷா திரும்பிப் பார்த்தாள்.

“ஒங்களுக்கு ஏன் இத்தன திகைப்பா இருக்கு? நீங்க தான வெளியே பிடிச்சு தள்ளினீங்க?”

“கோபத்துல மனுஷன் என்னென்னவோ சொல்லுவான். அது ஒனக்குப் புரியல. அது ஒன் முட்டாள்தனம்.”

ஈஷா அமைதியான குரலில் சொன்னாள்;

“நீங்கல்லாம் வெஸ்டர்ன் வேல்யூஸ்ஸ நம்பறவங்க. ஒருத்தர அவமானப்படுத்தினா குறைஞ்ச பட்சம் அதுக்காக வருத்தத்தைவாவது தெரிவிக்கணும்னு ஒங்களுக்குத் தெரியாதுன்னா அது ஒங்களோட முட்டாள்தனம். மத்தவங்க முன்னால மனைவியை மட்டந்தட்டக் கூடாதுன்னு கூடவா தெரியாது. நீங்க கர்னல் யுனிவர்ஸிடில டிகிரி வாங்கி இருக்கீங்க. ஆனா அங்க அவங்க இப்டி நடந்துகிட்டிருக்க மாட்டாங்க. அது தங்கள தாங்களே அவமானப்படுத்திக்கற மாதிரின்னு அவங்க புரிஞ்சுக் கிட்டிருப்பாங்க”.

நிஷித் வெகுநேரம் பேசாமலிருந்தான். பிரச்சினையைப் பேசித் தீர்த்துக் கொள்ள கணவன் மனைவியைத் தனியே விடுவது போல் தன்னையும் ஈஷாவையும் தனியே விடுவார்கள் என்று அவன் எதிர்பார்த்தான். தன்னுடைய பணியாத அராஜகமான பேச்சால் அவளைக் குதறிப் போட தயாராக இருந்தான். ஆனால் அது இனி இருவருக்கிடையே உள்ள சண்டை இல்லை. அது ஒரு போராக உருமாறி இருந்தது. வட்ட மேஜை கூட்டத்திலிருந்து வெவ்வேறு தரப்பிலிருக்கும் பிரதிநிதிகளைக் கழட்டி விட முடியுமா?

இறுதியில் தன் மேலாண்மை குணத்தை ஒதுக்கி வைத்து விட்டு சமரசத்துக்கு வந்தான் நிஷித்.

“சரி. ஐ ஆம் ஸாரி, ரியலி. நீ எனக்கு ஏமாத்தம் கொடுத்த மாதிரி நானும் ஒனக்குக் கொடுத்திருக்கேன். ஸாரி. ஷாயரியப் பத்தி யோசிச்சு... அம்மா, அப்பா, சமூகம் என்னோட பொஸிஷன்......”

“யோசிக்கறேன். ஆனா நீங்களும் யோசிக்கணும். நான், என்னோட அம்மா, அப்பா, சமூகம் என்னோட பொஸிஷன்......”

இப்போது கூட நிஷித் உறுதிமொழி ஒன்றும் கொடுக்கவில்லை. அது அவனுடைய தன்மானத்தை அடிக்கும்..

“நான் ஒத்துக்கறேன். எனக்குக் கோபம் கொஞ்சம் அதிகம் தான் ஆனா ஒன் பிடிவாதமும் கொஞ்சம் இல்ல. எதுக்கு எடுத்தாலும் என்ன பார்த்து விரல் காட்டறது நடக்காது.”

கான்க்ரீட் இடிபாடுகளுக்கிடையே ஒரு கோயில் தெரிந்தது. அதன் தரையில் 23½ அடி ஆழமுள்ள குழி ஒன்று இருந்தது. முப்பத்தேழு படிகளில் இறங்க இறங்க இடம் குறுகிக் கொண்டே வந்தது அங்கே சங்கால் வடிக்கப்பட்ட தாமரைப்பூ சின்னமும், சத்தம் அடங்கிய நாக்கும் இருந்தன. இங்கேதான் ஒரு வலிமையான பெரிய தூண் தேடப்பட்டது. அதன் மேல் தான் கோவில் நின்றிருக்க வேண்டும். வெட்ட பட்ட நாக்கு மேலே எழும்பியது; கஷ்டப்பட்டு அது அசைந்தது. ஆனால் ஏதோ சொன்னது:

"இதெல்லாம் நம்ம மனசு உண்டாக்கற வலை நிஷித். இந்த விவாதம் ஒருத்தரையொருத்தர் குத்தம் சொல்றது; ஸ்டாப் ஆர்க்யூங் அன்ட் ஸ்டாப் ஃபீலிஸ். இவால்யுஷன் மனுஷனுக்கு ரெண்டு திறன்கள் கொடுத்திருக்கும். வேற எந்த ஜீவராசிக்கும் இல்லாதது. ஒண்ணு அறிவு. ரெண்டாவது உணர்வு. உணர்வு இல்லாம அறிவுக்கு எந்த அர்த்தமும் இல்ல. உணர்வுலேர்ந்து தான்... ஒறவு... அன்பு... மதிப்புகள் ஒருத்தர் இன்னொருத்தர் மேலே ஏறத்துக்கும் ஆழத்துக்கு இன்னும் ஆழத்துக்குப் போகவும் ஒதவி செய்யறது எல்லாமே இருக்கு. ஒன்னால அது செய்ய முடியலைன்னா ஒன் வாழ்க்கையே வீண் தான்"

"பேசமா இரு ரஞ்சா ஒனக்கு மூச்சு இரைக்குது".

இதற்குள் நிஷித் தனக்குள்ளிருந்து வெளியே வந்திருந்தான்.

"அம்மா? அம்மாவுக்கு என்ன ஆச்சு?"

யாரும் பதில் சொல்லவில்லை.

"அப்பா, அம்மாவுக்கு என்ன ஆச்சு.?" அவன் சுபீரிடம் கேட்டான்.

"அது ஒரு பெரிய கதை. வெள்ளத்துல மாட்டிக்கிட்டா. ரொம்ப கஷ்டப்பட்டு மீட்டிருக்காங்க. மெனிஞ்சாயிட்டிஸ். இனிமே அவளால நடக்க முடியுமான்னு தெரியாது."

"இத்தன சீரியஸ் விஷயம். ஆனா எனக்கு ஒண்ணுமே தெரியாதே!"

"புரிஞ்சிச்சு இல்லையா? இல்ல நான் ஒங்களோட வர முடியாது"

ஈஷா மெள்ளச் சொன்னாள்.

"ஷாயரியோட ஸ்கூல்".

"அத நான் பாத்துக்கறேன்." ஈஷா விஷயத்துக்கு ஒரு முற்றுப் புள்ளி வைத்து விட்டாள்.

ரஞ்சா வெறுமையாகச் சிரித்தாள்.

"இன்னொரு லீஸ் கெடைச்சிருக்கு நிஷித். மறுபடியும் புது வாழ்க்கை. ஏதாவது புரிஞ்சிச்சா? மறுபடியும் ஒரு சான்ஸ். புதுசா நம்மால யோசிக்க முடியலைன்னா....ஏன்....சொல்லு ஏன்?"

அந்தக் கேள்வி காற்றில் அந்த அறைக்குள் சுற்றுவது போல் இருந்தது. சாதரணமாகக் கேட்கப்பட்டது போல் இருந்தாலும் மிகவும் சக்தி வாய்ந்த கேள்வி.

இதயத்தின் ஆழத்திலிருந்து பிடித்து இழுத்து வருவது போல் அவள் நிறுத்தி நிறுத்தி மேலே பேசினாள்;

"இதப்பாரு, காசு, பணம், புகழ், இல்லற சுகம் இதெல்லாமே அனுபவிக்கறத்துக்குத்தானே? ஆனா அனுபவிக்கிறதுல சில ரகசியங்கள் இருக்கு. சில விஷயங்கள விட்டுக் கொடுக்கத் தெரிஞ்சிருக்கணும். எத விட்டுக் கொடுக்கணும், எத்தன தூரம் விட்டுக் கொடுக்கணும்... உதாரணமா நமக்குப் பிரியமனவங்களா இல்ல ப்ரமோஷனா? வெளி வட்டத்துல இருக்குற தெளிவில்லாத மனிதக் கூட்டமா இல்ல வட்டத்துக்கு நடுவுல இருக்கற நெருக்கமான சில பேரா? சரியானபடி பாலன்ஸ் செய்து விட வேண்டியத விட முடியலைன்னா சந்தோஷம் இருக்காது; கொழப்பம் தான் இருக்கும். தேன த்யாக்தேன் பூஞ்சிதர"

வேதவதி கவலையுடன் தன் மகளைப் பார்த்தாள்.

"அம்மா, பேசாம இரேன். இதெல்லாம் சொல்லி என்ன பிரயோஜனம்?" என்றாள் ஈஷா.

"என்ன லாபம்னு இப்பக் கூட ஒனக்குப் புரியல இல்ல?"

களைப்பாலும் வியப்பாலும் ரஞ்சாவதி வாயை மூடிக் கொண்டாள். சற்று நேரம் கழித்து வருத்தத்துடன் பேசுவது போல் பேசினாள்.

"என் வாழ்க்கைல எனக்குக் கெடச்ச பாடங்கள நான் என் அடுத்த தலைமுறைக்குச் சொல்ல வேண்டாமா? நிஷித், மத்தவங்க கிட்ட

இருக்கறது பாத்து ஒன் தேவைகளுக்கு லிஸ்ட் போடறது முட்டாள்தனம். நீ ஏன் மத்தவங்கள காப்பி அடிக்கணும்? அவன் கிட்ட மூணு கார் இருக்குன்னா என் கிட்டயும் மூணு கார் இருக்கணும்.

அவன் பெண்டாட்டி அம்பதாயிரம் சம்பாதிக்கறான்னா என் பெண்டாட்டியாலயும் ஏன் முடியாது? அவன் மகன் ஃப்ரிலியண்ட்னா என் மகனும் ப்ரிலியண்ட்டா இருந்தே ஆகணும்; இல்லைன்னா அறையணும். இது வெறும் பேராசை, பொறாமை, இம்சை... மனிதம் என்றும் நிலைக்கக் கூடிய பாதையைத் திறந்து வைக்கணும்னா மனிதத்தன்மையற்ற கட்டுகளை அவிழ்த்து விடனும்."

அவளுக்கு மேலே பேச சக்தி இல்லை. மகளின் உதவியுடன் திரும்பிப் படுத்துக் கண்களை முடிக் கொண்டாள். அவளுக்கு மிகவும் களைப்பாக இருந்தது. தண்ணீரில் மூழ்கி மூச்சு திணறிய போது, ஜன்னியோடு பிதற்றிய போது, அவள் கால் நரம்புகள் டாக்டரின் சுத்தியலுக்கு அசையாத போது, அவள் உண்மையில் ஒரு கோவிலின் கர்ப்பக் கிரஹத்தில் நின்று கொண்டு ஓர் உயிருள்ள நாக்கைத் தேடிக் கொண்டிருந்தாள்.

அவள் சாவின் சுரங்கத்திற்குள் போய்க் கொண்டிருந்த போது அது சொல்லிற்று. அதை அவள் இவர்களுக்குச் சொன்னாள். நான் சொல்றத கேக்கலைன்னா, புரிஞ்சுக்கலைன்னா மறுபடியும் இருட்டுல வாழ வேண்டி இருக்கும் இருட்டுல ரத்தம் சொட்ட, சொட்ட அது பல நுற்றாண்டுகள் பழமையான அந்தக் குழிக்குள்ள அடில மங்கலச் சின்னங்களுக்குப் பக்கத்துல இன்னொரு மங்கலச் சின்னமா, ஆனா வெட்டப்பட்டு ஊமையா இருக்கும்.

***